ਗ਼ਲਤ-ਮਲਤ ਜ਼ਿੰਦਗੀ

(ਕਹਾਣੀ-ਸੰਗ੍ਰਹਿ)

ਇਸੇ ਕਲਮ ਤੋਂ

⊙ ਤੇਰਾ ਪਿੰਡ (ਕਾਵਿ ਸੰਗ੍ਰਹਿ) 2008
⊙ ਭਾਗੂ (ਨਾਵਲ) 2009, 2010
⊙ ਤੀਵੀਂਆਂ (ਨਾਵਲ) ਜਨਵਰੀ-2012, ਮਾਰਚ-2012, 2013 (ਭਾਰਤੀ ਸਾਹਿਤ ਅਕਾਦਮੀ ਦਾ ਯੁਵਾ ਪੁਰਸਕਾਰ ਜੇਤੂ 2012)

ਗ਼ਲਤ-ਮਲਤ ਜ਼ਿੰਦਗੀ

ਪਰਗਟ ਸਿੰਘ ਸਤੌਜ

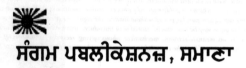

ਸੰਗਮ ਪਬਲੀਕੇਸ਼ਨਜ਼, ਸਮਾਣਾ

GALT-MALT ZINDGI
a book of short stories
by
Pargat Singh Satauj

ਪਰਗਟ ਸਿੰਘ ਸਤੌਜ
ਪਿੰਡ ਸਤੌਜ, ਡਾਕ. ਧਰਮਗੜ੍ਹ
ਜ਼ਿਲ੍ਹਾ ਸੰਗਰੂਰ-148028
95922-74200, 94172-41787
pargatsinghsatauj@gmail.com

ISBN 978-93-83654-37-6

© Author
2014

Published by
Sangam Publications
Sekhon Colony, near bus stand
Samana-147101, Distt. Patiala (Pb.)
Ph. 01764-223047
Mob. 99151-03490, 98152-43917

Printed & Bound at:
Aarna Printing Solutions, Patiala
Ph. 99148-40666

ਸਮਰਪਿਤ

"ਹੁਣ ਉਹ ਵੇਲੇ ਨੀ ਰਹੇ ਪੁੱਤਰਾ ਸਤ-ਯੁੱਗ ਆਲੇ। ਹੁਣ ਤਾਂ ਸਾਰੀ ਜ਼ਿੰਦਗੀ ਗ਼ਲਤ-ਮਲਤ ਜੀ ਹੋਈ ਪਈ ਐ। ਜਿਵੇਂ ਕਈ ਰੰਗ ਡੁੱਲ੍ਹ ਕੇ 'ਕੱਠੇ ਹੋ ਜਾਣ ਨਾ, ਫੇਰ ਉਨ੍ਹਾਂ ਦੀ ਕੋਈ ਪਹਿਚਾਣ ਨੀ ਰਹਿੰਦੀ। ਅੱਜ ਦੇ ਜ਼ਮਾਨੇ ਦੇ ਬੰਦੇ ਵੀ ਬੱਸ ਅਈਂ ਹੋਏ ਪਏ ਨੇ। ਸਾਨੂੰ ਕੋਈ ਪਤਾ ਨੀ ਲਗਦਾ ਆਪਣਾ ਕਿਹੜੈ, ਬਿਗਾਨਾ ਕਿਹੜੈ?

....ਅਜੋਕੇ ਉਪਰੋਕਤ ਜੀਵਨ ਵਿੱਚ
ਮੇਰੇ ਮੋਢੇ ਨਾਲ ਮੋਢਾ ਜੋੜ ਕੇ ਤੁਰਨ ਵਾਲੀ ਸਾਥਣ
ਅੰਮ੍ਰਿਤਪਾਲ ਕੌਰ ਦੇ ਨਾਂ

ਧੰਨਵਾਦ

ਸਵਾਮੀ ਸਰਬਜੀਤ

ਵਿਸ਼ੇਸ਼ ਧੰਨਵਾਦ

ਮੇਰੇ ਪਿੰਡ ਦੀ ਮਿੱਟੀ
ਅਤੇ ਉਸ ਮਿੱਟੀ ਦੇ ਜਾਏ ਲੋਕਾਂ ਦਾ
ਜਿਨ੍ਹਾਂ ਦੇ ਬੋਲਾਂ ਵਿੱਚ
ਸ਼ਬਦਾਂ ਦਾ ਅਥਾਹ ਭੰਡਾਰ ਹੈ

ਤਤਕਰਾ

ਯੁੱਧ ਦਾ ਅੰਤ

ਮੈਂ ਗੰਡਾਸਾ ਮੰਜੇ ਥੱਲੇ ਰੱਖ ਲਿਆ ਹੈ। ਦਿਲ ਕਰੜਾ ਕਰਨ ਲਈ ਪੈੱਗ ਤਾਂ ਮੈਂ ਪਹਿਲਾਂ ਹੀ ਕਰੜਾ ਜਿਹਾ ਲਾ ਲਿਆ ਸੀ। ਨਸ਼ੇ ਬ਼ਗ਼ੈਰ ਤਾਂ ਸਾਲੀ ਕੁੱਤੇ ਦੇ ਸੋਟੀ ਨੀ ਵੱਜਦੀ, ਇਹ ਤਾਂ ਫੇਰ ਵੀ....। ਪੈਣ ਲੱਗਿਆਂ ਮੇਰੀ ਨਿਗ੍ਹਾ ਕੋਠੇ ’ਤੇ ਪਈ ਰਾਣੀ ਵੱਲ ਚਲੀ ਜਾਂਦੀ ਹੈ। ਉਸਦਾ ਖ਼ਿਆਲ ਆਉਂਦਿਆਂ ਹੀ ਮੇਰੇ ਅੰਦਰ ਗੁੱਸਾ ਸੱਪ ਦੇ ਜ਼ਹਿਰ ਵਾਂਗ ਨਾੜ-ਨਾੜ ਵਿੱਚ ਫਿਰ ਗਿਆ ਹੈ। ਇੱਕ ਕਰੋਧ ਜਿਹਾ ਸਿਰ ਨੂੰ ਚੜ੍ਹ ਗਿਆ। ਉਸ ਦੀਆਂ ਗੱਲਾਂ ਯਾਦ ਕਰਕੇ ਮੇਰਾ ਮੂੰਹ ਬਕਬਕਾ ਜਿਹਾ ਹੋ ਗਿਆ ਹੈ ਜਿਵੇਂ ਮਿੱਟੀ ਦੇ ਤੇਲ ਦੀ ਘੁੱਟ ਭਰ ਲਈ ਹੋਵੇ। ਮੰਜੇ ’ਤੇ ਪਿਆ-ਪਿਆ ਹੀ ਟੇਢਾ ਜਿਹਾ ਹੋ ਕੇ ਖੰਘੂਰ ਮਾਰਦਾ, ਹੇਠਾਂ ਥੁੱਕਦਾ ਹਾਂ ਪਰ ਮੇਰੇ ਅੰਦਰਲੀ ਕਚਿਆਣ ਘਟੀ ਨਹੀਂ, ਹੋਰ ਵਧ ਗਈ ਹੈ। ਖੰਘੂਰ ਵੀ ਮੈਂ ਕੋਠੇ ’ਤੇ ਪਈ ਰਾਣੀ ਨੂੰ ਸੁਣਾਉਣ ਲਈ ਹੀ ਮਾਰੀ ਸੀ ਜਿਵੇਂ ਸ਼ੇਰ ਆਪਣੀ ਹੋਂਦ ਜਤਾਉਣ ਲਈ ਬੁੱਕਦਾ ਹੈ ਪਰ ਮੇਰੀ ਇਹ ਖੰਘੂਰ ਸ਼ੇਰ ਦੀ ਗਰਜ ਵਰਗੀ ਨਹੀਂ ਸੀ, ਪੌਂ ਖਾਧੇ ਕਤੂਰੇ ਦੇ ਰੋਣ ਵਾਂਗ ‘ਚੂੰ... ਚੂੰ...’ ਜਿਹੀ ਹੀ ਕਰ ਗਈ ਸੀ, ਜਿਹੜੀ ਮੇਰੇ ਆਪਣੇ ਕੰਨਾਂ ਤੱਕ ਹੀ ਮਸਾਂ ਅੱਪੜੀ ਸੀ। ਬੁੱਕਿਆ ਤਾਂ ਮੈਂ ਰਾਣੀ ਦੀਆਂ ਕਰਤੂਤਾਂ ਸੁਣ ਕੇ ਅੱਜ ਦੁਪਹਿਰੇ ਵੀ ਸ਼ੇਰ ਵਾਂਗ ਸੀ ਪਰ ਅੱਗੋਂ ਉਹ ਮੇਰੀ ਉਮੀਦ ਦੇ ਉਲਟ ਸੂਈ ਕੁੱਤੀ ਵਾਂਗ ਝਈ ਲੈ ਕੇ ਪਈ ਸੀ ਜਿਵੇਂ ਉਹ ਨਹੀਂ, ਮੈਂ ਝੂਠਾ ਹੋਵਾਂ।

ਕਦੇ-ਕਦੇ ਤਾਂ ਮੈਨੂੰ ਆਪਣਾ ਆਪ ਵੀ ਝੂਠਾ ਜਿਹਾ ਹੀ ਲਗਦਾ ਹੈ ਜਦ ਰਾਣੀ ਦੀ ਸੱਚੀ ਜਿਹੀ ਗੱਲ ਮੇਰੇ ਮੱਥੇ ਇੱਟ ਵਾਂਗ ਵੱਜਦੀ ਹੈ, “ਤੇਰਾ-ਮੇਰਾ ਕੋਈ ਜੋੜ ਐ ਵੇ ਚੌਰਿਆ। ਆਪਣੀ ਉਮਰ ਕਣੀਂ ਵੇਖ। ਬੇਹ ਜੇ ਬੇੜਾ ਉਸ ਕਮੂਤ ਦਾ, ਜਿਹਨੇ ਝੂਠ ਤੁਫ਼ਾਨ ਮਾਰਿਆ ਤੀ। ਇਹ ਬੁੜਾ ਬਲ਼ਦ ਪਾਤਾ ਮੇਰੇ ਪੱਲੇ।”

ਗੱਲ ਚਾਹੇ ਉਸਦੀ ਸੱਚੀ ਹੈ, ਸਾਡਾ ਪੂਰੇ ਸਤਾਰਾਂ ਸਾਲਾਂ ਦਾ ਫ਼ਰਕ ਹੈ ਪਰ ਇੱਜ਼ਤ ਵੀ ਸਾਲੀ ਕੋਈ ਚੀਜ਼ ਹੁੰਦੀ ਐ। ਜੰਮ ਕੇ ਤਿੰਨ ਜਵਾਕ, ਹੁਣ ਉਹਤੇ ਜਵਾਨੀ ਚੜ੍ਹਦੀ ਐ। ਜਿਹੜੀਆਂ ਰੰਡੀਆਂ ਹੋ ਜਾਂਦੀਆਂ ਨੇ ਉਹ ਵੀ ਤਾਂ ਰੰਡੇਪਾ ਕੱਟਦੀਆਂ ਈ ਨੇ। ਮੈਂ ਤਾਂ ਫੇਰ ਵੀ... ...।

“ਤੂੰ ਫੇਰ ਵੀ ਕੀ.....?” ਰਾਣੀ ਦੇ ਉਸ ਦਿਨ ਕਹੇ ਬੋਲ ਮੇਰੇ ਕੰਨਾਂ ਦੀ ਦੇਹਲੀ ਟੱਪ ਕੇ, ਮੇਰੇ ਅੰਦਰ ਖੌਰੂ ਪਾਉਣ ਲਗਦੇ ਹਨ “ਰੰਡੀਆਂ ਨੂੰ ਸਬਰ ਹੋ ਜਾਂਦੈ, ਮੈਂ ਤੈਨੂੰ ਕੀ ਕਰਾਂ ਮਿੱਟੀ ਦੇ ਬੰਦੇ ਨੂੰ। ਤੂੰ ਨਾ ਹੋਵੇਂ ਤਾਂ ਸਬਰ ਕਰਲਾਂ। ਤੈਨੂੰ ਵੇਖ-ਵੇਖ ਮੇਰੇ ਅੰਦਰ ਕੁਛ ਮਚਦੈ। ਆਜਾ ਬੁਝਾ ਉਹਨੂੰ ਕਿਵੇਂ ਬੁਝਾਵੇਂਗਾ। ਆਜਾ ਇੱਧਰ! ਉਹ ਆਪਣੇ ਕੱਪੜੇ

ਲਾਹੁਣ ਤੱਕ ਗਈ ਸੀ। ਉਸਦਾ ਭਖਿਆ ਚਿਹਰਾ ਸੱਚ-ਮੁੱਚ ਇਸ ਤਰ੍ਹਾਂ ਲਗਦਾ ਸੀ ਜਿਵੇਂ ਉਹ ਅੱਗ ਦੇ ਸੇਕ ਨਾਲ ਲਾਲ ਹੋ ਗਿਆ ਹੋਵੇ। ਮੈਂ ਹਰਖੇ ਨੇ ਉਸ ਨੂੰ ਲੱਤਾਂ-ਮੁੱਕੀਆਂ ਨਾਲ ਢਾਹ ਲਿਆ ਪਰ ਮੈਨੂੰ ਲਗਦਾ ਸੀ ਜਿਵੇਂ ਮੈਂ ਉਸ ਅੱਗੇ ਆਪ ਢਹਿ ਗਿਆ ਹੋਵਾਂ।

ਮੈਂ ਤਾਂ ਮਾਂ ਨੂੰ ਬਥੇਰਾ ਕਿਹਾ ਸੀ, 'ਹੁਣ ਕੀ ਕਰਾਉਣੈ ਡੋਲਿਆਂ ਤੋਂ' ਪਰ ਮਾਂ ਨਹੀਂ ਮੰਨੀ ਸੀ, ਉਲਟਾ ਮੈਨੂੰ ਸੌ-ਸੌ ਨਸੀਹਤਾਂ ਦਿੰਦੀ "ਮੈਂ ਤਾਂ ਕਹਿਣੀ ਆਂ ਤੇਰੀ ਰੋਟੀ ਪਕਦੀ ਹੋਜੂ, ਫੇਰ ਤੈਨੂੰ ਕਿਸੇ ਨੇ ਨੀ ਚੁੱਲ੍ਹੇ 'ਤੇ ਚੜ੍ਹਨ ਦੇਣਾ।"

ਮਾਂ ਤੇ ਮੁਖਤਿਆਰ ਵਿਚੋਲੇ ਨੇ ਪਤਾ ਨਹੀਂ ਕਿਹੜੀਆਂ ਸ਼ੁਕਨੀ ਚਾਲਾਂ ਚੱਲੀਆਂ ਸੀ, ਰਾਣੀ ਦੇ ਮਾਂ-ਬਾਪ ਝੱਟ ਰੁਪਈਆ ਫੜਾ ਗਏ ਸਨ। ਚਾਲਾਂ ਤਾਂ ਮਾਂ ਨੇ ਮੇਰੀ ਵਿਆਹ ਵਾਲੀ ਉਮਰ ਵੇਲੇ ਵੀ ਬਥੇਰੀਆਂ ਚੱਲੀਆਂ ਸੀ ਪਰ ਕੋਈ ਸਿੱਧੀ ਪਈ ਹੀ ਨਹੀਂ ਸੀ। ਹਾਂ, 'ਵਿਆਹ ਵਾਲੀ ਉਮਰ' ਹੀ ਕਹਿਣਾ ਮੇਰੇ ਲਈ ਠੀਕ ਹੈ, 'ਜਵਾਨੀ ਵੇਲੇ' ਕਹਿਣਾ ਤਾਂ ਮੈਨੂੰ ਝੂਠ ਮਾਰਨਾ ਜਿਹਾ ਲਗਦਾ ਹੈ। ਜਵਾਨੀ ਤਾਂ ਮੇਰੇ 'ਤੇ ਆਈ ਹੀ ਨਹੀਂ, ਸਾਲ਼ੀ ਰੋਹੀ ਆਲ਼ੇ ਪਹੇ-ਪਹੇ ਹੀ ਪਰ੍ਹਾਂ ਨੂੰ ਲੰਘ ਗਈ। ਮੇਰੀ ਤਾਂ ਸੁਰਤ ਹੀ ਜਿੰਮੀਦਾਰਾਂ ਦੀਆਂ ਖੁਰਲੀਆਂ 'ਚ ਸੰਭਲੀ ਸੀ। ਮੈਨੂੰ ਤਾਂ ਗੁੜ੍ਹਤੀ ਹੀ ਗੋਹੇ ਦੀ ਮਿਲੀ ਸੀ। ਮਾਂ ਮੈਨੂੰ ਪਿੱਛੇ ਬੰਨ੍ਹ ਕੇ ਲੋਕਾਂ ਦਾ ਗੋਹਾ-ਕੂੜਾ ਸੁੱਟਦੀ ਰਹਿੰਦੀ।

ਮੈਂ ਤਾਂ ਬਲ਼ਦ ਵਾਂਗੂੰ ਸਾਰੀ ਉਮਰ ਕਬੀਲਦਾਰੀ ਦਾ ਗੱਡਾ ਹੀ ਖਿੱਚਦਾ ਰਿਹਾ। ਜਦ ਮੈਂ ਉਡਾਰ ਹੋਇਆ, ਬਾਪੂ ਨੇ ਤਿੰਨ ਮਣ ਕਣਕ ਵੱਟੇ ਜਿੰਮੀਦਾਰਾਂ ਦੀਆਂ ਮੱਝਾਂ ਮਗਰ ਲਾ ਦਿੱਤਾ। ਮਾਂ ਨੇ ਬਥੇਰਾ ਕਿਹਾ ਸੀ, "ਹੁਣ ਤਾਂ ਇਹਦੇ ਖੇਡਣ ਦੇ ਦਿਨ ਨੇ।"

ਬਾਪੂ ਅੱਗੋਂ ਮਾਂ ਨੂੰ ਇਸ ਤਰ੍ਹਾਂ ਕੁੱਦ ਕੇ ਪਿਆ ਸੀ ਜਿਵੇਂ ਉਸ ਨੇ ਕੋਈ ਅਣਹੋਣੀ ਗੱਲ ਕਹਿ ਦਿੱਤੀ ਹੋਵੇ, "ਮਜ਼ਹਬੀ ਰਵੀਦਾਸੀਆਂ ਦੇ ਖੇਡਣ ਦੇ ਦਿਨ ਨੀ ਕਦੇ ਆਉਂਦੇ ਹੁੰਦੇ। ਜੰਮਣ ਤੋਂ ਲੈ ਕੇ ਮਰਨ ਤੱਕ, ਬੱਸ ਕੰਮ ਦੇ ਦਿਨ ਹੁੰਦੇ ਨੇ।"

ਮੈਨੂੰ ਹੁਣ ਲਗਦਾ ਹੈ ਜਿਵੇਂ ਬਾਪੂ ਓਦੋਂ ਇੱਕ ਗੱਲ ਕਹਿਣੀ ਹੋਰ ਭੁੱਲ ਗਿਆ ਸੀ, "ਮਜ਼ਹਬੀਆਂ ਰਵੀਦਾਸੀਆਂ ਦੇ ਜਵਾਨੀ ਦੇ ਦਿਨ ਨੀ ਹੁੰਦੇ।" ਜਵਾਨੀ ਮੇਰੇ ਆਪਣੇ ਲਈ ਤਾਂ ਚੜ੍ਹੀ ਹੀ ਨਹੀਂ, ਬੱਸ ਜਿੰਮੀਦਾਰਾਂ ਲਈ ਹੀ ਚੜ੍ਹੀ ਸੀ। ਮੇਰੀ ਜਵਾਨੀ ਦਾ ਸਾਰਾ ਤਿਓ ਤਾਂ ਜਿੰਮੀਦਾਰਾਂ ਦੇ ਖੇਤਾਂ ਵਿੱਚ ਹੀ ਰੁਲ਼ ਗਿਆ ਸੀ। ਜੱਟਾਂ ਨੇ ਮੈਥੋਂ ਵੱਧ ਕੰਮ ਲੈਣ ਦੇ ਲਾਲਚ ਵਿੱਚ ਮੈਨੂੰ ਬਚਪਨ ਵਿੱਚ ਹੀ ਭੁੱਕੀ ਦੀ ਲਤ ਲਾ ਦਿੱਤੀ ਸੀ। ਵਿਆਹ ਵੇਲ਼ੇ ਦੀ ਉਮਰ ਤੱਕ ਤਾਂ ਮੇਰੀ ਪਹਿਚਾਣ ਦਾ 'ਜੱਗਾ' ਨਾਂ ਮਿਟ ਕੇ 'ਅਮਲੀ' ਖੁਣਿਆ ਗਿਆ ਸੀ।

"ਕਦੋਂ ਲਹੂ ਇਹ ਅਮਲੀ ਮੇਰੇ ਗਲੋਂ!" ਰਾਣੀ ਦੀ ਕਹੀ ਗੱਲ, ਮੋਟਰ ਦੇ ਸਟਾਟਰ ਦੁਆਰਾ ਮਾਰੇ ਕਰੰਟ ਦੇ ਝਟਕੇ ਵਾਂਗ ਮੇਰਾ ਅੰਦਰ ਝੰਬ ਗਈ ਸੀ। ਉਸ ਦੀਆਂ ਹੋਰ ਕਿੰਨੀਆਂ ਹੀ ਗੱਲਾਂ ਪਰੇਤ ਬਣ-ਬਣ ਮੇਰੀਆਂ ਅੱਖਾਂ ਅੱਗੇ ਟੱਪਣ ਲੱਗੀਆਂ ਹਨ। ਗਲੋਂ ਤਾਂ ਮੈਂ ਜੱਟਾਂ ਨੇ ਵੀ ਲਾਹ ਦਿੱਤਾ ਸੀ ਜਦ ਮੇਰੀ ਵੀਹ ਸਾਲ ਦੀ ਦੇਹ ਤੋੜ ਕੇ ਕੀਤੀ ਕਮਾਈ, ਖੂਹ-ਖਾਤੇ ਪਾ ਕੇ, ਮੇਰੇ ਬਾਪ ਵਰਗੇ ਗਿੰਦਰ ਤਾਏ ਨੇ ਕਹਿ ਦਿੱਤਾ ਸੀ, "ਅਮਲੀਆ ਹੁਣ ਸਾਡਾ ਕੰਮ ਤੇਰੇ ਵੱਸ ਦਾ ਨੀਂ ਰਿਹਾ ਸ਼ੇਰਾ। ਆਪਣਾ ਮੱਖਣ ਅਗਲੇ

ਸਾਲ ਵਾਸਤੇ ਮੱਘਰ ਨੂੰ ਪੱਕਾ ਕਰ ਆਇਐ। ਤੂੰ ਤਾਂ ਆਵਦਾ ਦਿਹਾੜੀ-ਦੱਪਾ ਈ ਕਰ ਲਿਆ ਕਰ ਭਾਈ। ਜਦੋਂ ਜੀਅ ਕਰਿਆ ਬਾਗਿਆ, ਜਦੋਂ ਜੀਅ ਕਰਿਆ ਨਾ ਗਿਆ।"

ਕੇਰਾਂ ਤਾਂ ਜੀਅ ਕੀਤਾ ਸੀ ਕਹਿ ਦਿਆਂ, 'ਇਹ ਤੇਰਾ ਸੱਥ ਆਲ਼ਾ ਕੰਮ ਨੀ ਤਾਇਆ, ਜਦੋਂ ਜੀਅ ਕਰਿਆ ਬਣ ਕੇ ਬਗਲਾ ਆ ਬੈਠਿਆ, ਜਦੋਂ ਜੀਅ ਕੀਤਾ ਉੱਠ ਕੇ ਤੁਰ ਗਿਆ। ਇਥੇ ਤਾਂ ਸਾਲਾ ਜੇ ਆਥਣ ਨੂੰ ਕਮਾ ਕੇ ਲਿਆਊਂ ਤਾਂ ਆਥਣ ਦੀ ਰੋਟੀ ਮਿਲਜੂ, ਨਹੀਂ ਬੱਸ ਰਾਮ-ਰਾਮ ਐ।' ਪਰ ਤਾਏ ਦੀਆਂ ਗੱਲਾਂ ਤਾਂ ਮੈਂ ਹੁਣ ਤੱਕ 'ਸੱਤ ਬਚਨ' ਕਹਿ ਕੇ ਮੰਨੀਆਂ ਸਨ, ਉਸ ਦਿਨ ਵੀ ਮੈਂ ਤਾਏ ਦੇ ਸ਼ਾਹੀ ਹੁਕਮ ਨੂੰ ਸਿਰ ਮੱਥੇ ਮੰਨ ਕੇ ਤੁਰ ਆਇਆ ਸੀ।

"ਵੇ ਚੌਰਿਆ! ਐਂ ਅੰਦਰ ਵੜ ਕੇ ਪੈ ਗਿਆ ਕੀ ਨਿੱਕਾ-ਨਿਆਣਾ ਹੋਇਐ ਤੇਰੇ.... ਕਿਤੇ ਨਿਕਲ ਜਾ ਦਿਹਾੜੀ 'ਤੇ। ਆਹ ਜਿਹੜੇ ਸੂਰੀ ਮਾਂਗੂੰ ਬਾਰਾਂ ਜੰਮੇ ਨੇ ਏਨ੍ਹਾਂ ਨੂੰ ਕੀ ਮੈਂ ਆਵਦਾ ਢਿੱਡ ਚੀਰ ਕੇ ਖਵਊਂਗੀ......।" ਉਸ ਦਿਨ ਰਾਣੀ ਮੇਰੀ ਅੰਦਰਲੀ ਹਾਲਤ ਜਾਣੇ ਬਿਨਾਂ ਬੋਲੀ ਹੀ ਗਈ ਸੀ ਪਰ ਮੈਂ ਕੰਨਾਂ 'ਚ ਤੇਲ ਪਾਈਂ ਚੁੱਪ-ਚੁਪੀਤਾ ਪਿਆ ਆਪਣੇ ਅੰਦਰ ਨਾਲ ਹੀ ਕੋਈ ਯੁੱਧ ਲੜ ਰਿਹਾ ਸੀ।

ਸ਼ਾਂਤ ਤਾਂ ਮੈਂ ਹੁਣ ਵੀ ਨਹੀਂ ਸਗੋਂ ਹੁਣ ਤਾਂ ਯੁੱਧ ਹੋਰ ਤੇਜ਼ ਹੋ ਗਿਆ ਹੈ। ਮੇਰੇ ਅੰਦਰ ਕ੍ਰੋਧ ਦੇ ਰਣਸਿੰਗੇ ਵੱਜ ਰਹੇ ਹਨ, ਬੰਬਾਂ, ਗੋਲਿਆਂ ਦੀ ਅਵਾਜ਼ ਮੇਰੇ ਅੰਦਰੋਂ ਉੱਠ-ਉੱਠ, ਮੇਰੇ ਕੰਨਾਂ ਵਿੱਚ ਗੂੰਜ ਰਹੀ ਹੈ। ਮੈਂ ਯੁੱਧ ਦੇ ਸੈਨਿਕ ਵਾਂਗ ਆਪਣੇ ਹਥਿਆਰ ਵੱਲ ਵੇਖਦਾ ਹਾਂ। ਗੰਡਾਸਾ ਵੀ ਮੇਰੇ ਵਾਂਗ ਮੌਕੇ ਦੀ ਤਾਕ ਵਿੱਚ ਬਿੜਕਾਂ ਭੰਨਦਾ ਲਗਦਾ ਹੈ। ਮੈਂ ਦੁਸ਼ਮਣ ਵੱਲ ਵੇਖਣ ਵਾਂਗ ਕੋਠੇ 'ਤੇ ਪਈ ਰਾਣੀ ਵੱਲ ਵੇਖਦਾ ਹਾਂ। ਉਹ ਪਾਸੇ ਜਿਹੇ ਮਾਰ ਰਹੀ ਹੈ ਸ਼ਾਇਦ ਉਹ ਮੇਰੇ ਜਾਗਦੇ ਜਾਂ ਸੁੱਤੇ ਹੋਣ ਦੀ ਬਿੜਕ ਲੈ ਰਹੀ ਹੋਵੇ। ਮੈਂ ਯੁੱਧ ਦਾ ਅੰਤ ਛੇਤੀ ਕਰਨਾ ਚਾਹੁੰਦਾ ਹਾਂ ਪਰ ਸਮਾਂ ਅੱਗੇ ਸਰਕ ਹੀ ਨਹੀਂ ਰਿਹਾ ਹੈ। ਚੰਨ ਨਾ ਹੋਣ ਕਰਕੇ ਹਨ੍ਹੇਰੀ ਰਾਤ ਵਿੱਚ ਮੈਥੋਂ ਤਾਂ ਅੰਦਾਜਾ ਹੀ ਨਹੀਂ ਲਗਦਾ ਕਿ ਕਿੰਨੀ ਰਾਤ ਬੀਤ ਗਈ ਹੈ। ਮੈਂ ਐਵੇਂ ਹੀ ਹਨ੍ਹੇਰੇ ਨੂੰ ਘੂਰਨ ਲਗਦਾ ਹਾਂ।

ਆਸਮਾਨ ਵਿੱਚ ਉਡਦੀਆਂ ਕਾਲੀਆਂ ਬੱਦਲੀਆਂ ਨੇ ਟਾਵਾਂ-ਟਾਵਾਂ ਚਮਕਦਾ ਤਾਰਾ ਵੀ ਢਕ ਲਿਆ ਹੈ। ਪਿਸ਼ਾਬ ਦੀ ਹਾਜਤ ਵੀ ਕਿੰਨੇ ਚਿਰ ਤੋਂ ਹੋ ਰਹੀ ਹੈ ਪਰ ਹੁਣ ਤੱਕ ਘੇਸਲ ਜਿਹੀ ਵੱਟੀਂ ਪਿਆ ਰਿਹਾ। ਹੁਣ ਜਦ ਬੇਵਾਹ ਹੋ ਗਈ ਤਾਂ ਉੱਠ ਕੇ ਮੱਝ ਵੱਲ ਨੂੰ ਤੁਰ ਪਿਆ ਹਾਂ। ਮੱਝ ਨੇ ਮੈਨੂੰ ਆਉਂਦਾ ਵੇਖ ਕੇ ਕੰਨ ਚੁੱਕ ਲਏ ਹਨ। ਮੈਂ ਮੱਝ ਦੇ ਪਿੱਛੇ ਹੀ ਪਿਸ਼ਾਬ ਕਰਨ ਬੈਠ ਜਾਂਦਾ ਹਾਂ। ਜਦ ਉੱਠ ਕੇ ਵਾਪਸ ਤੁਰਦਾ ਹਾਂ ਤਾਂ ਮੇਰੀ ਨਜ਼ਰ ਮੱਛਰਾਂ ਲਈ ਲਾਈ ਧੂਣੀ 'ਤੇ ਚਲੀ ਜਾਂਦੀ ਹੈ। ਧੂਣੀ ਬੁਝਦੀ ਜਾ ਰਹੀ ਹੈ ਜਿਸ ਵਿੱਚੋਂ ਧੂੰਏਂ ਦੀ ਪਤਲੀ ਜਿਹੀ ਲੀਕ ਉੱਪਰ ਚੜ੍ਹਦੀ ਹਨ੍ਹੇਰੇ ਵਿੱਚ ਗੁਆਚ ਜਾਂਦੀ ਹੈ। "ਤੈਨੂੰ ਵੇਖ ਕੇ ਮੇਰੇ ਅੰਦਰ ਕੁਛ ਮਚਦੈ......।" ਧੂਣੀ ਵੇਖ ਕੇ ਰਾਣੀ ਦੀ ਕਹੀ ਗੱਲ ਮੇਰੇ ਫਿਰ ਚੇਤੇ ਆ ਜਾਂਦੀ ਹੈ। ਮੈਂ ਗਲ਼ੀ-ਸੜੀ ਤੂੜੀ ਦਾ ਅੱਧਾ ਟੋਕਰਾ ਧੂਣੀ ਉਪਰ ਸੁੱਟ ਦਿੰਦਾ ਹਾਂ। ਧੂੰਏਂ ਦਾ ਮੋਟਾ ਗੁਬਾਰ ਵਿਹੜੇ ਵਿੱਚ ਫੈਲਣ ਲਗਦਾ ਹੈ।

'ਸੁੰਨੀ ਨਾ ਛੱਡਿਆ ਕਰ ਵੇ ਮੈਨੂੰ ਖ਼ਤਰਾ ਹੋ ਗਿਆ......।' ਸੁੰਨੀ ਰਾਤ ਵਿੱਚ

ਭੱਮੇ ਕੇ ਕਾਲ਼ੇ ਦਾ ਖੇਤ ਲਾਇਆ ਡੈੱਕ ਮੈਨੂੰ ਸਾਫ਼ ਸੁਣਾਈ ਦੇ ਰਿਹਾ ਹੈ। ਜਿਸ ਦਿਨ ਰਾਤ ਦੀ ਲਾਈਟ ਹੁੰਦੀ ਹੈ, ਉਸਦਾ ਡੈੱਕ ਸਾਰੀ ਰਾਤ ਇਸੇ ਤਰ੍ਹਾਂ ਚਲਦਾ ਹੈ। ਇੱਕ-ਦੋ ਵਾਰ ਵਿਹੜੇ ਦੇ ਦੋ-ਚਾਰ ਬੰਦਿਆਂ ਨੇ ਉਸ ਨੂੰ ਡੈੱਕ ਘੱਟ ਅਵਾਜ਼ 'ਤੇ ਲਾਉਣ ਨੂੰ ਕਿਹਾ ਵੀ ਸੀ ਪਰ ਉਸਦੀ ਅਵਾਜ਼ ਸਗੋਂ ਹੋਰ ਉੱਚੀ ਹੋ ਗਈ। ਕਾਲ਼ੇ ਦਾ ਖ਼ਿਆਲ ਆਉਂਦਿਆਂ ਹੀ ਮੈਨੂੰ ਉਸਦੀ ਗੁੱਝੀ ਤੱਕਣੀ ਵੀ ਯਾਦ ਆ ਜਾਂਦੀ ਹੈ। ਉਸ ਨੇ ਪੰਡਤਾਂ ਦੇ ਪ੍ਰਕਾਸ਼ ਕੋਲ ਬੈਠਿਆਂ ਮੇਰੇ ਵੱਲ ਉਸ ਦਿਨ ਇਸੇ ਤਰ੍ਹਾਂ ਤੱਕਿਆ ਸੀ ਜਦ ਪ੍ਰਕਾਸ਼ ਕਹਿ ਰਿਹਾ ਸੀ, "ਤੀਵੀਂ ਤੇ ਜ਼ਮੀਨ ਤਾਂ ਜਿੰਨੀ ਵਾਹੀਏ ਓਨੀ ਚੰਗੀ ਹੁੰਦੀ ਐ।"

"ਜੇ ਭਲਾਂ ਕਿਸੇ 'ਚ ਵਾਹੁਣ ਦੀ ਪਰੋਖੋ ਈ ਨਾ ਹੋਵੇ?" ਕਾਲ਼ਾ ਮੇਰੇ ਲੰਘੇ ਜਾਂਦੇ ਵੱਲ ਕੁਣੱਖਾ ਜਿਹਾ ਝਾਕਿਆ ਸੀ।

"ਫੇਰ ਮੇਰੇ-ਤੇਰੇ ਵਰਗਾ ਮਾਤੜ ਬਿਜਦੀ ਕਰ ਲੈਂਦੈ।" ਲੰਬੜਦਾਰਾਂ ਦੇ ਬਲਕਾਰੇ ਨੇ ਮੈਨੂੰ ਅੱਗੇ ਲੰਘ ਗਏ ਨੂੰ ਸੁਣਾ ਕੇ ਕਿਹਾ ਸੀ।

ਸੁਣਾਈ ਤਾਂ ਮੈਨੂੰ ਸੀਤੋ ਬੁੜੀ ਨੇ ਵੀ ਕਰ ਦਿੱਤੀ ਸੀ, "ਜੇ ਭਾਈ ਆਪਣੀ ਗਾਂ ਹਲ਼ਕ ਜੇ ਉਹਦੇ ਰੱਸਾ ਪਾ ਲਈਏ।" ਮੇਰਾ ਜੀ ਤਾਂ ਕਰਦਾ ਸੀ ਰਾਣੀ ਦੇ ਨਾਗਵਲ ਪਾ ਲਵਾਂ ਪਰ ਬੰਨ੍ਹਾਂ ਕਿਹੜੇ ਕਿੱਲੇ ਨਾਲ?

ਜਿਸ ਦਿਨ ਰਾਣੀ ਮੈਨੂੰ ਲੰਬੇ ਮਿੱਠੂ ਕੇ ਰਾਮੇ ਨਾਲ ਗੱਲਾਂ ਕਰਦੀ ਦਿਸ ਗਈ ਸੀ, ਮੇਰੇ ਸੱਤੀਂ ਕੱਪੜੀਂ ਅੱਗ ਲੱਗ ਗਈ ਸੀ। ਮੈਂ ਰਾਣੀ ਨੂੰ ਕੁੱਟ-ਕੁੱਟ ਕੇ ਡਾਂਗ ਤੋੜ ਦਿੱਤੀ ਸੀ।

"ਘਰ ਨੂੰ ਲੱਗੀ ਅੱਗ ਫੂਕਾਂ ਮਾਰੇ ਤੋਂ ਨੀ ਬੁਝਦੀ ਹੁੰਦੀ.....।" ਰਾਣੀ ਨੂੰ ਛੁਡਾਉਣ ਆਈ ਸੀਤੋ ਬੁੜੀ ਮੈਨੂੰ ਕੋਈ ਡੂੰਘੀਆਂ ਰਮਜਾਂ ਦੱਸ ਰਹੀ ਸੀ ਪਰ ਉਹਦੀਆਂ ਇਹ ਗੁੰਝਲ ਜਿਹੀਆਂ ਗੱਲਾਂ ਤਾਂ ਮੈਨੂੰ ਐਵੇਂ ਜਾਭਾਂ ਦਾ ਭੇੜ ਜਿਹਾ ਹੀ ਲੱਗੀਆਂ ਸਨ।

ਫਿਰ ਰਾਣੀ ਨੂੰ ਜਿਵੇਂ ਮੇਰੀ ਜਰੂਰਤ ਹੀ ਨਾ ਰਹੀ ਹੋਵੇ। ਨਾ ਉਸ ਨੇ ਮੈਨੂੰ ਕਦੇ ਦਿਹਾੜੀ ਜਾਣ ਲਈ ਕਿਹਾ, ਨਾ ਹੀ ਮੈਥੋਂ ਕਦੇ ਕੋਈ ਚੀਜ ਹੀ ਮੰਗਵਾਈ। ਘਰ ਦਾ ਲੂਣ ਤੇਲ ਵੀ ਹੁਣ ਕਦੇ ਨਹੀਂ ਮੁੱਕਿਆ ਸੀ। ਮੇਰੀ ਭੁੱਕੀ ਵਾਲੀ ਡੱਬੀ ਵੀ ਭਰੀ ਹੀ ਰਹਿੰਦੀ। ਮੇਰੀ ਹਾਲਤ ਤਾਂ ਹੁਣ ਘਰ 'ਚ ਰੱਖੇ ਕੁੱਤੇ ਵਰਗੀ ਸੀ ਜਿਸ ਨੂੰ ਘਰ ਦੀ ਨਿਗਰਾਨੀ ਲਈ ਸ਼ਾਮ-ਸਵੇਰੇ ਚਾਰ-ਚਾਰ ਰੋਟੀਆਂ ਸੁੱਟ ਦਿੱਤੀਆਂ ਜਾਂਦੀਆਂ ਹਨ।

ਮੇਰੇ ਅੰਦਰਲੇ ਯੁੱਧ ਦੇ ਮੈਦਾਨ ਵਿੱਚ ਬੇਸ਼ਰਮ ਜਿਹੇ ਕ੍ਰੋਧ ਦੇ ਘੋੜੇ ਹਿਣਕਣ ਲੱਗ ਪਏ ਹਨ। ਮੈਂ ਮੰਜੇ ਦੇ ਪਾਵੇ ਕੋਲੋਂ ਅਧੀਆ ਚੁੱਕ ਲਿਆ ਹੈ। ਵਿੱਚ ਪਈ ਦੋ ਕੁ ਉਂਗਲਾਂ ਦਾਰੂ ਬਿਨਾਂ ਪਾਣੀ ਤੋਂ ਹੀ ਲੋਕਾਂ ਦੀਆਂ ਚੁਭਵੀਆਂ ਗੱਲਾਂ ਵਾਂਗ ਅੰਦਰ ਸੁੱਟ ਲਈ ਹੈ। ਖਾਲੀ ਅਧੀਆ ਮੰਜੇ ਥੱਲੇ ਰੋੜ੍ਹ ਕੇ ਮੰਜੇ 'ਤੇ ਟੇਢਾ ਹੋ ਜਾਂਦਾ ਹਾਂ।

ਮੈਨੂੰ ਹੁਣ ਸਿੱਖ ਲੱਗਣ ਦਾ ਇੰਤਜਾਰ ਹੈ। 'ਮੈਂ ਅੱਜ ਇਹਨੂੰ ਘਰੋਂ ਬਾਹਰ ਨੀ ਜਾਣ ਦੇਣਾ ਚਾਹੇ ਸਾਲ਼ੀ ਵੀਹ ਸਾਲੀ ਕੱਟਣੀ ਪੈਜੇ।' ਮੇਰੀ ਨਿਗ੍ਹਾ ਲੱਕੜ ਦੀ ਪੌੜੀ ਉੱਪਰ ਜਾ ਟਿਕੀ ਹੈ ਜਿੱਥੋਂ ਰਾਣੀ ਨੇ ਉੱਤਰ ਕੇ ਆਉਣਾ ਹੈ।

ਸਮਝਾਇਆ ਤਾਂ ਮੈਂ ਇਹਨੂੰ ਬਥੇਰਾ ਸੀ। ਰਿਸ਼ਤੇਦਾਰਾਂ ਨੂੰ ਵੀ ਬੁਲਾਇਆ ਪਰ

ਇਹ ਸਮਝੀ ਨਹੀਂ। ਉਸ ਦਿਨ ਦੁਪਹਿਰੇ ਵੀ ਇਹ ਰਾਮੇ ਕੋਲੋਂ ਹੀ ਆਈ ਸੀ। ਜਦ ਮੈਂ ਪੁੱਛਿਆ ਤਾਂ ਇਹਨੇ ਬਿਨਾਂ ਝਿਜਕ ਦੱਸ ਦਿੱਤਾ ਸੀ। ਜਦ ਮੈਂ ਹਰਖੇ ਨੇ ਸੋਟੀ ਚੁੱਕੀ ਤਾਂ ਇਸ ਨੇ ਮੇਰੇ ਹੱਥੋਂ ਫੜ ਲਈ ਸੀ, "ਅੱਜ ਨੀ ਫੇਰ ਮੈਂ ਖਾਂਦੀ ਤੈਥੋਂ। ਤੂੰ ਸਮਝਿਆ ਕੀ ਐ ਆਪਣੇ ਆਪ ਨੂੰ। ਏਨੀ ਅਣਖ ਐ ਤਾਂ ਆਪ ਕਮਾ ਕੇ ਲਿਆਇਆ ਕਰ। ਜਿਹੜੀਆਂ ਆਥਣ-ਸਵੇਰ ਚਾਰ-ਚਾਰ ਰੱਖ ਲੈਨੈਂ ਹੱਥਾਂ ਤੇ ਉਹ ਕਿੱਥੋਂ ਆਉਂਦੀਆਂ ਨੇ। ਚਾਰ-ਚਾਰ ਦਿਨ ਪਿਆ ਰਹਿਣੈਂ ਅੰਦਰ ਕੀੜਿਆਂ ਆਲ਼ੇ ਕੁੱਤੇ ਵਾਂਗੂ। ਰੋਜ਼ ਭੁੱਕੀ ਭਾਲਦੈਂ, ਉਹ ਕੀ ਤੇਰੇ......ਓਥੋਂ ਆਉਂਦੀ ਐ। ਮੈਥੋਂ ਹੋਰ ਸੱਚੀਆਂ ਸੁਣੇਂਗਾ। ਚਾਰ ਜੰਮਣ ਦਾ ਈ ਚਾਅ ਤੀ, ਪਾਲ ਕੇ ਵੀ ਦਿਖਾ ਹੁਣ ਇਨ੍ਹਾਂ ਨੂੰ। ਰੋਜ਼ ਈ ਰੱਟ ਲਾਈ ਰੱਖੂ ਇੱਜ਼ਤ, ਇੱਜ਼ਤ, ਇੱਜ਼ਤ! ਤੇਰੀ ਆਹ ਇੱਜ਼ਤ ਭਰਦੂ ਸਾਰੇ ਟੱਬਰ ਦਾ ਬੱਬਰ ਜਾਂ ਸਾਡਾ ਨੰਗ ਢਕਦੂ ਇਹੇ......ਦੱਸ ਮੈਨੂੰ! ਨਾਲੇ ਆ ਦੇਖਾਂ ਤੇਰੇ 'ਚ ਕਿੰਨੀ ਕ ਅੱਗ ਐ। ਓਦੋਂ ਨੀ ਚੌਰਿਆ ਇਨ੍ਹਾਂ ਗੱਲਾਂ ਦਾ ਪਤਾ ਤੀ ਜਦੋਂ ਮੇਰੇ ਨਾਲ ਪੰਦਰਾਂ ਸਾਲ ਦੀ ਨਾਲ ਵਿਆਹ ਕਰਵਾਇਆ ਤੀ।"

"ਤੂੰ ਕੁੱਤੀਏ ਜਾਣ ਦੇ......।" ਮੈਨੂੰ ਗੱਲ ਕਰਨ ਦਾ ਕੋਈ ਰਾਹ ਹੀ ਨਹੀਂ ਲੱਭਿਆ ਸੀ।

"ਚੱਲ ਐਂ ਕਰ ਫੇਰ.....।" ਉਸ ਨੇ ਮੈਨੂੰ ਮੁਜਰਮ ਬਣੇ ਖੜ੍ਹੇ ਨੂੰ ਜੱਜ ਵਰਗਾ ਫੈਸਲਾ ਸੁਣਾ ਦਿੱਤਾ ਸੀ, "ਮੈਂ ਕਿਤੇ ਨੀ ਜਾਂਦੀ ਹਫਤਾ। ਤੂੰ ਲਿਆ ਰਾਸ਼ਣ ਪਾਣੀ ਕਿੱਥੋਂ ਲਿਆਉਣੈ। ਤੋਰ ਘਰ ਦਾ ਖ਼ਰਚ।"

ਉਹ ਤਿੰਨ-ਚਾਰ ਦਿਨ ਕਿਤੇ ਨਹੀਂ ਗਈ। ਘਰ ਦਾ ਲੂਣ ਤੇਲ ਮੁੱਕ ਗਿਆ। ਮੈਂ ਬਥੇਰੇ ਪਾਪੜ ਵੇਲੇ। ਜੇ ਕਦੇ ਦਿਹਾੜੀ ਲਗਦੀ ਵੀ, ਮੇਰੀ ਭੁੱਕੀ ਦਾ ਮਸਾਂ ਸਰਦਾ। ਅੱਜ ਸਵੇਰੇ ਤਾਂ ਰੋਟੀ ਵੀ ਨਹੀਂ ਪੱਕੀ। ਬੱਸ ਇਸੇ ਗੱਲ ਨੂੰ ਲੈ ਕੇ ਰਾਣੀ ਅੱਜ ਦੁਪਹਿਰੇ ਬੁੜਕੀ ਸੀ, "ਬੱਸ ਦੇਖ ਲਿਆ ਆਵਦਾ ਤਿਓ! ਸਵੇਰੇ ਚਾਰ ਵਜੇ ਹੁਣ ਮੈਨੂੰ ਨਾ ਰੋਕੀਂ ਜੇ ਮਾਂ ਦਾ ਪੁੱਤ ਹੋਏਂਗਾ।" ਉਸ ਨੇ ਹੰਝੂ ਵੀ ਕੇਰੇ ਤੇ ਮੈਨੂੰ ਧਮਕੀ ਜਿਹੀ ਵੀ ਦੇ ਦਿੱਤੀ। "ਤੂੰ ਜਾ ਕੇ ਦਿਖਾਈਂ ਫੇਰ....।" ਮੇਰੀ ਮਰੀ ਪਈ ਅਣਖ ਅਜੇ ਵੀ ਵਿਹੁ ਘੋਲ਼ ਰਹੀ ਸੀ। ਬੱਸ ਇਸੇ ਥੋੜ੍ਹੀ ਬਹੁਤੀ ਅਣਖ ਦਾ ਮਾਰਿਆ ਮੈਂ ਗੰਡਾਸਾ ਲੈ ਕੇ ਰਾਣੀ ਦੀ ਨਿਗਰਾਨੀ 'ਤੇ ਬੈਠ ਗਿਆ ਸੀ ਪਰ ਹੁਣ ਜਿਉਂ-ਜਿਉਂ ਰਾਤ ਡੂੰਘੀ ਹੁੰਦੀ ਜਾ ਰਹੀ ਹੈ ਮੇਰੇ ਢਿੱਡ ਦੀ ਭੁੱਖ ਮੇਰੇ ਅੰਦਰ ਨੂੰ ਗੰਢਾਂ ਦਿੰਦੀ ਜਾ ਰਹੀ ਹੈ। ਭੁੱਕੀ ਦੀ ਤੋਟ ਕਾਰਨ ਮੇਰੇ ਹੱਥਾਂ-ਪੈਰਾਂ 'ਚੋਂ ਜਾਨ ਨਿਕਲਦੀ ਜਾ ਰਹੀ ਹੈ। ਮੇਰਾ ਉਹ ਆਥਣ ਵਾਲਾ ਗੁੱਸਾ ਪਤਾ ਨਹੀਂ ਕਿੱਧਰ ਛੂ-ਮੰਤਰ ਹੋਈ ਜਾ ਰਿਹਾ ਹੈ।

ਗੁਰਦੁਆਰੇ ਦੇ ਭਾਈ ਦਾ ਸਪੀਕਰ 'ਚੋਂ ਬੋਲ ਗੂੰਜ ਪਿਆ ਹੈ, "ਉੱਠੋ ਭਾਈ ਪਿਆਰਿਓ। ਅੰਮ੍ਰਿਤ ਵੇਲਾ ਹੋ ਗਿਆ ਹੈ। ਇਸ਼ਨਾਨ ਪਾਣੀ ਕਰੋ ਭਾਈ.....।" ਮੈਨੂੰ ਭਾਈ ਦੀ ਅਵਾਜ਼ ਇਸ ਤਰ੍ਹਾਂ ਲਗਦੀ ਹੈ ਜਿਵੇਂ ਉਹ ਕਹਿ ਰਿਹਾ ਹੋਵੇ, "ਉੱਠ ਭਾਈ ਅਮਲੀਆ, ਯੁੱਧ ਦਾ ਅੰਤ ਕਰਨ ਦਾ ਵੇਲਾ ਹੋ ਗਿਆ ਹੈ।" ਮੈਂ ਚੌਕੰਨਾ ਹੋ ਗਿਆ ਹਾਂ। ਅੱਖਾਂ ਨਿਸ਼ਾਨਾ ਲਾਉਣ ਵਾਲਿਆਂ ਵਾਂਗ ਪੌੜੀ ਦੇ ਅਖੀਰਲੇ ਟੰਬੇ 'ਤੇ ਟਿਕੀਆਂ ਹੋਈਆਂ ਹਨ। ਫਿਰ ਮੈਨੂੰ ਕੋਈ ਪਰਛਾਵਾਂ ਕੋਠੇ 'ਤੋਂ ਥੱਲੇ ਉਤਰਦਾ ਦਿਸਦਾ ਹੈ। ਰਾਣੀ ਹੇਠਾਂ ਉੱਤਰ ਰਹੀ ਹੈ। ਮੈਨੂੰ

ਜਾਪਦਾ ਹੈ ਜਿਵੇਂ ਮੇਰੇ ਚਾਰੇ ਬੱਚਿਆਂ ਦੇ ਢਿੱਡ ਵੀ ਰਾਣੀ ਦੇ ਪਿੰਡੇ ਨਾਲ ਵੱਡੇ-ਵੱਡੇ ਚਿੱਚੜਾਂ ਵਾਂਗ ਚਿੰਬੜੇ ਵਿਲਕਦੇ ਹੇਠਾਂ ਉੱਤਰ ਰਹੇ ਹੋਣ। ਉਹ ਹੇਠਾਂ ਆ ਕੇ ਤੌੜੇ 'ਚੋਂ ਪਾਣੀ ਦੀ ਕੁਰਲੀ ਕਰਨ ਲਗਦੀ ਹੈ। ਮੈਂ ਮੰਜੇ 'ਚੋਂ ਸਦੀਆਂ ਦੇ ਬਿਮਾਰਾਂ ਵਾਂਗ ਉੱਠ ਖੜ੍ਹਦਾ ਹਾਂ ਫਿਰ ਫੇਟੇ ਵਾਲੇ ਕੁੱਤੇ ਵਾਂਗ ਹੌਲੀ-ਹੌਲੀ ਰਾਣੀ ਵੱਲ ਵਧਦਾ ਹਾਂ। ਮੈਨੂੰ ਦੇਖ ਕੇ ਰਾਣੀ ਦੀਆਂ ਅੱਖਾਂ ਵਿੱਚ ਡਰ ਲਿਸ਼ਕ ਪਿਆ ਹੈ। ਉਹ ਪਾੜ 'ਤੇ ਫੜੇ ਗਏ ਚੋਰ ਵਾਂਗ ਭਮੱਤਰ ਜਾਂਦੀ ਹੈ। ਮੈਂ ਉਸ ਨੂੰ ਡਰਨੇ ਵਾਂਗ ਖੜ੍ਹੀ ਨੂੰ ਛੱਡ ਕੇ, ਬਿਨਾਂ ਕੁਝ ਕਹੇ ਅੰਦਰ ਸਬਾਤ ਵਿੱਚ ਲੰਘ ਜਾਂਦਾ ਹਾਂ।

ਮੈਂ ਬਾਹਰ ਆਉਂਦਾ ਹਾਂ। ਉਹ ਅਜੇ ਵੀ ਓਵੇਂ ਡਰ ਅਤੇ ਹੈਰਾਨੀ ਵਿੱਚ ਉਲਝੀ ਜਿਹੀ ਖੜ੍ਹੀ ਹੈ ਸ਼ਾਇਦ ਮੇਰੇ ਵਾਰ ਕਰਨ ਦਾ ਇੰਤਜਾਰ ਕਰ ਰਹੀ ਹੈ। ਮੈਂ ਉਸ ਦੀ ਉਮੀਦ ਦੇ ਉਲਟ ਕੰਬਦੇ ਹੱਥਾਂ ਨਾਲ ਭੁੱਕੀ ਦੀ ਖਾਲੀ ਹੋਈ ਡੱਬੀ ਉਸ ਦੇ ਹੱਥਾਂ ਵਿੱਚ ਫੜਾ ਦਿੰਦਾ ਹਾਂ ਜਿਵੇਂ ਮੈਂ ਉਸਨੂੰ ਆਪਣੇ ਸਾਰੇ ਹਥਿਆਰ ਫੜਾ ਕੇ ਆਤਮ-ਸਮਰਪਨ ਕਰ ਦਿੱਤਾ ਹੋਵੇ। ਉਹ ਮੇਰੀ ਹਾਰ 'ਤੇ ਭੁੱਬ ਮਾਰਦੀ ਮੇਰੇ ਗਲ਼ ਨਾਲ ਲੱਗ ਜਾਂਦੀ ਹੈ। ਮੈਂ ਉਸ ਦੇ ਅੱਥਰੂ ਪੂੰਝਦਾ ਬਾਹਰਲੇ ਗੇਟ ਵੱਲ ਇਸ਼ਾਰਾ ਕਰ ਦਿੰਦਾ ਹਾਂ। ਉਹ ਸਾਡੇ ਢਿੱਡਾਂ 'ਚ ਚਾਨਣ ਕਰਨ ਲਈ ਬੀਹੀ ਵਾਲਾ ਬਾਰ ਖੋਲ੍ਹ ਕੇ ਹਨ੍ਹੇਰੇ ਵਿੱਚ ਅਲੋਪ ਹੋ ਜਾਂਦੀ ਹੈ।

ਬੰਦੇ ਅੰਦਰਲਾ ਬੰਦਾ

"ਭਾਣਜੇ ਬੰਦੇ ਅੰਦਰ ਇੱਕ ਹੋਰ ਬੰਦਾ ਬੈਠਾ ਹੁੰਦੈ! ਜਦੋਂ ਅੰਦਰਲਾ ਬੰਦਾ ਸਿਰ ਚੁਕਦੈ ਨਾਹ, ਫੇਰ ਆਪਣੇ ਹੱਥ-ਵੱਸ ਕੁਛ ਨੀ ਰਹਿੰਦਾ। ਫੇਰ ਤਾਂ ਬੱਸ ਅੱਖਾਂ ਮੂਹਰੇ ਧਰਤੀ ਡੋਲਦੀ ਐ, ਉਤਲੀ ਹੇਠਾਂ ਹੋ ਜਾਂਦੀ ਐ......!" ਛੋਟੇ ਮਾਮੇ ਨੇ ਇਹ ਟਿੱਪਣੀ ਗੁਲਜ਼ਾਰੇ ਵੱਲੋਂ ਆਪਣੇ ਪੰਜ ਸਾਲਾਂ ਦੇ ਭਤੀਜੇ ਦਾ ਕਤਲ ਕਰ ਦੇਣ 'ਤੇ ਕੀਤੀ ਸੀ। ਉਸ ਦਿਨ ਛੋਟਾ ਮਾਮਾ ਮੈਨੂੰ ਕਈ ਸਦੀਆਂ ਭੋਗ ਚੁੱਕਿਆ ਕੋਈ ਤਪੱਸਵੀ ਲੱਗਿਆ ਸੀ। ਮੈਂ ਹੈਰਾਨੀ ਵਿੱਚ ਅੱਖਾਂ ਨਾਲ ਮੂੰਹ ਵੀ ਟੱਡੀਂ ਮਾਮੇ ਦੀਆਂ ਅਲੋਕਾਰ ਗੱਲਾਂ ਸੁਣ ਰਿਹਾ ਸੀ। ਮੈਨੂੰ ਗੱਲਾਂ ਦੀ ਦਿਲਚਸਪੀ 'ਚ ਬੁੱਤ ਬਣੇ ਬੈਠੇ ਨੂੰ ਵੇਖ ਕੇ ਮਾਮਾ ਬੋਲੀ ਜਾ ਰਿਹਾ ਸੀ, "......!"

"ਐਂ ਕਿਮੇਂ ਭਲਾਂ ਮਾਮਾ ਬੰਦੇ 'ਚ ਬੰਦਾ ਹੋ ਸਕਦੈ?" ਮੈਨੂੰ ਮਾਮੇ ਦੀਆਂ ਗੱਲਾਂ ਨੇ ਭੰਬਲਭੂਸੇ ਵਿੱਚ ਪਾ ਦਿੱਤਾ ਸੀ।

ਮਾਮਾ ਮੇਰੇ ਵੱਲ ਭੈਂਗਾ ਜਿਹਾ ਝਾਕਿਆ ਜਿਵੇਂ ਮੈਂ ਮਾਮੇ ਦੇ ਪੱਧਰ ਤੋਂ ਬਹੁਤ ਨੀਵਾਂ ਉੱਤਰ ਕੇ ਐਵੇਂ ਹੀ ਫੋਕਾ ਜਿਹਾ ਸਵਾਲ ਪੁੱਛ ਲਿਆ ਹੋਵੇ। ਮਾਮੇ ਨੇ ਜਵਾਬ ਦੇਣ ਤੋਂ ਪਹਿਲਾਂ ਬੀੜੀ ਦਾ ਕਸ਼ ਖਿੱਚਿਆ। ਦੋਵੇਂ ਬੁੱਲ੍ਹਾਂ ਨੂੰ ਗੁਲਾਈ ਦੇ ਕੇ, ਰੁਕ ਕੇ ਤੁਰੇ ਰੇਲ-ਇੰਜਣ ਵਾਂਗ ਧੂੰਆਂ ਛੱਡਿਆ ਤੇ ਬੋਲਿਆ, "ਲੈ ਭਾਣਜੇ! ਜਿਹੜੇ ਆਹ ਰੋਜ਼ ਈ ਨਵੇਂ ਨਵੇਂ ਬਾਕੇ ਹੁੰਦੇ ਨੇ, ਕਦੇ ਕਿਸੇ ਨੇ ਮਾਂ ਮਾਰਤੀ, ਕਦੇ ਮਾਂ ਨੇ ਪੁੱਤ ਮਾਰਤਾ। ਕਦੇ ਧੀ ਨਾਲ ਬਲਾਤਕਾਰ ਕਰਤਾ। ਕਦੇ ਦਸ ਸਾਲ ਦੀ ਕੁੜੀ ਨਾਲ....। ਇਹ ਸਾਰਾ ਕੁਛ ਆਪਣੇ ਅੰਦਰ ਬੈਠਾ ਆਦਮੀ ਓ ਕਰਵਾਉਂਦੈ। ਕਦੇ ਇਹ ਛਲੇਡੇ ਮਾਂਗੂੰ ਦੇਹ ਪਲਟਦਾ ਰਾਖਸ਼ਸ ਦਾ ਰੂਪ ਧਾਰਦੈ। ਕਦੇ ਇਹ ਕਾਮ 'ਚ ਅੰਨ੍ਹਾ ਹੋ ਜਾਂਦੈ। ਬੱਸ ਫੇਰ ਆਪਣੇ ਰਿਸ਼ਤੇ-ਨਾਤੇ ਕੋਈ ਨੀ ਰਹਿਣ ਦਿੰਦਾ। ਆਪਣੇ ਤਾਂ ਤੂੰ ਲ਼ਾ ਲੈ ਵੀ ਅੱਖਾਂ 'ਤੇ ਪੱਟੀ ਓ ਬੰਨ੍ਹੀ ਜਾਂਦੀ ਐ! ਬੰਦਾ ਅੰਨ੍ਹਾ ਹੋ ਜਾਂਦੈ!"

"ਮਾਮੇ ਮੈਂ ਕਈ ਦਿਨ ਹੋ ਗਏ ਟੀ. ਵੀ. ਵਿੱਚ ਸੁਣਿਆ ਸੀ, ਅਖੇ ਇਹ ਕੋਈ ਮਾਨਸਿਕ ਬਿਮਾਰੀ ਐ। ਇਹਦਾ 'ਲਾਜ ਹੋ ਸਕਦੈ! ਉਨ੍ਹਾ ਨੇ ਪੀਡੋ-ਫੀਲੀਆ, ਫੂਲੀਆ ਜਾ ਏਹੇ ਜੇ ਕਈ ਨਾਂ ਜੇ ਵੀ ਲਏ ਸੀ"

"ਭਾਣਜੇ ਹੈ ਤਾਂ ਇਹ ਬੰਦੇ ਅੰਦਰ ਬੈਠਾ ਬੰਦਾ ਈ ਐ ਪਰ ਸਭ ਨੇ ਆਪੋ-ਆਪਣੇ ਨਾਂ ਰੱਖ ਛੱਡੇ ਨੇ। ਡਾਕਟਰਾਂ ਦਾ ਆਪਣਾ ਨਾਂ ਐ, ਧਾਰਮਕ ਲੋਕਾਂ ਦਾ ਆਪਣਾ

ਕ੍ਰੋਧ, ਮੋਹ, ਕਾਮ ਆਪਣੀ ਹੱਦ ਤੋਂ ਬਾਹਰ ਨਿਕਲ ਆਵੇ ਫੇਰ ਬੰਦਾ ਪਾਗਲ ਹੋ ਜਾਂਦੈ। ਅੱਖਾਂ ਮੂਹਰੇ ਧੁੰਦੂ-ਘਾਰਾ!"

ਚਾਹੇ ਓਦੋਂ ਮਾਮੇ ਦੀ ਕਹੀ ਗੱਲ ਮੈਨੂੰ ਆਪਣੀ ਸਮਝੋਂ ਬਾਹਰੀ ਲੱਗੀ ਸੀ ਪਰ ਅੱਜ ਮੈਂ ਵੀ ਮਹਿਸੂਸ ਕਰਦਾ ਹਾਂ ਕਿ ਬੰਦੇ ਵਿੱਚ ਇੱਕ ਬੰਦਾ ਜ਼ਰੂਰ ਬੈਠਾ ਹੁੰਦੈ।

ਅੱਜ ਜਦ ਮੇਰੇ ਅੰਦਰਲਾ ਬੰਦਾ ਸਿਰ ਚੁੱਕੀਂ ਫਿਰਦਾ ਹੈ ਤਾਂ ਮੈਨੂੰ ਮਾਮੇ ਦੀਆਂ ਕਈ ਸਾਲ ਪਹਿਲਾਂ ਕਹੀਆਂ ਉਨ੍ਹਾਂ ਗੱਲਾਂ ਦੀ ਹੁਣ ਸਮਝ ਆਉਣ ਲੱਗ ਪਈ ਹੈ। ਮੈਂ ਹੁਣ ਆਪਣੇ ਅੰਦਰਲੇ ਬੰਦੇ ਨਾਲ ਹੀ ਘੋਲ ਕਰ ਰਿਹਾ ਹਾਂ। ਇੱਕੋ ਜਿਹੇ ਦਮ-ਖਮ ਵਾਲੇ ਮੱਲਾਂ ਵਾਂਗ ਕਦੇ ਉਹ ਮੇਰੇ ਉੱਤੋਂ ਦੀ ਪੈ ਜਾਂਦਾ ਹੈ ਤੇ ਕਦੇ ਮੈਂ ਉਹਦੇ। ਅਸੀਂ ਆਪਸ ਵਿੱਚ ਹੀ ਇੱਕ-ਦੂਜੇ ਨੂੰ ਮੱਲਾਂ ਵਾਲੀਆਂ ਪਲਟੀਆਂ ਇੰਝ ਮਾਰ ਰਹੇ ਹਾਂ, ਤੁਸੀਂ ਦੇਖੋ ਤਾਂ ਸਹੀ....!

ਪਹਿਲੀ ਘਟਨਾ

ਸਕੂਲ ਦਾ ਟੂਰ ਗਿਆ ਸੀ। ਉਹ ਕੁੜੀ ਸਾਰੇ ਰਾਹ, ਜਦ ਵੀ ਮੌਕਾ ਮਿਲਦਾ, ਅੱਖਾਂ ਮਟਕਾਉਂਦੀ ਮੈਨੂੰ ਕੁਝ ਨਾ ਕੁਝ ਬੋਲ ਜਾਂਦੀ ਸੀ। ਮੈਂ ਉਸਦਾ ਜਵਾਬ ਦੇਣ ਤੋਂ ਪਹਿਲਾਂ ਆਲੇ-ਦੁਆਲੇ ਵੇਖਦਾ। ਜੇ ਕੋਈ ਹੋਰ ਬੱਚਾ ਜਾਂ ਅਧਿਆਪਕ ਮੇਰੇ ਕੋਲ ਹੁੰਦਾ ਤਾਂ ਮੈਂ ਬੁੱਲ੍ਹਾਂ ਵਿੱਚ ਹੀ ਮੁਸਕਰਾ ਕੇ ਚੁੱਪ ਕਰ ਜਾਂਦਾ, ਨਹੀਂ ਫੇਰ ਮੇਰੇ ਅੰਦਰਲਾ ਬੰਦਾ ਉਠਦਾ ਤੇ ਉਸਨੂੰ ਢੁਕਵਾਂ ਜਵਾਬ ਦੇ ਦਿੰਦਾ। ਚਿੜੀਆ-ਘਰ ਵਿੱਚ ਇਕੱਲੇ ਬਣ-ਮਾਨਸ ਨੂੰ ਵੇਖ ਕੇ ਉਸਨੇ ਮੈਨੂੰ ਪੁੱਛਿਆ ਸੀ, "ਸਰ ਜੀ ਇਹਦੀ ਕੋਈ ਸਾਥਣ ਤਾਂ ਹੈ ਨੀ! ਇਹਦਾ ਜੀਅ ਕਿਮੇਂ ਲਗਦਾ ਹੋਊ?"

"ਤੇਰੇ ਵਰਗੀਆਂ ਆਥਣ ਨੂੰ ਹਜ਼ਾਰਾਂ ਆਉਂਦੀਆਂ ਨੇ ਇਹਨੂੰ ਵੇਖਣ। ਉਨ੍ਹਾਂ 'ਤੇ ਭੁੱਲ ਪੂਰੀ ਕਰ ਲੈਂਦੈ ਵਿਚਾਰਾ।" ਮੇਰੇ ਅੰਦਰਲੇ ਬੰਦੇ ਨੇ ਜਵਾਬ ਦਿੱਤਾ।

"ਮੈਂ ਨਾ ਰਹਾਂ ਅੱਜ ਇਹਦੇ ਕੋਲੇ।" ਉਸਦੀਆਂ ਅੱਖਾਂ ਵਿਚਲੇ ਸੁਰਮੇ ਦੀ ਬਰੀਕ ਧਾਰੀ ਵਿੱਚ ਕਾਮ ਛਲਕਿਆ।

"ਮਰਜੀ ਐ ਤੇਰੀ। ਕਿਤੇ....? ਦੇਖ ਲੈ ਫੇਰ!" ਕੋਈ ਗੁੱਝੀ ਗੱਲ ਕਰਦੇ ਅੰਦਰਲੇ ਬੰਦੇ ਨੂੰ ਮੈਂ ਝਿੜਕਿਆ ਤਾਂ ਉਹ ਗੱਲ ਗੋਲ-ਮੋਲ ਕਰ, ਇੰਝ ਸਿਰ ਲੁਕਾ ਕੇ ਬੈਠ ਗਿਆ ਜਿਵੇਂ ਮੈਂ ਰੇਤੇ ਦੀ ਮੁੱਠੀ ਉਸਦੇ ਨੰਗੇ ਸਿਰ ਵਿੱਚ ਦੇ ਮਾਰੀ ਹੋਵੇ।

"ਹੀ....ਹੀ....ਹੀ.....!" ਹੋਰ ਬੱਚੇ ਨੇੜੇ ਆਉਂਦੇ ਵੇਖ ਕੇ ਉਸ ਨੇ ਖਿੜ ਖਿੜ ਹਸਦੀ ਨੇ ਮੈਥੋਂ ਦੂਰੀ ਬਣਾ ਲਈ ਸੀ।

ਸਾਡਾ ਝਾਕਾ ਅੱਜ ਨਹੀਂ, ਉਸ ਦਿਨ ਹੀ ਖੁੱਲ੍ਹ ਗਿਆ ਸੀ ਜਦ ਮੈਨੂੰ ਜੀਤਗੜ੍ਹ ਪੀ. ਟੀ. ਆਈ. ਦੀ ਪੋਸਟ 'ਤੇ ਆਇਆਂ ਤਿੰਨ-ਚਾਰ ਕੁ ਦਿਨ ਹੀ ਹੋਏ ਸਨ।

ਮੈਂ ਸੱਤਵੀਂ ਕਲਾਸ ਵਿਚ ਬੱਚਿਆਂ ਨੂੰ ਉਨ੍ਹਾਂ ਦੇ ਸ਼ੌਕ ਬਾਰੇ ਪੁੱਛ ਰਿਹਾ ਸੀ। ਜਦ ਸਾਰੇ ਬੱਚਿਆਂ ਦੀ ਬਾਰੀ ਪੁੱਗ ਗਈ ਤਾਂ ਬੱਚਿਆਂ ਦੇ ਪੁੱਛਣ 'ਤੇ ਮੈਂ ਆਪਣੇ ਸ਼ੌਕ ਦੱਸਣ ਲੱਗ ਪਿਆ, "ਸੋਹਣੇ ਸੋਹਣੇ ਕੱਪੜੇ ਪਾਉਣਾ, ਬਾਲੀਵਾਲ ਖੇਡਣਾ, ਕ੍ਰਿਕਟ ਦਾ ਮੈਚ ਦੇਖਣਾ ਤੇ ਵੱਧ ਤੋਂ ਵੱਧ ਦੋਸਤ ਮਿੱਤਰ ਬਣਾਉਣਾ।"

"ਸਹੇਲੀਆਂ ਬਣਾਉਣ ਦਾ ਵੀ ਸ਼ੌਕ ਐ ਜੀ?" ਮੈਂ ਉਸਦਾ ਜਵਾਬ ਸੁਣ ਹਾਕਲ-ਬਾਕਲ ਹੋ ਗਿਆ ਸੀ। ਮੈਨੂੰ ਕਿੰਨੀ ਹੀ ਦੇਰ ਕੁਝ ਨਹੀਂ ਸੀ ਸੁੱਝਿਆ। ਮੈਂ ਤਾਂ ਸੁਪਨੇ ਵਿੱਚ ਵੀ ਨਹੀਂ ਸੋਚਿਆ ਸੀ ਕਿ ਸੱਤਵੀਂ ਵਿੱਚ ਪੜ੍ਹਦੀ ਕੁੜੀ ਅਜਿਹਾ ਸਵਾਲ ਪੁੱਛ ਸਕਦੀ ਹੈ ਤੇ ਉਹ ਵੀ ਸਾਰੀ ਕਲਾਸ ਦੇ ਸਾਹਮਣੇ! ਸ਼ਰੇਆਮ!! ਜਦ ਮੈਂ ਸੰਭਲਿਆ ਤਾਂ ਮੈਂ ਗੱਲ ਗੋਲ-ਮੋਲ ਕਰ ਦਿੱਤੀ ਤੇ ਪਾਠ ਪੜ੍ਹਾਉਣ ਲੱਗ ਪਿਆ।

ਪਾਠ - "ਸਰੀਰ ਵਿੱਚ ਦੋ ਤਰ੍ਹਾਂ ਦੀਆਂ ਮਾਸ-ਪੇਸ਼ੀਆਂ ਹੁੰਦੀਆਂ ਹਨ। ਇੱਕ ਇੱਛਤ ਮਾਸ-ਪੇਸ਼ੀਆਂ, ਦੂਜੀਆਂ ਅਣ-ਇੱਛਤ ਮਾਸ-ਪੇਸ਼ੀਆਂ। ਇੱਛਤ ਮਾਸ-ਪੇਸ਼ੀਆਂ ਸਾਡੇ ਕੰਟਰੋਲ ਵਿੱਚ ਹੁੰਦੀਆਂ ਹਨ 'ਤੇ ਅਣ-ਇੱਛਤ ਮਾਸ-ਪੇਸ਼ੀਆਂ ਸਾਡੇ ਕੰਟਰੋਲ ਵਿੱਚ ਨਹੀਂ ਹੁੰਦੀਆਂ....!" ਮੈਨੂੰ ਮਹਿਸੂਸ ਹੋ ਰਿਹਾ ਸੀ ਜਿਵੇਂ ਮੇਰੀਆਂ ਸਾਰੀਆਂ ਮਾਸ-ਪੇਸ਼ੀਆਂ ਹੀ ਅਣ-ਇੱਛਤ ਹੋ ਰਹੀਆਂ ਹੋਣ।

"ਸਰ ਜੀ ਤੁਸੀਂ ਮੇਰੀ ਗੱਲ ਦਾ ਜਵਾਬ ਈ ਨੀ ਦਿੱਤਾ?" ਅੱਧੀ ਛੁੱਟੀ ਵੇਲੇ ਮੈਨੂੰ ਇਕੱਲਾ ਵੇਖ ਕੇ ਉਹ ਮੇਰੇ ਕੋਲ ਆ ਖੜ੍ਹੀ। ਉਸਦੀਆਂ ਅੱਖਾਂ ਜੇਤੂ ਅੰਦਾਜ਼ 'ਚ ਹੱਸਦੀਆਂ ਲੱਗ ਰਹੀਆਂ ਸਨ।

"ਕਲਾਸ 'ਚ ਚਲੋ!" ਮੈਂ ਕਹਿ ਕੇ ਦਫ਼ਤਰ ਜਾ ਵੜਿਆ।

ਫਿਰ ਹੌਲੀ ਹੌਲੀ ਮੇਰੇ ਅੰਦਰ ਬੈਠੇ ਬੰਦੇ ਨੂੰ ਉਸਨੇ ਜਗਾ ਲਿਆ ਸੀ। ਮੈਂ ਉਸਦੇ ਸਵਾਲਾਂ ਦੇ ਜਵਾਬ ਦੇਣ ਲੱਗ ਪਿਆ 'ਤੇ ਫਿਰ ਅਸੀਂ ਦੋਵੇਂ ਇੱਕ ਸਵਾਲ ਬਣਦੇ ਗਏ।

ਅੱਜ ਜਦੋਂ ਅਸੀਂ ਟੂਰ ਤੋਂ ਮੁੜੇ ਤਾਂ ਸਾਨੂੰ ਨੌਂ ਵੱਜ ਗਏ ਸਨ। ਮੀਂਹ ਪੈਣਾ ਸ਼ੁਰੂ ਹੋ ਗਿਆ ਸੀ। ਸਾਰੇ ਬੱਚਿਆਂ ਦੇ ਘਰ ਵਾਲੇ ਉਨ੍ਹਾਂ ਨੂੰ ਲੈਣ ਆਏ ਸਨ ਪਰ ਉਸਨੂੰ ਕੋਈ ਨਹੀਂ ਲੈਣ ਆਇਆ ਸੀ।

"ਸਰ ਜੀ ਤੁਸੀਂ ਮੈਨੂੰ ਲੈਜੋ ਨਾਲ।" ਉਹ ਮੇਰੇ ਨਾਲ ਤੁਰ ਪਈ। ਇਹੀ ਤਾਂ ਮੈਂ ਚਾਹੁੰਦਾ ਸੀ। ਜਿੱਧਰ ਮੇਰਾ ਕਮਰਾ ਲਿਆ ਹੋਇਆ ਸੀ, ਉੱਧਰ ਹੀ ਰਸਤੇ ਵਿੱਚ ਇਨ੍ਹਾਂ ਦਾ ਘਰ ਪੈਂਦਾ ਸੀ। ਰਾਹ ਜਾਂਦੇ ਮੇਰੇ ਅੰਦਰਲੇ ਬੰਦੇ ਨੂੰ ਕਾਮ ਦਾ ਦੌਰਾ ਪਿਆ, ਮੈਂ ਉਸਦਾ ਹੱਥ ਫੜ੍ਹ ਲਿਆ। ਫਿਰ ਸੱਜੀ ਬਾਂਹ ਉਸਦੀ ਗਰਦਨ ਉਪਰੋਂ ਵਲ ਕੇ ਗੱਲ੍ਹਾਂ 'ਤੇ ਹੱਥ ਫੇਰਨ ਲੱਗ ਪਿਆ। ਉਸਨੇ ਮੇਰੀ ਉਂਗਲ ਮੂੰਹ ਵਿੱਚ ਲੈ ਕੇ ਪੋਲੀ ਜਿਹੀ ਦੰਦੀ ਵੱਢ ਲਈ। ਮੇਰਾ ਕਾਮ-ਕੀੜਾ ਹੋਰ ਭੜਕ ਗਿਆ, ਜਿਵੇਂ ਠੂਹੇਂ ਦੀ ਪੂਛ 'ਤੇ ਹੱਥ ਲਾ ਦਿੱਤਾ ਹੋਵੇ। ਮੈਂ ਉਨ੍ਹਾਂ ਦੇ ਬਾਰ ਅੱਗੇ ਜਾ ਕੇ ਉਸਦੇ ਬੁੱਲ੍ਹਾਂ 'ਤੇ ਬੁੱਲ੍ਹ ਟਿਕਾ ਲਏ।

"ਹਾਏ ਕੋਈ ਦੇਖਲੂ!" ਉਸਨੇ ਮੇਰੀ ਗਲਵਕੜੀ ਵਿੱਚੋਂ ਨਿਕਲਣ ਦਾ ਵਿਖਾਵਾ ਜਿਹਾ ਕੀਤਾ ਪਰ ਉਸਦੇ 'ਹਾਏ ਕੋਈ ਦੇਖਲੂ' ਨੇ ਮੈਨੂੰ ਪੱਕਾ ਸਰਟੀਫ਼ਿਕੇਟ ਦੇ ਦਿੱਤਾ ਸੀ। ਮੈਂ ਕੁੰਡਾ ਖੜਕਾ ਕੇ ਉਨ੍ਹਾਂ ਦਾ ਬਾਰ ਖੁਲ੍ਹਵਾਇਆ।

"ਬਹੁਤ ਚੰਗਾ ਕੀਤਾ ਭਾਈ, ਤੂੰ ਛੱਡ ਗਿਆ।" ਉਸਦੀ ਮਾਂ ਨੇ ਕੁੰਡਾ ਖੋਲ੍ਹਦਿਆਂ ਮੈਨੂੰ ਸਾਹਮਣੇ ਖੜ੍ਹਾ ਵੇਖ ਕੇ ਕਿਹਾ।

'ਬਹੁਤ ਚੰਗਾ ਕੀਤਾ ਭਾਈ' ਸੁਣ ਕੇ ਤਾਂ ਮੈਨੂੰ ਇੱਕ ਵਾਰ ਇਉਂ ਲੱਗਿਆ ਸੀ ਜਿਵੇਂ ਮੇਰੀ ਹੁਣੇ ਹੁਣੇ ਕੀਤੀ ਹਰਕਤ 'ਤੇ ਉਸਨੇ ਇਹ ਗੱਲ ਖੁਸ਼ੀ ਵਿੱਚ ਕਹੀ ਹੋਵੇ।

ਪਿਛਲੇ ਬੋਲ 'ਤੂੰ ਛੱਡ ਗਿਆ' ਮੈਨੂੰ ਬੜੇ ਬਕਬਕੇ ਜਿਹੇ ਲੱਗੇ।

ਕਮਰੇ ਵਿੱਚ ਗਿਆ, ਮੇਰੀ ਰੋਟੀ ਟਿਫ਼ਨ ਵਿੱਚ ਪਾਈ ਪਈ ਸੀ। ਮੈਂ ਰੋਟੀ ਤੱਤੀ ਕਰਕੇ ਖਾਣ ਲੱਗ ਪਿਆ। ਹੁਣੇ ਵਾਪਰੀ ਘਟਨਾ ਦਾ ਸਵਾਦ ਜਿਵੇਂ ਮੇਰੀ ਰੋਟੀ ਵਿੱਚ ਘੁਲ ਕੇ ਮੇਰੇ ਅੰਦਰ ਸਮਾ ਰਿਹਾ ਹੋਵੇ। ਮੈਂ ਇੱਕ ਇੱਕ ਬੁਰਕੀ ਨੂੰ ਕਿੰਨਾ ਕਿੰਨਾ ਚਿਰ ਮੂੰਹ ਵਿੱਚ ਹੀ ਚਿੱਥਦਾ ਰਿਹਾ। ਜਿਸ ਘਰ ਦੀ ਮੈਂ ਸਿਰੇ ਵਾਲੀ ਬੈਠਕ ਕਿਰਾਏ 'ਤੇ ਲਈ ਹੈ, ਮੇਰੀ ਰੋਟੀ ਵੀ ਉਹ ਹੀ ਪਕਾ ਦਿੰਦੇ ਹਨ। ਜਦੋਂ ਮੈਂ ਬਾਹਰ ਜਾਵਾਂ ਤਾਂ ਮੈਂ ਪਹੇ ਵਿੱਚ ਖੁੱਲ੍ਹਦੇ ਗੇਟ ਨੂੰ ਜਿੰਦਾ ਮਾਰ ਜਾਂਦਾ ਹਾਂ ਤੇ ਅੰਦਰ ਵਿਹੜੇ 'ਚ ਖੁੱਲ੍ਹਦਾ ਬਾਰ ਖੁੱਲ੍ਹਾ ਛੱਡ ਜਾਂਦਾ ਹਾਂ। ਜੇ ਮੈਂ ਲੇਟ ਹੋਵਾਂ ਤਾਂ ਉਹ ਟਿਫ਼ਨ ਵਿੱਚ ਰੋਟੀ ਪਾ ਕੇ ਰੱਖ ਦਿੰਦੇ ਹਨ। ਰੋਟੀ ਬਦਲੇ ਮੈਂ ਉਨ੍ਹਾਂ ਦੇ ਬੱਚਿਆਂ ਨੂੰ ਪੜ੍ਹਾ ਦਿੰਦਾ ਹਾਂ।

ਮੈਂ ਅਜੇ ਰੋਟੀ ਖਾ ਕੇ ਹਟਿਆ ਹੀ ਹਾਂ ਕਿ ਪਤਨੀ ਦੀ ਕਾਲ ਆ ਜਾਂਦੀ ਹੈ, 'ਦੂਰ ਵਸੇਂਦਿਆ ਸੱਜਣਾਂ ਵੇ ਸਾਨੂੰ ਭੁੱਲ ਨਾ ਜਾਵੀਂ....ਹਾਏ....!' ਆਪਣੇ ਨੰਬਰ 'ਤੇ ਉਸਨੇ ਸਪੈਸ਼ਲ ਰਿੰਗ ਟੋਨ ਲਾ ਦਿੱਤੀ ਸੀ।

"ਹੈਲੋ....!"

"ਹਾਂ ਜੀ! ਪਹੁੰਚ ਗਏ?" ਅੱਗੋਂ ਪਤਨੀ ਬੜੇ ਪਿਆਰ ਨਾਲ ਬੋਲੀ ਹੈ।

"ਹਾਂ ਹੁਣੇ ਆ ਕੇ ਖੜ੍ਹਿਆਂ।"

"ਵਧੀਆ ਰਿਹਾ ਟੂਰ?" ਮੈਨੂੰ ਲਗਦਾ ਹੈ ਜਿਵੇਂ ਪਤਨੀ ਨੇ ਮੈਥੋਂ ਕੋਈ ਗੁੱਝੀ ਗੱਲ ਪੁੱਛ ਲਈ ਹੋਵੇ।

"ਹਾਂ ਠੀਕ.... ਰਿਹਾ।" ਮੈਂ ਰੁੱਖਾ ਜਿਹਾ ਜਵਾਬ ਦਿੰਦਾ ਹਾਂ।

ਉਹ ਮੇਰੇ ਨਾਲ ਰੁਮਾਂਟਿਕ ਗੱਲਾਂ ਕਰਨ ਲਗਦੀ ਹੈ 'ਤੇ ਹਰ ਰੋਜ਼ ਵਾਂਗ ਅਖ਼ੀਰ ਵਿੱਚ ਉਹੀ ਸ਼ਬਦ, "ਚੰਗਾ ਸੋਹਣਿਆ ਆਈ. ਲਵ. ਯੂ. ਆਪਣਾ ਖ਼ਿਆਲ ਰੱਖੀਂ। ਸਾਨੂੰ ਨਾ ਭੁੱਲ ਜੀਂ!" ਆਖਦੀ ਹੈ।

"ਆਈ. ਲਵ. ਯੂ. ਪ੍ਰੀਤ। ਤੂੰ ਤਾਂ ਮੇਰੇ ਦਿਲ 'ਚ ਵਸਦੀ ਐਂ। ਚੰਗਾ ਓ ਕੇ. ਬਾਏ ।"

"ਬਾਏ....!" ਉਹ ਮੋਬਾਇਲ ਕੱਟ ਦਿੰਦੀ ਹੈ।

ਮੇਰੀ ਪਤਨੀ ਬਹੁਤੀ ਸੋਹਣੀ ਨਹੀਂ। ਇੱਕ ਵਾਰ ਤਾਂ ਮੈਂ ਫੋਟੋ ਵੇਖ ਕੇ ਜਵਾਬ ਵੀ ਦੇ ਦਿੱਤਾ ਸੀ ਪਰ ਘਰਦਿਆਂ ਦੇ ਜ਼ੋਰ ਪਾਉਣ 'ਤੇ ਮੈਂ ਅਣ-ਮੰਨੇ ਮਨ ਨਾਲ 'ਹਾਂ' ਕਹਿ ਦਿੱਤੀ ਸੀ। ਵਿਆਹ ਤੋਂ ਬਾਅਦ ਹੌਲੀ ਹੌਲੀ ਉਸਦਾ ਸੁਚੱਜਾ-ਪਨ, ਭੋਲਾਪਨ ਮੈਨੂੰ ਚੰਗਾ ਚੰਗਾ ਲੱਗਣ ਲੱਗ ਪਿਆ ਸੀ। ਹੌਲੀ ਹੌਲੀ ਮੈਂ ਉਸ ਨਾਲ ਰਚ ਜਿਹਾ ਗਿਆ।

ਪਤਨੀ ਦਾ ਫੋਨ ਸੁਣ ਕੇ ਮੈਨੂੰ ਆਪਣਾ-ਆਪ ਭੈੜਾ ਜਿਹਾ ਲੱਗਣ ਲੱਗ ਪਿਆ ਹੈ। ਮੈਨੂੰ ਮਹਿਸੂਸ ਹੁੰਦਾ ਹੈ ਜਿਵੇਂ ਮੈਂ ਪਤਨੀ ਦੇ ਭੋਲੇਪਨ ਦਾ ਨਜਾਇਜ਼ ਫਾਇਦਾ ਉਠਾ ਰਿਹਾ ਹੋਵਾਂ। ਉਹ ਮੇਰਾ ਕਿੰਨਾ ਮੋਹ ਕਰਦੀ ਹੈ। ਦਿਨ ਵਿੱਚੋਂ ਦੀ ਕਈ ਕਈ ਵਾਰ ਫੋਨ ਕਰਦੀ ਹੈ, "ਕੀ ਕਰਦੇ ਹੋਂ? ਰੋਟੀ ਖਾ ਲਈ ਸੀ? ਜੀਅ ਲੱਗਿਆ ਹੈ? ਸਾਡੀ ਯਾਦ ਤਾਂ ਨੀ ਆਉਂਦੀ? ਕਦੋਂ ਆਓਗੇ?" ਵਿਚਾਰੀ ਨੂੰ ਮੇਰੇ 'ਤੇ ਕਿੰਨਾ ਵਿਸ਼ਵਾਸ ਹੈ। ਕਿੰਨਾ

ਚਾਹੁੰਦੀ ਹੈ ਮੈਨੂੰ ਪਰ ਮੈਂ ਹੀ ਕਦੇ ਕਦੇ ਭਟਕ ਜਾਨਾਂ। ਭਟਕ ਤਾਂ ਮੈਂ ਹੁਣ ਵੀ ਗਿਆ ਸੀ। ਬੱਸ ਐਨ ਤਿਲਕਦਾ ਤਿਲਕਦਾ ਬਚਿਆ ਹਾਂ। ਜੇ ਮੈਂ ਤਿਲਕ ਜਾਂਦਾ ਤਾਂ.....? ਮੈਨੂੰ ਇੰਝ ਨਹੀਂ ਕਰਨਾ ਚਾਹੀਦਾ ਸੀ।

ਮੈਂ ਭਾਂਡੇ ਸਾਂਭ ਕੇ ਅਖ਼ਬਾਰ ਚੁੱਕ ਲੈਂਦਾ ਹਾਂ। ਅਖ਼ਬਾਰ ਦੀਆਂ ਸੁਰਖ਼ੀਆਂ ਤੋਂ ਨਜ਼ਰ ਤਿਲਕਦੀ ਤਿਲਕਦੀ ਇੱਕ ਥਾਂ ਅਟਕ ਜਾਂਦੀ ਹੈ। "ਵਿਦਿਆਰਥਣ ਨਾਲ ਛੇੜ-ਛਾੜ ਕਰਨ ਵਾਲਾ ਅਧਿਆਪਕ ਸਸਪੈਂਡ!" ਖ਼ਬਰ ਪੜ੍ਹਦਾ ਮੈਂ ਅੰਦਰ ਤੱਕ ਕੰਬ ਜਾਂਦਾ ਹਾਂ। 'ਜੇ ਕਿਤੇ ਮੈਂ....? ਮੇਰੇ ਘਰ ਦਾ ਕੀ ਹੋਵੇਗਾ? ਲੋਕਾਂ ਵਿੱਚ ਬਣੇ ਮੇਰੇ ਅਕਸ ਦਾ ਕੀ ਹੋਵੇਗਾ? ਜਿਨ੍ਹਾ ਦੀਆਂ ਨਜ਼ਰਾਂ ਵਿੱਚ ਮੈਂ ਕਾਮਰੇਡੀ ਵਿਚਾਰਾਂ ਦਾ ਆਦਰਸ਼ ਅਧਿਆਪਕ ਹਾਂ। ਇੰਨੀ ਮਿਹਨਤ ਕਰਕੇ ਲਈ ਮੇਰੀ ਨੌਕਰੀ?' ਮੈਨੂੰ ਇੱਕ ਪਲ ਲਈ ਲਗਦਾ ਹੈ ਜਿਵੇਂ ਮੈਂ ਲੱਖੋਂ ਕੱਖ ਦਾ ਹੋ ਗਿਆ ਹੋਵਾਂ। ਲੋਕ ਮੇਰੇ 'ਤੇ ਥੂ ਥੂ ਕਰ ਰਹੇ ਹਨ। ਮੇਰਾ ਮੂੰਹ ਕਾਲ਼ਾ ਕਰਕੇ, ਗਧੇ 'ਤੇ ਚੜ੍ਹਾ ਪਿੰਡ ਵਿੱਚ ਫੇਰਿਆ ਜਾ ਰਿਹਾ ਹੈ। ਗਲ਼ ਵਿੱਚ ਛਿੱਤਰਾਂ ਦਾ ਹਾਰ ਪਾਇਆ ਹੈ। ਬੱਚੇ ਪਿੱਛੇ 'ਹੋ ਹੋ' ਕਰਦੇ ਭੱਜ ਰਹੇ ਹਨ ਤੇ....ਤੇ....ਤੇ....!!

ਮੈਂ ਸਿਰ ਝਟਕਿਆ। ਮੇਰੀ ਸੁਰਤ ਪਰਤ ਪਈ ਹੈ। ਹੇਠਾਂ ਨਿਗ੍ਹਾ ਮਾਰਦਾ ਹਾਂ। ਸ਼ੁਕਰ ਹੈ! ਮੇਰੇ ਹੇਠਾਂ ਗਧਾ ਨਹੀਂ ਹੈ। ਮੈਂ ਜ਼ਮੀਨ 'ਤੇ ਖੜ੍ਹਾ ਹਾਂ। ਉਂਝ ਮੇਰੀ ਹਾਲਤ ਥੱਕੇ ਹੋਏ ਗਧੇ ਵਰਗੀ ਹੋਈ ਪਈ ਹੈ ਜਿਹੜਾ ਹੁਣੇ ਹੁਣੇ ਇੱਕ ਸਵਾਰੀ ਦਾ ਭਾਰ ਢੋਹ ਕੇ ਆਇਆ ਹੋਵੇ। ਡਰ ਨਾਲ ਮੇਰੀਆਂ ਲੱਤਾਂ ਕੰਬਣ ਲੱਗਦੀਆਂ ਹਨ। ਮੈਂ ਕੱਪੜਾ ਵਿਛਾ ਕੇ ਪੈ ਤਾਂ ਜਾਂਦਾ ਹਾਂ ਪਰ ਅੱਧੀ ਰਾਤ ਤੱਕ ਮੇਰੀ ਅਜੀਬੋ-ਗਰੀਬ ਹਾਲਤ ਹੋਈ ਰਹਿੰਦੀ ਹੈ। ਫਿਰ ਪਤਾ ਨਹੀਂ ਕਦੋਂ ਮੈਨੂੰ ਨੀਂਦ ਆ ਜਾਂਦੀ ਹੈ।

ਦੂਜੀ ਘਟਨਾ

ਅੱਜ ਉਸਨੇ ਸਕੂਲ ਟਾਇਮ ਤੋਂ ਬਾਅਦ ਮੇਰੇ ਕਮਰੇ ਵਿੱਚ ਆਉਣ ਦਾ ਵਾਅਦਾ ਕੀਤਾ ਹੈ। ਮੈਂ ਛੇਤੀ ਛੇਤੀ ਚਾਹ ਪੀ ਕੇ ਕੰਪਿਊਟਰ ਅੱਗੇ ਬੈਠ ਜਾਂਦਾ ਹਾਂ। ਕੰਪਿਊਟਰ ਵਿੱਚੋਂ 'ਬਿਕਨੀ ਗਰਲ' ਫਾਇਲ ਖੋਲ੍ਹ ਲਈ ਹੈ ਤਾਂ ਕਿ ਉਸਦੇ ਇੱਥੇ ਆਉਣ 'ਤੇ ਉਸਨੂੰ ਇਹ ਵਿਖਾ ਸਕਾਂ।

ਉਸਨੇ ਤਾਂ ਕਿਹਾ ਸੀ 'ਬਸਤਾ ਰੱਖ ਕੇ ਓਦੀਂ ਆਜੂੰ।' ਪਤਾ ਨਹੀਂ ਉਹ ਹੀ ਲੇਟ ਹੋ ਗਈ ਹੈ ਜਾਂ ਮੈਂ ਹੀ ਬਹੁਤਾ ਬੇਸਬਰਾ ਹੋ ਗਿਆ ਹਾਂ। ਮੈਨੂੰ ਅੱਚਵੀ ਲੱਗੀ ਪਈ ਹੈ। ਉਹ ਛੇਤੀ ਆ ਜਾਵੇ! ਬੱਸ! ਛੇਤੀ ਤੋਂ ਛੇਤੀ!!

ਸ਼ੁਕਰ ਹੈ ਅੱਜ ਮਾਮਾ ਚਲਾ ਗਿਆ, ਨਹੀਂ ਤਾਂ ਮੌਕਾ ਹੱਥੋਂ ਲੰਘ ਜਾਣਾ ਸੀ। ਮੇਰੀ, ਮਾਮੇ ਨਾਲ ਚੰਗੀ ਸੱਥਰੀ ਪੈਂਦੀ ਹੈ। ਜਿਸਦਾ ਇੱਕ ਕਾਰਨ ਸਾਡੀ ਉਮਰ ਦਾ ਵੀ ਬਹੁਤਾ ਫ਼ਰਕ ਨਾ ਹੋਣਾ ਹੈ। ਮਾਮਾ ਮੈਥੋਂ ਸਿਰਫ਼ ਦਸ ਸਾਲ ਵੱਡਾ ਹੈ। ਜਿਸ ਪਿੰਡ ਮੇਰੀ ਪੋਸਟਿੰਗ ਹੈ ਇੱਥੋਂ ਸਿਰਫ਼ ਸੱਤ ਕਿਲੋਮੀਟਰ ਮੇਰੇ ਨਾਨਕੇ ਹਨ। ਜਿੱਥੋਂ ਮਾਮਾ ਕੁਝ ਦਿਨਾਂ ਬਾਅਦ ਮਿਲਣ ਆ ਜਾਂਦਾ ਹੈ। ਮੈਂ ਵੀ ਕਦੇ ਕਦੇ ਇੱਕ-ਅੱਧ ਛੁੱਟੀ ਵਿੱਚ ਪਿੰਡ ਅੱਸੀ-ਨੱਬੇ ਕਿਲੋਮੀਟਰ ਜਾਣ ਦੀ ਬਜਾਏ ਨਾਨਕੇ ਜਾ ਕੇ ਮੁੜ ਆਉਂਦਾ ਹਾਂ।

ਬਾਹਰ ਕੋਈ ਸਕੂਲ ਦੀ ਵਰਦੀ ਪਾਈਂ ਲੰਘੀ ਹੈ। ਮੈਂ ਭੱਜ ਕੇ ਬਾਰ ਵਿੱਚ ਜਾਂਦਾ

ਹਾਂ। ਉਹ ਨਹੀਂ ਸੀ। ਮੈਂ ਮੁੜ ਅੰਦਰ ਆ ਕੰਪਿਊਟਰ 'ਤੇ ਬੈਠ ਜਾਂਦਾ ਹਾਂ।

ਪਹਿਲੇ ਦਿਨ ਦੀ ਘਟਨਾ ਤੋਂ ਅਗਲੇ ਦਿਨ ਮੈਂ ਪਤਨੀ ਕੋਲ ਗੇੜਾ ਮਾਰ ਆਇਆ ਸੀ। ਹੁਣ ਮੈਨੂੰ ਹੋਰ ਵੀ ਮਹਿਸੂਸ ਹੋਣ ਲੱਗਿਆ ਸੀ ਕਿ ਮੈਂ ਬਹੁਤ ਭਾਰੀ ਗ਼ਲਤੀ ਵੱਲ ਕਦਮ ਪੁੱਟ ਬੈਠਾ ਸਾਂ। ਮੈਨੂੰ ਆਪਣੀ ਉਸ ਹਰਕਤ 'ਤੇ ਬਹੁਤ ਪਛਤਾਵਾ ਸੀ। ਇੱਕ ਅਧਿਆਪਕ 'ਤੇ ਵਿਦਿਆਰਥੀ ਦਾ ਰਿਸ਼ਤਾ ਮਾਤਾ-ਪਿਤਾ ਤੋਂ ਵੱਡਾ ਹੁੰਦਾ ਹੈ। ਤੇ ਮੈਂ....? ਮੈਂ ਮਨ ਹੀ ਮਨ ਇਹ ਪੱਕਾ ਧਾਰ ਲਿਆ ਸੀ ਕਿ ਹੁਣ ਇਹ ਕਦੇ ਨਹੀਂ ਦੁਹਰਾਵਾਂਗਾ। ਮੈਂ ਕਿੰਨੇ ਹੀ ਦਿਨ ਉਸਨੂੰ ਨਜ਼ਰ-ਅੰਦਾਜ ਕਰਦਾ ਰਿਹਾ। ਜੇ ਉਹ ਮੇਰੇ ਕੋਲ ਆਉਂਦੀ ਤਾਂ ਮੈਨੂੰ ਉਸ 'ਤੇ ਖਿਝ ਚੜ੍ਹਦੀ। ਜੇ ਕੁਝ ਪੁੱਛਦੀ ਤਾਂ ਮੈਂ ਟਾਲ਼ਾ ਵੱਟ ਜਾਂਦਾ। ਮੇਰੇ ਕੱਲੇ ਕੋਲ ਦਫ਼ਤਰ ਆ ਜਾਂਦੀ, ਮੈਂ ਬਾਹਰ ਨਿਕਲ ਆਉਂਦਾ।

ਮੇਰੀ ਇਹ ਸਥਿਤੀ ਵੀ ਬਹੁਤਾ ਸਮਾਂ ਨਾਂ ਕੱਟ ਸਕੀ। ਮੇਰੇ ਅੰਦਰਲਾ ਬੰਦਾ ਫਿਰ ਅੰਗੜਾਈ ਲੈਣ ਲੱਗਿਆ ਸੀ। ਮੈਨੂੰ ਇਸ ਸਭ ਦੇ ਨਿਕਲਣ ਵਾਲੇ ਭੈੜੇ ਨਤੀਜੇ ਵਿਖਾਈ ਦੇਣੋ ਹਟ ਗਏ ਸਨ। ਹੌਲੀ ਹੌਲੀ ਮੇਰੀ ਨਜ਼ਰ ਉਸ ਉੱਤੇ ਫਿਰ ਅਟਕਣ ਲੱਗ ਪਈ।

ਅੱਜ ਉਹ ਮੈਨੂੰ ਇਕੱਲੇ ਨੂੰ ਦਫ਼ਤਰ ਬੈਠਾ ਵੇਖ ਕੋਲ ਆ ਗਈ, "ਹੋਰ ਕੀ ਹਾਲ ਐ ਸਰ ਜੀ....!" ਉਹ ਨਖ਼ਰੇ ਨਾਲ ਬੋਲੀ।

"ਠੀਕ ਨੇ ਤੁਸੀਂ ਸੁਣਾਓ।" ਮੈਨੂੰ ਲੱਗਿਆ ਜਿਵੇਂ ਮੇਰੇ ਅੰਦਰਲਾ ਬੰਦਾ ਉੱਠਣ ਲਈ ਤਿਆਰ ਹੋ ਰਿਹਾ ਹੋਵੇ।

"ਠੀਕ..ਕ.... ਨੇ ਬੱਸ!" ਉਹ ਮੇਰੇ ਵੱਲ ਝਾਕੀ ਤੇ ਫਿਰ ਨੀਵੀਂ ਪਾ ਕੇ ਹਵਾ ਨਾਲ ਝੂਲਦੀ ਟਾਹਣੀ ਵਾਂਗ ਨਖ਼ਰੇ ਵਿੱਚ ਝੂਲਣ ਲੱਗੀ।

"ਕਿਉਂ ਐਨਾ ਔਖਾ ਜਾ ਬੋਲਿਓਂ।" ਮੈਂ ਪੁੱਛਿਆ।

"ਊਂਈ ਬੱਸ! ਕੁਛ ਨੀ!"

"ਚੰਗਾ ਇੱਕ ਗੱਲ ਦੱਸ।" ਮੇਰੇ ਅੰਦਰਲਾ ਆਦਮੀ ਮੁੱਛਾਂ ਨੂੰ ਵਟ ਚਾੜ੍ਹ ਕੇ ਮੁਕਾਬਲੇ ਲਈ ਤਿਆਰ ਹੋ ਗਿਆ।

"ਹਾਂ ਪੁੱਛੋ ਜੀ।"

"ਅੱਗੇ ਨਾ ਦੱਸੀਂ!"

"ਹਾਂ ਠੀਕ ਐ।"

"ਮੇਰੇ ਨਾਲ ਸੈਕਸ ਕਰੇਂਗੀ?"

"ਊਂ....ਦੇਖਾਂ....ਗੇ!" ਉਹ ਆਲੇ-ਦੁਆਲੇ ਅੱਖਾਂ ਘੁਮਾਉਂਦੀ ਬੁੱਲ੍ਹਾਂ ਵਿੱਚ ਮੁਸਕਰਾ ਪਈ।

"ਹਾਂ ਜਾਂ ਨਾ ਕਹਿ।" ਮੈਂ ਸੋਚਿਆ ਸੀ ਕਿ ਜੇ 'ਹਾਂ' ਕਹਿ ਦਿੱਤੀ ਤਾਂ ਕਹਾਣੀ ਅੱਗੇ ਤੋਰਾਂਗਾ। ਜੇ 'ਨਾ' ਕਹੀ ਤਾਂ ਅੱਜ, ਇਸੇ ਵਕਤ 'ਦ ਐਂਡ!'

"ਊਂ......ਹਾਂ!" ਉਹ ਕਹਿ ਕੇ ਤੁਰਨ ਲੱਗੀ, ਮੈਂ ਹੱਥ ਖੜ੍ਹਾ ਕਰਕੇ ਰੋਕ ਲਈ।

"ਸੈਕਸ ਕਰਨਾ ਪਤੈ ਕੀ ਹੁੰਦੈ?" ਮੈਂ ਪੁੱਛਿਆ।

"ਕੁੜੀਆਂ ਨੂੰ ਸਭ ਪਤਾ ਹੁੰਦੈ।" ਇਹ ਜਵਾਬ ਦੇ ਕੇ ਉਹ ਮੈਨੂੰ ਬੱਚਾ ਬਣਾ,

ਮੂੰਹ ਚੁੰਘਣੀ ਦੇ ਗਈ।

"ਚੰਗਾ ਅੱਜ ਛੁੱਟੀ ਤੋਂ ਬਾਅਦ ਆਜੀਂ ਕਮਰੇ 'ਚ।"

"ਠੀਕ ਐ ਜੀ।" ਉਹ ਵਾਅਦਾ ਕਰਕੇ ਚਲੀ ਗਈ ਸੀ।

ਟਾਇਮ ਲੰਘਦਾ ਜਾ ਰਿਹਾ ਹੈ ਪਰ ਉਹ ਅਜੇ ਤੱਕ ਨਹੀਂ ਆਈ। ਜੇ ਚਾਹ-ਪਾਣੀ ਵੀ ਪੀਣ ਲੱਗ ਗਈ ਹੋਣੀ ਤਾਂ ਵੀ ਐਨਾ ਟਾਇਮ ਨਹੀਂ ਲੱਗਣਾ ਸੀ। ਮੇਰਾ ਜੀਅ ਕਰਦਾ ਹੈ ਉਸਨੂੰ ਘਰੋਂ ਜਾ ਕੇ ਬੁਲਾ ਲਿਆਵਾਂ ਪਰ ਕਿਸੇ ਝੇਪ ਦਾ ਮਾਰਿਆ ਜਾ ਨਹੀਂ ਸਕਦਾ। ਹੁਣ ਸਮਾਂ ਏਨਾ ਹੋ ਗਿਆ ਹੈ ਕਿ ਜਿਉਂ ਜਿਉਂ ਸੂਈ ਅੱਗੇ ਸਰਕ ਰਹੀ ਹੈ, ਉਸਦੇ ਆਉਣ ਦੀ ਉਮੀਦ ਵੀ ਮੱਧਮ ਪੈਂਦੀ ਜਾਂਦੀ ਹੈ।

"ਸੱਜਣਾ ਵੇ ਸਾਨੂੰ ਭੁੱਲ ਨਾ ਜਾਵੀਂ....ਹਾਏ....!" ਪਤਨੀ ਦਾ ਫੋਨ ਖੜਕ ਗਿਆ ਹੈ। ਮੈਂ ਅਣ-ਮੰਨੇ ਜਿਹੇ ਮਨ ਨਾਲ ਫੋਨ ਚੁੱਕਦਾ ਹਾਂ।

"ਹਾਂ ਜੀ! ਕੀ ਕਰ ਰਹੇ ਓਂ।" ਅੱਗੋਂ ਪਤਨੀ ਦੀ ਪਿਆਰ ਰਲੇ ਭਾਵਾਂ ਵਾਲੀ ਅਵਾਜ਼ ਆਉਂਦੀ ਹੈ।

"ਬੱਸ ਤੈਨੂੰ ਯਾਦ ਕਰ ਰਹੇ ਸੀ।"

"ਅੱਛਿਆ ਜੀ! ਝੂਠ ਤਾਂ ਨੀ ਬੋਲਦੇ?"

"ਜਨਾਬ! ਪਹਿਲਾਂ ਥੋਡੇ ਕੋਲ ਕਦੇ ਝੂਠ ਮਾਰਿਐ?"

"ਐਂ ਤਾਂ ਮੈਨੂੰ ਮੇਰੇ ਸੋਹਣੇ 'ਤੇ ਯਕੀਨ ਐ। ਆਈ. ਲਵ. ਯੂ. ਸੋਹਣਿਆ।"

"ਆਈ. ਲਵ. ਯੂ. ਪ੍ਰੀਤ।"

ਫਿਰ ਉਹ ਕਿੰਨੀ ਹੀ ਦੇਰ ਮੇਰੇ ਨਾਲ ਰੋਮਾਂਟਿਕ ਗੱਲਾਂ ਕਰਦੀ ਰਹਿੰਦੀ ਹੈ। ਆਪਣੇ ਹੋਣ ਵਾਲੇ ਬੱਚੇ ਬਾਰੇ ਦੱਸਦੀ ਹੈ, ਉਹ ਕਿਵੇਂ ਪੇਟ ਵਿੱਚ ਹਿਲਦਾ ਹੈ। ਲੱਤਾਂ ਬਾਹਾਂ ਮਾਰਦਾ ਹੈ। ਇੱਕ ਵਾਰ ਫਿਰ ਅਖ਼ੀਰ ਵਾਲੇ ਸ਼ਬਦ ਦੁਹਰਾਉਂਦੀ ਹੈ ਤੇ ਫੋਨ ਕੱਟ ਦਿੰਦੀ ਹੈ।

ਮੈਨੂੰ ਹੁਣ ਉਸ ਕੁੜੀ ਦੀ ਉਡੀਕ ਨਹੀਂ ਹੈ। ਸ਼ਾਇਦ ਸਾਡੇ ਦੋਵਾਂ ਦੇ ਗੱਲਾਂ ਕਰਦੇ ਕਰਦੇ ਮੇਰੇ ਅੰਦਰਲੇ ਬੰਦੇ ਦੀ ਅੱਖ ਲੱਗ ਗਈ ਹੈ।

ਅਖ਼ੀਰੀ ਘਟਨਾ

ਰਾਤ ਦੇ ਨੌਂ ਵੱਜ ਚੁੱਕੇ ਹਨ। ਅਜੇ ਦੋ ਘੰਟੇ ਬਾਕੀ ਪਏ ਹਨ। ਉਸਨੇ ਗਿਆਰਾਂ ਵਜੇ ਆਉਣ ਨੂੰ ਕਿਹਾ ਸੀ। ਮੈਨੂੰ ਮਿੰਟ ਮਿੰਟ ਪਹਾੜ ਵਰਗਾ ਲੱਗ ਰਿਹਾ ਹੈ ਫਿਰ ਵੀ ਖਿੱਚ-ਧੂਹ ਕੇ ਸਮਾਂ ਲੰਘਾ ਰਿਹਾ ਹਾਂ। ਪਿੰਡ ਕੋਲ ਮੇਰੀ ਬਦਲੀ ਹੋ ਚੁੱਕੀ ਹੈ। ਅੱਜ ਦੀ ਰਾਤ ਇੱਥੇ ਮੇਰੀ ਅਖ਼ੀਰੀ ਰਾਤ ਹੈ। ਕੱਲ੍ਹ ਨੂੰ ਮੈਂ ਇੱਥੋਂ ਚਲੇ ਜਾਣਾ ਹੈ ਜਿਸ ਕਰਕੇ ਹੁਣ ਮੈਨੂੰ ਬਹੁਤਾ ਡਰ ਨਹੀਂ। ਮੇਰੇ ਅੰਦਰਲਾ ਬੰਦਾ ਸਭ ਹੱਦਾਂ-ਬੰਨੇ ਪਾਰ ਕਰਨ ਲਈ ਹੱਥਾਂ ਵਿੱਚ ਥੁੱਕੀਂ ਫਿਰਦਾ ਹੈ।

ਬੱਸ ਉਸਦੀ ਤਸਵੀਰ ਹੀ ਮੇਰੀਆਂ ਅੱਖਾਂ ਅੱਗੇ ਚੱਕਰ ਕੱਟ ਰਹੀ ਹੈ। ਮੈਂ ਆਪਣੀ ਹੀ ਕਲਪਨਾ ਵਿੱਚ ਉਸਨੂੰ ਕਿੰਨੀ ਵਾਰ ਮਿਲ ਵੀ ਆਇਆ ਹਾਂ। ਕਦੇ ਕਦੇ ਮੇਰੇ ਅੰਦਰ ਡਰ ਵੀ ਪ੍ਰਵੇਸ਼ ਕਰਨ ਲਗਦਾ ਹੈ ਪਰ ਮੇਰੇ ਅੰਦਰਲਾ ਬੰਦਾ ਉਸਨੂੰ ਮੱਖਣ

'ਚੋਂ ਵਾਲ ਵਾਂਗ ਕੱਢ ਕੇ ਬਾਹਰ ਵਗਾਹ ਮਾਰਦਾ ਹੈ ਤੇ ਮੈਂ ਦੁਬਾਰਾ ਸਭ ਕੁਝ ਕਰਨ ਲਈ ਲੋਹੇ ਵਰਗੀ ਮਜ਼ਬੂਤੀ ਫੜ ਜਾਂਦਾ ਹਾਂ।

ਪਰਸੋਂ ਛੋਟਾ ਮਾਮਾ ਵੀ ਆਇਆ ਸੀ। ਮੈਂ ਆਪਣੇ ਮਨ 'ਚ ਧੜਕਦਾ ਸਵਾਲ ਹੌਸਲਾ ਜਿਹਾ ਕਰਕੇ ਉਸਨੂੰ ਪੁੱਛ ਹੀ ਲਿਆ ਸੀ, "ਜੇ ਭਲਾਂ ਮਾਮਾ ਤੇਰੇ ਕਹਿਣ ਜਿਉਂ, ਅੰਦਰਲਾ ਬੰਦਾ ਸਿਰ ਚੁੱਕ ਲੇ, ਫੇਰ ਉਹਨੂੰ ਕਿਮੇਂ ਦਵਾਬਿਆ ਜਾਂਦੈ?"

ਮਾਮਾ ਮੇਰੀਆਂ ਅੱਖਾਂ ਵਿੱਚ ਅੱਖਾਂ ਪਾ ਕੇ ਭੇਦ ਭਰਿਆ ਜਿਹਾ ਝਾਕਿਆ ਸੀ। ਮੈਨੂੰ ਲੱਗਿਆ ਸੀ ਜਿਵੇਂ ਮਾਮਾ ਅੱਖਾਂ ਰਾਹੀਂ ਮੇਰੇ ਅੰਦਰ ਉੱਤਰ ਜਾਵੇਗਾ 'ਤੇ ਮੇਰੇ ਅੰਦਰ ਬੈਠੇ ਬੰਦੇ ਨੂੰ ਗਲ਼ੋਂ ਫੜ ਕੇ ਬਾਹਰ ਧੂਹਦਾ ਪੁੱਛੇਗਾ, "ਤੂੰ ਭਲਾਂ ਭਾਣਜੇ ਇਹਦੀ ਗੱਲ ਕਰਦੈਂ?" ਪਰ ਮਾਮੇ ਨੇ ਮੁਸਕਰਾ ਕੇ ਸਿਰਫ਼ ਏਨਾ ਹੀ ਕਿਹਾ ਸੀ, "ਕਿਉਂ ਤੇਰੇ ਅੰਦਰਲਾ ਬੰਦਾ ਤਾਂ ਨੀ ਉੱਠ ਖੜ੍ਹਿਆ?"

"ਨਾਹ ਮੈਂ ਤਾਂ ਵੈਸੇ ਹੀ ਪੁੱਛਿਐ।" ਮੈਂ ਬੇਸ਼ਰਮ ਜਿਹਾ ਮੁਸਕਰਾ ਪਿਆ ਸੀ ਜਿਵੇਂ ਮਾਮੇ ਨੇ ਮੈਨੂੰ ਨੰਗਾ ਕਰ ਦਿੱਤਾ ਹੋਵੇ।

"ਭਾਣਜੇ ਜਿਹੜੇ ਆਹ ਸਾਰੇ ਧਰਮ ਨੇ...., ਆਹ ਸਾਰੇ ਰੀਤੀ ਰਿਵਾਜ...., ਰਿਸ਼ਤੇ ਨਾਤੇ, ਵਿਆਹ ਸ਼ਾਦੀ, ਇਹ ਸਾਰੇ ਅੰਦਰਲੇ ਬੰਦੇ 'ਤੇ ਕਾਬੂ ਪਾਉਣ ਵਾਸਤੇ ਈ ਬਣਾਏ ਗਏ ਨੇ। ਸਮਝ ਲੈ ਵੀ ਇਹ ਸਾਰਾ ਕੁਛ ਬੰਦੇ ਦੇ ਬਲਦ ਮਾਂਗੂੰ ਨੱਥ ਪਾਉਂਦੈ ਪਰ ਮੈਨੂੰ ਲਗਦੈ ਮਨੁੱਖ ਅੰਦਰਲਾ ਬੰਦਾ ਹੌਲੀ ਹੌਲੀ ਇਨ੍ਹਾਂ ਨੂੰ ਮੰਨਣੋਂ ਆਕੀ ਹੋ ਰਿਹੈ। ਨੱਥਾਂ ਨੂੰ ਤੋੜ ਕੇ ਬਾਹਰਲੇ ਢੱਠੇ ਮਾਂਗੂੰ ਬੜ੍ਹਕਾਂ ਮਾਰਨ ਲੱਗ ਪਿਐ।"

ਮਾਮੇ ਦੀ ਗੱਲ ਸੱਚੀ ਸੀ। ਅੱਜ ਮੇਰੇ ਅੰਦਰਲੇ ਬੰਦੇ ਨੇ ਅਧਿਆਪਕ ਵਿਦਿਆਰਥੀ ਦਾ ਰਿਸ਼ਤਾ ਵੀ ਭੁਲਾ ਦਿੱਤਾ ਸੀ 'ਤੇ ਮੈਂ....!

ਸਾਢੇ ਦਸ ਵੱਜ ਗਏ ਹਨ। ਮੈਂ ਬਿਨਾਂ ਅਵਾਜ਼ ਕੀਤੇ ਮੰਜੇ ਵਿੱਚੋਂ ਉੱਠ ਖੜ੍ਹਿਆ ਹਾਂ। ਮੋਬਾਇਲ ਦੀ ਸਵਿੱਚ ਆਫ਼ ਕਰਕੇ ਕਮਰੇ ਵਿੱਚ ਹੀ ਰੱਖ ਦਿੱਤੀ ਹੈ। ਲੋਈ ਦੀ ਬੁੱਕਲ ਮਾਰ, ਬਾਹਰਲਾ ਬਾਰ ਖੋਲ੍ਹ ਕੇ ਬੀਹੀ ਵਿੱਚ ਆ ਜਾਂਦਾ ਹਾਂ। ਬੀਹੀ ਵਿੱਚ ਖੜ੍ਹੇ ਕੁੱਤੇ ਮੈਨੂੰ ਭੌਂਕਣ ਲਗਦੇ ਹਨ। ਕੁੱਤਿਆਂ ਦੀ 'ਟਊਂ ਟਊਂ' ਵਿੱਚ ਘਿਰਿਆ ਖੜ੍ਹਾ ਇੱਕ ਵਾਰ ਤਾਂ ਮੈਂ ਆਪਣੇ-ਆਪ ਨੂੰ ਵੀ ਕੁੱਤਾ ਮਹਿਸੂਸ ਕਰਦਾ ਹਾਂ, ਜਿਹੜਾ ਕਦੇ ਏਸ ਕੌਲ਼ੇ, ਕਦੇ ਓਸ ਕੌਲ਼ੇ ਪੂਛ ਹਿਲਾਉਂਦਾ ਫਿਰਦਾ ਰਹਿੰਦਾ ਹੈ ਪਰ ਜਦ ਮੇਰੇ ਅੰਦਰਲਾ ਮੈਨੂੰ ਘੁਰਕੀ ਦਿੰਦਾ ਹੈ, ਮੈਂ ਝੱਟ ਸਭ ਭੁੱਲ ਕੇ ਉਹਨਾਂ ਦੇ ਘਰ ਵੱਲ ਚੱਲ ਪੈਂਦਾ ਹਾਂ। ਮੇਰੇ ਤੁਰੇ ਜਾਂਦੇ ਦੇ ਨਾਲ ਨਾਲ ਕੁੱਤਿਆਂ ਦੀ 'ਟਊਂ ਟਊਂ' ਵੀ ਤੁਰੀ ਜਾ ਰਹੀ ਹੈ। ਮੈਂ ਅੱਗੇ ਭੀੜੀ ਬੀਹੀ ਮੁੜ ਜਾਂਦਾ ਹਾਂ। ਕੁੱਤੇ ਮੈਨੂੰ 'ਛੱਡ ਪਰ੍ਹਾਂ' ਕਹਿੰਦੇ ਉਥੇ ਹੀ ਰੁਕ ਜਾਂਦੇ ਹਨ। ਮੈਂ ਉਨ੍ਹਾਂ ਦੇ ਘਰ ਕੋਲ ਜਾ ਕੇ ਪੈਰ ਮਲਦਾ ਅੱਗੇ ਲੰਘ ਜਾਂਦਾ ਹਾਂ। ਸਾਰਾ ਪਿੰਡ ਘੂਕ ਸੁੱਤਾ ਪਿਆ ਹੈ। ਸਾਂ ਸਾਂ ਕਰਦੀ ਸਿਆਲੂ ਰਾਤ ਵਿੱਚ ਮੈਂ ਇਕੱਲਾ ਹੀ ਕਾਮ ਨੂੰ ਕੰਧੇੜੇ ਚੜ੍ਹਾਈਂ ਲੰਡਰ ਕੁੱਤਿਆਂ ਵਾਂਗ ਲਲਕ ਲਲਕ ਕਰਦਾ ਫਿਰਦਾ ਹਾਂ। ਹਨ੍ਹੇਰੀ ਗਲੀ ਵਿੱਚ ਥੋੜ੍ਹਾ ਦੂਰ ਜਾ ਕੇ ਮੈਂ ਫਿਰ ਮੁੜ ਆਉਂਦਾ ਹਾਂ। ਮੱਲਕ ਮੱਲਕ ਉਨ੍ਹਾਂ ਦੇ ਘਰ ਅੱਗੋਂ ਦੀ ਦੋ-ਤਿੰਨ ਗੇੜੇ ਦਿੰਦਾ ਹਾਂ ਪਰ ਘਰ ਵਿੱਚ ਤਾਂ ਕੋਈ ਚਿੜੀ ਵੀ ਨਹੀਂ ਫੜਕ ਰਹੀ। ਫਿਰ ਮੈਂ ਧਰਮਸ਼ਾਲਾ ਵਿੱਚ ਜਾ ਵੜਦਾ

ਹਾਂ। ਧਰਮਸ਼ਾਲਾ ਦੀ ਬੰਦਿਆਂ ਦੇ ਮੋਢੇ ਤੱਕ ਆਉਂਦੀ ਕੰਧ ਓਹਲੇ ਖੜ੍ਹਾ, ਮੋਰਚੇ 'ਚ ਖੜ੍ਹੇ ਫ਼ੌਜੀ ਵਾਂਗ ਉਨ੍ਹਾਂ ਦੇ ਬਾਰ ਉੱਪਰ ਨਿਗ੍ਹਾ ਟਿਕਾ ਲੈਂਦਾ ਹਾਂ।

ਮੈਂ ਖੜ੍ਹਾ ਖੜ੍ਹਾ ਥੱਕ ਗਿਆ ਹਾਂ ਪਰ ਬਾਰ ਉਵੇਂ ਹੀ ਬੰਦ ਪਿਆ ਮੇਰਾ ਮੂੰਹ ਚਿੜਾ ਰਿਹਾ ਹੈ। ਮੈਂ ਧਰਮਸ਼ਾਲਾ ਤੋਂ ਬਾਹਰ ਆਉਂਦਾ ਹਾਂ। ਬੀਹੀ 'ਚ ਆਲੇ-ਦੁਆਲੇ ਕਿਸੇ ਆਦਮੀ ਦੀ ਪੜਤਾਲ ਲੈਂਦਾ ਹਾਂ। ਸਭ ਸੁੱਖ-ਸਾਂਦ ਹੈ। ਮੈਂ ਧਰਤੀ 'ਤੇ ਟਿਕਦੇ ਕਦਮਾਂ ਦੀ ਅਵਾਜ਼ ਬੋਚਦਾ, ਖ਼ੈਰ ਪਵਾਉਣ ਵਾਲਿਆਂ ਵਾਂਗ ਉਨ੍ਹਾਂ ਦੇ ਬਾਰ ਅੱਗੇ ਜਾ ਖੜ੍ਹਦਾ ਹਾਂ। ਜੀਅ ਕਰਦਾ ਹੈ ਬੋਲ ਮਾਰ ਕੇ ਬਾਰ ਖੁਲ੍ਹਵਾ ਲਵਾਂ ਪਰ ਮੈਂ ਇਹ ਕਰ ਨਹੀਂ ਸਕਦਾ। ਮੈਂ ਪੰਜ ਮਿਟ ਹੋਰ ਬਾਰ 'ਚ ਖੜ੍ਹਾ ਉਡੀਕਦਾ ਹਾਂ। ਬੇਸਬਰੀ ਵਿੱਚ ਮੇਰੀ ਚੀਕ ਨਿਕਲਣ ਵਾਲੀ ਹੋਈ ਪਈ ਹੈ। ਬਾਰ ਦੀਆਂ ਝੀਤਾਂ ਥਾਂਈਂ ਅੰਦਰ ਨਿਗ੍ਹਾ ਵੀ ਮਾਰਦਾ ਹਾਂ, ਹਨ੍ਹੇਰੇ ਤੋਂ ਬਿਨ੍ਹਾਂ ਕੁਝ ਦਿਖਾਈ ਨਹੀਂ ਦਿੰਦਾ। ਮੈਨੂੰ ਖਿਝ ਚੜ੍ਹ ਗਈ ਹੈ। ਮੇਰੇ ਮੂੰਹੋਂ ਗੰਦੀ ਗਾਲ ਨਿਕਲੀ ਹੈ। ਮੈਂ ਉਮੀਦ ਦੀ ਖ਼ਾਲੀ ਝੋਲੀ ਲਈਂ ਵਾਪਸ ਮੁੜ ਪਿਆ ਹਾਂ।

ਹੁਣ ਮੈਨੂੰ ਮੇਰੀ ਪਤਨੀ ਯਾਦ ਆਉਣ ਲੱਗ ਪਈ ਹੈ। ਉਸਦਾ ਕਿਹਾ 'ਆਈ. ਲਵ. ਯੂ. ਸੋਹਣਿਆ' ਮੈਨੂੰ ਵਾਰ ਵਾਰ ਸੁਣਾਈ ਦੇਣ ਲੱਗ ਪਿਆ ਹੈ। ਪੈਦਾ ਹੋਣ ਵਾਲਾ ਬੱਚਾ ਮੇਰੀਆਂ ਅੱਖਾ ਅੱਗੇ ਖੇਡਦਾ ਦਿਖਾਈ ਦਿੰਦਾ ਹੈ। ਮੇਰੇ ਹੱਥ ਪੈਰ ਬਰਫ਼ ਵਾਂਗ ਠਰਨ ਲੱਗ ਪਏ ਹਨ। ਮੈਂ ਅੰਦਰਲੇ ਬੰਦੇ ਨੂੰ ਇੱਕ ਪਲਟੀ ਮਾਰੀ ਹੈ। ਉਹ ਹੌਲੀ ਹੌਲੀ ਸ਼ਾਂਤ ਹੋ ਰਿਹਾ ਹੈ ਜਿਵੇਂ ਉਸਨੂੰ ਨੀਂਦ ਦੀ ਗੋਲੀ ਖਾਣ ਨਾਲ ਘੂਕੀ ਚੜ੍ਹ ਗਈ ਹੋਵੇ।

ਖੋਰਾ

ਦੂਰ-ਦੂਰ ਤੱਕ ਹਨੇਰਾ ਪਸਰਿਆ ਹੈ। ਬੱਸ ਆਲੇ-ਦੁਆਲੇ ਦੇ ਖੇਤਾਂ ਵਿੱਚ ਮੋਟਰ ਵਾਲ਼ੇ ਕੋਠਿਆਂ ਉੱਪਰ ਨਿੱਕੇ-ਨਿੱਕੇ ਚੰਗਿਆੜਿਆਂ ਵਾਂਗ ਜਗਦੇ ਬੱਲਬ ਹਨੇਰੇ 'ਚ ਝਾਕਦੀ ਬਿੱਲੀ ਵਾਂਗ ਲਗਦੇ ਹਨ। ਅਸਮਾਨ ਕਾਲ਼ੇ ਬੱਦਲਾਂ ਨਾਲ ਹੋਰ ਗੂੜ੍ਹਾ ਹੁੰਦਾ ਜਾ ਰਿਹਾ ਹੈ। ਸ਼ਾਇਦ ਮੀਂਹ ਪੈ ਜਾਵੇ। ਅੱਜ ਸਵੇਰੇ ਵੀ ਬੜਾ ਪਿਆ ਸੀ, ਮੋਟੀ-ਮੋਟੀ ਕਣੀ ਦਾ। ਕਿਸੇ-ਕਿਸੇ ਖੇਤੋਂ ਕਿਸੇ ਟਰੈਕਟਰ ਦੀ 'ਖਰ..ਰ..ਰ..ਖਰ..ਰ..ਰ' ਦੀ ਅਵਾਜ਼ ਟਿਕੀ ਰਾਤ ਨੂੰ ਚੀਰਦੀ ਦੂਰ-ਦੂਰ ਦੇ ਖੇਤਾਂ ਤੱਕ ਸੁਣਾਈ ਦਿੰਦੀ ਹੈ ਪਰ ਮੇਰੇ ਕੰਨਾਂ ਵਿੱਚ ਤਾਂ ਅਜੀਬ ਜਿਹੀ 'ਸਾਂ..ਸਾਂ' ਹੋ ਰਹੀ ਹੈ ਜਿਵੇਂ ਹਨੇਰੀ ਦਰੱਖਤਾਂ ਵਿੱਚੋਂ ਲੰਘਣ ਸਮੇਂ ਕਰਦੀ ਹੈ। ਮੈਂ ਇਸ 'ਸਾਂ..ਸਾਂ' ਨੂੰ ਨਜ਼ਰਅੰਦਾਜ ਕਰਦਾ ਨੱਕਾ ਵੇਖਣ ਤੁਰ ਪੈਂਦਾ ਹਾਂ।

ਝੋਨੇ ਵਾਲੇ ਸਾਰੇ ਕਿਆਰਿਆਂ ਵਿੱਚ ਪਤਲਾ-ਪਤਲਾ ਪਾਣੀ ਫਿਰ ਗਿਆ ਹੈ। ਮੈਂ ਪਾਣੀ ਕੱਦੂ ਕਰਨ ਵਾਲੇ ਸੁੱਕੇ ਕਿਆਰੇ ਵਿੱਚ ਵੱਢ ਦਿੱਤਾ ਹੈ। ਕਹੀ ਖਾਲ ਦੇ ਵਗਦੇ ਪਾਣੀ ਵਿੱਚ ਧੋ ਕੇ ਮੋਢੇ ਰੱਖ ਲਈ ਹੈ ਅਤੇ ਗਿੱਲੀਆਂ ਵੱਟਾਂ ਢੇਹ ਜਾਣ ਦੇ ਡਰੋਂ ਖਾਲ ਵਿੱਚੋਂ ਦੀ ਹੀ ਕੋਠੇ ਵੱਲ ਨੂੰ ਤੁਰ ਪਿਆ ਹਾਂ। ਕਹੀ ਕੋਠੇ ਦੇ ਬਾਰ ਅੱਗੇ ਰੱਖ ਦਿੱਤੀ, ਆਪ ਚੱਪਲਾਂ ਪਾ ਕੇ ਖੇਲ਼ ਅੱਗੇ ਡਰਨੇ ਵਾਂਗ ਜਾ ਖੜ੍ਹਿਆ ਹਾਂ। ਕਿੰਨੀ ਹੀ ਦੇਰ ਮੇਰੀ ਜ਼ਿੰਦਗੀ ਵਾਂਗ ਬਿਨਾਂ ਮਤਲਬ ਹੀ ਖੇਲ਼ 'ਚ ਘੁੰਮੇਰੀਆਂ ਖਾਂਦੇ ਪਾਣੀ ਨੂੰ ਵੇਖਦਾ ਰਹਿੰਦਾ ਹਾਂ। ਫਿਰ ਜਦ ਸੁਰਤ ਜਿਹੀ ਪਰਤਦੀ ਹੈ,ਖੇਲ ਵਿੱਚੋਂ ਹੇਠਾਂ ਡਿਗਦੇ ਪਾਣੀ ਥੱਲੇ ਕਰਕੇ ਲੱਤਾਂ-ਬਾਹਾਂ ਧੋ ਲੈਂਦਾ ਹਾਂ, ਮੂੰਹ 'ਤੇ ਛਿੱਟੇ ਮਾਰ ਲੈਂਦਾ ਹਾਂ। ਅੰਦਰ ਲੱਗੀ ਅੱਗ ਬੁਝਾਉਣ ਵਾਂਗ ਕਾਹਲੀ-ਕਾਹਲੀ ਦੋ-ਤਿੰਨ ਬੁੱਕ ਭਰ ਕੇ ਪਾਣੀ ਦੇ ਪੀ ਜਾਂਦਾ ਹਾਂ। ਕੋਠੇ ਕੋਲ ਪਏ ਢਿਲਕੇ ਮੰਜੇ ਵਿੱਚ ਖੜ੍ਹਾ-ਖੜੋਤਾ ਹੀ ਇੰਝ ਡਿੱਗ ਪੈਂਦਾ ਹਾਂ ਜਿਵੇਂ ਮੈਨੂੰ ਕਿਸੇ ਨੇ ਧੱਕਾ ਦੇ ਕੇ ਸੁੱਟ ਦਿੱਤਾ ਹੋਵੇ।

ਸਮਾਂ ਵੀ ਸਾਲਾ ਬੰਦੇ ਦੀ ਜ਼ਿੰਦਗੀ ਨੂੰ ਧੱਕੇ ਹੀ ਮਾਰਦਾ ਹੈ। ਮੈਨੂੰ ਤਾਂ ਐਸਾ ਧੱਕਾ ਮਾਰਿਐ, ਮੁੜਕੇ ਉੱਠਣ ਜੋਗੇ ਛੱਡਿਆ ਈ ਨੀ। ਬੱਸ ਸਭ ਕੁਝ ਅੱਖ ਦੇ ਫੋਰ ਵਿੱਚ ਹੀ ਉੱਜੜ ਗਿਆ। ਅੱਜ ਆਪਣੇ ਢਿੱਡ ਦੀ ਅੱਗ ਨੂੰ ਬੁਝਾਉਣ ਲਈ ਬੇਗਾਨਿਆਂ ਦੇ ਖੇਤਾਂ ਵਿੱਚ ਠੇਡੇ ਖਾਂਦਾ ਫਿਰਦਾ ਹਾਂ। ਸੱਪਾਂ ਦੀਆਂ ਸਿਰੀਆਂ ਲਤੜਦਾ, ਮੌਤ ਨਾਲ ਘੋਲ ਕਰ ਰਿਹਾ ਹਾਂ। ਮੈਨੂੰ ਕੀ ਪਤਾ ਸੀ ਇਸ ਤਰ੍ਹਾਂ ਵੀ ਰੁਲਣਾ ਪਵੇਗਾ। ਜੱਟ ਦਾ ਪੁੱਤ ਹੋ ਕੇ ਬੇਗਾਨਿਆਂ ਦੇ ਖੇਤਾਂ ਵਿੱਚ ਸੀਰੀਆਂ ਵਾਂਗ ਕੰਮ ਕਰਨਾ ਪਵੇਗਾ। ਹੁਣ ਤਾਂ ਮੈਨੂੰ ਲਗਦਾ ਹੀ ਨਹੀਂ, ਵੀ ਮੈਂ ਵੀ ਕਦੇ ਜੱਟ ਸੀ। ਜਦੋਂ ਕਦੇ ਸਾਲੀ ਜੱਟ ਆਲੀ ਅਣਖ ਜਾਗ ਪੈਂਦੀ

ਐ, ਸੀਨੇ ਭਾਂਬੜ ਮਚਦੇ ਨੇ। ਦਿਲ ਕਰਦੈ ਕਿਸੇ ਤੁਰੇ ਜਾਂਦੇ ਦਾ ਗਲ਼ ਲਾਹ ਕੇ ਕਹਾਂ, "ਓਏ....ਮੈਂ ਵੀ ਜੱਟ ਆਂ ਓਏ....!"

ਹੈਗਾ ਤਾਂ ਮੈਂ ਵੀ ਜੱਟਾਂ ਵਰਗਾਂ ਜੱਟ ਸੀ, ਇੱਕ ਭਰਾ 'ਤੇ ਦੋ ਭੈਣਾਂ ਦਾ ਜੇਠਾ ਭਾਈ। ਚਾਹੇ ਬਾਪੂ ਮੈਨੂੰ ਜਵਾਨੀ ਦੀ ਪੌੜੀ ਚੜ੍ਹਦੇ ਨੂੰ ਧੋਖਾ ਦੇ ਕੇ ਬਾਂਹ ਛੁਡਾ ਗਿਆ ਸੀ ਪਰ ਮੈਂ ਡੋਲਿਆ ਨਹੀਂ ਸੀ। ਸਾਰੀ ਕਬੀਲਦਾਰੀ ਸਾਂਭ ਲਈ ਸੀ। ਸੁੱਖ ਨਾਲ ਸੱਤ ਕਿੱਲਿਆਂ ਦੀ ਆਮਦਨ ਵੀ ਵਧੇਰੀ ਸੀ, ਘਰ ਅੱਡ ਦਾਣਿਆਂ ਨਾਲ ਭਰ ਜਾਂਦਾ। ਮੱਝਾਂ ਵੀ ਤਿੰਨ ਰੱਖਦੇ ਸੀ, ਝੋਟਿਆਂ ਵਰਗੀਆਂ। ਖੁੱਲ੍ਹਾ ਖਾਂਦੇ-ਪੀਂਦੇ ਬਾਕੀ ਬਚਦਾ ਵੇਚ ਦਿੰਦੇ। ਪਰ ਸਾਲੀ ਕਬੀਲਦਾਰੀ ਫਿਰ ਵੀ ਬੌਲ਼ੀ ਦੇ ਸਿਰ ਵਾਂਗੂ ਦਿਨੋਂ -ਦਿਨ ਉਲਝਦੀ ਗਈ। ਇੱਕ.... ਇੱਕ ਆਹ ਕੁਲੱਛਣੀ ਤੀਮੀਂ ਨੇ ਕੱਢਤੀ ਰਹਿੰਦੀ ਕਸਰ....!

ਹਰ ਮਾਂ ਵਾਂਗੂੰ ਮੇਰੀ ਮਾਂ ਨੂੰ ਵੀ ਮੇਰੇ ਵਿਆਹ ਦੀ ਕਾਹਲੀ ਸੀ। ਉਹ ਮੈਨੂੰ ਹਰ ਰੋਜ਼ ਹੱਸਦੀ ਕਹਿੰਦੀ, "ਹੁਣ ਤਾਂ ਪੁੱਤ ਤੂੰ ਆਵਦੀ ਰੋਟੀ ਪਕਦੀ ਕਰ ਲੈ।" ਮਾਂ ਦੀ ਗੱਲ ਸੁਣ ਕੇ ਮੇਰੇ ਬੁੱਲ੍ਹ ਮੁਸਕਰਾਉਂਦੇ, ਅੰਦਰ ਲੱਡੂ ਫੁੱਟਦੇ। ਕਿਸੇ ਅਜੀਬ ਜਿਹੇ ਚਾਅ ਨਾਲ ਮੈਨੂੰ ਆਪਣਾ-ਆਪ ਹਵਾ ਵਿੱਚ ਉੱਡਿਆ-ਉੱਡਿਆ ਲੱਗਦਾ। ਇੱਕ ਦਿਨ ਮਾਂ ਦੀ ਇਹ ਤਮੰਨਾ ਵੀ ਪੂਰੀ ਹੋ ਗਈ ਜਦ ਕਿਸ਼ਨਗੜ੍ਹੋਂ ਆਏ ਮੇਰਾ ਰਿਸ਼ਤਾ ਪੱਕਾ ਕਰ ਗਏ। ਵਿਆਹ ਵੀ ਅਸੀਂ ਪੂਰਾ ਗੱਜ-ਵੱਜ ਕੇ ਕੀਤਾ ਸੀ। ਨਵੇਂ ਤੋਂ ਲੈ ਕੇ ਪੁਰਾਣੇ ਰਿਸ਼ਤੇਦਾਰਾਂ ਤੱਕ ਸਭ ਸੱਦੇ। ਵਿਆਹ ਉੱਪਰ ਪੂਰਾ ਖਰਚ ਕੀਤਾ। ਮਾਂ ਕਹਿੰਦੀ, "ਇਹ ਦਿਨ ਕਿਹੜਾ ਰੋਜ਼-ਰੋਜ਼ ਆਉਂਦੇ ਨੇ।" ਚਾਹੇ ਮੇਰਾ ਹੁਣ ਤੱਕ ਜੋੜਿਆ ਸਭ ਲੱਗ ਗਿਆ ਸੀ ਪਰ ਸਿਰ ਇੱਕ ਪੰਜੀ ਨਹੀਂ ਚੜ੍ਹੀ ਸੀ। ਸਭ ਸਾਕ-ਸੰਬੰਧੀ ਖੁਸ਼ ਹੋ ਕੇ ਗਏ।

ਕੋਚਰੀ ਦੀ 'ਚਿਰ..ਰ..ਚਿਰ..ਰ' ਨਾਲ ਮੇਰੀ ਯਾਦਾਂ ਦੀ ਲੜੀ ਟੁੱਟ ਗਈ ਹੈ। ਮੈਂ ਵਿਆਹ ਦੇ ਮਾਹੌਲ 'ਚੋਂ ਨਿਕਲ ਕੇ ਮੁੜ ਸੀਰੀ ਵਾਲੀ ਜ਼ਿੰਦਗੀ ਵਿੱਚ ਪਰਤ ਆਇਆ ਹਾਂ। ਪਿਛਲੀਆਂ ਗੱਲਾਂ ਯਾਦ ਕਰਕੇ ਮੈਨੂੰ ਇਸ ਜ਼ਿੰਦਗੀ ਤੋਂ ਕਚਿਆਣ ਜਿਹੀ ਆਉਣ ਲੱਗ ਪਈ ਹੈ। ਮੈਂ ਉੱਠ ਕੇ ਬੈਠ ਜਾਂਦਾ ਹਾਂ। ਹੱਥਾਂ ਨਾਲ ਅੱਖਾਂ ਮਲਦਿਆਂ ਆਲ਼ੇ-ਦੁਆਲ਼ੇ ਨਿਗ੍ਹਾ ਮਾਰੀ ਹੈ। ਬਿਜਲੀ ਅਜੇ ਗਈ ਨਹੀਂ। ਮੋਟਰਾਂ ਉੱਪਰ ਲੱਗੇ ਬੱਲਬ ਓਵੇਂ ਚਮਕ ਰਹੇ ਹਨ। ਅਸਮਾਨ ਪਹਿਲਾਂ ਨਾਲੋਂ ਨਿਖਰ ਗਿਆ ਹੈ। ਠੰਡੀ-ਠੰਡੀ ਹਵਾ ਵੀ ਵਗਣ ਲੱਗ ਪਈ ਹੈ ਪਰ ਮੇਰੇ ਅੰਦਰ ਤਾਂ ਭਾਂਬੜ ਮੱਚ ਰਹੇ ਹਨ, ਕੁਝ ਭੁੱਜ ਰਿਹਾ ਹੈ। ਇਹ ਜ਼ਿੰਦਗੀ ਵੀ.... ਬੱਸ!

ਕਿਆਰਾ ਵੇਖਣ ਦੇ ਇਰਾਦੇ ਨਾਲ ਮੈਂ ਮੰਜੇ 'ਚੋਂ ਉੱਠ ਖੜ੍ਹਿਆ ਹਾਂ। ਕੋਠੇ 'ਤੇ ਬੈਠੀ ਕੋਚਰੀ ਮੇਰੇ ਵੱਲ ਅੱਖਾਂ ਜਿਹੀਆਂ ਕੱਢਦੀ ਉਡਾਰੀ ਮਾਰ ਕੇ ਸਾਹਮਣੇ ਬਿਜਲੀ ਦੇ ਖੰਭੇ ਉੱਪਰ ਜਾ ਬੈਠੀ ਹੈ। ਮੈਂ ਕੋਠੇ ਦੇ ਬਾਰ ਅੱਗੋਂ ਕਹੀ ਚੁੱਕ ਲਈ ਅਤੇ ਬੈਟਰੀ ਲੈ ਕੇ ਕਿਆਰਾ ਵੇਖਣ ਚੱਲ ਪਿਆ ਹਾਂ। ਅੱਗੇ ਹੋ ਕੇ ਵੇਖਣ ਦੀ ਪਰੋਖੋ ਨਹੀਂ ਪੈ ਰਹੀ। ਦੂਰੋਂ ਖੜ੍ਹਕੇ ਹੀ ਬੈਟਰੀ ਮਾਰ ਕੇ ਵੇਖਦਾ ਹਾਂ, ਪਾਣੀ ਕਿਆਰੇ ਦੇ ਅੱਧ ਤੱਕ ਚਮਕ ਰਿਹਾ ਹੈ। ਮੈਂ ਫਿਰ ਵਾਪਸ ਆ ਮੰਜੇ ਉੱਪਰ ਡਿੱਗ ਪੈਂਦਾ ਹਾਂ।

ਮੇਰੇ ਵਿਆਹ ਨੂੰ ਅਜੇ ਵੀਹ ਕੁ ਦਿਨ ਹੀ ਹੋਏ ਸੀ ਜਦੋਂ ਸਾਡੇ ਘਰ ਕਲੇਸ਼ ਦਾ ਭਾਂਬੜ ਮੱਚ ਪਿਆ। ਕਲੇਸ਼ ਦਾ ਕਾਰਨ ਮੇਰੇ ਘਰਵਾਲੀ ਹੀ ਸੀ। ਮੈਂ ਤਾਂ ਕਦੇ ਸੋਚਿਆ

ਵੀ ਨਹੀਂ ਸੀ ਕਿ ਮੇਰੇ ਨਾਲ ਇੰਝ ਵੀ ਧੋਖਾ ਹੋ ਜਾਵੇਗਾ। ਉਹ ਗੱਲ ਯਾਦ ਕਰਕੇ ਤਾਂ ਮੈਨੂੰ ਅੱਜ ਵੀ ਖਿਝ ਚੜ੍ਹ ਜਾਂਦੀ ਹੈ। ਕਿਸ਼ਨਗੜ੍ਹ ਵਾਲਿਆਂ ਨੇ ਏਨੀ ਵੱਡੀ ਗੱਲ ਲੁਕੋ ਲਈ ਸੀ। ਸਾਨੂੰ ਤਾਂ ਵਿਆਹ ਤੋਂ ਕਿੰਨੇ ਦਿਨਾਂ ਬਾਅਦ ਪਤਾ ਲੱਗਿਆ ਸੀ ਕਿ ਮੇਰੀ ਘਰ ਵਾਲੀ ਪਹਿਲਾਂ ਵੀ ਕਿਤੇ ਵਿਆਹੀ ਹੋਈ ਸੀ। ਵਿਆਹ ਛੱਡ, ਉਹਦੇ ਤਾਂ ਇੱਕ ਮੁੰਡਾ ਵੀ ਸੀ ਜਿਹੜਾ ਪੁਰਾਣੇ ਸਹੁਰਿਆਂ ਨੇ ਹੀ ਰੱਖ ਲਿਆ ਸੀ। ਰਿਸ਼ਤਾ ਕਰਨ ਵੇਲੇ ਉਹਨਾਂ ਨੇ ਇਹ ਸਾਰੀਆਂ ਗੱਲਾਂ ਸਾਡੇ ਤੋਂ ਲੁਕੋ ਲਈਆਂ ਸਨ। ਏਨੀ ਵੱਡੀ ਗੱਲ ਭਲਾਂ ਕਿਵੇਂ ਢਕੀ ਰਹਿ ਸਕਦੀ ਸੀ। ਜਿਸ ਦਿਨ ਪਤਾ ਲੱਗੀ, ਸਾਨੂੰ ਤਾਂ ਸਣੇ ਕੱਪੜੀਂ ਅੱਗ ਲੱਗ ਗਈ। ਸਾਰਾ ਟੱਬਰ ਲਹੂ ਦੇ ਹੰਝੂ ਰੋਇਆ। ਮੈਨੂੰ ਇੱਕ ਚੜ੍ਹੇ ਇੱਕ ਉੱਤਰੇ। ਮੇਰਾ ਅੰਗ-ਅੰਗ ਨਫ਼ਰਤ ਨਾਲ ਭਰ ਗਿਆ। ਜੀਅ ਕਰੇ ਸਾਰੇ ਕਿਸ਼ਨਗੜ੍ਹੀਆਂ ਨੂੰ ਗੋਲੀਆਂ ਨਾਲ ਭੁੰਨ ਦਿਆਂ। ਉਸ ਦਿਨ ਮੈਂ ਆਪਣੀ ਬਹੂ ਨੂੰ ਵੀ ਕੁੱਟ-ਕੁੱਟ ਅਧ-ਮੋਈ ਕਰ ਦਿੱਤਾ। ਮੇਰੇ ਅੰਦਰ ਉਸ ਪ੍ਰਤੀ ਕੁੜੱਤਣ ਭਰਦੀ ਗਈ। ਜਦੋਂ ਉਹ ਸਾਹਮਣੇ ਆਉਂਦੀ ਮੈਨੂੰ ਨਫ਼ਰਤ ਦੇ ਦੌਰੇ ਪੈਂਦੇ। ਅੱਖਾਂ 'ਚੋਂ ਲਹੂ ਸਿੰਮ ਆਉਂਦਾ। ਮੈਂ ਉਸ ਨੂੰ ਕੁੱਟ-ਕੁੱਟ ਮੱਛੀਏਂ-ਮਾਂਹ ਕਰ ਦਿੰਦਾ। ਇਸ ਹਰ ਰੋਜ਼ ਦੇ ਤਮਾਸ਼ੇ ਦਾ ਇੱਕ ਦਿਨ ਭੋਗ ਪੈ ਗਿਆ। ਕਿਸ਼ਨਗੜ੍ਹ ਵਾਲੇ ਪੰਚਾਇਤ ਲੈ ਆਏ। ਸਾਡੇ ਪਿੰਡ ਦੀ ਵੀ ਸਾਰੀ ਪੰਚਾਇਤ ਇਕੱਠੀ ਹੋਈ। ਫ਼ੈਸਲਾ ਹੋਇਆ। ਕਿਸ਼ਨਗੜ੍ਹ ਵਾਲੇ ਬਹੂ ਦੇ ਨਾਲ-ਨਾਲ ਸਾਰਾ ਸਮਾਨ ਚੁੱਕ ਕੇ ਲੈ ਗਏ।

ਸਮੇਂ ਨੇ ਤਾਂ ਆਪਣੀ ਤੋਰੇ ਤੁਰਨਾ ਸੀ, ਤੁਰੀ ਗਿਆ ਪਰ ਇਹ ਘਟਨਾ ਸਾਡੇ ਪਰੀਵਾਰ ਦੇ ਮਨਾਂ ਵਿੱਚ ਡੂੰਘਾ ਸੱਲ ਲਾ ਗਈ। ਇਹ ਸਦਮਾਂ ਮਾਂ ਨੂੰ ਘੁਣ-ਖਾਧੀ ਲੱਕੜ ਵਾਂਗ ਅੰਦਰੋ-ਅੰਦਰੀ ਖਾਂਦਾ ਰਹਿੰਦਾ। ਦੁੱਖ ਤਾਂ ਮੈਨੂੰ ਵੀ ਬੜਾ ਹੋਇਆ ਪਰ ਮਾਂ ਤਾਂ ਕੁਝ ਜ਼ਿਆਦਾ ਹੀ ਦਿਲ 'ਤੇ ਲਾ ਗਈ ਸੀ। ਉਹ ਹਰ ਸਮੇਂ ਝੁਰਦੀ ਰਹਿੰਦੀ, 'ਪਹਿਲਾਂ ਮਸਾਂ ਹੋਇਆ ਸੀ, ਹੁਣ ਪਤਾ ਨਹੀਂ ਹੋਊਗਾ ਜਾਂ ਨਾ। ਵੈਲਣ ਮੇਰੇ ਪੁੱਤ ਨੂੰ ਦਾਗ ਲਾ ਗਈ।' ਮਾਂ ਆਨੀ-ਬਹਾਨੀ ਆਂਢੀਆਂ-ਗੁਆਂਢੀਆਂ ਕੋਲੇ ਵੀ ਮੇਰਾ ਰਿਸ਼ਤਾ ਕਰਵਾਉਣ ਦੀ ਬੁਝਾਰਤ ਜਿਹੀ ਪਾ ਦਿੰਦੀ ਸੀ ਪਰ ਕੋਈ ਧਿਆਨ ਨਹੀਂ ਸੀ ਧਰਦਾ। ਮਾਂ ਨੂੰ ਪੁੱਤ ਦਾ ਘਰ ਵਸਦਾ ਵੇਖਣ ਦੀ ਬੜੀ ਚਾਹਣਾ ਹੁੰਦੀ ਹੈ। ਇਸੇ ਚਾਹਣਾ ਨੇ ਮਾਂ ਦੇ ਰਿਸ਼ਤੇਦਾਰਾਂ ਅੱਗੇ ਹੱਥ ਅਡਾ ਦਿੱਤੇ। ਅਖ਼ੀਰ ਸਾਡੇ ਰਿਸ਼ਤੇਦਾਰਾਂ ਨੇ ਫਤਿਹਗੜ੍ਹ ਤੋਂ ਗੁਰਮੀਤ ਨਾਲ ਮੇਰਾ ਰਿਸ਼ਤਾ ਕਰਵਾ ਦਿੱਤਾ। ਗੁਰਮੀਤ 'ਤੇ ਲੋਹੜੇ ਦਾ ਸੁਹੱਪਣ ਸੀ। ਹਰ ਕੋਈ ਗਿਣਤੀਆਂ-ਮਿਣਤੀਆਂ ਵਿੱਚ ਪਿਆ ਕਹਿ ਦਿੰਦਾ ਸੀ, "ਠੂਠਾ ਫੁੱਟ ਕੇ ਛੰਨਾ ਮਿਲ ਗਿਆ।"

ਇਹ ਤਾਂ ਲੋਕਾਂ ਦੇ ਕਹਿਣ ਦੀਆਂ ਗੱਲਾਂ ਸੀ, ਮੈਨੂੰ ਤਾਂ ਠੂਠਾ ਫੁੱਟ ਕੇ ਕੱਚਾ ਠੂਠਾ ਮਿਲਿਆ ਸੀ। ਇਹਦੇ ਨਾਲੋਂ ਤਾਂ ਜੇ ਮੈਂ ਛੜਾ ਰਹਿ ਜਾਂਦਾ ਤਾਂ ਸੌ ਗੁਣੇ ਚੰਗਾ ਸੀ। ਗੁਰਮੀਤ ਨੇ ਤਾਂ ਘਰ ਨੂੰ ਤੰਗਲੀ ਹੀ ਲਾ ਦਿੱਤੀ ਸੀ। ਉਹ ਜਿੰਨੀ ਸੋਹਣੀ ਸੀ ਖਰਚਾ ਕਰਨ 'ਚ ਹੱਥ ਵੀ ਉਸਦਾ ਓਨਾ ਹੀ ਖੁੱਲ੍ਹਾ ਸੀ। ਸੁਰਖੀ, ਪਾਊਡਰ, ਕਰੀਮਾਂ, ਨਵੇਂ ਤੋਂ ਨਵੇਂ ਮਹਿੰਗੇ ਤੋਂ ਮਹਿੰਗੇ ਸੂਟ ਖਰੀਦਣ ਨੂੰ ਉਹ ਹੱਕ-ਧੱਕ ਨਾ ਕਰਦੀ। ਮੈਨੂੰ ਚਾਹੇ ਉਸਦਾ ਖਰਚ ਰੜਕਦਾ ਸੀ ਪਰ ਮੈਂ ਉਸਦੇ ਸੁਹੱਪਣ ਅੱਗੇ ਬੌਣਾ ਹੋਇਆ, ਉਸਨੂੰ ਕੁਝ ਵੀ ਕਹਿਣ ਤੋਂ ਤ੍ਰਾਹ ਜਾਂਦਾ ਸੀ। ਨਾ ਚਾਹੁੰਦਿਆਂ ਵੀ ਮੇਰੀ ਉਸ ਅੱਗੇ ਜ਼ੁਬਾਨ ਠਾਕੀ ਜਾਂਦੀ।

ਛੋਟਾ ਅੱਠਵੀਂ ਵਿੱਚ ਪੜ੍ਹਦਾ ਸੀ। ਉਸਦੀ ਪੜ੍ਹਈ ਦਾ ਖਰਚ, ਕੁੜੀਆਂ ਦੇ ਵਿਆਹਾਂ ਦੀਆਂ ਤਿਆਰੀਆਂ ਦਾ ਖਰਚ, ਉਪਰੋਂ ਮਾਂ ਦੀ ਦਵਾਈ-ਬੂਟੀ। ਮੈਂ ਇਕੱਲਾ ਕੀ ਕਰਦਾ। ਕਿੱਧਰ-ਕਿੱਧਰ ਹੁੰਦਾ। ਮੈਂ ਕਮਾਉਣ ਵਾਲਾ ਇਕੱਲਾ, ਖਾਣ ਵਾਲੇ ਚਾਰ। ਮੈਂ ਸਾਰਾ ਦਿਨ ਊਰੀ ਵਾਂਗ ਘੁੰਮਦਾ ਰਹਿੰਦਾ। ਕਦੇ ਘਰ ਦਾ ਸੌਦਾ-ਪੱਤਾ, ਕਦੇ ਖੇਤ ਲਈ ਰੇਹ, ਤੇਲ। ਮੇਰੇ ਦਿਮਾਗ 'ਤੇ ਦਿਨੋਂ-ਦਿਨ ਉਲਝਦੀ ਜਾਂਦੀ ਕਬੀਲਦਾਰੀ ਦਾ ਵਜ਼ਨ ਬਣਿਆ ਰਹਿੰਦਾ। ਮੈਂ ਆਥਣ ਤੱਕ ਹਫ ਕੇ ਡਿੱਗਦਾ। ਦਿਮਾਗ 'ਤੇ ਵਧਦੇ ਵਜ਼ਨ ਅਤੇ ਨਿੱਤ ਦਿਨ ਦੀ ਭੱਜ ਦੌੜ ਨੇ ਮੈਨੂੰ ਨਸ਼ੇ ਦਾ ਆਦੀ ਕਰ ਦਿੱਤਾ। ਜਿਉਂ-ਜਿਉਂ ਇਹ ਭੱਜ ਦੌੜ ਵਧਦੀ ਗਈ, ਮੇਰੀ ਭੁੱਕੀ ਖਾਣ ਦੀ ਲੋੜ ਵੀ ਵਧਦੀ ਗਈ। ਕਮਾਈ ਨਾਲੋਂ ਖ਼ਰਚ ਦਾ ਗ੍ਰਾਫ ਉੱਚਾ ਹੋਣ ਲੱਗ ਪਿਆ। ਜਦੋਂ ਤੱਕ ਮੈਂ ਦੋਵੇਂ ਭੈਣਾਂ ਨੂੰ ਵਿਆਹ ਕੇ ਆਪਣੇ ਮੋਢਿਆਂ ਤੋਂ ਭਾਰ ਲਾਹਿਆ, ਮੇਰੇ ਸਿਰ ਉੱਤੇ ਕਰਜ਼ੇ ਦਾ ਬੋਝ ਹੋਰ ਭਾਰੀ ਹੋ ਗਿਆ। ਤਿੰਨ ਕਿੱਲੇ ਗਹਿਣੇ ਹੋ ਗਏ। ਘਰ ਦੀ ਆਮਦਨ ਹੋਰ ਘਟ ਗਈ। ਛੋਟੇ ਨੂੰ ਸਕੂਲੋਂ ਹਟਾ, ਲਹਿਰੇ ਸਾਬਣਾਂ ਵਾਲੀ ਫੈਕਟਰੀ ਵਿੱਚ ਲਾ ਦਿੱਤਾ। ਮਾਂ ਘਰ ਨੂੰ ਡਲ਼ੇ ਵਾਂਗ ਖੁਰਦਾ ਵੇਖ ਕੇ ਫਿਕਰਾਂ ਵਿੱਚ ਤੁਰ ਗਈ। ਮੇਰੇ ਘਰ ਵਿੱਚ ਜਿੱਥੇ ਕਦੇ ਖੁਸ਼ੀਆਂ ਹੀ ਖੁਸ਼ੀਆਂ ਸਨ, ਹੁਣ ਲੜਾਈ, ਉਦਾਸੀ, ਫ਼ਿਕਰ ਵਰਗੀਆਂ ਬਿਮਾਰੀਆਂ ਨੇ ਪੈਰ ਆ ਪਾਏ।

ਮੈਂ ਦਿਨ-ਰਾਤ ਫ਼ਿਕਰਾਂ ਦਾ ਲੱਦ ਢੋਂਹਦਾ ਰਹਿੰਦਾ। ਮੈਨੂੰ ਸੁਪਨਿਆਂ ਵਿੱਚ ਵੀ ਮੇਰਾ ਉੱਜੜਦਾ ਘਰ ਦਿਸਣ ਲੱਗ ਪਿਆ। ਫ਼ਿਕਰ ਵਧੇ, ਮੇਰਾ ਨਸ਼ਾ ਹੋਰ ਵਧ ਗਿਆ। ਨਸ਼ਾ ਖਾਧੇ ਬਿਨਾਂ ਫ਼ਿਕਰਾਂ ਵਿੱਚ ਗੁਸੇ ਨੂੰ ਨੀਂਦ ਨਾ ਆਉਂਦੀ। ਮੇਰਾ ਸਰੀਰ ਸੁੱਕ ਕੇ ਫੇਟੇ ਵਾਲੇ ਕੁੱਤੇ ਵਰਗਾ ਹੋ ਗਿਆ। ਸਰੀਰ ਹਵਾ ਨਾਲ ਹਿਲਦੇ ਟਾਂਡੇ ਵਾਂਗ ਹਿੱਲਣ ਲੱਗ ਪਿਆ। ਮੇਰੀ ਬੋਲਦੇ ਦੀ ਜ਼ੁਬਾਨ ਥਥਲਾਉਂਦੀ। ਤੁਰਦਾ ਡਿਗੂੰ-ਡਿਗੂੰ ਕਰਦਾ, ਜਿਵੇਂ ਹਨੇਰੇ ਵਿੱਚ ਆਬੜ-ਖਾਬੜ ਰਸਤੇ 'ਤੇ ਚੱਲ ਰਿਹਾ ਹੋਵਾਂ। ਚੱਲ ਵੀ ਤਾਂ ਆਬੜ-ਖਾਬੜ ਰਸਤੇ 'ਤੇ ਹੀ ਰਿਹਾ ਸੀ। ਮੇਰੀ ਜ਼ਿੰਦਗੀ ਦੀ ਸਿੱਧੀ ਪਗਡੰਡੀ ਤਾਂ ਕਦੋਂ ਦੀ ਕਿਧਰੇ ਗੁਆਚ ਗਈ ਸੀ। ਹੁਣ ਤਾਂ ਬੱਸ ਹਨੇਰੇ ਵਿੱਚ ਹੀ ਤੁਰ ਰਿਹਾ ਸੀ, ਆਸ ਦੀ ਕਿਰਨ ਤਾਂ ਕਿਧਰੇ ਨਜ਼ਰ ਹੀ ਨਹੀਂ ਆਉਂਦੀ ਸੀ।

ਨਸ਼ੇ ਬਿਨਾਂ ਮੇਰਾ ਪਲ ਨਾ ਸਰਦਾ। ਪਹਿਲਾਂ ਮੈਂ ਆੜ੍ਹਤੀਏ ਤੋਂ ਪੈਸੇ ਫੜ-ਫੜ ਨਸ਼ੇ ਦੀ ਲੋੜ ਪੂਰੀ ਕਰਦਾ ਰਿਹਾ ਫੇਰ ਜਦੋਂ ਆੜ੍ਹਤੀਏ ਨੇ ਜਵਾਬ ਦੇ ਦਿੱਤਾ, ਮੈਨੂੰ ਦਿਲ 'ਤੇ ਪੱਥਰ ਰੱਖ ਕੇ ਘਰ ਦੀਆਂ ਚੀਜਾਂ ਚੁੱਕ-ਚੁੱਕ ਵੇਚਣੀਆਂ ਪਈਆਂ। ਲੋਕ ਮੇਰੀ ਅੰਦਰਲੀ ਹਾਲਤ ਸਮਝੇ ਬਿਨਾਂ ਮੈਥੋਂ ਕੰਨੀ ਕਤਰਾਉਣ ਲੱਗੇ। ਛੋਟਾ ਭਰਾ ਮੇਰੀਆਂ ਇਨ੍ਹਾਂ ਹਰਕਤਾਂ ਤੋਂ ਖਿਝਿਆ ਮੈਨੂੰ ਕੁੱਟਣ ਲੱਗ ਪਿਆ।

ਇੱਕ ਰਾਤ ਤਾਂ ਮੈਂ ਧੁਰ ਅੰਦਰੋਂ ਟੁੱਟ ਗਿਆ। ਮੇਰਾ ਰਹਿੰਦਾ ਮਾਣ ਵੀ ਖੇਰੂੰ-ਖੇਰੂੰ ਹੋ ਗਿਆ। ਉਹ ਕੁਲਹਿਣੀ ਰਾਤ! ਮੈਂ ਕਣਕ ਨੂੰ ਪਾਣੀ ਲਾਉਣ ਖੇਤ ਗਿਆ ਸੀ। ਖੇਤਾਂ ਵਾਲੀ ਲਾਈਟ ਸਵੇਰੇ ਚਾਰ ਵਜੇ ਜਾਣੀ ਸੀ। ਅਜੇ ਰਾਤ ਦੇ ਦੋ ਕੁ ਹੀ ਵੱਜੇ ਸੀ ਜਦੋਂ ਮੇਰਾ ਸਿਰ ਪਾਟਣ ਲੱਗ ਪਿਆ। ਪਿੰਡਾ ਭਖਣ ਲੱਗ ਪਿਆ। ਮੈਂ ਪਾਣੀ ਤਿੰਨ ਕਿਆਰਿਆਂ ਵਿੱਚ ਕਰਕੇ ਜਰਨੈਲ ਕੇ ਕੋਠੇ ਕੋਲ ਆ ਗਿਆ। ਜਰਨੈਲ ਪਾਣੀ ਵੇਖਣ ਗਿਆ ਹੋਇਆ ਸੀ।

ਜਦੋਂ ਉਹ ਆਇਆ ਤਾਂ ਮੈਂ ਬੁਖਾਰ ਵੇਖਣ ਲਈ ਆਪਣੀ ਬਾਂਹ ਉਸ ਅੱਗੇ ਕਰ ਦਿੱਤੀ। ਜਰਨੈਲ ਬਾਂਹ ਫੜ ਕੇ ਹੈਰਾਨ ਹੋ ਗਿਆ, "ਹੈਂ ਐਨਾ ਤਾਪ! ਜਾਹ ਐਂ ਕਰ ਘਰੇਂ ਜਾ ਕੇ ਕੋਈ ਗੋਲੀ-ਗਾਲੀ ਲੈ ਲੈ, ਮੈਂ ਆਪੇ ਦੇਖਲੂੰ ਤੇਰਾ ਪਾਣੀ।"

"ਪਾਣੀ ਤਾਂ ਮੈਂ ਤਿੰਨ 'ਚ ਕਰ ਆਇਆ।"

"ਬੱਸ ਫੇਰ ਤਾਂ ਠੀਕ ਐ, ਤੂੰ ਜਾਹ।"

ਮੈਂ ਹਥਲਾ ਗੰਡਾਸਾ ਲੈ ਕੇ ਓਥੋਂ ਸਿੱਧਾ ਖੇਤਾਂ ਵਿੱਚੋਂ ਦੀ ਘਰ ਨੂੰ ਤੁਰ ਪਿਆ। ਸਰੀਰ ਦੀ ਸੱਤਿਆ ਤਾਂ ਸ਼ਾਮ ਨੂੰ ਆਉਣ ਵੇਲੇ ਹੀ ਹਾਰੀ ਪਈ ਸੀ ਪਰ ਮੈਂ ਦਿਲ ਕਰੜਾ ਜਿਹਾ ਕਰਕੇ ਆ ਹੀ ਗਿਆ ਸੀ। ਸੋਚਿਆ ਸੀ, 'ਐਵੇਂ ਕੰਮ ਦਾ ਥਕੇਵਾਂ ਜਿਹਾ ਹੋ ਗਿਆ ਹੋਵੇਗਾ। ਜਦੋਂ ਖੇਤ ਜਾ ਕੇ ਕਰੜੀ ਜਿਹੀ ਚਾਹ ਕਰਕੇ ਪੀਤੀ, ਆਪੇ ਲਹਿ ਜਾਵੇਗਾ।' ਚਾਹ ਤਾਂ ਮੈਂ ਆਉਂਦਿਆਂ ਹੀ ਕਰ ਲਈ ਸੀ ਪਰ ਮੈਨੂੰ ਪੀਣ ਸਮੇਂ ਚੰਗੀ ਨਾ ਲੱਗੀ। ਜੇ ਮੈਂ ਮੱਲੋ-ਮੱਲੀ ਸੰਘੋਂ ਹੇਠਾਂ ਕਰ ਵੀ ਲਈ ਸੀ ਤਾਂ ਮੇਰੇ ਥਕੇਵੇਂ ਨੂੰ ਕੋਈ ਫ਼ਰਕ ਨਹੀਂ ਪਿਆ ਸੀ। ਫੇਰ ਦੋ ਵਜੇ ਤੱਕ ਤਾਂ ਮੇਰੀ ਬੱਸ ਹੋ ਗਈ। ਸਰੀਰ 'ਚੋਂ ਚੰਗਿਆੜੇ ਨਿਕਲਣ ਲੱਗ ਪਏ। ਅੰਦਰੋਂ ਅੱਗ ਨਿਕਲੇ ਜਿਵੇਂ ਮੇਰੇ ਅੰਦਰ ਧੂਣੀਆਂ ਬਲ਼ ਪਈਆਂ ਹੋਣ।

ਮੈਂ ਘਰ ਅੱਗੇ ਆ ਖੜ੍ਹਿਆ। ਲੱਕੜ ਦੇ ਤਖਤਿਆਂ ਦਾ ਅੰਦਰਲਾ ਕੁੰਡਾ ਬਾਹਰੋਂ ਬਾਂਹ ਪਾਇਆਂ ਖੁੱਲ੍ਹ ਜਾਂਦਾ ਸੀ। ਜਿਸ ਕਰਕੇ ਅਸੀਂ ਰਾਤ ਨੂੰ ਜਿੰਦਾ ਲਾ ਦਿੰਦੇ ਸੀ। ਅੱਜ ਵੀ ਅੰਦਰੋਂ ਜਿੰਦਾ ਲਾਇਆ ਪਿਆ ਸੀ। ਪਹਿਲਾਂ ਤਾਂ ਮੇਰਾ ਜੀਅ ਕੀਤਾ ਕਿ ਅਵਾਜ਼ ਮਾਰ ਕੇ ਕੁੰਡਾ ਖੁੱਲ੍ਹਵਾ ਲਵਾਂ ਪਰ ਘਰ ਦਾ ਏਨਾ ਲੰਬਾ ਵਿਹੜਾ ਪਾਰ ਕਰਕੇ ਘਰ ਦੀ ਅਗਲੀ ਸਬਾਤ ਤੱਕ ਮੇਰੀ ਅਵਾਜ਼ ਕਿਵੇਂ ਪਹੁੰਚੇਗੀ! ਇਹੀ ਸੋਚਦਿਆਂ, ਮੈਂ ਬੁਖਾਰ ਨਾਲ ਨਿਢਾਲ ਹੋਇਆ ਡਿਗਦਾ-ਢਹਿੰਦਾ ਕੰਧ ਟੱਪ ਗਿਆ। ਜਦ ਮੈਂ ਕੰਧ ਉਪਰੋਂ ਵਿਹੜੇ ਵਿੱਚ ਛਾਲ ਮਾਰੀ ਤਾਂ ਮੇਰੀਆਂ ਲੱਤਾਂ ਤੋਂ ਸੰਭਲਿਆ ਨਾ ਗਿਆ। ਮੈਂ 'ਥੱਪਕ' ਕਰਦਾ ਵਿਹੜੇ ਵਿੱਚ ਚੌਫਾਲ ਡਿੱਗ ਪਿਆ। ਮੇਰੇ ਡਿੱਗਣ ਦੀ ਅਵਾਜ਼ ਸੁਣਦਿਆਂ ਅੰਦਰ ਸਬਾਤ ਵਿੱਚ ਕਾਹਲੀ-ਕਾਹਲੀ ਕੋਈ ਹਿਲ-ਜੁਲ ਹੋਈ, ਫੇਰ ਕੋਈ ਆਦਮੀ ਹਵਾ ਦੇ ਬੁੱਲ੍ਹੇ ਵਾਂਗ ਮੇਰੇ ਕੋਲੋਂ ਦੀ ਲੰਘ ਕੇ ਕੰਧ ਟੱਪ ਗਿਆ। ਮੈਂ ਭੱਜਿਆ ਜਾਂਦਾ ਸਾਹਮਣੇ ਘਰ ਵਾਲਿਆਂ ਦਾ ਸੇਗੀ ਪਹਿਚਾਣ ਲਿਆ ਸੀ। ਕਿੰਨਾ ਹੀ ਅਣਕਿਆਸਿਆ ਮੇਰੇ ਦਿਮਾਗ ਅੰਦਰ ਖੌਰੂ ਪਾਉਣ ਲੱਗਿਆ। ਮੇਰੀਆਂ ਅੱਖਾਂ ਅੱਗੇ ਹਨੇਰ ਛਾ ਗਿਆ। ਮੇਰੇ ਕੰਨਾਂ 'ਚੋਂ ਅਜੀਬ ਜਿਹਾ ਸੇਕ ਮਾਰਨ ਲੱਗ ਪਿਆ। 'ਘਰ ਵਾਲੀ ਉੱਪਰ ਕੀਤਾ ਵਿਸ਼ਵਾਸ! ਸੇਗੀ ਦੀ ਦੋਸਤੀ? ਹੇ ਰੱਬਾ! ਤੇਰੀ ਦੁਨੀਆਂ ਵਿੱਚ ਇਹ ਸਭ? ਵਿਸ਼ਵਾਸ ਉੱਪਰ ਖੜ੍ਹੇ ਰਿਸ਼ਤੇ ਇੰਞ ਵੀ ਤਿੜਕ ਜਾਂਦੇ ਨੇ? ਧਰਤੀ ਕਿਉਂ ਨਹੀਂ ਪਾਟ ਜਾਂਦੀ, ਮੈਂ ਜਿਉਂਦੇ ਜੀਅ ਗਰਕ ਜਾਵਾਂ.. .. ..!' ਗੁੱਸੇ, ਪਛਤਾਵੇ 'ਤੇ ਨਫ਼ਰਤ ਨਾਲ ਭਰਿਆ ਮੈਂ ਸਬਾਤ ਵਿੱਚ ਆ ਖੜ੍ਹਿਆ। ਸਾਹਮਣੇ ਖੜ੍ਹੀ ਗੁਰਮੀਤ ਦੇ ਪੂਰੀ ਜ਼ੋਰ ਦੀ ਦੋ ਥੱਪੜ ਮਾਰੇ ਤੇ ਫਿਰ ਬੇਸੁਰਤਿਆਂ ਵਾਂਗ ਮੰਜੇ ਵਿੱਚ ਡਿੱਗ ਪਿਆ। ਅੱਖਾਂ 'ਚੋਂ ਹੰਝੂ ਸਾਰੀ ਰਾਤ ਪਰਲ-ਪਰਲ ਵਹਿੰਦੇ ਰਹੇ। ਅਗਲੇ ਦਿਨ ਗੁਰਮੀਤ ਚਾਰ ਮਹੀਨਿਆਂ ਦੇ ਮੁੰਡੇ ਨੂੰ ਲੈ ਕੇ ਪੇਕੀਂ ਜਾ ਬੈਠੀ।

ਇਹ ਗੱਲ ਹੋਈ ਨੂੰ ਚਾਹੇ ਕਿੰਨਾ ਸਮਾਂ ਬੀਤ ਗਿਆ ਹੈ ਪਰ ਜਦ ਕਦੇ ਯਾਦ

ਆ ਜਾਂਦੀ ਹੈ, ਮੇਰੇ ਅੰਦਰ ਭਾਂਬੜ ਬਲ਼ ਉਠਦੇ ਹਨ। ਮੈਂ ਨਫ਼ਰਤ ਨਾਲ ਕੰਬਣ ਲੱਗ ਜਾਂਦਾ ਹਾਂ। ਅੰਦਰ ਭੂਚਾਲ ਉਠਦੇ ਹਨ। ਇੰਝ ਲਗਦਾ ਹੈ ਜਿਵੇਂ ਕੋਈ ਕੀੜੀਆਂ ਦਾ ਭੌਣ ਮੇਰੇ ਪੈਰਾਂ ਤੋਂ ਸਿਰ ਨੂੰ ਚੜ੍ਹ ਰਿਹਾ ਹੋਵੇ। ਹੁਣ ਵੀ ਇਹ ਘਟਨਾ ਯਾਦ ਕਰਕੇ ਮੇਰੀ ਸਥਿਤੀ ਓਵੇਂ ਹੀ ਹੋ ਰਹੀ ਹੈ। ਮੈਂ ਇਸ ਗੱਲ ਨੂੰ ਦਿਮਾਗ 'ਚੋਂ ਲਾਂਭੇ ਕਰਨ ਦੀ ਜੀਅ ਤੋੜ ਕੋਸ਼ਿਸ਼ ਕਰਦਾ ਹਾਂ ਪਰ ਉਹ ਲੋਹੇ ਦੇ ਗੋਲੇ ਨੂੰ ਲੱਗੀ ਚੁੰਬਕ ਵਾਂਗ ਮੇਰੇ ਆਲੇ-ਦੁਆਲੇ ਹੀ ਚੱਕਰ ਕੱਟ ਰਹੀ ਹੈ।

ਮੈਨੂੰ ਤਾਂ ਆਪਣਾ ਮੁੰਡਾ ਵੇਖਿਆਂ ਵੀ ਕਿੰਨੇ ਸਾਲ ਹੋ ਗਏ ਹਨ। ਕਿੰਨਾ ਸੋਹਣਾ ਸੀ ਗੋਲ-ਮਟੋਲ ਜਿਹਾ! ਹਾਏ ਰੱਬਾ! ਪਤਾ ਨਹੀਂ ਕਿੱਥੇ ਹੋਵੇਗਾ? ਕਿਵੇਂ ਹੋਵੇਗਾ? ਗੁਰਮੀਤ ਦਾ ਵੀ ਕੁਝ ਪਤਾ ਨਹੀਂ ਫਤਿਹਗੜ੍ਹ ਬੈਠੀ ਹੈ ਜਾਂ ਕਿਤੇ ਹੋਰ ਤੋਰ ਦਿੱਤੀ ਹੈ।

ਹਾਂ! ਇੱਕ ਵਾਰ ਤਾਂ ਪੰਚਾਇਤ ਉਸਨੂੰ ਇੱਥੇ ਵੀ ਲੈ ਆਈ ਸੀ ਪਰ ਗੁਰਮੀਤ ਨੇ, "ਮੈਂ ਏਸ ਅਮਲੀ ਦੇ ਕਿਸ ਸਹਾਰੇ ਵਸਾਂ?" ਕਹਿ ਕੇ ਮੇਰੇ ਵਸਣੋਂ ਚਿੱਟਾ ਜਵਾਬ ਦੇ ਦਿੱਤਾ ਸੀ। ਫੇਰ ਪੰਚਾਇਤ ਨੇ ਕਹਿ-ਕਹਾ ਕੇ ਗੁਰਮੀਤ ਨੂੰ ਛੋਟੇ ਭਰਾ ਦੇ ਬਿਠਾ ਦਿੱਤਾ ਸੀ। ਪੰਚਾਇਤ ਨੇ ਤਾਂ ਇਹ ਫੈਸਲਾ ਅਸਾਨੀ ਨਾਲ ਕਰ ਦਿੱਤਾ ਸੀ ਪਰ ਮੇਰਾ ਅੰਦਰ ਪੱਛਿਆ ਗਿਆ ਸੀ। ਮੈਂ ਜਿਉਂਦਿਆਂ ਹੀ ਮਰ ਗਿਆ ਸੀ। ਆਖ਼ਰ ਮੈਂ ਦਿਲ 'ਤੇ ਪੱਥਰ ਰੱਖ ਕੇ ਇਹ ਜ਼ਹਿਰ ਦਾ ਘੁੱਟ ਵੀ ਅੰਦਰ ਲੰਘਾ ਲਿਆ ਸੀ।

ਗੁਰਮੀਤ ਦੀ ਆਦਤ ਤਾਂ ਫੇਰ ਵੀ ਨਹੀਂ ਸੁਧਰੀ ਸੀ। ਸੇਗੀ ਵੇਲ਼ੇ- ਕੁਵੇਲ਼ੇ ਫੇਰ ਆਉਣ ਲੱਗ ਪਿਆ ਸੀ। ਆਖ਼ਰ ਛੋਟੇ ਨੇ ਵੀ ਉਸਨੂੰ ਫਤਿਹਗੜ੍ਹ ਦੇ ਰਾਹ ਪਾ ਦਿੱਤਾ।

ਮੈਥੋਂ ਇਹ ਸਦਮਾ ਸਹਾਰਿਆ ਨਹੀਂ ਗਿਆ ਸੀ। ਕਿਸੇ ਕੰਮ ਨੂੰ ਵੱਢੀ ਰੂਹ ਨਾ ਕਰਦੀ। ਮੈਂ ਕੀੜਿਆਂ ਵਾਲੇ ਕੁੱਤੇ ਵਾਂਗ ਅੰਦਰ ਹੀ ਪਿਆ ਰਹਿੰਦਾ। ਦਿਨ ਵਿੱਚੋਂ ਦੀ ਚਾਰ-ਚਾਰ ਵਾਰ ਨਸ਼ਾ ਕਰਦਾ ਪਰ ਸਰੀਰ ਫੇਰ ਵੀ ਬੁਝਿਆ-ਬੁਝਿਆ ਰਹਿੰਦਾ। ਘਰ ਦੀ ਇੱਕ-ਇੱਕ ਚੀਜ਼ ਵਿਕਦੀ ਗਈ। ਜਦੋਂ ਕਿਧਰੇ ਹੱਥ ਨਾ ਪਿਆ ਤਾਂ ਭੈਣ-ਭਰਾਵਾਂ ਨਾਲ ਲੜ ਕੇ ਆਪਣੇ ਹਿੱਸੇ ਦੀ ਸਾਰੀ ਜਮੀਨ ਵੇਚ ਦਿੱਤੀ। ਜਦ ਘਰੋਂ ਸੀਰ ਮੁੱਕ ਗਿਆ, ਭੈਣ-ਭਰਾਵਾਂ ਨੇ ਦੁਰਕਾਰ ਦਿੱਤਾ ਤਾਂ ਝੋਲੇ 'ਚ ਆਪਣੇ ਚਾਰ ਕੱਪੜੇ ਬੰਨ੍ਹ ਕੇ ਇੱਥੇ ਮਾਮੇ ਦੀ ਕੁੜੀ ਦੇ ਸਹੁਰੀਂ ਆ ਗਿਆ, ਨਸ਼ੇ ਅਤੇ ਰੋਟੀ ਦੀ ਖਾਤਰ।

ਜਿਸ ਘਰ ਵਿੱਚ ਕਦੇ ਮੇਰੀ ਸਰਦਾਰਾਂ ਵਾਂਗ ਸੇਵਾ ਹੁੰਦੀ ਸੀ, ਬੱਚੇ ਮਾਮਾ-ਮਾਮਾ ਕਰਦੇ ਸੀ, ਉਸੇ ਘਰ ਵਿੱਚ ਮੈਂ ਅੱਜ ਸੀਰੀਆਂ ਵਾਂਗ ਰਹਿ ਰਿਹਾ ਹਾਂ।

ਹਾਂ! ਰੱਖਿਆ ਵੀ ਤਾਂ ਮੈਨੂੰ ਸੀਰੀਆਂ ਵਾਂਗ ਹੀ ਸੀ, ਸੌਦੇਬਾਜ਼ੀ ਕਰਕੇ। 'ਪੰਦਰਾਂ ਸੌ ਰੁਪਿਆ, ਰੋਟੀ। ਨਸ਼ਾ ਤੇਰਾ ਆਪਣਾ ਹੋਊਗਾ।' ਇਹ ਸੌਦਾ ਕਰਦਿਆਂ ਵੀ ਤਾਂ ਮੈਂ ਆਪਣੇ-ਆਪ ਨੂੰ ਮਰਿਆ ਮਹਿਸੂਸ ਕੀਤਾ ਸੀ ।

ਏਸ ਕਚਿਆਣ ਭਰੀ ਜ਼ਿੰਦਗੀ ਨਾਲੋਂ ਤਾਂ ਸਾਲਾ ਮਰ ਜਾਣਾ ਚੰਗਾ ਹੈ। ਮੌਤ ਤੋਂ ਡਰਦਾ ਕੀੜਿਆਂ ਵਾਲੇ ਕੁੱਤੇ ਵਾਂਗ ਕਦੋਂ ਤੱਕ ਖੱਲ-ਖੂੰਜਿਆਂ ਵਿੱਚ ਲੁਕਦਾ ਫਿਰਾਂਗਾ। ਮੇਰੇ ਦਿਮਾਗ਼ ਵਿੱਚ ਅਜੀਬ-ਅਜੀਬ ਖ਼ਿਆਲ ਆਉਣ ਲਗਦੇ ਹਨ। ਇਨ੍ਹਾਂ ਖ਼ਿਆਲਾਂ ਵਿੱਚ ਹੀ ਪਾਣੀ ਦੇਖ ਲੈਣ ਦਾ ਖ਼ਿਆਲ ਪਤਾ ਨਹੀਂ ਕਿੱਧਰੋਂ ਆ ਜਾਂਦਾ ਹੈ। ਮੈਂ ਕਹੀ

ਚੁੱਕ ਕੇ ਪਾਣੀ ਵਾਲੇ ਕਿਆਰੇ ਵੱਲ ਤੁਰ ਪਿਆ ਹਾਂ। ਦੂਰ ਖੜ੍ਹਕੇ ਬੈਟਰੀ ਮਾਰੀ ਹੈ, ਕਿਆਰਾ ਅਜੇ ਕਾਫ਼ੀ ਰਹਿੰਦਾ ਹੈ। 'ਹੁਣ ਤੱਕ ਤਾਂ ਭਰ ਜਾਣਾ ਚਾਹੀਦਾ ਸੀ। ਕਿਤੇ.. ..?' ਮੈਂ ਸੋਚਦਾ, ਨੱਕੇ ਵੱਲ ਤੁਰ ਪਿਆ ਹਾਂ। ਅੱਗੇ ਜਾ ਕੇ ਵੇਖਿਆ ਹੈ, ਨੱਕੇ ਨੂੰ ਖੋਰਾ ਲੱਗ ਗਿਆ ਹੈ। ਮੈਂ ਨਵੇਂ ਨੱਕੇ ਉੱਪਰ ਬੋਰੀ ਰੱਖਣੀ ਭੁੱਲ ਗਿਆ ਸੀ। ਪਾਣੀ ਨੇ ਸਾਰਾ ਨੱਕਾ ਖੋਰ ਦਿੱਤਾ ਹੈ। ਪਾਣੀ ਝੋਨਾ ਲੱਗੇ ਕਿਆਰਿਆਂ ਵਿੱਚ ਪੈ ਰਿਹਾ ਹੈ। ਪਹਿਲਾਂ ਤਾਂ ਮੇਰਾ ਜੀਅ ਕੀਤਾ ਸਭ ਕੁਝ ਇੱਥੇ ਹੀ ਛੱਡ ਕੇ ਕਿਧਰੇ ਦੌੜ ਜਾਵਾਂ ਪਰ ਫੇਰ ਪਤਾ ਨਹੀਂ ਕੀ ਸੋਚ ਕੇ ਮੈਂ ਨੱਕਾ ਬੰਦ ਕਰਨ ਲੱਗ ਪਿਆ ਹਾਂ। ਮੇਰੀ ਜ਼ਿੰਦਗੀ ਨੂੰ ਵੀ ਇਸ ਨੱਕੇ ਵਾਂਗ ਖੋਰਾ ਲੱਗ ਗਿਆ ਸੀ। ਹੌਲ਼ੀ-ਹੌਲ਼ੀ ਸਭ ਕੁਝ ਤਹਿਸ-ਨਹਿਸ ਹੋ ਗਿਆ 'ਤੇ ਜੀਵਨ ਰਾਹਾਂ ਭਟਕ ਗਿਆ। ਇਹਨਾਂ ਭਟਕੀਆਂ ਰਾਹਾਂ ਵਿੱਚੋਂ ਮੈਨੂੰ ਅਜੇ ਤੱਕ ਸਿਧਾ ਰਾਹ ਨਹੀਂ ਲੱਭਿਆ।

ਮੈਂ ਵਗਦੇ ਖਾਲ ਵਿੱਚੋਂ ਰਾਹ ਬਣਾਉਂਦਾ ਮੰਜੇ 'ਤੇ ਆ ਡਿੱਗਿਆ ਹਾਂ। ਕਿੰਨੀਆਂ ਹੀ ਗੱਲਾਂ ਮੇਰੇ ਦਿਮਾਗ ਵਿੱਚ ਵਰੋਲਿਆਂ ਵਾਂਗ ਘੁਮੇਰੀਆਂ ਖਾਣ ਲੱਗ ਪਈਆਂ ਹਨ। ਕਿੰਨੇ ਹੀ ਸਵਾਲ ਮੇਰੇ ਅੰਦਰ ਉੱਗ ਆਏ ਹਨ। ਮੈਂ ਕੀ ਕਰਾਂ? ਮੇਰਾ ਆਪਣਾ ਘਰ ਨਾ ਰਿਹਾ। ਆਪਣਾ ਪਰਿਵਾਰ ਨਾ ਰਿਹਾ। ਰਿਸ਼ਤੇਦਾਰ ਮੂੰਹ ਮੋੜ ਗਏ। ਜੇ ਕਿਤੇ ਜਾਂਦਾ ਹਾਂ ਅਗਲਾ ਨਸ਼ਾ-ਪੱਤਾ ਵੇਖ ਕੇ ਦੂਜੇ-ਤੀਜੇ ਦਿਨ ਮੈਨੂੰ ਰਾਹ ਦਿਖਾ ਦਿੰਦਾ ਹੈ। ਕਿਸ ਲਈ ਜੀਅ ਰਿਹਾ ਹਾਂ ਮੈਂ? ਨਾ ਘਰ, ਨਾ ਪਰਿਵਾਰ, ਰੋਹੀ 'ਚ ਖੜ੍ਹਾ ਇਕੱਲਾ ਰੁੱਖ। ਮੈਂ ਕਦੋਂ ਤੱਕ ਇਸ ਜ਼ਿੰਦਗੀ ਨਾਲ ਨਾ ਜਿੱਤਿਆ ਜਾਣ ਵਾਲਾ ਘੋਲ ਕਰਦਾ ਰਹਾਂਗਾ। ਜਦੋਂ ਜ਼ਿੰਦਗੀ ਦੀ ਕੋਈ ਅਹਿਮੀਅਤ ਹੀ ਨਹੀਂ ਰਹੀ ਤਾਂ ਅਜਿਹੀ ਕਚਿਆਣ ਭਰੀ ਜ਼ਿੰਦਗੀ ਨਾਲੋਂ ਤਾਂ......!

ਮੇਰੇ ਅੰਦਰੋਂ ਪਹਾੜ ਜਿੱਡਾ ਹਾਉਕਾ ਉੱਠਿਆ ਹੈ। ਅੱਖਾਂ ਭਰ ਆਈਆਂ ਹਨ। ਮੈਂ ਕੋਈ ਫੈਸਲਾ ਕੀਤਾ ਹੈ। ਅਜੀਬ ਜਿਹਾ ਫੈਸਲਾ। ਕੁੜਤੇ ਦੀ ਜੇਬ 'ਚੋਂ ਨਸ਼ੇ ਦੀਆਂ ਗੋਲੀਆਂ ਦੇ ਸਾਰੇ ਪੱਤੇ ਕੱਢ ਲਏ ਹਨ। ਇੱਕ-ਇੱਕ ਕਰ ਕੇ ਸਾਰੀਆਂ ਗੋਲੀਆਂ ਕੱਢ ਲਈਆਂ। ਇਨ੍ਹਾਂ ਗੋਲੀਆਂ 'ਚੋਂ ਇੱਕ ਗੋਲੀ ਕੱਢ ਕੇ ਅਲੱਗ ਰੱਖ ਲਈ ਹੈ। ਕੁੜਤੇ ਦੀ ਜੇਬ ਵਿੱਚੋਂ ਇੱਕ ਦਾ ਸਿੱਕਾ ਕੱਢਿਆ ਹੈ। ਇੱਕ ਪਾਸੇ ਮੌਤ ਕਿਆਸ ਲਈ ਹੈ, ਦੂਜੇ ਪਾਸੇ ਜ਼ਿੰਦਗੀ। ਸਿੱਕਾ ਹਵਾ ਵਿੱਚ ਉਛਾਲਿਆ ਹੈ। ਉਹ ਗੇੜੇ ਖਾਂਦਾ ਹੇਠਾਂ ਆ ਰਿਹਾ ਹੈ। ਥੱਲੇ ਆਉਂਦਾ ਸਿੱਕਾ ਮੈਂ ਦੋਵੇਂ ਹਥੇਲੀਆਂ ਵਿੱਚ ਫੜ ਲਿਆ ਹੈ। ਉੱਪਰਲਾ ਹੱਥ ਚੁੱਕ ਕੇ ਵੇਖਦਾ ਹਾਂ, ਮੌਤ ਮੇਰੇ ਵੱਲ ਹੱਸ ਰਹੀ ਹੈ। ਮੈਨੂੰ ਮਾਸ਼ੂਕ ਵਾਂਗ ਆਪਣੇ ਕੋਲ ਆਉਣ ਦੀਆਂ ਸੈਨਤਾਂ ਮਾਰ ਰਹੀ ਹੈ। ਮੈਂ ਇੱਕ ਪਾਸੇ ਪਈਆਂ ਸਾਰੀਆਂ ਗੋਲੀਆਂ ਦਾ ਫੱਕਾ ਮਾਰ ਜਾਂਦਾ ਹਾਂ।

ਦੱਖਣ ਦੀ ਗੁੱਠੇ ਬਿਜਲੀ ਕੜਕੀ ਹੈ, ਚਾਨਣ ਦੀ ਝਲਕ ਜਿਹੀ ਦੇ ਕੇ ਅਲੋਪ ਹੋ ਗਈ ਹੈ। ਅਸਮਾਨ ਹੋਰ ਗੂੜ੍ਹਾ, ਕਾਲ਼ਾ ਹੋ ਗਿਆ ਲਗਦਾ ਹੈ। ਟਰੈਕਟਰ ਦੀ 'ਡਰ.. .ਰ..ਰ..,ਡਰ.. .ਰ..ਰ' ਮੇਰੇ ਕੰਨਾਂ ਤੋਂ ਦੂਰ ਹੁੰਦੀ ਜਾਂਦੀ ਹੈ। ਬਿਜਲੀ ਦੀ ਦੁਬਾਰਾ ਗਰਜ ਨਾਲ ਮੋਟੀ-ਮੋਟੀ ਕਣੀ ਦਾ ਮੀਂਹ ਉੱਤਰ ਆਇਆ ਹੈ। ਜ਼ੋਰ ਦੇ ਮੀਂਹ ਵਿੱਚ ਮੈਨੂੰ ਜ਼ੋਰ ਦੀ ਲੰ.......ਬੀ ...... ਗੂੜ੍ਹੀ ਨੀਂਦ ਆਉਣ ਲੱਗ ਪਈ ਹੈ।

ਰਾਤ ਕਦੋਂ ਬੀਤੇਗੀ

1.

ਜਦੋਂ ਉਹ ਪੁਰਾਣੇ ਗੱਡੇ ਵਾਂਗ ਢਿਚਕੂੰ ਢਿਚਕੂੰ ਜਿਹਾ ਕਰਦਾ ਜੇਲ੍ਹ ਦਾ ਬਾਹਰਲਾ ਗੇਟ ਟੱਪਿਆ ਤਾਂ ਬਾਕੀ ਰਹਿੰਦੀ ਜ਼ਿੰਦਗੀ ਬਾਰੇ ਸੋਚਦਿਆਂ ਉਸ ਦਾ ਮੱਲੋ-ਮੱਲੀ ਰੋਣ ਨਿਕਲ ਗਿਆ। ਜੀਅ ਕੀਤਾ ਉਹ ਦੁਬਾਰਾ ਜੇਲ੍ਹ ਵਿੱਚ ਜਾ ਵੜੇ। ਜਿੱਥੇ ਐਨੇ ਸਾਲ ਗੁਜ਼ਾਰ ਦਿੱਤੇ, ਰਹਿੰਦੇ ਪੰਜ-ਸੱਤ ਸਾਲ ਵੀ ਇੱਥੇ ਹੀ ਗੁਜ਼ਾਰ ਦੇਵੇ। ਇਸ ਜੇਲ੍ਹ 'ਚੋਂ ਨਿਕਲ ਕੇ ਉਹ ਕਿਸ ਘਰ ਸਿਰ ਲੁਕਾਏਗਾ? ਉਸ ਦਾ ਘਰ ਤਾਂ ਸਮੇਂ ਦੀ ਮਾਰ ਨੇ ਕਦੋਂ ਦਾ ਖੇਰੂੰ ਖੇਰੂੰ ਕਰ ਦਿੱਤਾ ਹੋਵੇਗਾ। ਹੋ ਸਕਦਾ ਹੈ ਕਿਸੇ ਧਨਾਢ ਨੇ ਹਿੱਕ ਦੇ ਜ਼ੋਰ ਨਾਲ ਦੱਬ ਹੀ ਲਿਆ ਹੋਵੇ। ਉਸਦਾ ਤਾਂ ਦੁੱਖ-ਸੁੱਖ ਸੁਣਨ ਵਾਲਾ ਆਪਣਾ ਪਰਿਵਾਰ ਵੀ ਨਹੀਂ ਹੈ। ਹੁਣ ਤਾਂ ਉਹ ਇਕੱਲਾ ਹੈ, ਰੋਹੀ 'ਚ ਖੜ੍ਹੇ ਇਕੱਲੇ ਜੰਡ ਵਾਂਗ, ਜਿਸ ਤੋਂ ਲੋਕ ਵੀ ਭੈਅ ਮੰਨ ਕੇ ਪਾਸਾ ਵੱਟ ਕੇ ਲੰਘਦੇ ਹਨ। ਫਿਰ ਹੁਣ ਉਹ ਕਿਸ ਮੋਹ ਦਾ ਮਾਰਿਆ ਜੇਲ੍ਹੋਂ ਨਿਕਲ ਕੇ ਪਿੰਡ ਨੂੰ ਤੁਰ ਪਿਆ ਹੈ? ਪਿੰਡ ਜਾ ਕੇ ਪੌਂ ਵਾਲੇ ਕੁੱਤੇ ਵਾਂਗ ਥਾਂ ਥਾਂ ਖੱਲਾਂ ਖੂੰਜਿਆਂ 'ਚ ਲੁਕਣ ਨਾਲੋਂ ਤਾਂ ਉਹ ਜੇਲ੍ਹ 'ਚ ਬੈਠਾ ਹੀ ਚੰਗਾ ਸੀ, ਪਰ ਜੇਲ੍ਹ ਵਾਲੇ ਵੀ ਹੁਣ ਉਸ ਨੂੰ ਕਿਉਂ ਰੱਖਣਗੇ? ਸਜ਼ਾ ਤਾਂ ਪੂਰੀ ਹੋ ਚੁੱਕੀ ਹੈ। ਜੇਲ੍ਹ 'ਚ ਹੋਰ ਸਮਾਂ ਗੁਜ਼ਾਰਨ ਲਈ ਕੋਈ ਨੇਕ ਕੰਮ ਹੋਰ ਕਰਨਾ ਪਵੇਗਾ। ....ਹਾਂ! ਉਸ ਨੇ ਨੇਕ ਕੰਮ ਹੀ ਤਾਂ ਕੀਤਾ ਸੀ ਜਿਸਦੀ ਉਸ ਨੂੰ ਵੀਹ-ਸਾਲੀ ਭੁਗਤਣੀ ਪੈ ਗਈ।

ਟੁੱਟਦੇ ਸੁਪਨੇ

ਉਹ ਮਜ਼ਦੂਰ ਦੇ ਘਰ ਜਨਮਿਆ ਜਮਾਂਦਰੂ ਮਜ਼ਦੂਰ ਸੀ। ਚਾਹੇ ਉਸ ਦੇ ਬਾਪੂ ਨੇ ਮਨ 'ਚ ਕਈ ਭੁਲੇਖੇ ਪਾਲ ਕੇ ਸਕੂਲ ਭੇਜਿਆ ਸੀ ਕਿ ਸ਼ਾਇਦ ਮੇਰਾ ਮੁੰਡਾ ਪੜ੍ਹ-ਲਿਖ ਕੇ ਕੋਈ ਛੋਟਾ-ਮੋਟਾ ਨੌਕਰ ਹੀ ਬਣ ਜਾਵੇਗਾ। ਘਰ ਦੀ ਖੁਸ਼ਕੀ ਚੁੱਕੀ ਜਾਵੇਗੀ। ਪਰਿਵਾਰ ਨੂੰ ਚੱਜ ਨਾਲ ਰੋਟੀ ਜੁੜਦੀ ਹੋ ਜਾਵੇਗੀ ਪਰ ਪਹਿਲੇ ਦਿਨ ਹੀ ਗੰਜੇ ਮਾਸਟਰ ਨੇ "ਤੂੰ ਤਾਂ ਜਮਾਂਦਰੂ ਸੀਰੀ ਲੱਗਦੈਂ ਓਏ!" ਕਹਿ ਕੇ ਉਸ ਦੇ ਮਜ਼ਦੂਰ ਹੋਣ ਦੀ ਪੱਕੀ ਮੋਹਰ ਹੀ ਲਾ ਦਿੱਤੀ ਸੀ। ਉਸਦਾ ਸਕੂਲ ਆਉਣ ਦਾ ਚਾਅ ਮਾਸਟਰ ਦੇ ਵਾਕ ਸੁਣ ਕੇ, ਪਰਾਲੀ ਦੀ ਅੱਗ ਵਾਂਗ ਪਹਿਲੇ ਦਿਨ ਹੀ ਠੰਡਾ ਹੋ ਗਿਆ ਸੀ। ਉਸ ਦਾ ਜੀਅ ਤਾਂ ਕੀਤਾ ਸੀ ਕਿ ਉਹ ਮਾਸਟਰ ਦੇ ਮਤੀਰੇ ਵਰਗੇ ਸਿਰ ਵਿੱਚ ਦੰਦੀ ਵੱਢ ਲਵੇ ਪਰ ਮਾਸਟਰ ਦੀਆਂ ਬੇਰਾਂ ਵਰਗੀਆਂ ਗੋਲ ਅੱਖਾਂ ਦੀ ਘੂਰੀ ਤੋਂ ਉਹ ਤ੍ਰਹਿ ਗਿਆ ਸੀ। ਅਗਲੇ ਦਿਨ ਬਾਪੂ

ਦੇ ਲੱਖ ਯਤਨ ਕਰਨ 'ਤੇ ਵੀ ਉਹ ਸਕੂਲ ਨਹੀਂ ਸੀ ਆਇਆ। ਬਾਪੂ ਦੇ ਸੁਪਨਿਆਂ ਦੇ ਰੁੱਖ ਨੂੰ ਉੱਗਣ ਤੋਂ ਪਹਿਲਾਂ ਹੀ ਗੰਜੇ ਮਾਸਟਰ ਦੇ ਪੱਥਰ ਵਰਗੇ ਬੋਲਾਂ ਨੇ ਮਿੱਧ ਦਿੱਤਾ ਸੀ। ਹਰਖਿਆ ਬਾਪੂ ਉਸ ਦਿਨ ਹੀ ਆਪਣੇ ਸੁਪਨਿਆਂ ਨੂੰ ਲਾਂਬੂ ਲਾ, ਉਸ ਨੂੰ ਕਿਸੇ ਦੀਆਂ ਮੱਝਾਂ ਪਿੱਛੇ ਲਾ ਆਇਆ ਸੀ।

2.

"ਵੇ ਹੋਟ ਭਾਈ ਦੇਖ ਕੇ ਤੁਰ!" ਉਸਦੀ ਆਪਣੀ ਜ਼ਿੰਦਗੀ ਵਾਂਗ ਉੱਖੜੇ ਪੈਰ ਪਤਾ ਨਹੀਂ ਕਿੱਧਰ ਹਲੂਣਾ ਦੇ ਗਏ ਸਨ ਤੇ ਉਹ ਅੱਡੇ ਵੜਦਿਆਂ ਕਿਸੇ ਬੁੱਢੀ ਵਿੱਚ ਵੱਜਦਾ ਮਸਾਂ ਬਚਿਆ ਸੀ। ਅੱਡੇ ਆ ਕੇ ਉਸ ਨੂੰ ਪਿਸ਼ਾਬ ਦੀ ਹਾਜਤ ਹੋਈ ਤਾਂ ਉਹ ਮਰਦਾਨਾ ਟਾਇਲਟ ਵਿੱਚ ਜਾ ਵੜਿਆ। ਜਦ ਉਹ ਪਿਸ਼ਾਬ ਕਰ ਕੇ ਬਾਹਰ ਟੂਟੀ 'ਤੇ ਹੱਥ ਧੋਣ ਲੱਗਿਆ ਤਾਂ ਉਸਦੀ ਨਜ਼ਰ ਸਾਹਮਣੇ ਲੱਗੇ ਸ਼ੀਸ਼ੇ ਵਿੱਚ ਪੈ ਗਈ। ਸਾਰੀ ਦਾੜ੍ਹੀ ਬਗਲੇ ਵਾਂਗ ਚਿੱਟੀ ਹੋ ਗਈ ਸੀ। ਚਿਹਰੇ 'ਤੇ ਬੁਢਾਪੇ ਦੀਆਂ ਝੁਰੜੀਆਂ ਡੂੰਘੀਆਂ ਹੋ ਕੇ ਪੱਕ ਗਈਆਂ ਸਨ। ਗੱਲ੍ਹਾਂ ਹਵਾ ਨਿੱਕਲੇ ਟਾਇਰਾਂ ਵਾਂਗ ਪਿਚਕ ਗਈਆਂ ਸਨ। ਅੱਖਾਂ ਦੀਆਂ ਪੁਤਲੀਆਂ ਦਾ ਮਾਸ ਢਲ ਕੇ ਭਲਿੱਫਨਾਂ ਤੱਕ ਆ ਗਿਆ ਸੀ। ਹੁਣ ਤਾਂ ਉਸ ਦੀ ਸ਼ਕਲ ਸੋਕੇ ਮਾਰੇ ਦਰੱਖਤ ਵਰਗੀ ਹੋ ਗਈ ਹੈ ਜਿਸ ਤੋਂ ਸਾਰੀ ਹਰਿਆਵਲ ਝੜ ਗਈ ਹੋਵੇ। ਉਸ ਨੂੰ ਯਾਦ ਹੈ ਜਦ ਉਹ ਜੇਲ੍ਹ ਗਿਆ ਸੀ ਪੂਰੇ ਪੰਜਾਹ ਸਾਲਾਂ ਦਾ ਸੀ। ਪੰਜਾਹਾਂ ਦਾ ਹੋਣ ਤੇ ਵੀ ਉਸ ਦਾ ਸਰੀਰ ਵੀਹ ਪੱਚੀ ਸਾਲਾਂ ਦੇ ਨੌਜਵਾਨ ਵਾਂਗ ਗੱਠਿਆ ਹੋਇਆ ਸੀ ਪਰ ਹੁਣ....!

ਹੁਣ ਤਾਂ ਉਸਦੀਆਂ ਦੋਵੇਂ ਕੁੜੀਆਂ ਵੀ ਬੁਢਾਪੇ ਵੱਲ ਸਰਕ ਗਈਆਂ ਹੋਣਗੀਆਂ। ਇੱਕ ਤਾਂ ਉਸ ਦੇ ਜੇਲ੍ਹ ਜਾਣ ਤੋਂ ਪਹਿਲਾਂ ਹੀ ਵਿਆਹ ਦਿੱਤੀ ਸੀ, ਦੂਸਰੀ ਅਜੇ ਮੰਗੀ ਹੋਈ ਸੀ। ਹੁਣ ਤਾਂ ਉਹ ਵੀ....!

ਉਹ ਸੁਨਾਮ ਵਾਲੀ ਬੱਸ ਪੁੱਛ ਕੇ ਸ਼ੀਸ਼ੇ ਕੋਲ ਆ ਬੈਠਿਆ। ਸਿਰ ਤੋਂ ਮੈਲ਼ਾ ਪਰਨਾ ਲਾਹ ਕੇ ਮੂੰਹ ਪੂੰਝਿਆ, ਮੁੜ੍ਹਕੇ ਨਾਲ ਭਿੱਜੇ ਪਿੰਡੇ ਨੂੰ ਝੱਲ ਮਾਰੀ ਤੇ ਫਿਰ ਸਿਰ 'ਤੇ ਬਿਨਾਂ ਤਰਤੀਬਾ ਜਿਹਾ ਲਵੇਟ ਲਿਆ। ਉਸਦੀ ਪਿਛਲੀ ਹੋਈ ਬੀਤੀ ਨੇ ਫਿਰ ਉਸਦੇ ਦਿਮਾਗ਼ ਦਾ ਦਰਵਾਜਾ ਆ ਖੜਕਾਇਆ।

ਜ਼ਿੰਦਗੀ ਨਾਲ ਜੱਦੋ-ਜਹਿਦ

ਜਦੋਂ ਉਸ ਵਿੱਚੋਂ ਜਵਾਨੀ ਦਾ ਜੋਸ਼ ਘਟਣ ਲੱਗਿਆ ਤਾਂ ਜੱਟਾਂ ਨੇ ਮੌਲੇ ਬਲਦ ਵਾਂਗ ਉਸਦੇ ਗਲੋਂ ਪੰਜਾਲੀ ਲਾਹ ਦਿੱਤੀ ਸੀ। ਹੁਣ ਉਹ ਪਾਲ਼ੀ, ਨੌਕਰ, ਸੀਰੀ ਤੱਕ ਦਾ ਸਫ਼ਰ ਕਰਦਾ ਫਿਰ ਥੱਲੇ, ਦਿਹਾੜੀ ਤੱਕ ਸਰਕ ਆਇਆ ਸੀ। ਪਿੰਡ ਵਿੱਚ ਉਸਦੀ ਦਿਹਾੜੀ ਘੱਟ ਹੀ ਲੱਗਦੀ। ਲੋਕ ਮੁੰਡਿਆਂ-ਖੁੰਡਿਆਂ ਨੂੰ ਪਹਿਲ ਦਿੰਦੇ। ਉਸਦੀ ਵਾਰੀ ਤਾਂ ਕੰਮ ਦੇ ਪੂਰੇ ਜ਼ੋਰ ਵਿੱਚ ਹੀ ਆਉਂਦੀ। ਇਸ ਤਰ੍ਹਾਂ ਕਦੇ ਕਦੇ ਦਿਹਾੜੀ ਲੱਗਣ ਕਰਕੇ ਘਰ ਦੇ ਜੀਅ ਕੁੱਤਿਆਂ ਨਾਲ ਲੱਕਦੇ ਫਿਰਦੇ ਰਹਿੰਦੇ। ਖਾਣ ਨੂੰ ਪੂਰੀ ਰੋਟੀ ਨਾ ਜੁੜਦੀ।

ਫਿਰ ਪਿੰਡ ਦੇ ਹੀ ਕਿਸੇ ਬੰਦੇ ਨੇ ਰਹਿਮ ਖਾ ਕੇ ਉਸ ਨੂੰ ਸ਼ਹਿਰ ਸ਼ੈਲਰ ਵਿੱਚ ਪੰਦਰਾਂ ਸੌ ਰੁਪਏ ਮਹੀਨੇ 'ਤੇ ਰਾਤ ਦੀ ਚੌਂਕੀਦਾਰੀ 'ਤੇ ਲਗਵਾ ਦਿੱਤਾ ਸੀ। ਉਸ ਨੇ ਕਬੀਲਦਾਰੀ ਫਿਰ ਘੜੀਸ ਲਈ ਸੀ। ਉਹ ਸ਼ਾਮ ਨੂੰ ਚਾਰ ਕੁ ਵਜੇ ਆਪਣੇ ਵਰਗੇ ਹੀ ਪੁਰਾਣੇ ਸਾਇਕਲ ਦੇ ਹੈਂਡਲ ਨਾਲ ਰੋਟੀਆਂ ਬੰਨ੍ਹ ਕੇ ਤੁਰ ਪੈਂਦਾ ਤੇ ਸਵੇਰੇ ਪੰਜ ਕੁ ਵਜੇ ਬੀਹੀਆਂ ਵਿੱਚੋਂ ਦੀ ਟੁੱਟੇ ਸਾਇਕਲ ਨਾਲ ਖੜ੍ਹ ਖੜ੍ਹ ਕਰਦਾ ਘਰ ਆ ਵੜਦਾ।

3.

"ਹਾਂ ਬਈ ਟਿਕਟ?"

ਉਹ ਕੰਡਕਟਰ ਦੀ ਅਵਾਜ਼ ਨਾਲ ਉੱਭੜਵਾਹਿਆਂ ਵਾਂਗ ਉੱਠਿਆ, "ਹੈਂ! ਹਾਂ, ਹਾਂ! ਸੁਨਾਮ! ਸੁਨਾਮ ਦੀ ਦੇ ਦੇ ਇੱਕ।" ਉਸਨੂੰ ਯਾਦਾਂ ਦੇ ਸਮੁੰਦਰ 'ਚ ਗੋਤੇ ਖਾਂਦੇ ਨੂੰ ਪਤਾ ਹੀ ਨਹੀਂ ਲੱਗਿਆ ਸੀ ਕਿ ਕਦੋਂ ਬੱਸ, ਬੱਸ ਸਟੈਂਡ ਵਿੱਚੋਂ ਤੁਰੀ ਤੇ ਕਦੋਂ ਸ਼ਹਿਰ ਦੀਆਂ ਭੀੜ-ਭੜੱਕੇ ਵਾਲੀਆਂ ਸੜਕਾਂ ਲਤਾੜਦੀ ਬਾਹਰਲੇ ਚੌਂਕ 'ਤੇ ਆ ਗਈ ਸੀ। ਉਸਨੇ ਆਪਣੇ ਗੀਝੇ ਵਿੱਚੋਂ ਮੁੜ੍ਹਕੇ ਨਾਲ ਭਿੱਜੇ ਰੁਪਏ ਕੱਢ ਕੇ ਕੰਡਕਟਰ ਵੱਲ ਕਰ ਦਿੱਤੇ। ਕੰਡਕਟਰ ਨੇ ਨੱਕ ਜਿਹਾ ਮਾਰ ਕੇ ਰੁਪਏ ਫੜ ਕੇ ਝੋਲੇ ਵਿੱਚ ਤੁੰਨ ਲਏ ਤੇ ਉਸਨੂੰ ਸੁਨਾਮ ਦੀ ਟਿਕਟ ਦੇ ਦਿੱਤੀ। ਉਹ ਟਿਕਟ ਲੈਣ ਦੇ ਭਾਰ ਤੋਂ ਹੌਲਾ ਜਿਹਾ ਹੋ ਕੇ ਸ਼ੀਸ਼ੇ ਦੇ ਨੇੜੇ ਹੋ ਕੇ ਬੈਠ ਗਿਆ। ਬਾਹਰੋਂ ਆਉਂਦੀ ਹਵਾ ਮੁੜ੍ਹਕੇ ਨਾਲ ਭਿੱਜੇ ਕੁੜਤੇ ਵਿੱਚੋਂ ਲੰਘਦੀ ਉਸਦੇ ਸਰੀਰ ਨੂੰ ਸਕੂਨ ਦੇ ਰਹੀ ਸੀ। ਜੇਲ੍ਹ ਵਿੱਚੋਂ ਨਿਕਲ ਕੇ ਅੱਜ ਪਹਿਲੀ ਵਾਰ ਉਸਨੇ ਖੁੱਲ੍ਹੀ ਹਵਾ ਦਾ ਆਨੰਦ ਮਾਣਿਆ ਸੀ। ਉਸਨੇ ਸ਼ੀਸ਼ੇ ਵਿੱਚੋਂ ਬਾਹਰ ਤੱਕਿਆ। ਸਾਰੀ ਝੋਨੇ ਦੀ ਫ਼ਸਲ ਨੇ ਬੂਝਾ ਮਾਰ ਲਿਆ ਸੀ। ਸੁੰਨੇ ਅਸਮਾਨ ਵਿੱਚ ਕੋਈ ਟਾਵਾਂ ਟਾਵਾਂ ਪੰਛੀ ਉੱਡਿਆ ਫਿਰਦਾ ਨਜ਼ਰੀਂ ਪੈਂਦਾ ਸੀ। ਉਸਨੂੰ ਲੱਗਿਆ ਜਿਵੇਂ ਉਹ ਵੀ ਇਨ੍ਹਾਂ ਪੰਛੀਆਂ ਵਾਂਗ ਸੁੰਨੀ ਜਿਹੀ ਦੁਨੀਆਂ ਵਿੱਚ ਭਟਕਦਾ ਫਿਰਦਾ ਹੈ। ਵਰੋਲੇ 'ਚ ਫਸੇ ਲਫ਼ਾਫ਼ੇ ਵਾਂਗ ਸਮੇਂ ਦੀ ਹਵਾ ਪਤਾ ਨਹੀਂ ਉਸਨੂੰ ਅਜੇ ਕਿੱਧਰ ਕਿੱਧਰ ਘੁੰਮੇਰੀਆਂ ਖਵਾਏਗੀ। ਉਹ ਸਿਰ ਝਟਕਦਾ ਹੈ। ਕਿਤੇ ਕਿਤੇ ਕੋਈ ਕਿਸਾਨ ਰੇਹ ਸੁੱਟਦਾ ਤੇ ਕਿਤੇ ਕੋਈ ਕੱਖ ਕੱਢਦਾ ਫਿਰ ਰਿਹਾ ਹੈ। 'ਓਦੋਂ ਵੀ ਸ਼ਾਇਦ ਇਹੀ ਰੁੱਤ ਸੀ।' ਉਹ ਸੋਚਦਾ ਹੈ ਫਿਰ ਆਪਣਾ ਅੰਦਾਜ਼ਾ ਆਪ ਹੀ ਬਦਲ ਦਿੰਦਾ ਹੈ। " ਓਹ ਸੱਚ! ਇਹ ਕਦੋਂ, ਓਦੋਂ ਤਾਂ ਸਿਆਲ ਸੀ। ਚੜ੍ਹਦਾ ਸਿਆਲ। ਮੇਰੇ ਲੋਈ ਦੀ ਬੁੱਕਲ ਮਾਰੀ ਹੋਈ ਸੀ।" ਉਹ ਫਿਰ ਆਪਣੀ ਉਸ ਦਿਨ ਦੀ ਝਾਕੀ ਵਿੱਚ ਗੁਆਚ ਜਾਂਦਾ ਹੈ।

ਹਨੇਰੇ ਦੀ ਚਾਦਰ ਓਹਲੇ

ਉਸ ਦਿਨ ਉਹ ਸ਼ੈਲਰ ਵਿੱਚ ਰਾਤ ਦੀ ਚੌਂਕੀਦਾਰੀ ਕਰਕੇ ਸਵੇਰੇ ਚਾਰ ਕੁ ਵਜੇ ਪਿੰਡ ਨੂੰ ਤੁਰ ਪਿਆ ਸੀ। ਚਾਹੇ ਸਿਆਲ ਪੂਰੇ ਜੋਬਨ 'ਤੇ ਨਹੀਂ ਸੀ ਫਿਰ ਵੀ ਸਵੇਰ ਦਾ ਸਮਾਂ ਹੋਣ ਕਰਕੇ ਠੰਡ ਕੱਪੜਿਆਂ ਵਿੱਚੋਂ ਪਾਰ ਹੁੰਦੀ ਅੰਗ ਅੰਗ ਸੁੰਨ ਕਰ ਰਹੀ ਸੀ। ਅਜੇ ਉਹ ਆਪਣੀ ਅੱਧੋ-ਰਾਣੀ ਲੋਈ ਨੂੰ ਵਾਰ ਵਾਰ ਠੀਕ ਕਰਦਾ ਸਟੇਸ਼ਨ ਲੰਘ ਕੇ ਸ਼ਹਿਰ

ਦੇ ਵਿੱਚੋਂ ਵਿੱਚ ਉਸਦੇ ਪਿੰਡ ਨੂੰ ਜਾਂਦੀ ਸੜਕ ਪਿਆ ਹੀ ਸੀ ਕਿ ਉਸਦੇ ਸਾਇਕਲ ਦਾ ਟਾਇਰ ਕਾਲੇ ਬੈਗ ਨਾਲ ਟਕਰਾ ਗਿਆ। ਚਾਰ ਵਾਲਾ ਡੱਬਾ ਅਜੇ ਹੁਣੇ ਲੰਘ ਕੇ ਗਿਆ ਸੀ। ਉਸਨੇ ਸੋਚਿਆ ਕੋਈ ਗੱਡੀਓਂ ਉੱਤਰਿਆ ਬੈਗ ਰੱਖ ਕੇ ਪਿਸ਼ਾਬ ਕਰਨ ਲਈ ਇੱਧਰ-ਉੱਧਰ ਹੋ ਗਿਆ ਹੋਵੇਗਾ। ਉਸਨੇ ਹਨੇਰੇ ਵਿੱਚ ਇੱਧਰ-ਉੱਧਰ ਪੜਤਾਲੀਆ ਨਜ਼ਰਾਂ ਫੇਰੀਆਂ ਪਰ ਕਿਤੇ ਕੋਈ ਨਜ਼ਰ ਨਾ ਆਇਆ। ਜਦ ਉਸ ਨੇ ਚੁਗਲੀਆਂ ਸੁਣਨ ਵਾਂਗ ਆਪਣੇ ਕੰਨਾਂ ਦੀ ਸ਼ਿਸਤ ਬੰਨ੍ਹ ਲਈ ਤਾਂ ਅਚਾਨਕ ਕਈ ਬੰਦਿਆਂ ਦੇ ਬੋਲਣ ਤੇ ਇੱਕ ਔਰਤ ਦੇ ਰੋਣ ਦੀ ਮੱਧਮ ਜਿਹੀ ਅਵਾਜ਼ ਉਸਦੇ ਕੰਨੀਂ ਪੈ ਗਈ। ਉਸਨੇ ਅੰਦਾਜ਼ਾ ਲਾਇਆ, ਅਵਾਜ਼ ਪੁਰਾਣੇ ਡਾਕਖ਼ਾਨੇ ਵੱਲੋਂ ਆ ਰਹੀ ਸੀ। ਪਹਿਲਾਂ ਤਾਂ ਉਹ ਇਹ ਅਵਾਜ਼ਾਂ ਸੁਣ ਕੇ ਠਠੰਬਰ ਗਿਆ ਫਿਰ ਦਿਲ ਕਰੜਾ ਜਿਹਾ ਕਰ ਕੇ ਆਪਣੇ ਸਾਇਕਲ ਸਮੇਤ ਉੱਧਰ ਨੂੰ ਹੀ ਤੁਰ ਪਿਆ।

ਡਾਕਖ਼ਾਨੇ ਦੀ ਕੰਧ ਉੱਪਰੋਂ ਦੀ ਜਦ ਉਸਨੇ ਅੰਦਰ ਝਾਤੀ ਮਾਰੀ ਤਾਂ ਉਹ ਡਰ, ਹੈਰਾਨੀ ਅਤੇ ਗੁੱਸੇ ਨਾਲ ਅੰਦਰ ਤੱਕ ਕੰਬ ਗਿਆ। ਡਾਕਖ਼ਾਨੇ ਦੇ ਵਿਹੜੇ ਵਿੱਚ ਅਲਫ਼ ਨੰਗੀ ਕੁੜੀ ਨੂੰ ਤਿੰਨ ਬਘਿਆੜਾਂ ਵਰਗੇ ਮੁੰਡੇ ਚਿੰਬੜ ਰਹੇ ਸਨ। ਕੁੜੀ ਬਾਜ਼ ਦੇ ਪੰਜਿਆਂ ’ਚ ਆਈ ਚਿੜੀ ਵਾਂਗ ਛਟਪਟਾ ਰਹੀ ਸੀ। ਉਸਨੂੰ ਉਹ ਕੁੜੀ ਆਪਣੀ ਹੀ ਧੀ ਵਰਗੀ ਲੱਗੀ। ਇਹ ਦ੍ਰਿਸ਼ ਵੇਖ ਕੇ ਉਸਦੀਆਂ ਅੱਖਾਂ ਵਿੱਚੋਂ ਸੇਕ ਮਾਰਨ ਲੱਗ ਪਿਆ। ਕ੍ਰੋਧ ਦੀ ਲਾਟ ਸਾਰੇ ਸਰੀਰ ਨੂੰ ਕਰੰਟ ਵਾਂਗ ਸਾੜਦੀ ਨਿੱਕਲ ਗਈ। ਉਹ ਜਲਦੀ ਨਾਲ ਸਾਇਕਲ ਸੁੱਟ ਕੇ ਡਾਕਖ਼ਾਨੇ ਦੀ ਕੰਧ ਟੱਪ ਗਿਆ। ਸ਼ਰਾਬ ਨਾਲ ਧੁੱਤ ਹੋਏ ਤਿੰਨਾਂ ਮੁੰਡਿਆਂ ਨੂੰ ਚਿੱਚੜਾਂ ਵਾਂਗ ਤੋੜ ਤੋੜ ਪਰ੍ਹਾਂ ਸੁੱਟਦਾ ਉਹ ਜ਼ੋਰ ਜ਼ੋਰ ਦੀ ਰੌਲ਼ਾ ਪਾਉਣ ਲੱਗ ਪਿਆ ਤਾਂ ਕਿ ਕੋਈ ਅਵਾਜ਼ ਸੁਣ ਕੇ ਉਸਦੀ ਮਦਦ ਲਈ ਆ ਸਕੇ। ਤਿੰਨੇ ਮੁੰਡੇ ਡਰਦੇ ਭੱਜ ਲਏ। ਅਜੇ ਉਹ ਕੁਝ ਕਦਮ ਹੀ ਭੱਜੇ ਸੀ, ਅਚਾਨਕ ਤਿੰਨੇ ਰੁਕ ਗਏ। ਉਨ੍ਹਾਂ ਵਿੱਚੋਂ ਇੱਕ ਕਾਹਲੀ ਕਾਹਲੀ ਕਹਿ ਰਿਹਾ ਸੀ, “ਸਾਲੀ ਆਪਣੇ ਵਿਰੁੱਧ ਗਵਾਹੀ ਦੇ ਕੇ ਤਿੰਨਾਂ ਨੂੰ ਫਸਾਊਗੀ, ਪਰ੍ਹਾਂ ਫਸਤਾ ਵੱਢ। ਏਸੇ ਦੇ ਗਲ਼ ਈ ਪਾ ਦੇਵਾਂਗੇ ਵੱਡੇ ਹਮਦਰਦੀ ਦੇ।” ਫਿਰ ਉਹ ਤਿੰਨੇ ਉਨ੍ਹਾਂ ਵੱਲ ਨੂੰ ਪੁੱਠੇ ਭੱਜ ਲਏ। ਅੱਗੇ ਆ ਰਹੇ ਮੁੰਡੇ ਦੇ ਹੱਥ ਵਿੱਚ ਕਿਰਚ ਲਿਸ਼ਕ ਰਹੀ ਸੀ। ਆਪਣੇ ਵੱਲ ਮੁੰਡਿਆਂ ਨੂੰ ਇਸ ਤਰ੍ਹਾਂ ਭੱਜੇ ਆਉਂਦਿਆਂ ਵੇਖ ਕੇ ਉਸਦੇ ਅੰਦਰ ਡਰ ਦਾ ਭੂਚਾਲ ਜਿਹਾ ਆ ਗਿਆ। ਅਜੇ ਉਹ ਇਸ ਸਥਿਤੀ ਦਾ ਟਾਕਰਾ ਕਰਨ ਲਈ ਕੁਝ ਸੋਚ ਹੀ ਰਿਹਾ ਸੀ ਕਿ ਮੂਹਰੇ ਆਉਂਦਾ ਮੁੰਡਾ ਅੰਨ੍ਹੇਵਾਹ ਕੁੜੀ ’ਤੇ ਵਾਰ ਕਰਨ ਲੱਗ ਪਿਆ। ਗੁੱਸੇ ਦਾ ਗੁਬਾਰ ਜੇਠੂ ਦੇ ਸਿਰ ਨੂੰ ਚੜ੍ਹ ਗਿਆ। ਪਤਾ ਨਹੀਂ ਉਸ ਵਿੱਚ ਐਨੀ ਤਾਕਤ ਕਿੱਥੋਂ ਆਈ। ਜੇਠੂ ਨੇ ਉਸਨੂੰ ਧੌਣੋਂ ਫੜ ਕੇ ਬੋਰੀ ਵਾਂਗ ਪਰ੍ਹਾਂ ਪਟਕਾ ਮਾਰਿਆ ਤੇ ਉਸਦੇ ਹੱਥੋਂ ਕਿਰਚ ਖੋਹ ਕੇ ਦੂਸਰੇ ਮੁੰਡਿਆਂ ਦੇ ਛੁਡਾਉਂਦੇ ਛੁਡਾਉਂਦੇ ਹੀ ਤੇਜ਼ੀ ਨਾਲ ਕਈ ਵਾਰ ਉਸਦੇ ਚਿਹਰੇ ਅਤੇ ਗਰਦਨ ’ਤੇ ਕਰ ਦਿੱਤੇ। ਫਿਰ ਉਹ ਗੁੱਸੇ ’ਚ ਲਾਲ ਹੋਇਆ ਉਨ੍ਹਾਂ ਮੁੰਡਿਆਂ ਵੱਲ ਉਲਰਿਆ। ਉਹ ਡਰ ਨਾਲ ਭੈ-ਭੀਤ ਹੋਏ ਦੌੜ ਗਏ। ਜ਼ਖ਼ਮੀ ਮੁੰਡਾ ਕੁੱਕੜ ਦੀ ਗਰਦਨ ਮਰੋੜਨ ਵਾਂਗ ਪੈਰ ਜਿਹੇ ਮਾਰਦਾ ਪਲਾਂ ਵਿੱਚ ਠੰਡਾ ਹੋ ਗਿਆ।

ਜੇਠੂ ਦੀ ਸੁਰਤ ਨੇ ਹਲੂਣਾ ਖਾਧਾ। ਉਹ ਕੁੜੀ ਨੂੰ ਚੁੱਕ ਕੇ ਨੇੜਲੇ ਪ੍ਰਾਈਵੇਟ ਹਸਪਤਾਲ ਵੱਲ ਦੌੜਿਆ। ਹਸਪਤਾਲ ਵਾਲਿਆਂ ਨੇ ਕੁੜੀ ਦੀ ਹਾਲਤ ਅਤੇ ਉਸਨੂੰ ਸ਼ੱਕੀ

ਨਜ਼ਰਾਂ ਨਾਲ ਗੰਜੇ ਮਾਸਟਰ ਵਾਂਗ ਅਜੀਬ ਜਿਹਾ ਵੇਖਦਿਆਂ ਜਵਾਬ ਦੇ ਦਿੱਤਾ।

ਲੋਈ ਪਾਟਣ ਲੱਗ ਪਈ ਸੀ। ਵੱਡੇ ਸ਼ਹਿਰਾਂ ਵਿੱਚ ਕੰਮ-ਧੰਦੇ ਜਾਣ ਵਾਲੇ ਅਤੇ ਸੈਰ ਕਰਨ ਲਈ ਨਿੱਕਲੇ ਇੱਕਾ-ਦੁੱਕਾ ਬੰਦੇ ਤੀਵੀਂਆਂ ਉਸਨੂੰ ਟੱਕਰਨ ਲੱਗ ਪਏ ਸਨ। ਹੁਣ ਉਸਨੇ ਆਪਣੀ ਭੱਜ-ਨੱਠ ਵੀ ਛੱਡ ਦਿੱਤੀ ਸੀ। ਕੁੜੀ ਹਰਕਤ ਕਰਨੋ ਹਟ ਗਈ ਸੀ। ਉਹ, ਉਸਦੇ ਹੱਥਾਂ ਵਿੱਚ ਹੀ ਮਿੱਟੀ ਬਣੀ ਠਰ ਗਈ। ਹੁਣ ਉਹ ਸ਼ਸ਼ੋਪੰਜ ਵਿੱਚ ਪੈ ਗਿਆ ਸੀ ਕਿ ਉਹ ਹੁਣ ਕੁੜੀ ਦਾ ਕੀ ਕਰੇ? ਕਿਸੇ ਨੂੰ ਕੀ ਦੱਸੇ? ਫਿਰ ਉਹ ਮਰੂ ਜਿਹੇ ਕਦਮ ਪੁੱਟਦਾ ਉੱਧਰ ਨੂੰ ਹੀ ਤੁਰ ਪਿਆ ਸੀ ਜਿੱਥੇ ਕੁੜੀ ਦਾ ਬੈਗ ਪਿਆ ਸੀ ਅਤੇ ਉਹ ਆਪਣਾ ਸਾਇਕਲ ਛੱਡ ਕੇ ਆਇਆ ਸੀ।

ਜਿਉਂ ਜਿਉਂ ਦਿਨ ਦਾ ਚਾਨਣਾ ਹੋ ਰਿਹਾ ਸੀ, ਐਮ. ਐਲ਼. ਏ. ਦੇ ਭਤੀਜੇ ਦੇ ਕਤਲ ਦੀ ਗੱਲ ਵੀ ਗਿੱਲੇ ਗੋਹਿਆਂ ਦੀ ਅੱਗ ਵਾਂਗ ਧੁਖਦੀ ਸਾਰੇ ਸ਼ਹਿਰ ਵਿੱਚ ਫੈਲਦੀ ਜਾ ਰਹੀ ਸੀ। ਜਦੋਂ ਉਹ ਡਾਕਖ਼ਾਨੇ ਵੱਲ ਜਾ ਰਿਹਾ ਸੀ ਤਾਂ ਉਸਨੇ ਵੇਖਿਆ, ਸਾਹਮਣੇ ਡਾਕਖ਼ਾਨੇ ਕੋਲ ਸੜਕ 'ਤੇ ਲੋਕਾਂ ਦਾ ਹਜੂਮ ਉਂਗਲਾਂ ਦੇ ਇਸ਼ਾਰੇ ਕਰ ਕਰ ਉਸ ਵੱਲ ਵੇਖਣ ਲੱਗ ਪਿਆ। ਲੋਕਾਂ ਨੂੰ ਆਪਣੇ ਵੱਲ ਇਸ ਤਰ੍ਹਾਂ ਵੇਖਦਿਆਂ ਪਹਿਲਾਂ ਤਾਂ ਉਸਦਾ ਦਿਲ ਕੀਤਾ ਕਿ ਉਹ ਕੁੜੀ ਨੂੰ ਉੱਥੇ ਹੀ ਸੁੱਟ ਕੇ ਦੌੜ ਜਾਵੇ ਪਰ ਉਹ ਆਪਣੇ ਅੰਦਰਲੇ ਵਿਸ਼ਵਾਸ ਦਾ ਬੱਝਿਆ ਉੱਧਰ ਨੂੰ ਹੀ ਤੁਰ ਗਿਆ। ਜਦੋਂ ਪੁਲਿਸ ਵਾਲਿਆਂ ਨੂੰ ਪਤਾ ਲੱਗਿਆ ਤਾਂ ਉਨ੍ਹਾਂ ਨੇ ਭੱਜ ਕੇ ਉਸ ਦੇ ਆਲੇ-ਦੁਆਲੇ ਬੰਦੂਕਾਂ ਤਾਣ ਲਈਆਂ ਜਿਵੇਂ ਕੋਈ ਖ਼ਤਰਨਾਕ ਦਹਿਸ਼ਤਗਰਦ ਘੇਰੇ ਵਿੱਚ ਲੈ ਲਿਆ ਹੋਵੇ। ਜੇਠੂ ਨੂੰ ਬਾਹਵਾਂ ਉੱਪਰ ਕਰਨ ਦਾ ਹੁਕਮ ਹੋਇਆ ਤਾਂ ਉਸਨੇ ਹੈਰਾਨੀ ਜਿਹੀ ਨਾਲ ਸਾਰੇ ਇਕੱਠ ਵੱਲ ਵੇਖਦਿਆਂ ਕੁੜੀ ਨੂੰ ਹੇਠਾਂ ਰੱਖ ਕੇ ਬਾਹਵਾਂ ਉੱਪਰ ਕਰ ਲਈਆਂ। ਕੁੜੀ ਦਾ ਪਿਤਾ ਅਤੇ ਭਾਈ ਪੁਲਿਸ ਵਾਲਿਆਂ ਦੇ ਰੋਕਦੇ ਰੋਕਦੇ ਧਾਹਾਂ ਮਾਰਦੇ ਕੁੜੀ ਉੱਪਰ ਜਾ ਡਿੱਗੇ।

ਉਡੀਕ

ਪ੍ਰੀਤ ਦੇ ਮਾਤਾ-ਪਿਤਾ ਉਸਦੀ ਪੰਜ ਵਜੇ ਤੱਕ ਉਡੀਕ ਕਰਦੇ ਰਹੇ ਸੀ। ਪ੍ਰੀਤ ਪਟਿਆਲੇ ਯੂਨੀਵਰਸਿਟੀ ਵਿੱਚ ਪੜ੍ਹਦੀ ਸੀ ਤੇ ਕੱਲ੍ਹ ਯੂਨੀਵਰਸਿਟੀ ਵੱਲੋਂ ਜਲੰਧਰ ਕਿਸੇ ਫੰਕਸ਼ਨ 'ਤੇ ਗਈ ਸੀ। ਘਰ ਉਸਨੇ ਦੱਸ ਦਿੱਤਾ ਸੀ ਕਿ ਉਹ ਚਾਰ ਵਾਲੀ ਟ੍ਰੇਨ ਆਵੇਗੀ। ਹੁਣ ਜਦ ਉਹ ਪੰਜ ਵਜੇ ਤੱਕ ਉਡੀਕ ਕਰਦੇ ਰਹੇ ਸੀ ਅਤੇ ਉਸਦਾ ਮੋਬਾਇਲ ਵੀ ਕਿਸੇ ਨਹੀਂ ਚੁੱਕਿਆ ਸੀ ਤਾਂ ਸਾਰੇ ਟੱਬਰ ਨੂੰ ਹੱਥਾਂ-ਪੈਰਾਂ ਦੀ ਪੈ ਗਈ ਸੀ। ਉਸਦਾ ਭਰਾ ਤੇ ਪਿਤਾ ਉਸਨੂੰ ਸਟੇਸ਼ਨ ਵੱਲ ਵੇਖਣ ਆ ਗਏ ਸਨ।

4.

"ਚਲੋ ਬਈ ਭਵਾਨੀਗੜ੍ਹ।" ਕੰਡਕਟਰ ਨੇ ਸਵਾਰੀਆਂ ਨੂੰ ਚੌਕੰਨਾ ਕੀਤਾ। ਬੱਸ ਕੁਝ ਦੇਰ ਲਈ ਅੱਡੇ ਵਿੱਚ ਰੁਕੀ। ਸਵਾਰੀਆਂ ਉੱਤਰੀਆਂ ਚੜ੍ਹੀਆਂ, ਕੰਡਕਟਰ ਦੀ ਵਿਸਲ ਨਾਲ ਫਿਰ ਤੁਰ ਪਈ। ਨਾਲ ਹੀ ਉਸ ਨਾਲ ਹੋਈ-ਬੀਤੀ ਦੀ ਕਹਾਣੀ ਵੀ ਅੱਗੇ ਤੁਰ ਪਈ।

ਹਨੇਰੇ 'ਚ ਗੁਆਚਦਾ ਸੱਚ

ਉਸਨੂੰ ਅਜੇ ਵੀ ਪੱਕਾ ਯਾਦ ਹੈ ਜਦੋਂ ਪੁਲਿਸ ਉਸਨੂੰ ਫੜ ਕੇ ਥਾਣੇ ਲੈ ਗਈ ਸੀ ਅਤੇ ਲਾਸ਼ਾਂ ਪੋਸਟਮਾਰਟਮ ਲਈ ਭੇਜ ਦਿੱਤੀਆਂ ਸਨ।

ਜੇਠੂ ਨੇ ਅਦਾਲਤ ਵਿੱਚ ਸਚਾਈ ਦੱਸਣ ਦੀ ਬਥੇਰੀ ਕੋਸ਼ਿਸ਼ ਕੀਤੀ ਪਰ ਪੈਸੇ ਅਤੇ ਤਾਕਤ ਨੇ ਤਾਂ ਉਸਦੀ ਸਚਾਈ ਨੂੰ ਝੂਠ ਵਿੱਚ ਬਦਲ ਦਿੱਤਾ ਸੀ। ਅਸਲ ਸੱਚ ਤਾਂ ਉਸਦੇ ਵਿਰੋਧੀ ਵਕੀਲ ਨੇ ਬੋਲਿਆ ਸੀ। ਅਖੇ, "ਮੁਜ਼ਰਮ ਰਾਤ ਦੀ ਡਿਊਟੀ ਕਰ ਕੇ ਸਾਇਕਲ 'ਤੇ ਪਿੰਡ ਨੂੰ ਜਾ ਰਿਹਾ ਸੀ। ਜਦੋਂ ਮੁਜਰਮ ਨੇ ਇਕੱਲੀ ਕੁੜੀ ਵੇਖੀ ਤਾਂ ਉਸਦੀ ਨੀਅਤ ਮੈਲੀ ਹੋ ਗਈ। ਮੌਕੇ ਦਾ ਫ਼ਾਇਦਾ ਉਠਾ ਕੇ ਉਸਨੂੰ ਧੂਹ ਕੇ ਡਾਕਖ਼ਾਨੇ ਲੈ ਗਿਆ ਫਿਰ ਕੁੜੀ ਨਾਲ ਮੂੰਹ ਕਾਲਾ ਕੀਤਾ। ਜਦ ਇਹ ਕੁੜੀ ਨਾਲ ਬਲਾਤਕਾਰ ਕਰ ਰਿਹਾ ਸੀ ਤਾਂ ਸੈਰ ਕਰਨ ਗਏ ਗੁਰਨਾਮ ਸਿੰਘ ਐਮ. ਐਲ. ਏ. ਸਾਹਿਬ ਦੇ ਮ੍ਰਿਤਕ ਭਤੀਜੇ ਚਮਕੌਰ ਸਿੰਘ ਅਤੇ ਉਸਦੇ ਸਾਥੀਆਂ ਨੇ ਕੁੜੀ ਦੀਆਂ ਸਿਸਕੀਆਂ ਸੁਣੀਆਂ। ਜਦ ਮ੍ਰਿਤਕ ਚਮਕੌਰ ਸਿੰਘ ਅਤੇ ਉਸਦੇ ਸਾਥੀਆਂ ਨੇ ਡਾਕਖ਼ਾਨੇ ਦੀ ਕੰਧ ਉੱਪਰੋਂ ਦੀ ਵੇਖਿਆ ਤਾਂ ਮੁਜਰਮ ਬਲਾਤਕਾਰ ਕਰ ਰਿਹਾ ਸੀ ਅਤੇ ਕੁੜੀ ਬੇਹੋਸ਼ ਹੋਈ ਪਈ ਸੀ। ਚਮਕੌਰ ਹੋਰਾਂ ਨੇ ਛੁਡਾਉਣ ਦੀ ਕੋਸ਼ਿਸ਼ ਕੀਤੀ ਤਾਂ ਮੁਜਰਮ ਨੇ ਅੰਨ੍ਹੇਵਾਹ ਚਮਕੌਰ ਦੀ ਗਰਦਨ ਉੱਪਰ ਵਾਰ ਕਰ ਦਿੱਤੇ ਜਿਸ ਨਾਲ ਚਮਕੌਰ ਸਿੰਘ ਦੀ ਮੌਕੇ 'ਤੇ ਹੀ ਮੌਤ ਹੋ ਗਈ ਅਤੇ ਇਸਦੇ ਸਾਥੀ ਡਰਦੇ ਭੱਜ ਗਏ। ਬਾਅਦ ਵਿੱਚ ਇਸ ਨੇ ਉਸੇ ਕਿਰਚ ਨਾਲ ਕੁੜੀ ਦਾ ਕਤਲ ਕਰ ਦਿੱਤਾ। ਵਾਰਦਾਤ ਵਾਲੀ ਥਾਂ ਤੋਂ ਮੁਜਰਮ ਦਾ ਸਾਇਕਲ ਅਤੇ ਉਸਦੀਆਂ ਉਂਗਲਾਂ ਦੇ ਨਿਸ਼ਾਨਾਂ ਵਾਲੀ ਕਿਰਚ ਵੀ ਪ੍ਰਾਪਤ ਹੋਈ ਹੈ।

ਜੇਠੂ ਨੇ "ਨਹੀਂ ਨਹੀਂ! ਮੈਂ ਨੀ ਮਾਰਿਆ ਉਹਨੂੰ! ਏਸੇ ਨੇ ਮਾਰਿਆ ਸੀ ਕੁੜੀ ਨੂੰ ਤਾਂ। ਉਹ ਤਾਂ ਮੇਰੀ ਧੀ ਵਰਗੀ ਸੀ।" ਵਰਗੇ ਸੱਚੇ ਬੋਲ ਤਾਂ ਕਿਸੇ ਦੇ ਕੰਨੋਂ ਉੱਤਰੇ ਹੀ ਨਹੀਂ। ਹਨ੍ਹੇਰੇ ਦੇ ਸੱਚ ਨੂੰ ਕਿਸ ਨੇ ਵੇਖਿਆ ਸੀ। ਅਸਲ ਸੱਚ ਤਾਂ ਪੈਸੇ ਅਤੇ ਤਾਕਤ ਅੱਗੇ ਬੌਣਾ ਹੋ ਗਿਆ ਸੀ। ਅਖ਼ੀਰ ਅਣਹੋਣੀ ਨੇ ਉਸਨੂੰ ਵੀਹ ਸਾਲਾਂ ਲਈ ਜੇਲ੍ਹ ਡੱਕ ਦਿੱਤਾ ਸੀ।

ਕੁੱਤੇ ਖਾਣੀ

ਕਿਵੇਂ ਉਸਨੇ ਵੀਹ ਸਾਲ ਜੇਲ੍ਹ ਵਿੱਚ ਕੱਟੇ, ਹਰ ਪਲ ਉਸਦੀਆਂ ਅੱਖਾਂ ਅੱਗੇ ਘੁੰਮਦਾ ਰਿਹਾ। ਉਸਨੂੰ ਜੇਲ੍ਹ ਵਿੱਚ ਹੀ ਆਪਣੀ ਘਰ ਵਾਲੀ ਦੇ ਮਿਲਣ ਆਈ ਤੋਂ ਪਤਾ ਲੱਗਿਆ ਸੀ ਕਿ ਉਸਦੀ ਮੰਗੀ ਹੋਈ ਧੀ ਦੇ ਸਹੁਰੇ ਰਿਸ਼ਤਾ ਛੱਡਣ ਨੂੰ ਫਿਰਦੇ ਸੀ। ਫਿਰ ਕਿਵੇਂ ਉਸਦੀ ਘਰ ਵਾਲੀ ਨੇ ਰਿਸ਼ਤੇਦਾਰ ਇਕੱਠੇ ਕਰਕੇ, ਤਰਲੇ-ਮਿਨਤਾਂ ਕਰਕੇ, ਪੈਰੀਂ ਚੁੰਨੀ ਧਰਕੇ ਕੁੜੀ ਵਿਆਹ ਕੇ ਤੋਰੀ ਸੀ। ਕੁੜੀ ਦੇ ਵਿਆਹ ਵੇਲੇ ਉਸਨੂੰ ਛੁੱਟੀ ਵੀ ਮਿਲ ਸਕਦੀ ਸੀ ਪਰ ਉਸਨੇ ਲਈ ਨਹੀਂ ਸੀ। ਉਸਦਾ ਛੁੱਟੀ ਲੈਣ ਨੂੰ ਅੰਦਰੋਂ ਦਿਲ ਵੀ ਬੜਾ ਕਰਦਾ ਸੀ ਕਿ ਉਹ ਪਿੰਡ ਜਾਵੇ, ਆਪਣੀ ਧੀ ਨੂੰ ਮਿਲੇ। ਉਮਰ ਦੇ ਆਖ਼ਰੀ ਪੜਾ 'ਤੇ ਖੜ੍ਹੀ ਪਤਨੀ ਨੂੰ ਮਿਲੇ।

ਫਿਰ ਉਸਨੂੰ ਮਹਿਸੂਸ ਹੁੰਦਾ ਜਿਵੇਂ ਉਹ ਪਿੰਡ ਚਲਿਆ ਗਿਆ ਹੋਵੇ। ਲੋਕ

ਉਸਨੂੰ ਘੇਰ ਘੇਰ ਕਹਿ ਰਹੇ ਹੋਣ, "ਬਲਾਤਕਾਰੀ! ਕਾਤਲ!!" ਮਨਚਲੇ ਉਸਨੂੰ ਸੁਣਾ ਸੁਣਾ ਕਹਿ ਰਹੇ ਹੋਣ, "ਭੈਣ ਮਰਾਉਣ ਵੀਹ ਸਾਲ, ਕੇਰਾਂ ਸੁਰਗਾਂ ਦਾ ਝੂਟਾ ਲੈ ਲਿਆ ਜਾਤ ਨੇ!" ਉਸਨੂੰ ਲੱਗਦਾ ਜਿਵੇਂ ਉਹ ਕਿੰਨੀਆਂ ਹੀ ਘ੍ਰਿਣਾਮਈ, ਸੂਲਾਂ ਵਰਗੀਆਂ ਨਜ਼ਰਾਂ ਵਿਚਕਾਰ ਪਿੰਡ ਦੇ ਚੌਰਾਹੇ 'ਚ ਮੇਲੇ ਵਿੱਚ ਗੁਆਚੀ ਗਾਂ ਵਾਂਗ ਡੌਰ-ਭੌਰ ਹੋਇਆ ਖੜ੍ਹਾ ਹੈ। ਕਦੇ ਉਸਨੂੰ ਦਿਸਦਾ ਜਿਵੇਂ ਲੋਕ ਉਸ ਤੋਂ ਦੂਰ ਦੂਰ ਦੌੜ ਰਹੇ ਹੋਣ। ਜਿਵੇਂ ਉਸਨੂੰ ਪਲੇਗ ਪੈ ਗਈ ਹੋਵੇ ਜਾਂ ਉਸ ਵਿੱਚੋਂ ਬਲਾਤਕਾਰ ਦੀ ਮੁਸ਼ਕ ਮਾਰਦੀ ਹੋਵੇ। ਉਸਨੂੰ ਛੁੱਟੀ ਤੋਂ ਡਰ ਜਿਹਾ ਲੱਗਣ ਲੱਗਦਾ ਤੇ ਉਹ ਛੁੱਟੀ ਲੈਣ ਦਾ ਖ਼ਿਆਲ ਖਾਲੀ ਬੋਰੀ ਵਾਂਗ ਪਰ੍ਹਾਂ ਵਗਾਹ ਮਾਰਦਾ। ਕਦੇ ਕਦੇ ਉਸਨੂੰ ਇਹ ਵੀ ਮਹਿਸੂਸ ਹੋਣ ਲੱਗਦਾ ਜਿਵੇਂ ਉਹ ਸੱਚਮੁੱਚ ਹੀ ਬਲਾਤਕਾਰੀ ਹੋਵੇ। ਉਸਦਾ ਦਿਮਾਗ਼ੀ ਸੰਤੁਲਨ ਵਿਗੜਨ ਲੱਗ ਗਿਆ ਹੋਵੇ। ਉਸਨੂੰ ਗੰਜਾ ਮਾਸਟਰ ਯਾਦ ਆਉਂਦਾ। ਮੰਤਰੀ ਦਾ ਭਤੀਜਾ ਯਾਦ ਆਉਂਦਾ 'ਤੇ ਗੰਜਾ ਵਕੀਲ ਭੰਗੜਾ ਪਾਉਣ ਵਾਂਗ ਉਸ ਵੱਲ ਬਾਹਾਂ ਮਾਰ ਮਾਰ ਉਸਨੂੰ ਝੂਠਾ ਸਾਬਤ ਕਰਦਾ ਅੱਖਾਂ ਅੱਗੇ ਚੱਕਰ ਲਾਉਣ ਲੱਗਦਾ। ਫਿਰ ਉਸਨੂੰ ਇਹ ਸਾਰੇ ਇੱਕ ਹੀ ਚਿਹਰੇ ਵਿੱਚ ਵਟਦੇ ਨਜ਼ਰੀਂ ਪੈਂਦੇ। ਉਹ ਸਾਰਿਆਂ ਨੂੰ ਵਾਰੀ ਵਾਰੀ ਉੱਚੀ ਉੱਚੀ ਗਾਲਾਂ ਕੱਢਣ ਲੱਗਦਾ। ਦੰਦੀਆਂ ਪੀਂਹਦਾ। ਮੁੱਕੀਆਂ ਵੱਟਦਾ ਉਹਨਾਂ ਦੀ ਧੀ ਭੈਣ ਇੱਕ ਕਰ ਦਿੰਦਾ।

ਜਦੋਂ ਉਸਦੀ ਪਤਨੀ ਮਰੀ ਸੀ ਓਦੋਂ ਵੀ ਉਹ ਛੁੱਟੀ ਨਹੀਂ ਲੈ ਸਕਿਆ ਸੀ ਜਾਂ ਕਹਿ ਲਓ ਹਿੰਮਤ ਨਹੀਂ ਪਈ ਸੀ। ਉਹ ਫਿਰ....।

ਅੰਤਿਕਾ - ਮੁੜ ਹਨੇਰਾ

"ਚਲੋ ਬਈ ਸੁਨਾਮ ਆਲ਼ੇ।" ਕੰਡਕਟਰ ਨੇ ਅਵਾਜ਼ ਮਾਰੀ ਤਾਂ ਉਸਦੀਆਂ ਯਾਦਾਂ ਦੀ ਤਾਰ ਵੀ ਟੁੱਟ ਗਈ। ਉਹ ਸੁਨਾਮ ਅੱਡੇ ਵਿੱਚ ਉੱਤਰਿਆ। ਕਿੰਨਾ ਕੁਝ ਬਦਲ ਗਿਆ ਸੀ ਉਸਦੇ ਗਏ ਬਾਅਦ। ਹੁਣ ਤਾਂ ਸ਼ਾਇਦ ਲੋਕ ਵੀ ਉਸਨੂੰ ਨਾ ਪਹਿਚਾਣ ਸਕਣ। ਉਸਨੇ ਅੱਡਾ ਇੰਨਚਾਰਜ ਤੋਂ ਪਤਾ ਕੀਤਾ, ਉਸਦੇ ਪਿੰਡ ਨੂੰ ਜਾਣ ਵਾਲੀ ਅਖ਼ੀਰੀ ਬੱਸ ਦਸ ਮਿੰਟ ਪਹਿਲਾਂ ਹੀ ਲੰਘੀ ਸੀ। ਸੂਰਜ ਕਦੋਂ ਦਾ ਸ਼ਹਿਰ ਤੋਂ ਹੇਠਾਂ ਲਹਿ ਗਿਆ ਸੀ। ਸ਼ਾਮ ਦਾ ਹਨ੍ਹੇਰਾ, ਬਿੱਲੀ ਦੇ ਕਬੂਤਰ ਫੜਨ ਵਾਂਗ ਸ਼ਹਿ ਕੇ ਅੱਗੇ ਵਧ ਰਿਹਾ ਸੀ। ਉਹ ਕੋਈ ਹੋਰ ਸਾਧਨ ਉਡੀਕਣ ਦੀ ਬਜਾਏ ਪੈਦਲ ਹੀ ਪਿੰਡ ਨੂੰ ਚੱਲ ਪਿਆ। ਅੱਜ ਕਿੰਨੇ ਸਾਲਾਂ ਬਾਅਦ ਉਹ ਇਸ ਸੜਕ ਤੋਂ ਲੰਘ ਰਿਹਾ ਸੀ ਜਿੱਥੋਂ ਉਸਨੂੰ ਵੀਹ ਸਾਲਾਂ ਲਈ ਜੇਲ੍ਹ ਡੱਕ ਦਿੱਤਾ ਸੀ।

ਜਦੋਂ ਉਹ ਸ਼ਹਿਰ ਦੀ ਬਾਹਰਲੀ ਫਿਰਨੀ 'ਤੇ ਆਇਆ ਤਾਂ ਉਸਨੇ ਵੇਖਿਆ, ਪਾਣੀ ਵਾਲਾ ਟੋਭਾ ਭਰ ਕੇ ਉਸ ਦੀ ਥਾਂ ਰੋਜ਼-ਗਾਰਡਨ ਬਣਾਇਆ ਪਿਆ ਸੀ। ਗਾਰਡਨ ਦੇ ਗੇਟ ਦੇ ਇੱਕ ਪਾਸੇ ਕਿਸੇ ਦਾ ਬੁੱਤ ਲੱਗਿਆ ਹੋਇਆ ਸੀ। ਉਸਨੇ ਆਲ੍ਹਿਆਂ ਵਰਗੀਆਂ ਅੱਖਾਂ ਉੱਪਰ ਕੰਬਦੇ ਹੱਥਾਂ ਦਾ ਛੱਪਰ ਜਿਹਾ ਬਣਾ ਕੇ ਵੇਖਿਆ। ਬੁੱਤ ਵੱਲ ਧਿਆਨ ਨਾਲ ਵੇਖਦਿਆਂ ਬੰਦੇ ਦਾ ਪਰਛਾਵਾਂ ਤਾਂ ਦਿਸ ਗਿਆ ਪਰ ਉਸਦੇ ਨੈਣ-ਨਕਸ਼ ਤਾਂ ਉਸਦੀ ਆਪਣੀ ਨਜ਼ਰ ਵਾਂਗ ਹੀ ਕਿਧਰੇ ਗੁਆਚ ਜਿਹੇ ਗਏ। ਬੁੱਤ ਹੇਠ ਲਿਖੇ ਕਾਲ਼ੇ ਅੱਖਰ ਪੜ੍ਹਨ ਦੀ ਵੀ ਉਸਨੇ ਅਸਫ਼ਲ ਕੋਸ਼ਿਸ਼ ਕੀਤੀ। ਉਸਨੂੰ ਇਹ ਸਾਰੇ ਹੀ ਕਾਲ਼ੇ ਅੱਖਰ

ਗੰਜੇ ਮਾਸਟਰ ਦੇ ਸਿਰ 'ਤੇ ਅਚਨਚੇਤੀ ਉੱਗੇ ਵਾਲਾਂ ਵਰਗੇ ਲੱਗੇ। ਫਿਰ ਉਹ ਅੱਖਰ ਪੜ੍ਹਨ ਦਾ ਖ਼ਿਆਲ ਛੱਡ, ਟੂਟੀਆਂ ਤੋਂ ਪਾਣੀ ਪੀ ਕੇ ਦੋ ਘੜੀ ਦਮ ਮਾਰਨ ਲਈ ਟੂਟੀਆਂ ਕੋਲ ਬਣੀ ਚੌਂਕੜੀ ਉੱਤੇ ਹੀ ਬੈਠ ਗਿਆ।

"ਕਾਕੇ ਉਰੇ ਹੋਈਂ ਮਾੜਾ ਜਾ।" ਉਸਨੇ ਗੇਟੋਂ ਗੁਜ਼ਰਦੇ ਇੱਕ ਮੁੰਡੇ ਨੂੰ ਅਵਾਜ਼ ਮਾਰ ਲਈ।

"ਆਹ ਕਦੋਂ ਬਣਿਐ ਭਲਾਂ? ਪਹਿਲਾਂ ਤਾਂ ਹੈ ਨੀਂ ਸੀ ਉਰੇ।" ਉਸ ਨੇ ਨੇੜੇ ਆਏ ਮੁੰਡੇ ਨੂੰ ਪਾਰਕ ਵੱਲ ਹੱਥ ਕਰਦਿਆਂ ਉਂਝ ਹੀ ਪੁੱਛ ਲਿਆ।

"ਚਾਰ-ਪੰਜ ਸਾਲ ਈ ਹੋਏ ਨੇ ਜੀ ਕੰਪਲੀਟ ਹੋਏ ਨੂੰ।"

"ਅੱਛਿਆ! ਅੱਛਿਆ!!" ਜੇਠੂ ਨੇ ਸਮਝ ਵਿੱਚ ਉੱਪਰ-ਹੇਠ ਸਿਰ ਹਿਲਾਇਆ ਤੇ ਫਿਰ ਅੱਗੇ ਪੁੱਛਿਆ, "ਤੇ ਆਹ ਬੁੱਤ ਭਲਾਂ ਕੀਹਦਾ ਲਾਇਐ? ਮੇਰੇ ਤਾਂ ਕੁਛ ਸਮਝ ਜੀ 'ਚ ਨੀ ਆਇਆ।"

"ਇਹ ਤਾਂ ਸ਼ਹੀਦ ਚਮਕੌਰ ਸਿੰਘ ਦੈ ਜੀ। ਕਿਸੇ ਗੁੰਡੇ ਤੋਂ ਕੁੜੀ ਦੀ ਜਾਨ ਬਚਾਉਂਦਾ ਬਚਾਉਂਦਾ ਸ਼ਹੀਦ ਹੋ ਗਿਆ ਸੀ।" ਮੁੰਡਾ ਦੱਸ ਰਿਹਾ ਸੀ ਪਰ ਜੇਠੂ ਦੇ ਤਾਂ ਸਿਰਫ਼ ਚਮਕੌਰ ਤੱਕ ਹੀ ਬੋਲ ਸਮਝ ਲੱਗੇ ਸਨ ਫੇਰ ਤਾਂ ਉਸਦੇ ਕੰਨਾਂ ਵਿੱਚ 'ਸੈਂਅ.... ਸੈਂਅ' ਹੋਣ ਲੱਗ ਪਈ ਸੀ। ਆਲੇ-ਦੁਆਲੇ ਜਿਵੇਂ ਬੰਬ ਫਟ ਗਏ ਹੋਣ। ਉਹ ਗੁੱਸੇ ਵਿੱਚ ਹੌਂਕਣ ਲੱਗ ਪਿਆ। ਸਾਹ ਧੌਂਕਣੀ ਵਾਂਗ ਚੱਲਣ ਲੱਗ ਪਿਆ। ਗੁੱਸਾ ਉਸਦੇ ਕੰਨਾਂ ਦੀਆਂ ਲੌਲਾਂ ਤੱਕ ਉਤਰ ਆਇਆ। ਉਸਨੇ ਆਲੇ-ਦੁਆਲੇ ਨੂੰ ਕ੍ਰੋਧੀ ਨਜ਼ਰਾਂ ਨਾਲ ਵੇਖਦਿਆਂ, ਉੱਚੀ ਉੱਚੀ ਗਾਲਾਂ ਕੱਢਦਿਆਂ, ਬੁੱਤ 'ਤੇ ਇੱਟਾਂ, ਵੱਟਿਆਂ ਦਾ ਮੀਂਹ ਵਰ੍ਹਾ ਦਿੱਤਾ।

"ਓਏ ਤੇਰੀ ਓਏ ਮਾਂ ਦੀ....!"

"ਤੇਰੀ ਓਏ ਭੈਣ ਦੀ....ਲੁੱਚਿਆ!"

"ਤੇਰੀ ਮੈਂ ਭੈਣ ਨੂੰ....!"

"ਲੋਕੋ ਕੰਜਰੋ....! ਅੰਨ੍ਹਿਓ....!"

"ਸਰਕਾਰ ਦੀ ਮਾਂ ਦੀ....! ਅੱਖਾਂ ਫੁੱਟੀਆਂ ਆਲਿਓ....!"

"ਮੈਂ ਥੋਡੇ ਸੀਰਮੇਂ ਪੀ ਜੂੰ! ਮੇਰੇ ਸਾਹਮਣੇ ਆ, ਮੈਂ ਕੁੜੀ ਸੋਡੀ ਨੂੰ....! ਸਾਰੇ ਅੰਨ੍ਹੇ ਹੋ ਗਏ ਅੰਨ੍ਹੇ ਭੈਣ....!"

ਲੋਕ ਹੈਰਾਨ ਹੋਏ ਖੜ੍ਹੇ ਵੇਖ ਰਹੇ ਸਨ। ਕਿਸੇ ਨੇ ਪੁਲਿਸ ਨੂੰ ਫੋਨ ਕਰ ਦਿੱਤਾ। ਪੁਲਿਸ ਦਾ ਕੈਂਟਰ ਭਰ ਕੇ ਆ ਗਿਆ। ਜੇਠੂ ਅਜੇ ਵੀ ਬੁੱਤ 'ਤੇ ਵੱਟੇ ਮਾਰਦਾ, ਮੁੜ੍ਹਕੋ-ਮੁੜ੍ਹਕੀ ਹੋਇਆ ਗਾਲਾਂ ਕੱਢ ਰਿਹਾ ਸੀ। ਪੁਲਸੀਆਂ ਦੇ ਧੌਲ-ਧੱਫੇ ਅਤੇ ਡਾਂਗਾਂ ਉਸ ਉੱਤੇ ਗੜਿਆਂ ਵਾਂਗ ਵਰਨ ਲੱਗੀਆਂ। ਉਸਦੇ ਪੈਰੋਂ ਟੁੱਟੇ ਛਿੱਤਰ ਨਿੱਕਲ ਗਏ। ਝੋਲੇ ਵਿੱਚ ਪਾਏ ਪੁਰਾਣੇ ਕੱਪੜੇ ਲੀਰਾਂ ਵਾਂਗ ਖਿੰਡ ਗਏ। ਸਿਰ 'ਤੇ ਬੰਨ੍ਹਿਆ ਮੈਲਾ ਪਰਨਾ ਹਜੂਮ ਦੇ ਪੈਰਾਂ ਵਿੱਚ ਮਧੋਲਿਆ ਗਿਆ। ਉਸਨੂੰ ਸ਼ੈਲਰ ਦੀ ਬੋਰੀ ਵਾਂਗ ਘੜੀਸਦਿਆਂ ਕੈਂਟਰ ਵਿੱਚ ਸੁੱਟ ਲਿਆ। ਪੁਲਿਸ ਦਾ ਕੈਂਟਰ ਜੇਠੂ ਨੂੰ ਲੈ ਕੇ ਸ਼ਹਿਰ ਦੀਆਂ ਗਲੀਆਂ ਵਿੱਚ ਗੁਆਚ ਗਿਆ। ਹਨ੍ਹੇਰਾ ਹੋਰ ਗਾੜ੍ਹਾ ਹੋ ਗਿਆ।

ਜਾਗ

"ਰਾਮੂ! ਓਹ ਰਾਮੂ! ਖੜ੍ਹਾ ਹੋ ਜਾ ਹੁਣ ਆਰਤੀ ਦਾ ਟੈਮ ਹੋ ਗਿਐ। ਨਾਲੇ ਧੂਫ਼-ਬੱਤੀ ਕਰਦੇ।" ਸਾਧੂ ਦੀ ਗੱਲ ਸੁਣ ਕੇ ਉਸਦਾ ਚੇਲਾ ਰਾਮੂ ਭੁੰਜੇ ਵਿਛੀ ਚਟਾਈ ਤੋਂ ਬਿਮਾਰਾਂ ਵਾਂਗ ਉਠਿਆ। ਪੈਰਾਂ ਵਿੱਚ ਚੱਪਲਾਂ ਪਾਈਆਂ ਅਤੇ ਟੂਟੀ 'ਤੇ ਮੂੰਹ-ਹੱਥ ਧੋਣ ਚਲਾ ਗਿਆ। ਗਰਮੀ ਦੀ ਤਪਸ਼ ਹੁਣ ਘਟ ਗਈ ਸੀ। ਸਾਹਮਣੇ ਖੇਤਾਂ 'ਚੋਂ ਸੂਰਜ ਆਪਣੀਆਂ ਕਿਰਨਾਂ ਸਮੇਟਦਾ ਪੱਛਮ 'ਚ ਡੁੱਬਣ ਲਈ ਤਿਆਰ ਖੜ੍ਹਾ ਸੀ। ਰਾਮੂ ਨੇ ਇੱਕ ਨਜ਼ਰ ਭਰ ਕੇ ਡੁੱਬਦੇ ਸੂਰਜ ਵੱਲ ਵੇਖਿਆ ਤੇ ਫਿਰ ਟੂਟੀ ਦੇ ਨੇੜੇ ਜਾ ਖੜ੍ਹਿਆ। ਟੂਟੀ ਦੇ ਪਾਣੀ ਨਾਲ ਪਹਿਲਾਂ ਮੂੰਹ ਉੱਪਰ ਛਿੱਟੇ ਮਾਰੇ, ਹੱਥ ਧੋਤੇ ਅਤੇ ਫਿਰ ਟੂਟੀ ਥੱਲੇ ਕਰ ਕੇ ਪੈਰ ਧੋ ਲਏ। ਪਹਿਲਾਂ ਤਾਂ ਉਸ ਦਾ ਜੀਅ ਕੀਤਾ ਸੀ ਕਿ ਪੈਰਾਂ ਨੂੰ ਮਲ਼ ਲਵੇ ਪਰ ਅੱਜ ਉਸ ਦਾ ਚਿੱਤ ਠੀਕ ਨਾ ਹੋਣ ਕਰਕੇ ਉਹ ਘੇਸਲ ਜਿਹੀ ਵੱਟ ਗਿਆ। ਰਾਮੂ ਨੇ ਮੂਰਤੀਆਂ ਅੱਗੇ ਧੂਫ਼-ਬੱਤੀ ਕੀਤੀ ਤੇ ਫਿਰ ਉਨ੍ਹਾਂ ਅੱਗੇ ਚਟਾਈ ਵਿਛਾ ਲਈ। ਆਰਤੀ ਲਈ ਸਾਰਾ ਕੁਝ ਤਿਆਰ ਹੋਇਆ ਵੇਖ ਕੇ ਸਾਧੂ ਚਟਾਈ ਉੱਤੇ ਅੱਗੇ ਹੋ ਕੇ ਬੈਠ ਗਿਆ। ਰਾਮੂ ਉਸਦੇ ਸੱਜੇ ਗੋਡੇ ਕੋਲ ਟੱਲੀਆਂ ਲੈ ਕੇ ਬੈਠਿਆ। ਦੋਵਾਂ ਨੇ ਪਹਿਲਾਂ ਮੂਰਤੀਆਂ ਨੂੰ ਮੱਥਾ ਟੇਕਿਆ ਤੇ ਫਿਰ ਸਾਧੂ ਦੇ ਗਲ਼ੇ 'ਚੋਂ ਬੋਲ ਨਿਕਲਿਆ, "ਓਮ ਜੈ ਜੈ ਸਿਰੀ ਗੁਰੂ ਚੰਦਰ ਦੇਵਾ......।" ਸਾਧੂ ਦੇ ਪਿੱਛੇ ਹੀ ਰਾਮੂ ਬੋਲਿਆ, "ਹਰੀ ਓਮ ਜੈ ਜੈ ਸਿਰੀ ਗੁਰੂ ਚੰਦਰ ਦੇਵਾ.....।" ਫਿਰ ਦੋਵਾਂ ਦੀ ਅਵਾਜ਼ ਕਿਸੇ ਅਗੰਮੀ ਲੋਰ ਵਿੱਚ ਤੇਜ਼ ਹੋ ਗਈ। ਆਰਤੀ ਖ਼ਤਮ ਹੋਣ 'ਤੇ ਸਾਧੂ ਨੇ ਮੂਰਤੀਆਂ ਅੱਗੇ ਪਏ ਕਾਲੇ ਲਿਫ਼ਾਫ਼ੇ 'ਚੋਂ ਪਤਾਸੇ ਅਤੇ ਖਿੱਲਾਂ ਰਲ਼ਿਆ ਭੋਗ ਚੁੱਕਿਆ, ਇੱਕ ਮੁੱਠੀ ਰਾਮੂ ਨੂੰ ਦੇ ਦਿੱਤੀ ਅਤੇ ਇੱਕ ਆਪ ਲੈ ਲਈ। ਆਰਤੀ ਤੋਂ ਬਾਅਦ ਹਰ ਰੋਜ਼ ਵਾਂਗ ਰਾਮੂ ਨੇ ਡਾਲੀ ਲਈ ਛਿੱਕੂ ਚੁੱਕਿਆ ਅਤੇ ਗਜਾ ਮੰਗਣ ਚਲਾ ਗਿਆ।

ਰਾਮੂ ਅਤੇ ਉਸਦੇ ਗੁਰੂ ਦੇ ਹਰ ਰੋਜ਼ ਦੇ ਇਹੀ ਰੁਝੇਵੇਂ ਹਨ, ਆਰਤੀ ਕਰਨੀ, ਡਾਲੀ ਮੰਗਣੀ, ਧੂਣਾ ਤਾਪਣਾ ਤੇ ਵਿਹਲੇ ਟਾਇਮ ਵਿਹਲੜਾਂ ਨਾਲ ਤਾਸ਼ ਕੁੱਟਣਾ। ਬੱਸ! ਇਹ ਹੀ ਇਨ੍ਹਾਂ ਦੀ ਜ਼ਿੰਦਗੀ ਹੈ, ਘੜੀ ਦੇ ਗੇੜ ਵਾਲੀ। ਇਹ ਡੇਰਾ ਸ਼ਹਿਰ ਦੇ ਬਾਹਰ-ਵਾਰ ਬਿਨਾਂ ਚਾਰ-ਦੀਵਾਰੀ ਤੋਂ ਹੈ ਜਿਸ ਵਿੱਚ ਸਿਰਫ਼ ਦੋ ਕਮਰੇ ਹਨ, ਇੱਕ ਆਰਤੀ ਕਰਨ ਲਈ ਤੇ ਧੂਣਾ ਤਾਪਣ ਲਈ ਅਤੇ ਦੂਸਰਾ ਇਹਨਾਂ ਦੇ ਆਪਣੇ ਵਰਤਣ ਲਈ ਰੱਖਿਆ ਹੋਇਆ ਹੈ।

ਰਾਮੂ ਦੀ ਪੱਕੀ ਡਿਊਟੀ ਹੈ, ਆਰਤੀ ਤੋਂ ਬਾਅਦ ਡਾਲੀ ਕਰਨ ਜਾਣਾ। ਰਾਮੂ ਅੱਜ ਅਣ-ਮੰਨੇ ਮਨ ਨਾਲ ਡਾਲੀ ਕਰਨ ਗਿਆ ਹੈ। ਉਹ ਚਾਰ-ਪੰਜ ਦਿਨਾਂ ਤੋਂ ਉਦਾਸ

ਜਿਹਾ ਰਹਿੰਦਾ ਹੈ। ਪਤਾ ਨਹੀਂ ਇਕੱਲਾ ਪਿਆ ਕੀ ਕੀ ਸੋਚਦਾ ਰਹਿੰਦਾ ਹੈ। ਉਸਦੀ ਸੋਚ ਦੇ ਨਾਲ ਨਾਲ ਉਸਦੇ ਚਿਹਰੇ ਦੇ ਹਾਵ-ਭਾਵ ਵੀ ਬਦਲਦੇ ਰਹਿੰਦੇ ਹਨ। ਕਦੇ ਤਾਂ ਉਹ ਸੋਚਦਾ ਸੋਚਦਾ ਪੂਰਾ ਕ੍ਰੋਧਿਤ ਹੋ ਜਾਂਦਾ ਹੈ ਅਤੇ ਕਦੇ ਹੱਦੋਂ ਵੱਧ ਉਦਾਸ।

ਰਾਮੂ ਕਾਫ਼ੀ ਹਨੇਰੇ ਡਾਲੀ ਲੈ ਕੇ ਮੁੜਿਆ। ਅੱਜ ਉਹ ਪਹਿਲਾਂ ਨਾਲੋਂ ਵੀ ਵੱਧ ਉਦਾਸ ਸੀ। ਉਹ ਉਦਾਸ ਤੁਰਿਆ ਆਉਂਦਾ ਕਿਸੇ ਲੰਬੀ ਬਿਮਾਰੀ ਦਾ ਝੰਬਿਆ ਲਗਦਾ ਸੀ। ਉਸ ਨੂੰ ਆਪਣੇ ਪੈਰ ਮਣ ਮਣ ਦੇ ਭਾਰੀ ਜਾਪੇ ਜਿਵੇਂ ਕਿਸੇ ਨੇ ਪੈਰਾਂ ਨਾਲ ਪੱਥਰ ਬੰਨ੍ਹ ਦਿੱਤੇ ਹੋਣ ਜਾਂ ਉਹ ਫਿਕਰਾਂ ਦੀ ਕਿਸੇ ਡੂੰਘੀ ਦਲਦਲ ਵਿੱਚ ਧੱਸਿਆ ਤੁਰ ਰਿਹਾ ਹੋਵੇ। ਉਹ ਡਾਲੀ ਰੱਖਣ ਸਾਰ ਕੰਧ ਨਾਲ ਢੋਅ ਲਾ ਕੇ ਚਟਾਈ ਉੱਪਰ ਗੁੱਛਾ-ਮੁੱਛਾ ਜਿਹਾ ਹੋ ਕੇ ਬੈਠ ਗਿਆ। ਸਾਧੂ ਵੀ ਕਈ ਦਿਨਾਂ ਤੋਂ ਰਾਮੂ ਦੀ ਇਸ ਹਾਲਤ 'ਤੇ ਹੈਰਾਨ ਸੀ। ਉਸਨੇ ਰਾਮੂ ਤੋਂ ਇਸ ਬਾਰੇ ਪੁੱਛਿਆ ਵੀ ਪਰ ਰਾਮੂ ਨੇ 'ਕੁਛ ਨੀ' ਕਹਿ ਕੇ ਦਿਲ ਦਾ ਗੁਬਾਰ ਅੰਦਰੋ-ਅੰਦਰ ਹੀ ਦੱਬ ਲਿਆ। ਅਸਲ ਵਿੱਚ ਉਸਨੂੰ ਖ਼ੁਦ ਨੂੰ ਸਮਝ ਨਹੀਂ ਆਉਂਦੀ ਸੀ ਕਿ ਉਹ ਕਿਹੜੇ ਚੱਕਰਵਿਊ ਵਿੱਚ ਫਸ ਗਿਆ ਹੈ। ਉਹ ਤਾਂ ਬੱਸ ਇਸ ਉਲਝੀ ਤਾਣੀ ਦੀ ਤੰਦ ਫੜਨ ਲਈ ਸੋਚਦਾ ਰਹਿੰਦਾ ਸੀ।

ਅੱਜ ਰਾਮੂ ਨੇ ਪਹਿਲਾਂ ਨਾਲੋਂ ਰੋਟੀ ਵੀ ਘੱਟ ਖਾਧੀ ਸੀ। ਸਾਧੂ ਨੂੰ ਰੋਟੀ ਖਵਾਉਂਦਿਆਂ ਅਤੇ ਫਿਰ ਭਾਂਡੇ ਮਾਂਜਦਿਆਂ ਵੀ ਉਹ ਸੋਚਾਂ ਦੇ ਡੂੰਘੇ ਖੂਹ ਵਿੱਚ ਉੱਤਰਿਆ ਰਿਹਾ ਸੀ। ਚਟਾਈ ਉੱਪਰ ਬਿਸਤਰਾ ਵਿਛਾ ਕੇ ਜਦੋਂ ਉਹ ਸੌਣ ਦੀ ਕੋਸ਼ਿਸ਼ ਕਰਨ ਲੱਗਿਆ ਤਾਂ ਨੀਂਦ ਵੀ ਉਸ ਤੋਂ ਪੱਲਾ ਛੁਡਾ ਗਈ ਅਤੇ ਪੁਰਾਣੀਆਂ ਯਾਦਾਂ ਉਸਦੇ ਮਨ-ਮਸਤਕ ਵਿੱਚ ਘੁਮੇਰੀਆਂ ਖਾਣ ਲੱਗ ਪਈਆਂ ਜਿਹੜੀਆਂ ਉਸ ਨੂੰ ਪੱਤੇ ਵਾਂਗ ਉਠਾ ਕੇ ਉਸ ਦੇ ਪਿੰਡ ਸੁੱਟ ਆਈਆਂ।

ਉਹ ਪੰਜ ਭੈਣ-ਭਰਾ ਸਨ। ਦੋ ਭੈਣਾਂ ਅਤੇ ਤਿੰਨ ਭਰਾ। ਰਾਮੂ ਸਭ ਤੋਂ ਛੋਟਾ ਸੀ। ਵੱਡੇ ਦੋਵੇਂ ਭਰਾ ਖੇਤੀ ਕਰਦੇ। ਛੇ ਕਿੱਲੇ ਆਪਣੀ ਜ਼ਮੀਨ ਸੀ ਅਤੇ ਕੁਝ ਠੇਕੇ ਤੇ ਲੈ ਲੈਂਦੇ ਜਿਸ ਨਾਲ ਘਰ ਦਾ ਗੁਜ਼ਾਰਾ ਖਿਚ-ਧੂਹ ਕੇ ਤੁਰਿਆ ਜਾ ਰਿਹਾ ਸੀ। ਰਾਮੂ ਨੂੰ ਕਿਸੇ ਆਸ ਨਾਲ ਪੜ੍ਹਨੇ ਪਾ ਦਿੱਤਾ ਸੀ। ਬਾਪੂ ਤਾਂ ਸਾਹ ਦਾ ਮਰੀਜ਼ ਸੀ। ਕੋਈ ਕੰਮ ਹੁੰਦਾ ਨਹੀਂ ਸੀ, ਬੱਸ ਟੋਭੇ ਉੱਪਰ ਮੱਝਾਂ ਨੂੰ ਪਾਣੀ ਪਿਲਾ ਲਿਆਉਂਦਾ ਜਾਂ ਖੇਤ-ਬੰਨ੍ਹੇ ਰੋਟੀ ਦੇ ਆਉਂਦਾ। ਫਿਰ ਬਿਮਾਰ ਬਾਪੂ ਨੂੰ ਫ਼ਿਕਰ ਦੀ ਇੱਕ ਹੋਰ ਬਿਮਾਰੀ ਆ ਚਿੰਬੜੀ। ਕੁੜੀਆਂ ਮੋਢਿਓਂ ਟੱਪ ਗਈਆਂ ਸੀ। ਚੱਜ ਦਾ ਟਿਕਾਣਾ ਕੋਈ ਲੱਭਦਾ ਨਹੀਂ ਸੀ। ਜੇ ਕੋਈ ਦੇਖਣ-ਪਰਖਣ ਵਾਲਾ ਹੁੰਦਾ ਤਾਂ ਉਹ ਲੋੜੋਂ ਵੱਧ ਮੂੰਹ ਟੱਡ ਲੈਂਦਾ ਜਿਸ ਨੂੰ ਭਰਨਾ ਬਾਪੂ ਕਰਤਾਰੇ ਦੇ ਵਸੋਂ ਬਾਹਰਾ ਸੀ। ਬਿਨਾਂ ਦਾਜ ਤੋਂ ਤਾਂ ਕੋਈ ਇੱਕ-ਦੋ ਕਿੱਲਿਆਂ ਵਾਲਾ ਜਾਂ ਕੋਈ ਦਹਾਜੂ ਹੀ ਮੱਥੇ ਲੱਗਦਾ ਜਿਸ ਉੱਤੇ ਉਸਦਾ ਆਪਣਾ ਮਨ ਨਾ ਟਿਕਦਾ। ਜਿੱਥੇ ਕਿਤੇ ਵੀ ਕੋਈ ਟਿਕਾਣੇ ਦੀ ਦੱਸ ਪਾਉਂਦਾ, ਬਾਪੂ ਧੌੜੀ ਦੇ ਜੋੜੇ ਪਾ ਕੇ ਸਿਰ 'ਤੇ ਅੱਧੋ-ਰਾਣੀ ਪੱਗ ਰੱਖ ਕੇ ਦੱਸਣ ਵਾਲੇ ਦੇ ਨਾਲ ਹੋ ਤੁਰਦਾ ਅਤੇ ਸ਼ਾਮ ਨੂੰ ਮੂੰਹ ਲਟਕਾਈਂ ਘਰ ਆ ਡਿੱਗਦਾ। ਉਹ ਹਰ ਵਾਰ ਪਿਛਲੀ ਵਾਰ ਨਾਲੋਂ ਜ਼ਿਆਦਾ ਉਦਾਸ ਹੁੰਦਾ। ਇਹ ਉਦਾਸੀ ਹੀ ਉਸਨੂੰ ਅੰਦਰੋ-ਅੰਦਰੀ ਘੁਣ ਵਾਂਗ ਖਾਂਦੀ ਰਹੀ। ਕਰਤਾਰੇ ਦੀ ਇਸ ਉਦਾਸੀ ਦਾ ਸਾਰੇ ਟੱਬਰ ਨੂੰ

ਪਤਾ ਵੀ ਸੀ ਪਰ ਕੋਈ ਕਿਸ ਆਸਰੇ ਹੌਸਲਾ ਦਿੰਦਾ। ਕਿੱਲੇ ਦੇ ਜ਼ੋਰ 'ਤੇ ਹੀ ਕੱਟਾ ਤੀਂਘੜਦਾ ਹੈ। ਪਰ ਕਰਤਾਰੇ ਦਾ ਕਿੱਲਾ....?

"ਰਾਮੂ ਦੇ ਬਾਪੂ, ਇੱਕ ਦਿਨ ਤਾਂ ਅੱਕ ਚੱਬਣਾ ਈ ਪਊ। ਨਾਲੇ ਪੈਸੇ ਦਾ ਕੀ ਐ, ਇਹ ਤਾਂ ਹੱਥਾਂ ਦੀ ਮੈਲ ਐ, ਆਪੇ ਲਹਿੰਦਾ ਰਹੂ। ਸੁੱਖ ਨਾਲ ਤਿੰਨ ਮੁੰਡੇ ਨੇ ਕਮਾਉਣ ਆਲ਼ੇ.... ਕੇਰਾਂ ਵਾਧਾ-ਘਾਟਾ ਕਰਕੇ ਕੁੜੀ ਨੂੰ ਵਧੀਆ ਟਿਕਾਣਾ ਮਿਲਜੇ.... ਉੱਧਰੋਂ ਤਾਂ ਨਾ ਕੋਈ ਫ਼ਿਕਰ-ਫਾਕਾ ਰਹੇ।" ਇੱਕ ਦਿਨ ਬਾਹਰੋਂ ਉਦਾਸ ਪਰਤੇ ਕਰਤਾਰੇ ਨੂੰ ਪਾਣੀ ਦਾ ਗਿਲਾਸ ਫੜਾਉਂਦਿਆਂ ਸੀਤੋ ਨੇ ਕਿਹਾ ਸੀ।

ਸੀਤੋ ਦੀਆਂ ਇਹ ਨਿੱਕੀਆਂ ਦਲੀਲਾਂ ਕਰਤਾਰੇ ਨੂੰ ਵੀ ਹਲੂਣ ਗਈਆਂ ਸਨ। ਕਰਤਾਰਾ ਸੋਚਦਾ, 'ਜਦੋਂ ਜ਼ਿੰਦਗੀ ਦੇ ਸਾਰੇ ਰਾਹ ਬੰਦ ਹੋ ਜਾਣ ਤਾਂ ਬੰਦਾ ਖ਼ੁਦ-ਬ-ਖ਼ੁਦ ਖ਼ੂਹ ਨੂੰ ਜਾਣ ਵਾਲੇ ਰਾਹ ਭੱਜਦਾ ਹੈ। ਜੇ ਖ਼ੂਹ ਨੂੰ ਪਾਰ ਕਰ ਗਿਆ ਤਾਂ ਪੌ-ਬਾਰਾਂ ਨਹੀਂ ਫੇਰ....!' ਕਰਤਾਰਾ ਵੀ ਇਹ 'ਸੂਲੀ ਦੀ ਛਾਲ' ਲਾਉਣ ਲਈ ਤਿਆਰ ਹੋ ਗਿਆ ਸੀ। ਆਖ਼ਰ ਉਹ ਕਰਦਾ ਵੀ ਕੀ? ਕੁਆਰੀਆਂ ਧੀਆਂ ਦਾ ਭਾਰ ਚੁੱਕਣ ਜੋਗੀ ਉਸਦੇ ਮੋਢਿਆਂ ਵਿੱਚ ਤਾਕਤ ਨਹੀਂ ਸੀ। ਉਹ ਛੇਤੀ ਤੋਂ ਛੇਤੀ ਇਸ ਭਾਰ ਤੋਂ ਸੁਰਖ਼ਰੂ ਹੋਣਾ ਚਾਹੁੰਦਾ ਸੀ, ਆਪਣੇ ਜਿਉਂਦੇ ਜੀਅ। ਇਹ ਭਾਰ ਲਾਹੁਣ ਲਈ ਹੀ ਉਹ ਮਹਿਮੇਂ ਨਾਲ ਤੁਰ ਪਿਆ ਸੀ ਸ਼ੇਰੋਂ ਟਿਕਾਣਾ ਦੇਖਣ।

ਜੱਟ ਦੇ ਦੋ ਮੁੰਡੇ ਹੀ ਮੁੰਡੇ ਸੀ, ਸੋਹਣੇ-ਸੁਨੱਖੇ ਤੇ ਜਾਇਦਾਦ ਵੀ ਚੰਗੀ ਸੀ। ਪਰ ਉਹੀ ਪਹਿਲਾਂ ਵਾਲਾ ਦੈਂਤ ਬਾਹਾਂ ਫੈਲਾਈ ਫੇਰ ਅੱਗੇ ਆ ਖੜ੍ਹਿਆ ਸੀ, ਮੋਟੀ ਮੰਗ! ਇੱਕ ਵਾਰ ਤਾਂ ਸੁਣ ਕੇ ਕਰਤਾਰੇ ਨੂੰ ਠੰਡੀ ਤਰੇਲੀ ਆ ਗਈ। ਚੀਨੀ ਦੀ ਪਿਆਲੀ 'ਚੋਂ ਭਰੀ ਚਾਹ ਦੀ ਘੁੱਟ ਉਸਨੂੰ ਜ਼ਹਿਰ ਜਾਪੀ। ਉਸਦਾ ਦਿਲ ਕੀਤਾ ਇਸ ਜ਼ਹਿਰ ਦੀ ਘੁੱਟ ਨੂੰ ਪੁੱਠੀ ਕੱਢ ਮਾਰੇ ਪਰ ਫਿਰ ਪਤਾ ਨਹੀਂ ਕੀ ਸੋਚ ਕੇ ਉਹ ਅੰਦਰੇ ਲੰਘਾ ਗਿਆ ਅਤੇ ਇਹ ਕਹਿੰਦਿਆਂ ਉੱਠ ਖੜ੍ਹਿਆ, "ਚੰਗਾ ਜੀ, ਮੇਰੇ ਤਾਂ ਸਾਰਾ ਕੁਝ ਪਸੰਦ ਐ। ਮੈਂ ਮਾੜਾ ਜਾ ਘਰੇਂ ਵੀ ਰੈਅ ਕਰਲਾਂ, ਨਾਲੇ ਤੁਸੀਂ ਸੋਚਕੇ ਆਪਣੀ ਰਾਏ ਦੱਸ ਦਿਓਂ।"

ਰਾਹ ਆਉਂਦਿਆਂ ਲਾਲਚੀ ਵਿਚੋਲਾ ਵੀ ਉਸਨੂੰ ਘੇਰ ਘੇਰ ਖੁੱਡੇ ਵਾੜਦਾ ਰਿਹਾ ਸੀ। ਉਸਦੇ ਭੜਕਦੇ ਮਨ ਨੂੰ ਆਪਣੀਆਂ ਮੋਮੋਠਗਣੀਆਂ ਨਾਲ ਸਿਰ-ਥਾਂ ਕਰਦਾ ਰਿਹਾ ਸੀ, "ਦੇਖੀਂ ਕਰਤਾਰਿਆ, ਟਿਕਾਣੇ ਵਾਰ ਵਾਰ ਨੀ ਮਿਲਦੇ ਹੁੰਦੇ। ਚੰਗਾ ਘਰ-ਬਾਰ, ਐਨੀ ਜਾਇਦਾਦ, ਨਾਲੇ ਮੁੰਡੇ ਸੋਨੇ ਦਾ ਰੁਪਈਆ ਨੇ....ਤੇਰੀਆਂ ਦੋਏ ਧੀਆਂ ਦਾ ਕੱਠੀਆਂ ਦਾ ਈ ਸਰ ਜੂ! ਘਰੇਂ ਛੇਤੀ ਰਾਏ ਕਰਲੀਂ। ਹਰ ਰੋਜ਼ ਅਗਲੇ ਦੇ ਦਸ ਦਸ ਆਉਂਦੇ ਨੇ, ...ਜੇ ਟਿਕਾਣਾ ਰੁਕ ਜੇ ਫੇਰ ਔਖਾ ਹੋ ਜਾਂਦੈ। ਊਂ ਤਾਂ ਮੈਂ ਉਨ੍ਹਾਂ ਨੂੰ ਕਹਿ ਤਾ, ਵੀ ਸਾਡੀ 'ਹਾਂ' 'ਨਾਂਹ' ਬਿਨਾਂ ਨਾ ਕਿੱਧਰੇ ਗੱਲ ਤੋਰਿਓ।"

ਜਦੋਂ ਕਰਤਾਰੇ ਨੇ ਆਪਣੇ ਰਿਸ਼ਤੇਦਾਰਾਂ ਨਾਲ ਬੈਠ ਕੇ ਗੱਲ ਕੀਤੀ ਤਾਂ ਉਹਨਾਂ ਦੇ ਨਾਲ ਨਾਲ ਸੀਤੋ ਨੇ ਵੀ ਹੱਲਾ-ਸ਼ੇਰੀ ਦੇ ਦਿੱਤੀ, "ਕੁਛ ਨੀ ਹੁੰਦਾ ਰਾਮੂ ਦੇ ਬਾਪੂ, ਸੁੱਖ ਨਾਲ ਬਥੇਰਾ ਕੁਛ ਐ। ਐਮੇਂ ਨੀ ਮਾੜੇ ਜੇ ਪਿੱਛੇ ਆਪਾਂ ਰਿਸ਼ਤਾ ਛੱਡਦੇ।" ਅਖ਼ੀਰ ਸਭ ਦੀ 'ਹਾਂ' ਹੋ ਗਈ।

ਇੱਕ ਦਿਨ ਕਰਤਾਰਾ ਦੋਵੇਂ ਕੁੜੀਆਂ ਦੇ ਭਾਰ ਤੋਂ ਤਾਂ ਸੁਰਖ਼ਰੂ ਹੋ ਗਿਆ ਪਰ ਇਹ ਭਾਰ ਲਾਹੁਣ ਲਈ ਜਿਹੜਾ ਭਾਰ ਹੁਣ ਉਸ ਉਪਰ ਆ ਡਿੱਗਿਆ ਸੀ ਉਸ ਦਾ ਉਹ ਕੀ ਕਰੇ? ਦੋ ਕਿੱਲੇ ਗਹਿਣੇ ਟਿਕ ਗਏ ਅਤੇ ਉਪਰੋਂ ਆੜ੍ਹਤੀਏ ਦਾ ਤਿੰਨ ਲੱਖ। ਘਰ ਵਿੱਚ ਕਲੇਸ਼ ਰਹਿਣ ਲੱਗ ਪਿਆ। ਸਾਰੇ ਇੱਕ-ਦੂਜੇ ਨੂੰ ਦੋਸ਼ ਦੇਣ ਲੱਗ ਪਏ। ਕਰਜ਼ੇ ਦੀ ਮਾਰ ਨੇ ਸ਼ਾਂਤ ਵਸਦਾ ਪਰਿਵਾਰ ਲੜਾਈ ਦਾ ਅਖਾੜਾ ਬਣਾ ਦਿੱਤਾ।

ਫਿਰ ਇੱਕ ਦਿਨ ਹੋਰ ਭਿਆਨਕ ਹਨੇਰੀ ਆ ਝੁੱਲੀ। ਹਨੇਰ-ਗਰਦ ਵੇਖਦਿਆਂ ਲੋਕ ਪਥਰਾ ਗਏ, ਲਹੂ ਜੰਮ ਗਏ, ਦੰਦਣਾਂ ਪੈ ਗਈਆਂ। ਰਾਤੋ-ਰਾਤ ਸਰਕਾਰ ਦੀ ਸ਼ਹਿ ’ਤੇ ਕਿਸੇ ਕੰਪਨੀ ਨੇ ਪਿੰਡਾਂ ਦੇ ਸੈਂਕੜੇ ਕਿੱਲੇ ਜ਼ਮੀਨ ਅਕਵਾਇਰ ਕਰ ਲਏ। ਲੋਕ ਪਿੱਟਦੇ ਰਹੇ, ਧਾਹੀਂ ਰੋਏ। ਪਰ ਕੌਣ ਸੁਣਦਾ? ਉਹਨਾਂ ਦੀ ਫ਼ਰਿਆਦ, ਉਹਨਾਂ ਦੇ ਬੋਲ, ਉਹਨਾਂ ਦੇ ਤਰਲੇ, ਖੜ੍ਹੀ ਫ਼ਸਲ ਵਾਂਗ ਪੁਲਿਸ ਦੇ ਕਾਲੇ ਬੂਟਾਂ ਥੱਲੇ ਦਰੜੀਂਦੇ ਗਈ। ਕਰਤਾਰੇ ਦਾ ਟੱਬਰ ਅਸਲੋਂ ਟੁੱਟ ਗਿਆ। ਬਚਦੀਆਂ ਆਸਾਂ ਵੀ ਖੇਰੂੰ ਖੇਰੂੰ ਹੋ ਗਈਆਂ।

ਜ਼ਮੀਨ ਖੁੱਸ ਗਈ। ਕੰਮ ਕੋਈ ਰਿਹਾ ਨਾ। ਸਾਰਾ ਟੱਬਰ ਤਣਾਓ ਵਿੱਚ ਰਹਿੰਦਾ। ਦਿਨੋ-ਦਿਨ ਇਸ ਤਣਾਓ ’ਚੋਂ ਲੜਾਈ-ਝਗੜਾ ਉੱਭਰਨ ਲੱਗਿਆ। ਇੱਕ ਦਿਨ ਰੋਜ਼ ਦੇ ਕਜੀਆ-ਕਲੇਸ਼ ਤੋਂ ਤੰਗ ਆ ਕੇ ਰਾਮੂ ਸਭ ਕੁਝ ਛੱਡ ਕੇ ਤੁਰ ਆਇਆ ਤੇ ਬਾਬੇ ਦੇ ਚਰਨੀਂ ਆ ਲੱਗਿਆ। ਕੁਝ ਦਿਨਾਂ ਬਾਅਦ ਘਰ ਦੇ ਲੈਣ ਵੀ ਆਏ ਪਰ ਰਾਮੂ ਨੇ ਜ਼ਿੱਦ ਫੜੀਂ ਰੱਖੀ ’ਤੇ ਉਨ੍ਹਾਂ ਨੂੰ ਚਿੱਟਾ ਜਵਾਬ ਦੇ ਦਿੱਤਾ।

ਪਹਿਲਾਂ ਪਹਿਲਾਂ ਤਾਂ ਰਾਮੂ ਨੂੰ ਇਹ ਵਿਹਲੜ ਜ਼ਿੰਦਗੀ ਬੜੀ ਚੰਗੀ ਲੱਗੀ ਸੀ। ਪਰ ਜਦੋਂ ਤੋਂ ਉਹ ਡਾਲੀ ਲੈਣ ਗਿਆ, ਸ਼ਹਿਰ ਵਿੱਚ ਕਿਸਾਨਾਂ ਦੇ ਧਰਨੇ-ਮੁਜ਼ਾਹਰੇ ਵੇਖਦਾ, ਉਨ੍ਹਾਂ ਦਾ ਜੋਸ਼ ਤੱਕਦਾ, ਕੁਝ ਚਿਰ ਖੜ੍ਹ ਕੇ ਉਨ੍ਹਾਂ ਦੀਆਂ ਤਕਰੀਰਾਂ ਵੀ ਸੁਣਦਾ, ਉਸ ਦਿਨ ਤੋਂ ਉਸ ਨੂੰ ਆਪਣੇ ਅੰਦਰ ਕੁਝ ਟੁੱਟਦਾ ਅਤੇ ਕੁਝ ਨਵਾਂ ਉੱਸਰਦਾ ਮਹਿਸੂਸ ਹੋਇਆ ਸੀ। ਉਸਨੂੰ ਆਪਣਾ ਪਹਿਲਾਂ ਲਿਆ ਫ਼ੈਸਲਾ ਹੁਣ ਗ਼ਲਤ ਲੱਗਣ ਲੱਗਿਆ ਸੀ। ਉਸ ਦੇ ਅੰਦਰਲੇ ਕਿਸੇ ਕੋਨਿਓਂ ਜੋਸ਼ ਅੰਗੜਾਈ ਲੈ ਰਿਹਾ ਸੀ। ਉਸ ਨੂੰ ਆਪਣੀ ਇਸ ਵਿਹਲੜ ਜ਼ਿੰਦਗੀ ਤੋਂ ਕਚਿਆਣ ਜਿਹੀ ਮਹਿਸੂਸ ਹੋਣ ਲੱਗ ਪਈ ਸੀ। ਭਗਵਾਂ ਬਾਣਾ ਉਸਨੂੰ ਸੂਲਾਂ ਵਾਂਗ ਚੁਭਦਾ ਸੀ। ਉਸ ਦੇ ਹੱਥ ਕੰਮ ਕਰਨ ਨੂੰ ਤਰਸ ਗਏ ਸਨ। ਇਹੀ ਕਾਰਨ ਸੀ ਕਿ ਉਹ ਹੁਣ ਹੋਰੂੰ ਹੋਰੂੰ ਰਹਿੰਦਾ ਸੀ, ਜਿਸ ਨੇ ਵੱਡੇ ਸਾਧੂ ਨੂੰ ਵੀ ਫਿਕਰਾਂ ਵਿੱਚ ਪਾ ਰੱਖਿਆ ਸੀ।

ਅੱਜ ਜਦੋਂ ਉਹ ਸ਼ਹਿਰ ਡਾਲੀ ਕਰਨ ਗਿਆ ਤਾਂ ਉਹ ਕੁਝ ਚਿਰ ਕਿਸਾਨਾਂ ਦੇ ਧਰਨੇ ਕੋਲ ਰੁਕ ਗਿਆ ਸੀ। ਕੋਈ ਚਿੱਟੇ ਦਾੜ੍ਹੇ ਵਾਲਾ ਉਸਦੇ ਪਿਤਾ ਵਰਗਾ ਬੋਲ ਰਿਹਾ ਸੀ, “ਸਰਕਾਰ ਆਪਣੇ ਗਲ਼ ਵੱਢ ਕੇ ਧਨਾਢਾਂ ਨੂੰ ਪਾਲ ਰਹੀ ਐ। ਆਪਣੇ ਬੱਚੇ ਭੁੱਖੇ ਮਰਦੇ ਨੇ, ਧਨਾਢਾਂ ਦੇ ਕੁੱਤੇ ਰੱਜਦੇ ਨੇ। ਇਹ ਜ਼ਮੀਨ ਆਪਣਾ ਸਭ ਕੁਝ ਐ। ਜ਼ਮੀਨ ਨਹੀਂ ਤਾਂ ਆਪਣੀ ਹੋਂਦ ਨਹੀਂ। ....ਅਸੀਂ ਭੁੱਖ ਨਾਲ ਨਹੀਂ ਮਰਨਾ ਚਾਹੁੰਦੇ। ਇਸ ਧਰਤੀ ਲਈ ਲੜਦਿਆਂ ਮਰ ਜਾਣਾ ਸਾਡੇ ਲਈ ਮਾਣ ਦੀ ਗੱਲ ਹੋਵੇਗੀ। .... ਪੰਜ ਉਂਗਲਾਂ ਜੋੜ ਕੇ ਘਸੁੰਨ ਬਣਦਾ ਹੈ। ਕੱਲੀ ਕੱਲੀ ਉਂਗਲ ਕੁਛ ਨੀ ਕਰ ਸਕਦੀ। ਸਾਨੂੰ ਸਰਕਾਰ ਦੀਆਂ

ਭੈੜੀਆਂ ਨੀਤੀਆਂ ਦਾ ਮੂੰਹ ਤੋੜਨ ਲਈ ਘਸੁੰਨ ਬਣਨ ਦੀ ਲੋੜ ਐ....!" ਸੁਣ ਕੇ ਰਾਮੂ ਨੇ ਦੋਵੇਂ ਮੁੱਠੀਆਂ ਘੁੱਟ ਲਈਆਂ। ਉਸਦਾ ਦਿਲ ਕੀਤਾ, ਸਾਹਮਣੇ ਸਰਕਾਰ ਹੋਵੇ ਤੇ ਉਹ ਬਾਹਰਲੇ ਬਿੱਲੇ ਵਾਂਗ ਉਸਦਾ ਗਲ਼ ਫੜ ਲਵੇ ਪਰ ਉਸ ਨੂੰ ਸਮਝ ਨਹੀਂ ਸੀ ਇਹ ਸਰਕਾਰ ਕੀ ਹੋਈ? ਕਿੱਥੇ ਰਹਿੰਦੀ ਹੈ? ਉਸਨੇ ਕ੍ਰੋਧ 'ਚ ਮੁੱਠੀਆਂ ਏਨੇ ਜ਼ੋਰ ਨਾਲ ਘੁੱਟੀਆਂ ਕਿ ਛਿੱਕੂ ਫੜੇ ਹੱਥ ਵਿੱਚ ਛਿੱਕੂ ਦੀਆਂ ਤੀਲਾਂ ਚੁਭ ਗਈਆਂ। ਉਹ ਕਿੰਨੀ ਦੇਰ ਖੜ੍ਹਾ ਤਕਰੀਰਾਂ ਸੁਣਦਾ ਰਿਹਾ।

ਇੱਥੇ ਹੀ ਉਸ ਨੂੰ ਆਪਣੇ ਪਿੰਡ ਦੇ ਹੋਰ ਲੋਕਾਂ ਨਾਲ ਚਾਚੇ ਦਾ ਮੁੰਡਾ ਮੰਗੀ ਵੀ ਮਿਲ ਪਿਆ। ਮੰਗੀ ਤੋਂ ਆਪਣੇ ਘਰ ਦੀ ਹਾਲਤ ਸੁਣ ਕੇ ਉਸ ਦਾ ਮਨ ਧਾਹੀਂ ਰੋ ਪਿਆ ਸੀ। ਮੰਗੀ ਨੇ ਉਸ ਨੂੰ ਸਮਝਾਇਆ, ਉਸ ਦਾ ਅੰਦਰ ਝੰਜੋੜਿਆ, ".... ਬਾਈ ਤੇਰਾ ਇਹ ਕੰਮ ਮਰਦਾਂ ਆਲਾ ਨੀ! ਢਿੱਡ ਤਾਂ ਕੀੜੇ-ਮਕੌੜੇ ਵੀ ਭਰੀ ਜਾਂਦੇ ਨੇ। ਇਹਨੂੰ ਜ਼ਿੰਦਗੀ ਜਿਊਣਾ ਨੀ ਕਹਿੰਦੇ ਮੇਰੇ ਬਾਈ! ਅੱਖਾਂ ਖੋਲ੍ਹ, ਅੱਖਾਂ.....!"

ਫਿਰ ਰਾਮੂ ਡਾਲੀ ਲੈ ਕੇ ਡੇਰੇ ਤਾਂ ਮੁੜ ਆਇਆ ਸੀ ਪਰ ਮੰਗੀ ਉਸਦੀਆਂ ਅੱਖਾਂ ਅੱਗੋਂ ਨਹੀਂ ਹਿੱਲ ਰਿਹਾ ਸੀ।

ਸਵੇਰੇ ਸਾਧੂ ਨੇ ਉੱਠ ਕੇ ਵੇਖਿਆ ਰਾਮੂ ਦੀ ਖ਼ਾਲੀ ਚਟਾਈ ਮੂੰਹ ਚਿੜਾ ਰਹੀ ਸੀ। ਉਹ ਕੁਝ ਦੇਰ ਬੈਠਾ ਵੇਖਦਾ ਰਿਹਾ ਫਿਰ ਦੋ-ਚਾਰ ਬੋਲ ਮਾਰੇ, "ਓਏ ਰਾਮੂ.... ਓਏ ਰਾਮੂ....!" ਪਰ ਮੁੜਵਾਂ ਕੋਈ ਜਵਾਬ ਨਾ ਅਇਆ। ਉਸਨੇ ਇੱਧਰ-ਉੱਧਰ ਨਿਗ੍ਹਾ ਮਾਰੀ ਪਰ ਨਜ਼ਰ ਦਰੱਖਤਾਂ ਵਿੱਚ ਟਕਰਾ ਕੇ ਵਾਪਸ ਆ ਗਈ। ਉਹ ਕਿਸੇ ਫ਼ਿਕਰ 'ਚ ਡੁੱਬਿਆ ਫਿਰ ਅੰਦਰ ਆ ਗਿਆ। ਅੰਦਰ ਵੜਦਿਆਂ ਉਹ ਆਲ਼ੇ-ਦੁਆਲੇ ਨਜ਼ਰ ਮਾਰ ਕੇ ਹੈਰਾਨ ਰਹਿ ਗਿਆ। ਰਾਮੂ ਦਾ ਕੋਈ ਕੱਪੜਾ-ਲੀੜਾ ਵੀ ਨਹੀਂ ਸੀ। ਨਾ ਹੀ ਰਾਮੂ ਦਾ ਉਸ ਨੂੰ ਬੈਗ ਨਜ਼ਰੀਂ ਪਿਆ ਜਿਹੜਾ ਅਕਸਰ ਕਿੱਲੀ ਟੰਗਿਆ ਹੁੰਦਾ ਸੀ। ਉਸਦੀ ਪਾਣੀ ਵਾਂਗ ਛਲਕਦੀ ਸ਼ੱਕ ਬਰਫ਼ ਵਾਂਗ ਜੰਮ ਕੇ ਪੱਕ ਗਈ।

"ਭੱਜ ਗਿਆ ਭੈਣ ਚੋ....!" ਉਹ ਗੁੱਸੇ ਵਿੱਚ ਆ ਕੇ ਗੰਦੀ ਗਾਲ੍ਹ ਦੇ ਗਿਆ।

ਅੱਜ ਸਾਧੂ ਨੂੰ ਸਾਰਾ ਕੰਮ ਆਪ ਕਰਨਾ ਪਿਆ। ਉਹ ਕੰਮ ਵੀ ਕਰਦਾ ਰਿਹਾ ਤੇ ਰਾਮੂ ਉੱਪਰ ਖਿੱਝਿਆ ਬੁੜ ਬੁੜ ਵੀ ਕਰੀਂ ਗਿਆ। ਉਸਨੇ ਇਸ਼ਨਾਨ ਕਰਨ ਤੋਂ ਬਾਅਦ ਖ਼ੁਦ ਹੀ ਆਰਤੀ ਦਾ ਸਮਾਨ ਤਿਆਰ ਕੀਤਾ ਤੇ ਇਕੱਲੇ ਨੇ ਹੀ ਆਰਤੀ ਕੀਤੀ। ਸਾਰਾ ਕੰਮ ਨਿਬੇੜਨ ਤੋਂ ਬਾਅਦ ਉਸਨੇ ਡਾਲੀ ਕਰਨ ਲਈ ਛਿੱਕੂ ਚੁੱਕ ਲਿਆ। ਏਨਾ ਸਮਾਂ ਛੱਡੇ ਕੰਮ ਨੂੰ ਦੁਬਾਰਾ ਹੱਥ ਪਾਉਣ 'ਤੇ ਉਸਦੇ ਮੂੰਹੋਂ ਰਾਮੂ ਨੂੰ ਫਿਰ ਇੱਕ ਗਾਲ੍ਹ ਨਿੱਕਲ ਗਈ।

ਜਦ ਉਹ ਛਿੱਕੂ ਲੈ ਕੇ ਡੇਰੇ ਤੋਂ ਬਾਹਰ ਆਇਆ ਤਾਂ ਵੇਖਿਆ, ਜੀ.ਟੀ. ਰੋਡ 'ਤੇ ਲੋਕਾਂ ਦਾ ਹਜੂਮ ਨਾਹਰੇ ਮਾਰਦਾ ਜਾ ਰਿਹਾ ਸੀ। ਇੱਕ ਥਾਂ ਜਾ ਕੇ ਸਾਧੂ ਦੀ ਨਿਗ੍ਹਾ ਹੈਰਾਨੀ ਵਿੱਚ ਜੰਮ ਗਈ। ਉਸਨੇ ਅੱਖਾਂ ਝਪਕੀਆਂ। ਅੱਖਾਂ 'ਤੇ ਹੱਥ ਫੇਰਿਆ। ਪਰ ਨਹੀਂ। ਦ੍ਰਿਸ਼ ਫਿਰ ਉਹੀ ਸੀ। ਰਾਮੂ ਆਪਣੇ ਬਾਈ ਮੰਗੀ ਨਾਲ ਸਭ ਤੋਂ ਅੱਗੇ ਜਾ ਰਿਹਾ ਸੀ।

ਗ਼ਲਤ-ਮਲਤ ਜ਼ਿੰਦਗੀ

ਮੌਸਮ ਹੁੰਮਸ ਭਰਿਆ ਹੈ, ਐ...ਨ ਤੂਫ਼ਾਨ ਆਉਣ ਤੋਂ ਪਹਿਲਾਂ ਵਰਗੀ ਸ਼ਾਂਤੀ। ਪਰ ਮੈਂ ਉਸਦੇ ਘਰ ਅੱਜ ਤੂਫ਼ਾਨ ਜ਼ਰੂਰ ਲਿਆ ਦੇਣਾ ਹੈ। ਉਸ ਨੇ ਮੈਨੂੰ ਸਮਝਿਆ ਕੀ ਹੈ? ਮੈਂ ਐਨਾ ਵੀ ਗਿਆ-ਗੁਜ਼ਰਿਆ ਨਹੀਂ ਹੋਇਆ ਕਿ ਆਪਣਾ ਹੱਕ ਖੁਹਾ ਕੇ ਅਜੇ ਵੀ ਚੁੱਪ ਬੈਠਾ ਰਹਾਂਗਾ। ਮੈਂ ਵੀ ਉਸਨੂੰ ਅੱਜ ਦਿਖਾ ਦੇਣੈ, ਜੇ ਤੂੰ ਮੇਰੇ ਨਾਲ ਐਨੀਆਂ ਕਰ ਸਕਦੈਂ ਤਾਂ ਬਾਣੀਏ ਦੇ ਮੈਂ ਵੀ ਨਹੀਂ ਜੰਮਿਆ। ਧਿਆ ਲੈ ਅੱਜ ਜਿਹੜੇ ਭਗਵਾਨ ਨੂੰ ਧਿਆਉਣੈ....! ਮੰਨ ਲੈ ਜਿਹੜੀਆਂ ਮਨੌਤਾਂ ਮੰਨਣੀਆਂ ਨੇ....!

"ਮੈਂ ਕਿਹਾ ਸੁਣ ਲਓ! ਮੈਂ ਕਦੋਂ ਦੀ ਬੋਲ ਮਾਰੀ ਜਾਨੀ ਆਂ।" ਮੇਰੀ ਪਤਨੀ ਰਸੋਈ 'ਚ ਰੋਟੀਆਂ ਲਾਹੁੰਦੀ ਹਟ ਕੇ ਮੇਰੇ ਸਿਰ 'ਤੇ ਆ ਖੜ੍ਹੀ ਹੈ। ਮੈਂ ਤ੍ਰਭਕ ਕੇ ਉਸ ਵੱਲ ਵੇਖਦਾ ਹਾਂ ਜਿਵੇਂ ਕਈ ਸਾਲਾਂ ਤੋਂ ਵਿਛੜੀ ਨੂੰ ਮਸਾਂ ਮਸਾਂ ਪਹਿਚਾਣ ਰਿਹਾ ਹੋਵਾਂ।

"ਬਾਹਰ ਮੁੰਡਾ ਰੋਈ ਜਾਂਦੈ, ਉਹਨੂੰ ਦੇਖ ਲੋ ਜਾ ਕੇ, ਮੈਂ ਰੋਟੀਆਂ ਲੱਗ ਰਹੀ ਆਂ।" ਪਤਨੀ ਮੇਰੇ ਵੱਲ ਵੱਖਰੀ ਜਿਹੀ ਤਰ੍ਹਾਂ ਵੇਖਦੀ ਮੁੜ ਰਸੋਈ ਵਿੱਚ ਜਾ ਵੜਦੀ ਹੈ।

ਮੈਂ ਬਾਹਰੋਂ ਆਪਣੇ ਤਿੰਨ ਸਾਲ ਦੇ ਮੁੰਡੇ ਨੂੰ ਚੁੱਕ ਅੰਦਰ ਕਮਰੇ ਵਿੱਚ ਆ ਗਿਆ ਹਾਂ। ਥੋੜ੍ਹੀ ਦੇਰ ਬਾਅਦ ਪਤਨੀ ਗਿੱਲੇ ਹੱਥ ਤੌਲੀਏ ਨਾਲ ਪੂੰਝਦੀ ਅੰਦਰ ਆ ਜਾਂਦੀ ਹੈ।

"ਥੋਡੀ ਝਾਕਣੀ ਅੱਜ ਕਿਮੇਂ ਓਪਰੀ ਓਪਰੀ ਜੀ ਲੱਗ ਰਹੀ ਐ?" ਪਤਨੀ ਮੇਰੀਆਂ ਅੱਖਾਂ ਵਿੱਚ ਵੇਖਦੀ, ਮੇਰੀ ਅੰਦਰਲੀ ਉਥਲ-ਪੁਥਲ ਨੂੰ ਫੜਨ ਦੀ ਕੋਸ਼ਿਸ਼ ਕਰਦੀ ਹੈ।

"ਨਾਂਹ ਤੈਨੂੰ ਊਈਂ ਵਹਿਮ ਐ।" ਮੈਂ ਆਪਣੇ ਆਲੇ-ਦੁਆਲੇ ਝੂਠ ਦੀ ਦੀਵਾਰ ਚਿਣਦਾ ਹਾਂ ਤਾਂ ਕਿ ਉਹ ਮੇਰੇ ਅੰਦਰ ਪ੍ਰਵੇਸ਼ ਨਾ ਕਰ ਜਾਵੇ।

"ਰੋਟੀ ਲਿਆਮਾਂ?" ਪਤਨੀ ਪੁੱਛਦੀ ਹੈ।

"ਹੈਂ! ਹਾਂ....।" ਮੈਂ ਆਪਣੇ ਅੰਦਰਲੇ ਸਮੁੰਦਰ 'ਚ ਤਿਲ੍ਹਕਦਾ ਤਿਲ੍ਹਕਦਾ ਮੁੜ ਪਰਤ ਕੇ ਉਸ ਨੂੰ 'ਹਾਂ' ਕਰ ਦਿੰਦਾ ਹਾਂ ਤੇ ਮੁੜ ਉਸੇ ਸਮੁੰਦਰ ਵਿੱਚ ਟੁੱਭੀ ਮਾਰ ਜਾਂਦਾ ਹਾਂ।

--0--

'ਕਦੇ ਮਾਂ ਵੀ ਐਨੀ ਨਿਰਮੋਹੀ ਬਣ ਜਾਵੇਗੀ?' ਮੈਂ ਕਦੇ ਸੁਪਨੇ ਵਿੱਚ ਵੀ ਨਹੀਂ ਸੋਚਿਆ ਸੀ ਪਰ ਜੇ ਕਦੇ ਇਹ ਸੱਚ ਹੋ ਜਾਵੇ ਤਾਂ....? ਤਾਂ ਬੰਦੇ ਅੰਦਰ ਅਜਿਹੇ ਝੱਖੜ ਝੁੱਲਦੇ ਹਨ ਕਿ ਜਿੱਥੋਂ ਦੀ ਇਹ ਲੰਘ ਜਾਣ ਸਭ ਕੁਝ ਪਲਾਂ ਵਿੱਚ ਤਹਿਸ-ਨਹਿਸ!

ਮਾਂ ਨੂੰ ਤਾਂ ਮੈਂ ਦੂਜਾ ਨਹੀਂ ਪਹਿਲਾ ਰੱਬ ਮੰਨਦਾ ਸੀ। ਫੇਰ ਉਸ ਨੂੰ ਕੀ ਮਜਬੂਰੀ ਆ ਪਈ ਸੀ ਕਿ ਉਸ ਨੇ ਮੇਰਾ ਮਾਸ ਵੱਢ ਕੇ ਦੂਜੇ ਨੂੰ ਖਵਾ ਦਿੱਤਾ? ਜਦ ਮੈਨੂੰ ਪਤਾ ਲੱਗਿਆ ਤਾਂ ਮੈਂ ਜਿਉਂਦਾ ਹੀ ਮਰ ਗਿਆ ਸੀ। ਮਾਂ ਨੇ ਮੈਨੂੰ ਮਾਰ ਦਿੱਤਾ ਸੀ। ਮਾਂ ਨੇ ਆਪਣੇ ਹਿੱਸੇ ਦੀ ਸਾਰੀ ਜ਼ਮੀਨ ਵੱਡੇ ਦੇ ਨਾਮ ਲਗਵਾ ਦਿੱਤੀ। ਮੈਂ ਰਿਸ਼ਤੇਦਾਰ ਵੀ ਵਥੇਰੇ ਬੁਲਾਏ ਪਰ ਉਸ ਨੇ ਕਿਸੇ ਦੀ ਨਾ ਮੰਨੀ। ਉਲਟਾ ਮੇਰਾ ਭਰਾ ਮੈਨੂੰ ਮਾਰਨ ਆਇਆ।

ਪਤਨੀ ਨੇ ਤਾਂ ਮੈਨੂੰ ਪਹਿਲਾਂ ਵਥੇਰਾ ਸਮਝਾਇਆ ਸੀ, "ਇਹ ਕਾਲ਼ਾ ਨਾਗ ਐ, ਕਾਲ਼ਾ ਨਾਗ! ਇਹਨੂੰ ਦੁੱਧ ਨਾ ਪਿਲਾ, ਇੱਕ ਦਿਨ ਤੈਨੂੰ ਈ ਡੰਗੂ।"

"ਲੈ ਹੈ ਬੌਲ਼ੀ! ਖ਼ੂਨ ਦੇ ਰਿਸ਼ਤੇ ਐਂ ਕਦੇ ਟੁੱਟਦੇ ਨੇ।" ਮੈਨੂੰ ਉਸਦੀਆਂ ਗੱਲਾਂ ਭੈੜੀਆਂ ਲਗਦੀਆਂ।

"ਤੂੰ ਤਾਂ ਸਤਜੁਗ ਦੀਆਂ ਗੱਲਾਂ ਕਰਦੈਂ। ਹੁਣ ਪਹਿਲਾਂ ਦੇ ਸਮੇਂ ਆਲ਼ਾ ਖ਼ੂਨ ਨੀ ਰਿਹਾ।" ਉਹ ਸਮਾਜ ਦੇ ਅਜੋਕੇ ਸੱਚ ਦਾ ਸ਼ੀਸ਼ਾ ਮੈਨੂੰ ਦਿਖਾਉਣ ਦੀ ਕੋਸ਼ਿਸ਼ ਕਰਦੀ ਪਰ ਮੈਂ ਅੱਖਾਂ ਮੀਟ ਲੈਂਦਾ।

ਪਰ ਜਦ ਜ਼ਮੀਨ ਵੱਡੇ ਦੇ ਨਾਂ ਲੱਗ ਗਈ ਤਾਂ ਮੇਰੀਆਂ ਅੱਖਾਂ, ਮੂੰਹ, ਕੰਨ ਸਭ ਕੁਝ ਖੁੱਲ੍ਹ ਗਿਆ, ਮੁੜ ਬੰਦ ਨਾ ਹੋਇਆ।

ਮੈਨੂੰ ਪਿਛਲੇ ਸਮੇਂ ਦੌਰਾਨ ਉਨ੍ਹਾਂ ਵੱਲੋਂ ਮੇਰੇ ਨਾਲ ਕੀਤੀਆਂ ਵਧੀਕੀਆਂ ਇਸ ਅਣਹੋਣੀ ਲਈ ਉਨ੍ਹਾਂ ਦਾ ਅਭਿਆਸ ਲੱਗੀਆਂ। ਜੇ ਮੈਂ ਪਹਿਲਾਂ ਹੀ ਸੁਚੇਤ ਹੋ ਜਾਂਦਾ ਤਾਂ....!

ਪਹਿਲੀ ਵਾਰ ਵੱਡੇ ਨੇ ਮੇਰੇ ਨਾਲ ਓਦੋਂ ਕੀਤੀ ਜਦ ਮੈਂ ਕਿਸੇ ਦੋਸਤ ਕੋਲ ਤਿੰਨ-ਚਾਰ ਦਿਨਾਂ ਲਈ ਬਾਹਰ ਗਿਆ ਸੀ। ਮੈਨੂੰ ਪਿੰਡੋਂ ਮਾਮੇ ਦਾ ਫੋਨ ਆਇਆ, "ਮੱਖਣ ਅੱਡ ਹੁੰਦੈ। ਕਹਿੰਦੈ, ਪਿਆ ਹੋਇਆ ਘਰ ਮੈਂ ਲੈਣੈ। ਹੁਣ ਕਿਮੇਂ ਕਰੀਏ?"

"ਮਾਮਾ ਜੀ ਅਜੇ ਉਸ ਨੂੰ ਅੱਡ ਹੋਣ ਨੂੰ ਕੀ ਹੋਇਆ ਸੀ? ਤਿੰਨ ਮਹੀਨੇ ਤਾਂ ਵਿਆਹ ਨੂੰ ਹੋਏ ਨੇ।"

"ਅਸੀਂ ਤਾਂ ਬਥੇਰਾ ਸਮਝਾ ਕੇ ਦੇਖ ਲਿਆ, ਮੰਨਦਾ ਤਾਂ ਹੈ ਨੀ ਕਿਸੇ ਦੀ।"

"ਚਲ ਐਂ ਕਰੋ ਫੇਰ, ਜੇ ਨਹੀਂ ਮੰਨਦਾ ਤਾਂ ਜਿਹੜਾ ਘਰ ਕਹਿੰਦੈ ਦੇ ਦੋ।" ਮੈਂ ਬਹੁਤਾ ਬਖੇੜੇ ਵਿੱਚ ਪੈਣਾ ਠੀਕ ਨਾ ਸਮਝਿਆ।

ਜਦ ਮੈਂ ਵਾਪਸ ਪਿੰਡ ਆਇਆ ਤਾਂ ਮਾਂ-ਬਾਪ ਨਾਲ ਮੇਰਾ ਸਮਾਨ ਤੂੜੀ ਵਾਲੇ ਕਮਰੇ ਵਿੱਚ ਪਿਆ ਸੀ। ਫੇਰ ਕਿੰਨੇ ਸਮੇਂ ਵਿੱਚ ਹੌਲੀ ਹੌਲੀ ਮੈਂ ਉਸਨੂੰ ਬੈਠਣ ਜੋਕਰਾ ਕੀਤਾ।

"ਲਓ ਜੀ ਰੋਟੀ।"

".....।"

"ਰੋਟੀ....! ਕਿੱਥੇ ਖੋ ਗਏ?" ਪਤਨੀ ਨੇ ਮੁਸਕਰਾਉਂਦਿਆਂ ਕਿਹਾ। ਉਸਦੀ ਮੁਸਕਰਾਹਟ ਪਿੱਛੇ ਛੁਪਿਆ ਵਿਅੰਗ ਮੈਨੂੰ ਪ੍ਰਤੱਖ ਦਿਸ ਗਿਆ।

ਮੈਂ ਰੋਟੀ ਖਾਣ ਲੱਗ ਪਿਆ। ਉਹ ਪਤਾ ਨਹੀਂ ਕੀ ਬੋਲਦੀ ਗਈ। ਮੈਨੂੰ ਉਸਦੀ

ਕੋਈ ਗੱਲ ਸਮਝ ਨਾ ਆਈ। ਮੈਂ ਬੱਸ ਓਪਰੀ ਜਿਹੀ 'ਹਾਂ-ਹੂੰ' ਕਰਦਾ ਰਿਹਾ। ਮੇਰੇ ਮਨ 'ਚ ਤਾਂ ਉਸਦੀ ਇੱਕੋ ਗੱਲ, ਗੁਲ ਮੇਖ ਵਾਂਗ ਗੱਡੀ ਪਈ ਹੈ, "ਤੂੰ ਬੰਦਾ ਬਣਾਇਐਂ ਕਿਸ ਨੇ। ਤੂੰ ਤਾਂ ਨਾਮਰਦ ਐਂ, ਨਾਮਰਦ! ਸ਼ਰੀਕ ਚਾਹੇ ਤੇਰੇ ਸਿਰ 'ਤੇ ਹੱਗ ਜਾਣ, ਤੈਨੂੰ ਫੇਰ ਵੀ ਸੁਰਤ ਨੀ ਆਉਂਦੀ। ਹੁਣ ਜਦੋਂ ਓਹੋ ਆਪਣੇ ਹਿੱਸੇ ਦੀ ਜ਼ਮੀਨ ਵੀ ਲੈ ਗਿਆ ਫੇਰ ਏਦੂੰ ਉੱਤੇ ਕੀ ਹੋਊ? ਹੁਣ ਆਪ ਤਾਂ ਮਰੇ ਈ ਪਏ ਆਂ, ਸ਼ਰੀਕ ਤਾਂ ਨਾ ਸਿਰ ਉੱਚਾ ਚੱਕ ਕੇ ਤੁਰ ਲੇ। ਪਰ ਤੇਰੇ 'ਤੇ ਮਿੱਟੀ ਦੀ ਢੇਰੀ 'ਤੇ ਕੀ ਅਸਰ ਐ ਇਨ੍ਹਾਂ ਗੱਲਾਂ ਦਾ।"

ਜਦੋਂ ਦੀ ਪਤਨੀ ਨੇ ਇਹ ਗੱਲ ਕਹੀ ਹੈ ਓਦੋਂ ਦੇ ਮੇਰੇ ਅੰਦਰ ਭਾਂਬੜ ਮੱਚਣ ਲੱਗ ਪਏ ਹਨ। ਕ੍ਰੋਧ ਦਾ ਗੋਲ਼ਾ ਮੇਰੇ ਸਿਰ ਨੂੰ ਚੜ੍ਹਨ ਲੱਗਿਆ ਹੈ। ਜੀਅ ਕਰਨ ਲਗਦਾ ਹੈ, ਬੰਬ ਵਾਂਗ ਫਟ ਜਾਵਾਂ। ਆਪ ਤਬਾਹ ਹੋ ਜਾਵਾਂ ਅਤੇ ਆਪਣੇ ਆਲੇ-ਦੁਆਲੇ ਦਾ ਸਭ ਕੁਝ ਤਹਿਸ-ਨਹਿਸ ਕਰ ਦੇਵਾਂ। ਮੈਂ ਆਪਣੀ ਪਤਨੀ ਸਾਹਮਣੇ ਨੀਵਾਂ ਨਹੀਂ ਹੋਣਾ ਚਾਹੁੰਦਾ। ਮੈਂ ਤਾਂ ਹਰ ਬਾਰੀ ਲੰਬੀ ਸੋਚਦਾ ਚੁੱਪ ਕਰਦਾ ਰਿਹਾ ਸੀ ਪਰ ਮੇਰੀ ਇਸੇ ਸੋਚ ਨੇ ਮੈਨੂੰ ਮੇਰੀ ਪਤਨੀ ਅੱਗੇ ਨਾਮਰਦ ਬਣਾ ਦਿੱਤਾ। ਡਰਪੋਕ ਤੇ ਕਮਜ਼ੋਰ। ਹੁਣ ਮੈਂ ਉਸ ਨੂੰ ਵਿਖਾ ਦੇਣਾ ਹੈ, ਤੇਰਾ ਸੁੱਖਾ ਕਮਜ਼ੋਰ ਨਹੀਂ। ਮੈਂ ਆਪਣੀ ਮਰਦਾਨਗੀ ਦੇ ਡਿੱਗ ਰਹੇ ਮੀਨਾਰ ਨੂੰ ਉਸਦੀਆਂ ਅੱਖਾਂ ਅੱਗੇ ਮੁੜ ਉਸਾਰਾਂਗਾ। ਅੱਜ ਤੋਂ ਬਾਅਦ ਉਹ ਮੈਨੂੰ ਕਦੇ ਨਹੀਂ ਕਹੇਗੀ, "ਤੇਰੇ 'ਚ ਤਾਂ ਭੋਰਾ ਅਣਖ ਨੀ ਹੈ।"

'ਮੇਰੇ 'ਚ ਅਣਖ ਹੈ ਰਾਜੀ। ਕੱਲ੍ਹ ਦਾ ਸੂਰਜ ਤੇਰੇ ਸੁੱਖੇ ਦੀ ਅਣਖ ਦੀ ਗਵਾਹੀ ਲੈ ਕੇ ਚੜ੍ਹੇਗਾ। ਤੂੰ ਦੇਖਦੀ ਜਾਈਂ।' ਮੇਰਾ ਅੰਦਰ ਬੋਲਦਾ ਹੈ।

ਪਤਨੀ ਭਾਂਡੇ ਮਾਂਜ ਕੇ ਮੰਜੇ ਉੱਤੇ ਆ ਬੈਠੀ ਹੈ। ਮੈਂ ਆਉਣ ਵਾਲੇ ਸਮੇਂ ਬਾਰੇ ਉਸ ਦਾ ਮਨ ਪੜ੍ਹਨ ਲਈ ਗੱਲ ਤੋਰਦਾ ਹਾਂ, "ਜੇ ਮੈਂ ਮਰਜਾਂ ਫੇਰ ਤੂੰ ਕੀ ਕਰੇਂਗੀ?"

"ਲੈ....! ਇਹੇ ਜੀਆਂ ਗੱਲਾਂ ਕਿਉਂ ਕਰਦੈਂ। ਮਰਨ ਤੇਰੇ ਦੁਸ਼ਮਣ।" ਪਤਨੀ ਦੇ ਇਸ ਜਵਾਬ 'ਤੇ ਮੈਨੂੰ ਲਗਦਾ ਹੈ ਜਿਵੇਂ ਮੈਂ ਗੱਲ ਬਹੁਤੀ ਕਰੜੀ ਪੁੱਛ ਗਿਆ ਹੋਵਾਂ। ਫਿਰ ਮੈਂ ਗੱਲ ਨੂੰ ਹੋਰ ਨਰਮ ਕਰ ਕੇ ਦੁਹਰਾਉਂਦਾ ਹਾਂ, "ਜੇ ਮੈਂ ਕਈ ਸਾਲਾਂ ਲਈ ਬਾਹਰ ਬਗਜਾਂ, ਘਰ ਨੂੰ ਤੂੰ 'ਕੱਲੀ ਸਾਂਭਲੇਂ?" ਮੇਰੀਆਂ ਅੱਖਾਂ ਅੱਗੇ ਜੇਲ੍ਹ ਦਿਸ ਰਹੀ ਸੀ।

"ਬਾਹਰ ਕਿੱਥੇ?" ਉਹ ਮੇਰੀਆਂ ਬਿਨਾਂ ਸਿਰੋਂ-ਪੈਰੋਂ ਗੱਲਾਂ 'ਤੇ ਹੈਰਾਨ ਹੁੰਦੀ ਹੈ।

"ਨਾਹ, ਮੰਨ ਲਓ ਜੇ ਮੈਂ ਬਗਜਾਂ?"

"ਮੈਨੂੰ ਨੀ ਤੇਰੀ ਕੋਈ ਸਮਝ ਆਉਂਦੀ।" ਉਹ ਨਰਾਜ਼ਗੀ ਜਿਹੀ ਵਿਖਾਉਂਦੀ ਪਾਸਾ ਵੱਟ ਜਾਂਦੀ ਹੈ ਜਿਵੇਂ ਮੈਨੂੰ ਵੇਖ ਕੇ ਆਪਣੇ ਮਨ ਦਾ ਬੂਹਾ ਭੇੜ ਲਿਆ ਹੋਵੇ। ਉਸ ਨੇ ਮੈਨੂੰ ਆਪਣਾ ਮਨ ਪੜ੍ਹਨ ਤੋਂ ਪਹਿਲਾਂ ਹੀ ਦਰਾਂ ਵਿੱਚੋਂ ਵਾਪਸ ਮੋੜ ਦਿੱਤਾ।

ਹੁਣ ਮੈਂ ਉਸਦੇ ਸੌਂ ਜਾਣ ਦਾ ਇੰਤਜ਼ਾਰ ਕਰਦਾ ਹਾਂ। ਉਹ ਮੇਰੇ ਨਾਲ ਕੁਝ ਦੇਰ ਗੱਲਾਂ ਕਰਦੀ ਹੈ ਤੇ ਫਿਰ ਮੁੰਡੇ ਨੂੰ ਦੁੱਧ ਦੇ ਕੇ ਸੌਂ ਜਾਂਦੀ ਹੈ। ਮੈਨੂੰ ਉਸ ਸਮੇਂ ਦੀ ਏਨੀ ਬੇਸਬਰੀ ਹੋ ਰਹੀ ਹੈ ਕਿ ਮੈਂ ਬੀਤ ਰਹੇ ਇਕੱਲੇ ਇਕੱਲੇ ਮਿੰਟ ਨੂੰ ਗਿਣ ਰਿਹਾ ਹਾਂ। ਸਮਾਂ ਕੀੜੀ ਦੀ ਚਾਲ ਤੁਰਦਾ ਮਸਾਂ ਬਾਰਾਂ 'ਤੇ ਪਹੁੰਚਿਆ ਹੈ। ਮੈਂ ਮੱਲਕ ਦੇਣੇ ਚੱਪਲਾਂ ਪਾਉਂਦਾ ਹਾਂ ਤੇ ਅੰਦਰ ਆ ਜਾਂਦਾ ਹਾਂ। ਅਲਮਾਰੀ ਓਹਲਿਓਂ ਕਿਰਚ ਚੁੱਕ ਲਈ ਹੈ। ਉਸ ਨੂੰ

ਉਲਟਾ-ਪੁਲਟਾ ਕੇ ਕਿਸੇ ਕੀਮਤੀ ਸ਼ੈਅ ਵਾਂਗ ਨਿਹਾਰਦਾ ਹਾਂ ਤੇ ਫਿਰ ਡੱਬ ਵਿੱਚ ਦੇ ਲੈਂਦਾ ਹਾਂ। ਅਲਮਾਰੀ ਕੋਲੋਂ ਗੁਜ਼ਰਨ ਲਗਦਾ ਹਾਂ ਤਾਂ ਮੈਨੂੰ ਆਦਮ ਕੱਦ ਸ਼ੀਸ਼ੇ ਵਿੱਚੋਂ ਅਪਣਾ ਚਿਹਰਾ ਨਜ਼ਰ ਆਉਂਦਾ ਹੈ। ਇੱਕ ਪਲ ਰੁਕ ਕੇ ਮੈਂ ਸ਼ੀਸ਼ੇ ਵਿੱਚ ਆਪਣਾ ਚਿਹਰਾ ਨਿਹਾਰਦਾ ਹਾਂ। ਮੈਨੂੰ ਆਪਣਾ ਚਿਹਰਾ ਹੀ ਆਪਣਾ ਨਹੀਂ ਲਗਦਾ। ਮੈਂ ਹੋਰ ਨੇੜੇ ਹੁੰਦਾ ਹਾਂ ਤਾਂ ਮੱਥੇ ਵਿੱਚ ਪਿਆ ਟੱਕ ਦਾ ਪੱਕਾ ਨਿਸ਼ਾਨ ਮੈਨੂੰ ਯਕੀਨ ਦਵਾ ਜਾਂਦਾ ਹੈ ਕਿ ਤੂੰ ਸੁੱਖਾ ਹੀ ਹੈਂ। ਮੈਂ ਨਿਸ਼ਾਨ ਉੱਪਰ ਹੱਥ ਫੇਰਦਾ ਹਾਂ ਜਿਵੇਂ ਉਹ ਦੁਬਾਰਾ ਤਾਜ਼ਾ ਹੋ ਗਿਆ ਹੋਵੇ ਤੇ ਉਸ ਵਿੱਚੋਂ ਲਹੂ ਸਿੰਮ ਸਿੰਮ ਮੇਰੇ ਮੂੰਹ ਉੱਤੇ ਘਰਾਲਾਂ ਚੱਲ ਪਈਆਂ ਹੋਣ।

ਉਸ ਦਿਨ ਵੀ ਇਸੇ ਤਰ੍ਹਾਂ ਘਰਾਲਾਂ ਚੱਲੀਆਂ ਸਨ ਜਦ ਕੰਧ ਦੀ ਲੜਾਈ ਪਿੱਛੇ ਵੱਡਾ ਮੇਰੇ ਸੁੱਤੇ ਪਏ ਦੇ ਸਿਰ ਵਿੱਚ ਗੰਡਾਸਾ ਮਾਰ ਗਿਆ ਸੀ। ਉਹ ਆਇਆ ਤਾਂ ਮੈਨੂੰ ਮਾਰਨ ਦੇ ਇਰਾਦੇ ਨਾਲ ਹੀ ਸੀ ਪਰ ਨਿਸ਼ਾਨਾ ਗ਼ਲਤ ਲੱਗਣ ਕਾਰਨ ਮੈਂ ਛੇਤੀ ਨਾਲ ਉੱਠ ਕੇ ਪਰ੍ਹਾਂ ਹੋ ਗਿਆ। ਉਹ ਉਹਨੀਂ ਪੈਰੀਂ ਵਾਪਸ ਦੌੜ ਗਿਆ ਸੀ।

ਇਹ ਨਿਸ਼ਾਨ ਵੇਖ ਕੇ ਮੇਰਾ ਕਰੋਧ ਹੋਰ ਉਬਾਲੀ ਖਾ ਗਿਆ ਹੈ। ਮੈਂ ਬਾਹਰ ਨਿਕਲਦਾ ਹਾਂ। ਰਾਜੀ ਅਤੇ ਜੋਨੀ ਸੁੱਤੇ ਪਏ ਹਨ। ਮੈਂ ਉਹਨਾਂ ਦੇ ਸਿਰਹਾਣੇ ਜਾ ਖੜ੍ਹਿਆ ਹਾਂ। ਜੋਨੀ ਸੁੱਤਾ ਪਿਆ ਹੱਸ ਰਿਹਾ ਹੈ। ਮੈਨੂੰ ਉਸਦੇ ਭੋਲ਼ੇ ਚਿਹਰੇ 'ਤੇ ਤਰਸ ਆਉਂਦਾ ਹੈ। ਫਿਰ ਉਸਦਾ ਹੱਸਦਾ ਚਿਹਰਾ ਮੈਨੂੰ ਰੋਂਦਾ ਮਹਿਸੂਸ ਹੁੰਦਾ ਹੈ। ਉਸਦੇ ਪਾਟੇ, ਮੈਲੇ-ਕੁਚੈਲੇ ਕੱਪੜੇ ਹਨ। ਰਾਜੀ ਦਾ ਵੀ ਇਹੀ ਹਾਲ ਹੈ। ਖਿਲਰੇ ਵਾਲ, ਟੁੱਟੀਆਂ ਚੱਪਲਾਂ, ਪੈਰਾਂ 'ਚ ਮੋਟੀਆਂ ਮੋਟੀਆਂ ਬਿਆਈਆਂ। ਚਿਹਰੇ 'ਤੇ ਬਿਆਈਆਂ ਜਿੰਨੀਆਂ ਕਰੂਰ ਝੁਰੜੀਆਂ, ਜਿਵੇਂ ਕੋਈ ਭਿਖਾਰਨ ਹੋਵੇ। ਉਹ ਦੋਵੇਂ ਬਾਰ ਵਿੱਚ ਖੜ੍ਹੇ ਮੇਰਾ ਇੰਤਜ਼ਾਰ ਕਰ ਰਹੇ ਹਨ ਪਰ ਮੈਂ ਨਹੀਂ ਆਉਂਦਾ। ਜਦ ਮੈਂ ਵਾਪਸ ਪਰਤਦਾ ਹਾਂ ਓਦੋਂ ਤੱਕ ਉਹ ਖੜ੍ਹੇ ਖੜ੍ਹੇ ਹੀ ਪੱਥਰ ਦੇ ਬੁੱਤਾਂ ਵਿੱਚ ਬਦਲ ਜਾਂਦੇ ਹਨ।

ਰਾਜੀ ਪਾਸਾ ਪਰਤਦੀ ਮੈਨੂੰ ਵਹਿਣਾਂ ਵਿੱਚੋਂ ਬਾਹਰ ਕੱਢ ਲੈਂਦੀ ਹੈ। ਮੈਂ ਜੋਨੀ ਦਾ ਇੱਕ ਵਾਰ ਮੂੰਹ ਚੁੰਮਦਾ ਹਾਂ ਤੇ ਕਿਰਚ ਨੂੰ ਸੰਭਾਲਦਾ ਬਾਹਰ ਨਿਕਲ ਜਾਂਦਾ ਹਾਂ।

ਬਾਹਰ ਫਿਰਨੀ 'ਤੇ ਆਉਂਦਾ ਹਾਂ ਤਾਂ ਅਮਰੂ ਬਾਬੇ ਦੇ ਘਰ ਦਾ ਬਾਹਰਲਾ ਬੱਲਬ ਜਗਦਾ ਦਿਸਦਾ ਹੈ। ਉਸ ਦੇ ਬਾਰ ਅੱਗੇ ਚੌਕੜੀ ਸੁੰਨੀ ਪਈ ਹੈ। ਮੈਨੂੰ ਬਾਬੇ ਅਮਰੂ ਦੀ ਗੱਲ ਯਾਦ ਆਉਂਦੀ ਹੈ। ਉਹ ਪਰਸੋਂ ਚੌਕੜੀ 'ਤੇ ਬੈਠਾ ਮੇਰੀ ਸੁਣਾਈ ਕਿਸੇ ਘਟਨਾ 'ਤੇ ਟਿੱਪਣੀ ਕਰਦਾ ਜਿਵੇਂ ਮੈਨੂੰ ਸਮਝਾ ਰਿਹਾ ਸੀ, "ਹੁਣ ਉਹ ਵੇਲੇ ਨੀ ਰਹੇ ਪੁੱਤਰਾ ਸਤ-ਯੁੱਗ ਆਲੇ। ਹੁਣ ਤਾਂ ਸਾਰੀ ਜ਼ਿੰਦਗੀ ਗ਼ਲਤ-ਮਲਤ ਜੀ ਹੋਈ ਪਈ ਐ। ਜਿਵੇਂ ਕਈ ਰੰਗ ਡੁੱਲ੍ਹ ਕੇ 'ਕੱਠੇ ਹੋ ਜਾਣ ਨਾ, ਫੇਰ ਉਨ੍ਹਾਂ ਦੀ ਕੋਈ ਪਹਿਚਾਣ ਨੀ ਰਹਿੰਦੀ। ਅੱਜ ਦੇ ਜਮਾਨੇ ਦੇ ਬੰਦੇ ਵੀ ਬੱਸ ਅਈਂ ਹੋਏ ਪਏ ਨੇ। ਸਾਨੂੰ ਕੋਈ ਪਤਾ ਨੀ ਲੱਗਦਾ ਆਪਣਾ ਕਿਹੜੈ, ਬਿਗਾਨਾ ਕਿਹੜੈ? ਇਹ ਨੀ ਪਤਾ ਆਵਦਾ ਭਰਾ ਦੁਸ਼ਮਣ ਆਲ਼ਾ ਕੰਮ ਕਰ ਜੇ। ਕੋਈ ਗ਼ੈਰ ਭਰਾਵਾਂ ਨਾਲੋਂ ਵੱਧ ਨਿਕਲ ਜੇ। ਏਸ ਸਮੇਂ 'ਚ ਤਾਂ ਆ ਕੇ ਪੁਰਾਣੀਆਂ ਅਖੌਤਾਂ ਦੇ ਅਰਥ ਵੀ ਸਾਰੇ ਉਲਟ ਹੋ ਗਏ ਸਾਲੇ! ਬੱਸ ਰੱਬ ਭਲੀ ਕਰੇ!" ਬਾਬੇ ਨੇ ਕਿਲੋਮੀਟਰ ਜਿੱਡਾ ਲੰਬਾ ਸਾਹ ਲਿਆ ਸੀ ਜਿਵੇਂ ਉਹ ਸਾਰੇ ਰਿਸ਼ਤਿਆਂ ਦੀ ਕੁੜੱਤਣ ਨੂੰ ਆਪਣੇ ਅੰਦਰ ਭਰ ਕੇ ਖ਼ਤਮ ਕਰਨੀ ਚਾਹੁੰਦਾ ਹੋਵੇ।

"ਹਾਂ ਬਾਬਾ ਤੇਰੀ ਗੱਲ ਸੌਲ੍ਹਾਂ ਆਨੇ ਸੱਚ ਨਿਕਲੀ।" ਇਹ ਬੋਲ ਮੇਰੇ ਅੰਦਰੋਂ ਉੱਠੇ ਤੇ ਫਿਰ ਅੰਦਰ ਹੀ ਜ਼ਬਤ ਹੋ ਗਏ।

ਮੈਂ ਬਾਬੇ ਅਮਰੂ ਦੇ ਘਰ ਵੱਲ ਵੇਖਦਾ ਅੱਗੇ ਤੁਰ ਪੈਂਦਾ ਹਾਂ। ਪਰ੍ਹਾਂ ਫੰਮਣ ਕੇ ਡੇਰੇ ਵੱਲੋਂ ਆਏ ਦੋ ਕੁੱਤੇ ਮੈਨੂੰ ਭੌਂਕਣ ਲੱਗਦੇ ਹਨ ਪਰ ਮੈਂ ਉਹਨਾਂ ਤੋਂ ਬੇਧਿਆਨਾ ਤੁਰਿਆ ਜਾ ਰਿਹਾ ਹਾਂ। ਅੱਗੇ ਜੀ. ਟੀ. ਰੋਡ 'ਤੇ ਵਾਹਨਾਂ ਦੀਆਂ ਲਾਈਟਾਂ ਉਨ੍ਹਾਂ ਦੀ ਗੂੰਜ ਦੇ ਨਾਲ ਨਾਲ ਭੱਜੀਆਂ ਜਾ ਰਹੀਆਂ ਹਨ। ਮੈਂ ਸੜਕ 'ਤੇ ਆ ਗਿਆ ਹਾਂ। ਸਾਹਮਣੇ ਆ ਰਹੇ ਟਰਾਲੇ ਦੀ ਗੂੰਜ ਸੁਣ ਕੇ ਰੁਕ ਜਾਂਦਾ ਹਾਂ। ਉਹ ਖੌਰੂ ਪਾਉਂਦਾ, ਦਿਓ ਵਾਂਗ ਧਰਤੀ ਹਿਲਾਉਂਦਾ ਲੰਘ ਜਾਂਦਾ ਹੈ। ਉਸ ਦੇ ਲੰਘਣ ਬਾਅਦ ਧਰਤੀ ਮੁੜ ਸ਼ਾਂਤ ਹੋ ਜਾਂਦੀ ਹੈ ਜਿਵੇਂ ਭੂਚਾਲ ਝਟਕੇ ਦੇ ਕੇ ਲੰਘ ਗਿਆ ਹੋਵੇ। ਮੈਂ ਆਲੇ-ਦੁਆਲੇ ਵੇਖਦਾ ਸੜਕ ਪਾਰ ਕਰ ਜਾਂਦਾ ਹਾਂ।

ਮੈਂ ਆਪਣੇ ਖੇਤ ਨੂੰ ਜਾਂਦੀ ਪਹੀ ਪੈ ਗਿਆ ਹਾਂ। ਜੀਰੀਆਂ 'ਚੋਂ ਭੜ੍ਹਦਾਅ ਮਾਰ ਰਹੀ ਹੈ। ਖੇਤਾਂ ਵਿੱਚ ਕੋਠਿਆਂ 'ਤੇ ਲੱਗੇ ਬੱਲਬ ਪਟਬੀਜਣਿਆਂ ਵਾਂਗ ਚਮਕ ਰਹੇ ਹਨ। ਜਿਉਂ ਜਿਉਂ ਮੈਂ ਅੱਗੇ ਵਧ ਰਿਹਾ ਹਾਂ, ਸੜਕ 'ਤੇ ਚਲਦੇ ਵਾਹਨਾਂ ਦੀ ਅਵਾਜ਼ ਕਿਸੇ ਦੇ ਮੂੰਹ 'ਤੇ ਹੱਥ ਰੱਖ ਦੇਣ ਵਾਂਗ ਡੂੰਘੀ ਹੁੰਦੀ ਜਾਂਦੀ ਹੈ। ਮੈਂ ਟਾਈਮ ਵੇਖਦਾ ਹਾਂ, ਇੱਕ ਵੱਜਣ ਵਾਲਾ ਹੈ। ਦੋ ਵਜੇ ਖੇਤਾਂ ਵਾਲੀ ਲਾਈਟ ਨੇ ਚਲੀ ਜਾਣਾ ਹੈ। ਮੱਖਣ ਇੱਕ ਵਜੇ ਕਿਸੇ ਕਿਆਰੇ ਵਿੱਚ ਨੱਕਾ ਕਰਕੇ ਪੈ ਜਾਵੇਗਾ ਤੇ ਫਿਰ ਸਵੇਰੇ ਉੱਠ ਕੇ ਘਰ ਨੂੰ ਜਾਵੇਗਾ। ਜਾਵੇਗਾ ਨਹੀਂ! ਜਾਂਦਾ ਹੁੰਦਾ ਸੀ। ਪਰ ਹੁਣ ਨਹੀਂ ਜਾਵੇਗਾ।

ਮੈਂ ਕੁਝ ਸਮਾਂ ਅਜੇ ਹੋਰ ਲੰਘ ਜਾਣ ਲਈ ਪੱਕੇ ਖਾਲ ਦੀ ਪੁਲੀ 'ਤੇ ਬੈਠ ਜਾਂਦਾ ਹਾਂ ਤੇ ਉਸਦੀ ਮੌਤ ਦੀਆਂ ਘੜੀਆਂ ਗਿਣਨ ਲਗਦਾ ਹਾਂ।

ਮੱਖਣ ਹੁਣ ਤੱਕ ਮੇਰੇ ਉੱਤੇ ਚੜ੍ਹਦਾ ਆਇਆ ਸੀ। ਘਰ ਦੀ ਵੰਡ ਵੇਲੇ ਮੂੰਹ ਪਿਆ ਫੇਰ ਟਰੈਕਟਰ ਦੀ ਵੰਡ ਵੇਲੇ ਤਿੰਗੜ ਕੇ ਖੜ੍ਹ ਗਿਆ। ਮੈਂ 'ਚਲੋ ਭਰਾ ਐ' ਸਮਝ ਕੇ ਉਹ ਵੀ ਛੱਡ ਦਿੱਤਾ। ਫੇਰ ਜ਼ਮੀਨ ਵੀ ਅੱਧ ਦੀ ਵੰਡਾ ਲਈ, ਅਖੇ ਮੈਂ ਤਾਂ ਬਾਪੂ ਹੋਰਾਂ ਨੂੰ ਅੱਧੇ ਕਿੱਲੇ ਦਾ ਠੇਕਾ ਦੇ ਦਿਆ ਕਰੂੰ। ਦੋ ਸਾਲ ਦਿੱਤਾ ਫੇਰ ਠੇਕਾ ਵੀ ਬੰਦ। ਕਹਿੰਦਾ ਜਿੱਧਰ ਕੰਮ ਕਰਦੇ ਨੇ ਉੱਧਰ ਹੀ ਰੋਟੀ ਖਾਣ। ਮੈਂ ਫਿਰ ਮਨ ਸਮਝਾ ਲਿਆ, 'ਜੇ ਉਹ ਕਪੁੱਤ ਬਣ ਗਿਆ ਤਾਂ ਮੈਂ ਨਹੀਂ ਬਣਦਾ। ਮੈਂ ਕਰੂੰ ਸਾਰਾ ਖਰਚ ਮਾਂ-ਬਾਪ ਦਾ।'

ਕੋਈ ਸਾਇਕਲ ਵਾਲਾ ਮੇਰੇ ਕੋਲ ਦੀ ਲੰਘਣ ਲੱਗਦਾ ਹੈ ਤਾਂ ਮੈਂ ਨੀਵੀਂ ਪਾ ਲੈਂਦਾ ਹਾਂ ਤਾਂ ਕਿ ਮੈਨੂੰ ਪਹਿਚਾਣ ਨਾ ਲਏ। ਉਸਦੀ ਮੌਤ ਤੋਂ ਬਾਅਦ ਤਾਂ ਮੈਂ ਖ਼ੁਦ ਹੀ ਪ੍ਰਤੱਖ ਹੋ ਜਾਣਾ ਹੈ।

ਮੈਂ ਫੇਰ ਸਮਾਂ ਵੇਖਦਾ ਹਾਂ, ਇੱਕ ਤੋਂ ਟੱਪ ਗਿਆ ਹੈ। ਮੈਂ ਉੱਠ ਕੇ ਤੁਰ ਪੈਂਦਾ ਹਾਂ। ਵੱਡੀ ਪਹੀ ਤੋਂ ਸਾਡੇ ਖੇਤ ਨੂੰ ਮੁੜਦੀ ਪਹੀ ਮੁੜ ਜਾਂਦਾ ਹਾਂ। ਅੱਗੇ ਸਾਡੀ ਜ਼ਮੀਨ ਹੈ, ਪੂਰਾ ਛੇ ਕਿੱਲਿਆਂ ਦਾ ਟੱਕ। ਮੈਂ ਜੀਰੀ 'ਤੇ ਨਿਗ੍ਹਾ ਮਾਰਦਾ ਹਾਂ। ਮੇਰੇ ਦੋ ਕਿੱਲਿਆਂ ਦੀ ਜੀਰੀ ਮੇਰੇ ਵਾਂਗ ਹੀ ਦਬੂ ਜਿਹੀ ਹੋਈ ਖੜ੍ਹੀ ਹੈ। ਉਸ ਦੇ ਚਾਰ ਕਿੱਲਿਆਂ 'ਚ ਖੜ੍ਹੀ ਫ਼ਸਲ ਮੇਰੀ ਫ਼ਸਲ ਤੋਂ ਦੁੱਗਣੀ ਮੱਲੀ ਹੋਈ ਲਗਦੀ ਹੈ। ਜਿਵੇਂ ਉਹ ਵੀ ਮੱਖਣ ਵਾਂਗ ਹੰਕਾਰੀ

ਹੋਈ ਮੇਰੀ ਫ਼ਸਲ ਦੇ ਉੱਪਰੋਂ ਦੀ ਪੈ ਜਾਣਾ ਚਾਹੁੰਦੀ ਹੋਵੇ। ਮੈਂ ਉੱਧਰੋਂ ਧਿਆਨ ਮੋੜਦਾ ਵੱਟ ਪੈ ਕੇ ਕੋਠੇ ਕੋਲ ਚਲਾ ਜਾਂਦਾ ਹਾਂ।

ਸਾਹਮਣੇ ਮੰਜੇ 'ਤੇ ਉਹ ਪਿਆ ਹੈ। ਕਦੇ ਬਾਪੂ ਦੀ ਲਾਸ਼ ਵੀ ਇੱਥੇ ਹੀ ਪਈ ਸੀ। ਜਦੋਂ ਬਾਪੂ ਰਾਤੀ ਜੀਰੀ 'ਚ ਪਾਣੀ ਪਾਉਣ ਗਿਆ ਸਵੇਰੇ ਮੁੜ ਕੇ ਨਾ ਆਇਆ ਤਾਂ ਮੈਂ ਸਾਇਕਲ ਲੈ ਕੇ ਉਸ ਨੂੰ ਵੇਖਣ ਚਲਾ ਗਿਆ ਸੀ। ਧੁੱਪ ਚੜ੍ਹੀ ਪਈ ਸੀ। ਪਰ ਬਾਪੂ ਅਜੇ ਵੀ ਮੱਛਰਦਾਨੀ ਵਿੱਚ ਇਸ ਤਰ੍ਹਾਂ ਪਿਆ ਸੀ ਜਿਵੇਂ ਉਸ ਲਈ ਅਜੇ ਅੱਧੀ ਰਾਤ ਹੋਵੇ। ਮੈਂ ਨੇੜੇ ਜਾ ਕੇ ਵੇਖਿਆ, ਬਾਪੂ ਦਾ ਚਿਹਰਾ ਮੈਨੂੰ ਬੜਾ ਡਰਾਵਣਾ ਲੱਗਿਆ। ਇੱਕ ਡਰ ਮੇਰੇ ਸਾਰੇ ਸਰੀਰ ਵਿੱਚ ਜ਼ਹਿਰ ਵਾਂਗ ਫੈਲ ਗਿਆ। ਮੈਂ ਮੱਛਰਦਾਨੀ ਲਾਹ ਕੇ ਬਾਪੂ ਨੂੰ ਹਿਲਾਇਆ ਪਰ ਉਹ ਤਾਂ....!

ਮੇਰੀ ਚੀਕ ਨਿਕਲ ਗਈ। ਮੈਨੂੰ ਉੱਚੀ ਉੱਚੀ ਰੋਂਦਾ ਵੇਖ ਕੇ ਬਾਬੇ ਅਮਰੂ ਦਾ ਮੁੰਡਾ ਜਮੇਰ ਮੇਰੇ ਕੋਲ ਆਇਆ। ਭਾਣਾ ਵਰਤਿਆ ਪਿਆ ਸੀ। ਉਸ ਨੇ ਹੀ ਮੈਥੋਂ ਮੋਬਾਇਲ ਲੈ ਕੇ ਮੱਖਣ ਨੂੰ ਫੋਨ ਕੀਤਾ। ਉਹ ਕਈ ਬੰਦਿਆਂ ਨੂੰ ਨਾਲ ਲੈ ਆਇਆ। ਲਾਸ਼ ਘਰ ਲਿਆਂਦੀ ਗਈ।

"ਹੁਣ ਮਿੱਟੀ ਰੋਲਣ ਨਾਲ ਕੀ ਬਣੂਗਾ ਤਾਇਆ। ਆਪਾਂ ਨੂੰ ਸਭ ਦਿਸੀ ਤਾਂ ਜਾਂਦੈ।" ਜਦੋਂ ਬਾਪੂ ਦੀ ਲਾਸ਼ ਨੂੰ ਡਾਕਟਰ ਦੇ ਲੈ ਕੇ ਜਾਣ ਦੀ ਗੱਲ ਤੁਰੀ ਤਾਂ ਵੱਡੇ ਨੇ ਅੱਖਾਂ ਪੂੰਝਦਿਆਂ, ਘੱਗੀ ਜਿਹੀ ਅਵਾਜ਼ ਵਿੱਚ ਨੰਨ੍ਹਾ ਮਾਰ ਦਿੱਤਾ ਸੀ।

ਬਾਪੂ ਦੀ ਲਾਸ਼ ਨੂੰ ਤਾਂ ਖਪਾ ਦਿੱਤਾ ਸੀ ਪਰ ਲੋਕਾਂ ਦੇ ਮਨਾਂ ਅੰਦਰਲੇ ਸਵਾਲ ਉਨ੍ਹਾਂ ਅੰਦਰ ਨਾ ਖਪੇ। ਥੋੜ੍ਹੇ ਜਿਹੇ ਦਿਨਾਂ ਬਾਅਦ ਗੱਲ ਦੀ ਭਾਫ਼ ਨਿਕਲਣ ਲੱਗ ਪਈ ਸੀ ਜਿਸ ਦਾ ਸਾਰਾ ਸ਼ੱਕ ਮੱਖਣ ਵੱਲ ਜਾਂਦਾ ਸੀ। ਲੋਕ ਗੱਲਾਂ ਕਰਦੇ ਸੀ, "ਲਾਸ਼ ਦੇ ਗਲ ਉੱਪਰ ਨੀਲ ਪਏ ਹੋਏ ਸਨ, ਅੱਖਾਂ ਬਾਹਰ ਨੂੰ ਨਿਕਲੀਆਂ ਸਨ।" ਕਿਸੇ ਨੇ ਬਾਪੂ ਨੂੰ ਗਲ-'ਗੂਠਾ ਦਿੱਤਾ ਸੀ। ਸਿੰਦਰ ਮਜ਼ਬੀ ਨੇ ਤਾਂ ਉਸ ਰਾਤ ਮੱਖਣ ਨੂੰ ਖੇਤ ਵੱਲ ਜਾਂਦਿਆਂ ਵੀ ਵੇਖ ਲਿਆ ਸੀ।

ਲੋਕਾਂ ਦੀਆਂ ਇਹਨਾਂ ਗੱਲਾਂ ਨੇ ਮੈਨੂੰ ਸੋਚਣ ਲਾ ਦਿੱਤਾ ਸੀ।

ਪਹਿਲਾਂ ਤਾਂ ਮੈਨੂੰ ਅਜਿਹਾ ਸੋਚਣ ਦੀ ਸੁਰਤ ਹੀ ਨਹੀਂ ਸੀ। ਪਰ ਲੋਕਾਂ ਦੀਆਂ ਅਜੀਬ ਅਜੀਬ ਗੱਲਾਂ ਨੇ ਮੇਰੇ ਅੰਦਰ ਕਈ ਸਵਾਲ ਉਠਾ ਦਿੱਤੇ ਸਨ, ਜਿੰਨ੍ਹਾਂ ਦੀ ਸ਼ੱਕ ਦੀ ਸੂਈ ਮੱਖਣ ਉੱਪਰ ਹੀ ਜਾ ਖੜ੍ਹਦੀ ਸੀ।

ਉਸੇ ਰਾਤ ਮੈਂ ਪਿਸ਼ਾਬ ਕਰਨ ਉੱਠਿਆ ਸੀ ਤਾਂ ਮੈਨੂੰ ਮਾਂ ਅਤੇ ਮੱਖਣ ਦੀ ਘੁਸਰ-ਮੁਸਰ ਸੁਣੀ ਸੀ ਤੇ ਫਿਰ ਉਨ੍ਹਾਂ ਦਾ ਬਾਹਰਲਾ ਬਾਰ ਵੀ ਖੜਕਿਆ ਸੀ। ਇਸ ਸਭ ਵਿੱਚ ਮਾਂ ਵੀ ਸ਼ਾਮਲ ਸੀ।

ਸ਼ਰਾਬੀ ਬਾਪੂ ਕੋਲੋਂ ਕੁੱਟ ਖਾਣ ਤੋਂ ਬਾਅਦ ਮਾਂ ਜਦ ਵੀ ਬਾਪੂ ਨੂੰ ਗਾਲ੍ਹਾਂ ਦਿੰਦੀ ਤਾਂ ਉਹ ਆਪਣੀ ਇਸ ਭੈੜੀ ਨੀਅਤ ਵੱਲ ਸੰਕੇਤ ਜ਼ਰੂਰ ਕਰ ਜਾਂਦੀ ਸੀ, "ਢੱਠਿਆ! ਮੈਂ ਤਾਂ ਕਹਿਣੀ ਆਂ ਤੂੰ ਪਿਆ ਹੀ ਰਹਿਜੇਂ। ਜੇ ਤੂੰ ਮਰਜੇਂ, ਮੈਂ ਸ਼ੁਕਰ ਮਨਾਵਾਂ! ਤੇਰੇ ਬਿਨਾਂ ਕੋਈ ਮੇਰਾ ਦੇਸ਼ ਸੁੰਨਾ ਨੀ ਹੁੰਦਾ। ਜਿਹੜੀਆਂ ਰੰਡੀਆਂ ਨੇ, ਵਧੀਆਂ ਅਵਦੀ ਨੀਂਦ ਸੌਂਦੀਆਂ ਨੇ, ਅਵਦੀ ਉਠਦੀਆਂ ਨੇ।"

ਕਦੇ ਕਦੇ ਲੜਾਈ ਤੋਂ ਬਿਨਾਂ ਵੀ ਮਾਂ ਦੇ ਅੰਦਰਲੀ ਇਹ ਖ਼ੁਆਇਸ਼ ਬੁੱਲ੍ਹਾਂ 'ਤੇ ਆ ਜਾਂਦੀ ਸੀ। ਉਹ ਕਿੰਨੀ ਕਿੰਨੀ ਦੇਰ ਪਿੰਡ ਦੀਆਂ ਰੰਡੀਆਂ ਤੀਵੀਆਂ ਦੇ ਸੁਖੀ ਜੀਵਨ ਦੀਆਂ ਗੱਲਾਂ ਕਰਦੀ ਰਹਿੰਦੀ।

ਹੁਣ ਮੈਨੂੰ ਲਗਦਾ ਹੈ ਬਾਪੂ ਨੇ ਵੀ ਆਪਣੀ ਮੌਤ ਦਾ ਰਾਹ ਆਪ ਹੀ ਤਿਆਰ ਕੀਤਾ ਸੀ। ਬਾਪੂ ਬੜਾ ਜ਼ਿੱਦੀ ਸੀ। ਜਿਹੜੀ ਗੱਲ ਕਹਿ ਦਿੰਦਾ, ਕਰਕੇ ਵਿਖਾਉਂਦਾ। ਉਹ ਜਦ ਵੀ ਮੱਖਣ ਨਾਲ ਲੜਦਾ ਤਾਂ ਇਹ ਸੁਣਾਈ ਜ਼ਰੂਰ ਕਰਦਾ, "ਮੈਂ ਅਵਦੇ ਮਰਨ ਤੋਂ ਪਹਿਲਾਂ ਤੈਨੂੰ ਮੰਗਣ ਜਰੂਰ ਲਾ ਕੇ ਜਾਊਂ। ਦੇਖਦਾ ਜਾਈਂ ਤੂੰ! ਜੇ ਨਾ ਮੰਗਣ ਲਾ ਕੇ ਗਿਆ। ਅੱਖਾਂ 'ਚ ਹੱਥ ਦੇ ਦੇ ਰੋਮੇਂਗਾ।"

ਮੱਖਣ ਨੂੰ ਡਰ ਸੀ ਬਾਪੂ ਜ਼ਮੀਨ ਉਸ ਨੂੰ ਨਹੀਂ ਦੇਵੇਗਾ। ਉਸ ਨੇ ਮਨ 'ਚ ਇਹ ਡਰ ਪਾਲ ਰੱਖਿਆ ਸੀ, ਬਾਪੂ ਸਾਰੀ ਜ਼ਮੀਨ ਮੇਰੇ ਨਾਂ ਲਿਖਵਾ ਕੇ ਜਾਵੇਗਾ। ਮੈਂ ਉਸ ਦੇ ਇਸ ਡਰ ਨੂੰ ਕਿੰਨੇ ਵਾਰ ਕੱਢਣ ਦੀ ਕੋਸ਼ਿਸ਼ ਕੀਤੀ। ਉਸ ਨੂੰ ਯਕੀਨ ਦਵਾਇਆ। ਸੌਂਹਾਂ ਖਾਧੀਆਂ, ਮੈਂ ਬਾਪੂ ਨੂੰ ਇਹ ਨਹੀਂ ਕਰਨ ਦੇਵਾਂਗਾ ਪਰ ਉਹ ਮੇਰੇ ਯਕੀਨ 'ਤੇ ਵੀ ਨਾ ਖੜ੍ਹਿਆ।

ਬਾਪੂ ਦੀ ਮੌਤ ਤੋਂ ਕੁਝ ਦਿਨ ਪਹਿਲਾਂ ਮੈਂ, ਮਾਂ ਅਤੇ ਮੱਖਣ ਨੂੰ ਕਿੰਨੀ ਵਾਰ ਘੁਸਰ-ਮੁਸਰ ਕਰਦੇ ਸੁਣਿਆ ਸੀ ਜਿਵੇਂ ਉਹ ਕੋਈ ਗੁੱਝੀਆਂ ਸਕੀਮਾਂ ਬਣਾ ਰਹੇ ਹੋਣ। ਪਰ ਓਦੋਂ ਮੇਰੇ ਇਹ ਗੱਲ ਚਿੱਤ-ਚੇਤੇ ਵੀ ਨਹੀਂ ਸੀ।

ਹੁਣ ਮੈਨੂੰ ਸਾਹਮਣੇ ਮੌਤ ਵੇਖਦਾ ਬਾਪੂ ਦਾ ਉਹ ਚਿਹਰਾ ਮੁੜ ਦਿਸਣ ਲੱਗ ਪਿਆ ਹੈ। ਬਾਪੂ ਦਾ ਪੀਲਾ ਪਿਆ ਚਿਹਰਾ, ਤਰਲੇ ਲੈਂਦੀਆਂ ਅੱਖਾਂ। ਮੈਨੂੰ ਦਿਸ ਰਿਹਾ ਹੈ, ਮੱਖਣ ਨੇ ਬਾਪੂ ਦੇ ਸਭ ਤਰਲਿਆਂ ਨੂੰ ਪੈਰਾਂ ਹੇਠਾਂ ਮਸਲ ਕੇ ਬਾਪੂ ਦੇ ਗਲ਼ੇ 'ਤੇ ਪਕੜ ਹੋਰ ਮਜ਼ਬੂਤ ਕਰ ਲਈ ਹੈ। ਬਾਪੂ ਲੱਤਾਂ-ਬਾਹਾਂ ਮਾਰਦਾ ਹੈ, ਦੇਹ ਤੋੜਦਾ ਹੈ ਤੇ ਫਿਰ ਸ਼ਾਂਤ ਹੋ ਜਾਂਦਾ ਹੈ। ਮੱਖਣ ਹੱਸ ਰਿਹਾ ਹੈ। ਉਸਦੇ ਇਸ ਹਾਸੇ 'ਚ ਮਾਂ ਵੀ ਸ਼ਾਮਲ ਹੋ ਜਾਂਦੀ ਹੈ ਤੇ ਫਿਰ ਉਸਦੀ ਪਤਨੀ ਵੀ। ਹਸਦਿਆਂ ਉਨ੍ਹਾਂ ਮੈਨੂੰ ਸਾਹਮਣੇ ਖੜ੍ਹਾ ਵੇਖ ਲਿਆ ਹੈ। ਉਨ੍ਹਾਂ ਦੇ ਹੱਸਦੇ ਚਿਹਰੇ ਗੰਭੀਰ ਹੋ ਗਏ ਹਨ। ਉਹ ਤਿੰਨੋਂ ਆਪਸ ਵਿੱਚ ਨਜ਼ਰਾਂ ਮਿਲਾਉਂਦੇ ਮੇਰੇ ਵੱਲ ਵਧਣ ਲਗਦੇ ਹਨ ਤੇ....!

ਸਾਹਮਣੇ ਟਾਹਲੀ ਤੋਂ ਕੋਈ ਜਾਨਵਰ 'ਚਿਰ.... ਚਿਰ....' ਕਰਦਾ ਉੱਡ ਜਾਂਦਾ ਹੈ। ਮੇਰੀ ਸੁਰਤ ਪਰਤੀ ਹੈ। ਮੈਂ ਕੋਠੇ ਕੋਲ ਖੜ੍ਹਾ ਮੱਖਣ ਨੂੰ ਵੇਖ ਰਿਹਾ ਹਾਂ। ਉਹ ਡਰਾਵਣੇ ਘੁਰਾੜੇ ਮਾਰ ਰਿਹਾ ਹੈ ਜਿਵੇਂ ਕੋਈ ਬਾਤਾਂ ਵਿਚਲਾ ਦਿਓ ਬੰਦਿਆਂ ਦਾ ਖ਼ੂਨ ਪੀ ਕੇ, ਰੱਜ ਕੇ ਡਕਾਰਾਂ ਮਾਰਦਾ ਹੈ।

ਮੈਂ ਕਿਰਚ ਆਪਣੇ ਹੱਥ ਵਿੱਚ ਘੁੱਟ ਲੈਂਦਾ ਹਾਂ। ਇੱਕ ਸੇਕ ਮੇਰੇ ਪੈਰਾਂ ਥੱਲੋਂ ਚੜ੍ਹਦਾ ਸਿਰ ਤੱਕ ਫੈਲ ਗਿਆ ਹੈ। ਮੈਨੂੰ ਮਹਿਸੂਸ ਹੁੰਦਾ ਹੈ ਜਿਵੇਂ ਮੇਰੇ ਅੰਗਾਂ ਵਿੱਚ ਦੁੱਗਣੀ ਤਾਕਤ ਭਰਦੀ ਜਾ ਰਹੀ ਹੋਵੇ। ਮੈਂ ਹੌਲੀ ਹੌਲੀ ਪੈਰ ਪੁੱਟਦਾ ਉਸ ਦੇ ਮੰਜੇ ਵੱਲ ਵਧਣ ਲੱਗਦਾ ਹਾਂ। ਮੈਂ ਉਸ ਦੇ ਮੰਜੇ ਦੇ ਬਰਾਬਰ ਜਾ ਖੜ੍ਹਿਆ ਹਾਂ। ਉਹ ਮੇਰੀ ਰਾਤਾਂ ਦੀ ਨੀਂਦ, ਦਿਨ ਦਾ ਚੈਨ ਖੋਹ ਕੇ ਆਪ ਬੇਫ਼ਿਕਰ ਹੋਇਆ ਸੁੱਤਾ ਪਿਆ ਹੈ। ਉਸ ਨੂੰ ਇਸ ਤਰ੍ਹਾਂ

ਪਿਆ ਵੇਖ ਕੇ ਮੈਨੂੰ ਹੋਰ ਕ੍ਰੋਧ ਚੜ੍ਹ ਜਾਂਦਾ ਹੈ। ਮੇਰਾ ਦਿਲ ਤੇਜ਼ ਤੇਜ਼ ਧੜਕਣ ਲੱਗ ਪਿਆ ਹੈ। ਬੱਸ! ਅੱਜ ਸਭ ਹਿਸਾਬ ਬਰਾਬਰ ਕਰਨ ਦਾ ਮੌਕਾ ਹੈ। ਜੇ ਇਹ ਮੌਕਾ ਖੁੰਝ ਗਿਆ ਤਾਂ....!

ਮੈਂ ਆਪਣੇ ਸਰੀਰ 'ਚ ਏਨੀ ਸ਼ਕਤੀ ਭਰ ਲੈਣੀ ਚਾਹੁੰਦਾ ਹਾਂ ਕਿ ਉਸ ਨੂੰ ਜਾਗਣ ਦਾ ਮੌਕਾ ਵੀ ਨਾ ਮਿਲੇ। ਉਹ ਜਾਗਣ ਤੋਂ ਪਹਿਲਾਂ ਹੀ ਸਦਾ ਦੀ ਨੀਂਦ ਸੌਂ ਜਾਵੇ।

ਮੈਂ ਮੰਜੇ ਦੇ ਹੋਰ ਨੇੜੇ ਹੋ ਗਿਆ ਹਾਂ। ਬਿਜਲੀ ਦੀ ਤੇਜ਼ੀ ਜਿੰਨੀ ਛੇਤੀ ਮੈਂ ਮੱਛਰਦਾਨੀ ਦਾ ਲੜ ਚੁੱਕਦਾ ਹਾਂ ਤੇ ਪਲਾਂ-ਛਿਣਾਂ ਵਿੱਚ ਹੀ ਇੱਕ, ਦੋ, ਤਿੰਨ, ਚਾਰ, ਪੰਜ.... ਪਤਾ ਨਹੀਂ ਕਿੰਨੇ ਹੀ ਵਾਰ ਮੈਂ ਉਸ ਉੱਪਰ ਕਰ ਦਿੰਦਾ ਹਾਂ। ਮੈਂ ਵਾਰ ਏਨੀ ਤੇਜ਼ੀ ਨਾਲ ਕਰਦਾ ਹਾਂ ਕਿ ਮੈਨੂੰ ਖ਼ੁਦ ਨੂੰ ਵੀ ਪਤਾ ਨਹੀਂ ਲੱਗਿਆ ਕਿ ਉਸ ਨੇ ਜਾਗ ਕੇ ਮੇਰਾ ਵਿਰੋਧ ਕੀਤਾ ਸੀ ਜਾਂ ਨਾ। ਜਦੋਂ ਮੇਰੀ ਸੁਰਤ ਪਰਤਦੀ ਹੈ, ਉਹ ਮੰਜੇ ਵਿੱਚ ਮਿੱਟੀ ਬਣਿਆ ਪਿਆ ਹੈ।

ਮੈਂ ਜੇਤੂ ਅੰਦਾਜ਼ ਵਿੱਚ ਬਾਹਵਾਂ ਉੱਪਰ ਚੁੱਕਦਾ ਹਾਂ। ਆਪਣੇ ਖੇਤ ਦੀ ਮਿੱਟੀ ਨੂੰ ਚੁੰਮਦਾ ਹਾਂ। ਖੇਤ ਉੱਪਰ ਦੀ ਗੇੜਾ ਦਿੰਦਾ ਹਾਂ। ਮੈਨੂੰ ਲਗਦਾ ਹੈ ਜਿਵੇਂ ਮੇਰੀ ਫ਼ਸਲ ਉਸਦੀ ਫ਼ਸਲ ਨਾਲੋਂ ਅੱਜ ਰਾਤ ਵਿੱਚ ਹੀ ਦੂੱਗਣਾ ਕੱਦ ਕੱਢ ਗਈ ਹੋਵੇ। ਮੈਨੂੰ ਸੁਣਾਈ ਦਿੰਦਾ ਹੈ ਜਿਵੇਂ ਪਿੰਡ ਵਾਲੇ ਕਹਿ ਰਹੇ ਹੋਣ, "ਵਧੀਆ ਕੀਤਾ ਏਸ ਪਾਪੀ ਨਾਲ ਤਾਂ ਅਈਂ ਹੋਣੀ ਚਾਹੀਦੀ ਸੀ।" ਜਿਵੇਂ ਮੈਂ ਮੇਰੀ ਪਤਨੀ ਅੱਗੇ ਗਿੱਠ ਉੱਚਾ ਹੋ ਗਿਆ ਹੋਵਾਂ। ਉਹ ਮੈਨੂੰ ਥਾਪੀ ਦਿੰਦੀ ਕਹਿ ਰਹੀ ਹੈ, "ਵਾਹ ਵੇ ਅਣਖੀਆ!"

ਮੈਂ ਪਿੰਡ ਨੂੰ ਤੇਜ਼ ਕਦਮੀਂ ਤੁਰ ਪਿਆ ਹਾਂ। ਪਰ ਹੈਂ! ਇਹ ਕੀ? ਹੌਲੀ ਹੌਲੀ ਮੇਰੀ ਚਾਲ ਘਟਦੀ ਜਾਂਦੀ ਹੈ। ਮੇਰੇ ਅੰਦਰ ਕੁਝ ਖੁੱਸਣ ਲੱਗਦਾ ਹੈ ਜਿਵੇਂ ਮੈਂ ਆਪਣਾ-ਆਪਾ ਕਿਤੇ ਪਿੱਛੇ ਛੱਡ ਆਇਆ ਹੋਵਾਂ। ਅੰਦਰ ਸੁਨਾਮੀ ਉੱਠਣ ਵਾਂਗ ਉਥਲ-ਪੁਥਲ ਮੱਚ ਪਈ ਹੈ। ਮੈਨੂੰ ਅੱਗੇ ਕਦਮ ਪੁੱਟਣਾ ਔਖਾ ਹੋ ਗਿਆ ਹੈ ਜਿਵੇਂ ਮੇਰੇ ਪੈਰ ਸੁੱਜ ਕੇ ਤੁਰਨੋਂ ਜਵਾਬ ਦੇ ਗਏ ਹੋਣ। ਮੈਂ ਕੁਛ ਦੇਰ ਖੜ੍ਹਾ ਸੋਚਦਾ ਰਹਿੰਦਾ ਹਾਂ। ਫਿਰ ਅਚਾਨਕ ਸਿਰ-ਮੁਧ ਪਿੱਛੇ ਨੂੰ ਭੱਜ ਲੈਂਦਾ ਹਾਂ। ਕੋਠੇ ਕੋਲ ਜਾਂਦਿਆਂ ਹੀ ਮੈਂ ਭਰਾ ਦੀ ਮੱਛਰਦਾਨੀ ਪੁੱਟ ਕੇ ਪਰ੍ਹਾਂ ਵਗਾਹ ਮਾਰਦਾ ਹਾਂ। ਉਸਦੀ ਖ਼ੂਨ ਨਾਲ ਲੱਥ-ਪੱਥ ਹੋਈ ਦੇਹ ਨੂੰ ਚਿੰਬੜ ਜਾਂਦਾ ਹਾਂ। ਟਿਕੀ ਰਾਤ ਵਿੱਚ ਮੇਰੀਆਂ ਧਾਹਾਂ ਦੂਰ ਦੂਰ ਤੱਕ ਸੁਣਾਈ ਦੇ ਰਹੀਆਂ ਹਨ।

ਰੰਜਕਦਾਸ

ਪਿਛਲੇ ਦੋ ਸਾਲਾਂ ਤੋਂ ਮੇਰੀ ਮੌਤ ਬਾਰੇ ਗੱਦੀ ਕੁੱਤਿਆਂ ਵਾਂਗੂੰ 'ਟਊਂ-ਟਊਂ' ਜਿਹਾ ਕਰਦਿਆਂ ਸੁਣ ਕੇ ਮੇਰੀ ਰੂਹ ਦੀ ਜ਼ਮੀਰ ਜਾਗ ਹੀ ਪਈ ਹੈ ਕਿ ਤੁਹਾਨੂੰ ਸੱਚ ਆਪ ਹੀ ਦੱਸ ਦੇਵਾਂ। ਤੁਸੀਂ ਸੋਚਦੇ ਹੋਓਂਗੇ, 'ਇਹ ਦੋ ਸਾਲਾਂ ਤੋਂ ਮਰਿਆ ਬੂਬਨਾ ਕਿਹੜੇ ਖੱਲ-ਖੂੰਜੇ 'ਚੋਂ ਬੋਲ ਪਿਆ ਹੈ।' ਹੈਰਾਨ ਨਾ ਹੋਓ ਬਾਬਿਓ! ਮੈਂ ਡੇਰੇ ਆਲੇ ਬਾਬੇ ਰੰਜਕਦਾਸ ਦੀ ਰੂਹ ਆਪ ਆਈ ਹਾਂ, ਤੁਹਾਡੇ ਭਰਮ ਜਾਲ ਤੋੜਨ ਲਈ।

ਹੈਂ? ਹਾਂ! ਹਾਂ! ਓਹੀ ਪੂਜਨੀਕ ਬਾਬਾ ਰੰਜਕਦਾਸ ਜੀ।

ਅੱਜ ਹੀ ਮੇਰੀ ਬਰਸੀ ਮਨਾਈ ਜਾ ਰਹੀ ਐ।

ਹੈਂ? ਦੇਖਣਾ ਚਾਹੁੰਦੇ ਹੋ?

ਆਓ ਫੇਰ ਡੇਰੇ ਲੈ ਚੱਲਾਂ।

ਊਂ ਤਾਂ ਮੈਂ ਝੰਡੇ ਅਮਲੀ ਵਾਂਗੂੰ ਸਾਰੀ ਰਾਮ-ਲੀਲ੍ਹਾ ਆਪ ਈ ਸੁਣਾ ਦਿਉਂ। ਜੇ ਕੁਛ ਪੁੱਛਣਾ ਵੀ ਹੋਵੇ ਤਾਂ ਉੱਚੀ ਬੋਲਿਓ। ਮੈਨੂੰ ਵੀ ਅੱਜ ਦੇ ਨੇਤਾਵਾਂ ਵਾਂਗ ਉੱਚਾ ਈ ਸੁਣਦੈ।

ਆਹ ਦੇਖੋ! ਮੇਰੀ ਬਰਸੀ ਦਾ ਰੌਣਕ-ਮੇਲਾ। ਮਰਕੇ ਚੀਮਿਆਂ ਆਲੇ ਮੇਲੇ ਜਿੰਨਾ 'ਕੱਠ ਐ। ਇੱਥੇ ਤੁਹਾਨੂੰ ਮਨੁੱਖ ਦੀ ਹਰ ਬਰੈਟੀ ਮਿਲਜੂ। ਮੇਰੀ ਸੇਵਾ ਭਾਵਨਾ 'ਚ ਅੰਨ੍ਹੇ ਹੋਏ ਵੀ ਮਿਲ ਜਾਣਗੇ। ਕਈ ਹੀਰ ਤੇ ਰਾਂਝਿਆਂ ਦੇ ਇਸ਼ਕ ਪੇਚੇ ਲੜਾਉਣ ਲਈ ਵੀ ਇਹ ਡੇਰਾ ਬੇਲੇ ਦਾ ਕੰਮ ਸਾਰ ਦਿੰਦੈ। ਕਈ ਵਿਚਾਰੇ ਟੱਲੀ ਛੜੇ ਵਰਗੇ ਵੀ ਲੋਕਾਂ ਦੀਆਂ ਤੀਵੀਆਂ 'ਤੇ ਅੱਖਾਂ ਤੱਤੀਆਂ ਕਰਕੇ ਬੁੱਤਾ ਸਾਰਨ ਆ ਜਾਂਦੇ ਨੇ। ਜੇ ਮੌਕਾ ਲੱਗੇ ਤਾਂ ਚੂੰਢੀ-ਚੱਪਾ ਵੀ ਵੱਢ ਜਾਂਦੇ ਨੇ। ਤੇ......।

ਹੈਂ......? ਹੈਂ? ਕੀ ਕਿਹਾ?

ਅੱਛਿਆ, ਅੱਛਿਆ! ਸਮਝ ਗਿਆ। ਗੁੱਸਾ ਨਾ ਮੰਨਿਓਂ! ਮੈਂ, ਸੋਨੂੰ ਦੱਸਿਐ ਵੀ 'ਓਨ੍ਹਾਂ' ਵਾਂਗ ਘੱਟ ਈ ਸੁਣਦੈ। ਅੱਛਿਆ, ਤੁਹਾਡੀ ਮਰਜੀ। ਜੇ ਮੇਰੀ ਕਹਾਣੀ ਸੁਣਨੀ ਈ ਐ ਤਾਂ ਉਹ ਵੀ ਸੁਣਾ ਦਿੰਨਾਂ। ਹੁਣ ਕਿਹੜਾ ਆਪਣਾ ਆਰਤੀ ਦਾ ਟੈਮ ਖੁੰਝਦਾ ਜਾਂਦੈ। ਨਾ ਹੀ ਆਪਾਂ ਗਜਾ ਨੂੰ ਜਾਣੈ। ਹੁਣ ਤਾਂ ਆਪਣਾ ਅਸ਼ੀਰਵਾਦ ਦੇਣ ਦਾ ਵੀ ਪੱਕਾ ਟੈਮ ਬੰਨ੍ਹਿਆ ਹੋਇਐ। ਉਹ ਫੇਰ ਦੱਸੂੰ। ਹਾਂ ਸੱਚ! ਮੇਰੀ ਕਹਾਣੀ। ਲੈ ਸੁਣੋ।

ਅਸੀਂ ਤਾਂ ਮੇਰੇ ਕੰਜਰ ਬਾਪ ਦੇ ਤਿੰਨ ਪਤੰਦਰ ਜੰਮੇ ਸੀ। ਮੈਂ ਵੱਡਾ, ਦੋ ਮੈਥੋਂ ਛੋਟੇ। ਲੈ.....ਐਂ....ਹੱਸਣ ਆਲੀ ਜਾਂ ਗੰਭੀਰ ਹੋ ਕੇ ਸੋਚਣ ਆਲੀ ਇਹਦੇ 'ਚ ਕੋਈ ਗੱਲ ਨੀ।

ਮੇਰੇ ਬਾਪੂ ਨੂੰ ਸਾਰਾ ਪਿੰਡ ਈ ਕੰਜਰ ਕਹਿੰਦਾ ਸੀ। ਕੰਜਰ ਕਹੇ ਵੀ ਕਿਉਂ ਨਾ ਉਹਨੇ ਕੰਮ ਈ ਕੰਜਰਾਂ ਆਲ਼ੇ ਕੀਤੇ ਸੀ। ਉਹ ਵੀ ਸੁਣ ਲਓ ਕਿਉਂ? ਮੇਰੇ ਬਾਪ ਦੇ ਨਸ਼ੇ-ਪੱਤੇ ਕਰਕੇ ਕਿਸੇ ਨੇ ਡੋਲਾ ਨਹੀਂ ਸੀ ਤੋਰਿਆ। ਫੇਰ ਬਾਪੂ ਨੇ 'ਮਰਦੀ ਨੇ ਅੱਕ ਚੱਬਿਆ, ਹਾਰ ਕੇ ਛੜੇ ਜੇਠ ਨਾਲ ਲਾਈਆਂ' ਵਾਲੀ ਗੱਲ ਕਰਕੇ ਸਾਡੇ ਗੁਆਂਢੀ ਪਿੰਡੋਂ ਡੂੰਮਾਂ ਦੀ ਕੁੜੀ ਕੱਢ ਲਿਆਇਆ ਸੀ। ਬਾਪੂ ਮਿਰਜ਼ੇ ਵਾਂਗੂੰ ਬੁੱਧੂ ਵੀ ਨਹੀਂ ਸੀ ਬਈ ਕਿਸੇ ਜੰਡ ਥੱਲੇ ਦਮ ਲੈਣ ਲਈ ਬੈਠ ਜਾਂਦਾ। ਉਹ ਤਾਂ ਪੂਰਾ ਸੱਤਾਂ ਪੱਤਣਾਂ ਦਾ ਤਾਰੂ ਸੀ। ਰਾਤੋ-ਰਾਤ ਸਾਡੀ ਮਾਂ ਵੀਹ ਜੂਹਾਂ ਟਪਾ ਦਿੱਤੀ। ਸਵੇਰ ਨੂੰ ਡੂੰਮ ਅੱਧਾ ਪਿੰਡ ਲੈ ਕੇ ਸਾਡੇ ਘਰ ਆ ਵੜੇ। ਹੁਣ ਬਾਪੂ ਉਹਨਾਂ ਨੂੰ ਕਿੱਥੋਂ ਮਿਲਣਾ ਸੀ। ਜਿਵੇਂ ਕਹਿੰਦੇ ਨੇ, 'ਉੱਡਦੀ ਧੂੜ ਦਿਸੇ, ਪੀਰ ਨਜ਼ਰ ਨੀ ਆਉਂਦਾ' ਵਾਂਗ ਬਾਪੂ ਤਾਂ ਹਵਾ ਨੂੰ ਗੰਢਾਂ ਦੇ ਗਿਆ ਸੀ। ਡੂੰਮ ਕਿੰਨੇ ਹੀ ਦਿਨ ਲਾਹਵਾਂ ਦੇ ਪਿੰਡਾਂ ਵਿੱਚ ਬਾਪੂ ਦੀਆਂ ਪੈੜਾਂ ਸੁੰਘਦੇ ਫਿਰਦੇ ਰਹੇ। ਜਦ ਕੁਛ ਹੱਥ ਪੱਲੇ ਨਾ ਪਿਆ ਤਾਂ ਮੂਤ ਦੀ ਝੱਗ ਵਾਂਗ ਆਪੇ ਬੈਠ ਗਏ।

ਇੱਕ ਮਿੰਟ....ਓਧਰ ਦੇਖੋ! ਓ.....ਹ....ਆਉਂਦੀਆਂ ਨੇ ਸੁਲਫ਼ੇ ਦੀ ਲਾਟ ਵਰਗੀਆਂ। ਓਹ ਦੇਖਦਿਓਂ, ਸਾਰਿਆਂ ਤੋਂ ਮੂਹਰੇ ਲਾਲ ਚੁੰਨੀ ਆਲ਼ੀ।

ਹਾਂ ਹਾਂ ਓਹੀ!

ਉਹ ਅੱਜ-ਕੱਲ੍ਹ ਬਾਬੇ ਨੌਮੀ ਦਾਸ ਤੋਂ ਸ਼ਾਮ ਨੂੰ 'ਅਸ਼ੀਰਵਾਦ' ਲੈਣ ਆਉਂਦੀ ਹੁੰਦੀ ਐ। ਪਹਿਲਾਂ ਕਈ ਮਹੀਨੇ ਮੈਥੋਂ ਵੀ ਬੜਾ ਅਸ਼ੀਰਵਾਦ ਲਿਐ। ਕਈਆਂ ਨੂੰ ਤਾਂ ਸਾਡੀ ਭਵੂਤੀ ਨੇ ਪੁੱਤਰ ਫਲ ਵੀ ਦਿੱਤੈ।

ਹੈਂ ਕੀ ਕਿਹਾ? ਫਸਦੀਆਂ?

ਲੈ ਫਸਣ ਨੂੰ ਕੀ ਐ, ਬੱਸ ਗਿੱਦੜਸਿੰਗੀ ਚਾਹੀਦੀ ਐ। ਹਰੇਕ ਬਿਜਨਸ ਨੂੰ ਚਲਾਉਣ ਦੀ ਗਿੱਦੜਸਿੰਗੀ ਹੁੰਦੀ ਐ ਗੁਰਮੁਖੋ! ਜਿੰਨੀ ਕੋਈ ਗਿੱਦੜਸਿੰਗੀ ਚੰਗੀ ਲਾਉਣ ਜਾਣਦਾ ਹੋਊ, ਓਨਾ ਈ ਕਾਮਯਾਬ ਹੋਊ।

ਓਹ ਦੇਖਦੈਂ ਬਾਹਮਣੀ! ਉਹ ਸਾਡੀ ਪੱਕੀ ਅਜੈਂਟ ਐ। ਸਾਰੇ ਪਿੰਡ ਦੀ ਖ਼ਬਰਸਾਰ ਏਸੇ ਦੇ ਜਰੀਏ ਆਉਂਦੀ ਐ। ਰੱਬ ਨੂੰ ਟਾਕੀਆਂ ਲਾਉਣ ਤੱਕ ਜਾਂਦੀ ਐ। ਇਹ ਜਿਨ੍ਹਾਂ ਨੂੰ ਡੇਰੇ ਲੈ ਕੇ ਆਉਂਦੀ ਐ, ਉਨ੍ਹਾਂ ਤੋਂ ਸੀ. ਆਈ. ਡੀ. ਆਲ਼ਿਆਂ ਵਾਂਗੂੰ ਪਹਿਲਾਂ ਈ ਸਾਰਾ ਭੇਤ-ਸੇਤ ਲੈ ਲੈਂਦੀ ਐ। ਓਹੀ ਗੱਲਾਂ ਜਦੋਂ ਅਸੀਂ.. ..।

ਓਹ ਖੜ੍ਹ ਵੀ ਜਾਹ.....। ਚੰਗਾ ਲੈ ਬਾਪੂ ਆਲ਼ੀ ਸੁਣ ਲੈ!

ਕਈ ਮਹੀਨੇ ਬਾਪੂ ਦੀ ਕਿਸੇ ਨੂੰ ਉੱਘ-ਸੁੱਘ ਈ ਨੀ ਲੱਗੀ। ਥੋਨੂੰ ਦੱਸਿਐ ਬਾਪੂ ਵੀ ਪੂਰਾ ਕੰਜਰ ਸੀ। ਦੋਵਾਂ ਪਿੰਡਾਂ ਦੀ ਕਿਸੇ ਬੰਦੇ ਵਿੱਚੋਂ ਦੀ ਵਾਰ-ਸਾਰ ਲੈਂਦਾ ਰਿਹਾ। ਜਦ ਗੱਲ ਪੂਰੀ ਠੰਢੀ ਪੈ ਗਈ ਤਾਂ ਇੱਕ ਦਿਨ ਬਾਪੂ ਨੇ ਸਵੇਰੇ-ਸਾਝਰੇ ਹੀ ਨੂੰਹ ਤੋਂ ਮਾਂ ਦੇ ਪੈਰੀਂ ਹੱਥ ਲਿਆ ਲਵਾਏ। ਪਿੰਡ ਵਿੱਚ ਪਹਿਲਾਂ-ਪਹਿਲਾਂ ਤਾਂ ਮੁਰਗਿਆਂ ਵਿੱਚ ਬਿੱਲਾ ਆ ਵੜਨ ਵਾਂਗ 'ਕੁਰਰ.....ਕੁਰਰ....' ਜਿਹੀ ਹੋਈ। ਜਦ ਬਾਪੂ ਨੇ ਦੇਸੀ ਦਾ ਅਧੀਆ ਲਾ ਕੇ, ਹੱਥ 'ਚ ਗੰਡਾਸਾ ਫੜਕੇ ਬੀਹੀ ਵਿੱਚ ਜਾ ਲਲਕਾਰਾ ਮਾਰਿਆ, "ਕਿਹੜਾ ਮੇਰਾ ਸਾਲ਼ਾ ਕੁਛ ਕਹਿਦੂ। ਜਾਂ ਤਾਂ ਪ੍ਰਾਹੁਣੇ ਨੂੰ ਆਪਣੀਆਂ ਕੁੜੀਆਂ ਦਾ ਸਾਕ ਦਿੰਦੇ। ਜਦੋਂ ਹੁਣ ਸੋਡਾ

ਜਮਾਈ, ਸੋਡੀ ਛੋਟੀ ਨੂੰ ਕੱਢ ਲਿਆਇਆ, ਹੁਣ ਕਿਉਂ ਬੋਲਦੇ ਓਂ।" ਸਾਰੇ ਵਿਹੜੇ 'ਚ ਸਨਾਟਾ ਛਾ ਗਿਆ। ਸਾਲ਼ੇ, ਸਾਰੇ ਗਿੱਦੜਾਂ ਵਾਂਗ ਘੁਰਨਿਆਂ 'ਚ ਜਾ ਵੜੇ। ਬਾਪੂ ਨੂੰ ਸਾਰਾ ਪਿੰਡ ਕੰਜਰ ਕਹਿਣ ਲੱਗ ਪਿਆ।

ਫੇਰ ਅੱਗੇ ਕੰਜਰ ਦੇ, ਕੰਜਰ ਪੁੱਤ ਅਸੀਂ ਜੰਮ ਪਏ। ਉਂਝ ਵੀ ਮੇਰੇ ਨਾਮ ਰੰਜਕ ਦਾਸ ਦੇ ਅੱਖਰਾਂ ਨੂੰ ਜੇ ਤੁਸੀਂ ਉਲਟਾ ਕਰਕੇ ਪੜ੍ਹੋਂ ਤਾਂ ਕੰਜਰ ਦਾਸ ਹੀ ਬਣਦੈ। ਊਂ ਵੀ ਸਾਨੂੰ ਇਹ ਕੰਜਰ ਦੀ ਅੱਲ ਵਿਰਸੇ ਵਿੱਚ ਹੀ ਮਿਲ ਗਈ ਸੀ।

ਪਹਿਲਾਂ ਤਾਂ ਕੰਜਰਾਂ ਆਲ਼ਾ ਕੰਮ ਮੈਂ ਆਪਣੇ ਵਿਹੜੇ ਵਿੱਚ ਹੀ ਕੀਤਾ ਸੀ। ਦੂਜਾ ਕੰਮ ਟਰੱਕਾਂ........।

ਓਹ ਖੜ੍ਹ ਵੀ ਜਾਹ ਪਤੰਦਰਾ! ਕਿਉਂ ਅਉਸਰ ਝੋਟੀ ਦੇ ਥਣਾਂ ਨੂੰ ਹੱਥ ਲਾਉਣ ਵਾਂਗੂੰ ਟੱਪੀ ਜਾਨੈ। ਤੈਨੂੰ ਕਹਿਤਾ ਵੀ ਸਾਰੀ ਸੁਣਾਊ ਕਹਾਣੀ ਤੈਨੂੰ, ਵਾਰਿਸ ਦੀ ਹੀਰ ਵਾਂਗੂੰ..।

ਹਾਂ ਉਹ ਸਾਡੇ ਗੁਆਂਢੀਆਂ ਦੀ ਬਹੂ ਸੀ। ਕੰਜਰ ਦੀ ਬੜੇ ਮੋਸ਼ਨ ਕਰਿਆ ਕਰੇ। ਜਦੋਂ ਕਦੇ ਮੂਹਰ ਦੀ ਮਿਰਗਾਈ ਵਾਂਗੂੰ ਤਰਦੀ ਲੰਘ ਜਾਂਦੀ, ਦਿਲ ਧੈਂਅ ਕਰਕੇ ਬੈਠ ਜਾਂਦਾ। ਪਹਿਲਾਂ ਤਾਂ ਮੈਂ ਦੇਖਿਆ ਕੁਛ ਚਿਰ। ਜਦ ਉਹ ਵੱਤ ਸਿਰ ਜੇ ਲੱਗੀ, ਆਪਾਂ ਪਾ 'ਤੀ ਫੇਰ ਸਿਰ 'ਚ ਭਵੂਤੀ ਓਹਦੇ। ਫੇਰ ਤਾਂ ਬੱਕਰੀ ਦੇ ਮੇਮਣੇ ਵਾਂਗੂ 'ਮੈਂ-ਮੈਂ' ਕਰਦੀ ਫਿਰਿਆ ਕਰੇ। ਮੈਂ ਕਿਹਾ ਕਾਹਨੂੰ ਪੁੱਛਦੈਂ, ਐਸੀ ਲਾਈ ਚਾਟ 'ਤੇ, ਸਾਡੇ ਘਰ ਦੇ ਕੌਲ਼ੇ ਈ ਚੱਟਦੀ ਫਿਰੀ ਜਾਇਆ ਕਰੇ ਸਾਰਾ ਦਿਨ।

ਇੱਕ ਦਿਨ ਆਪਾਂ ਜਾਨੀ ਚੋਰ ਵਾਂਗੂੰ ਦੇਖ ਕੇ ਆਲ਼ਾ-ਦੁਆਲ਼ਾ ਦੁਪਹਿਰੇ ਈ ਜਾ ਧੁਖਾਈ ਧੂਣੀ। ਅਜੇ ਮੰਤਰ ਪੜ੍ਹਨ ਈ ਲੱਗੇ ਸੀ 'ਪਹਿਲੀ ਚੋਰੀ, ਪਹਿਲਾ ਛਾਪਾ' ਵਾਂਗੂੰ ਉਹਦੇ ਘਰ ਆਲ਼ੇ ਦੀ ਪੈ ਗਈ ਰੇਡ। ਪਤਾ ਨੀ ਪਤੰਦਰ ਕਿੱਥੋਂ ਕੁੱਤੇ ਵਾਂਗੂੰ ਪੈੜ ਸੁੰਘਦਾ ਆਇਆ ਸੀ। ਹੱਥ 'ਚ ਸਾਲ਼ੇ ਦੇ ਡਾਂਗ। ਦੋ ਨਾਲ ਚਾਚੇ ਦੇ ਮੁੰਡੇ। ਆਪਾਂ ਤਾਂ ਬਲੈਕੀਆਂ ਦੇ ਭੁੱਕੀ ਦੀ ਬੋਰੀ ਛੱਡ ਕੇ ਭੱਜਣ ਆਲ਼ਿਆਂ ਵਾਂਗੂੰ ਓਥੀ ਸਾਰਾ ਕੁਝ ਛੱਡ ਕੇ ਚਿੱਤੜ-ਅੱਡੀਆਂ ਲਾ ਗਏ। ਆਪਣੇ ਭੱਜੇ ਜਾਂਦੇ ਦੇ ਇੱਕ ਡਾਂਗ ਤਾਂ ਜ਼ਰੂਰ ਵੱਜੀ ਪਰ ਆਪਾਂ ਹਾਕੀ ਦੀ ਗੇਂਦ ਵਾਂਗੂੰ ਤਿੰਨਾਂ ਨੂੰ ਝਕਾਨੀ ਜੀ ਦੇ ਕੇ ਵਿਚਕਾਰ ਦੀ ਲੰਘੇ ਆਏ।

ਕੀ ਕਿਹਾ? ਡਾਂਗ?

ਲੈ ਇੱਕ ਡਾਂਗ ਨਾਲ ਆਪਾਂ ਨੂੰ ਕੀ ਹੁੰਦੈ। ਇਹ ਤਾਂ ਆਪਣੀ ਖ਼ੁਰਾਕ ਐ। ਨਾਲੇ ਕੰਜਰਾਂ ਦੇ ਡਾਂਗਾਂ ਈ ਪੈਂਦੀਆਂ ਨੇ, ਹੋਰ ਆਪਣੇ ਕਿਹੜਾ ਭੈਣ ਦੀ ਨੋਟਾਂ ਆਲ਼ੇ ਹਾਰ ਪੈਣਗੇ? ਹੈਂ!

ਲੈ ਅੱਗੇ ਸੁਣੋ ਫੇਰ ਕਹਾਣੀ। ਓਥੋਂ ਫੇਰ ਮੈਂ ਜਿਉਂ ਭੱਜਿਆ, ਆਪਾਂ ਟਰੱਕ ਡਰਾਈਵਰੀ ਨੂੰ ਮੱਥਾ ਆ ਟੇਕਿਆ.......।

ਕੀ.....?

ਲੈ ਪਿੰਡ ਛੱਡਣ ਨੂੰ ਕਿਹੜਾ ਆਪਣਾ ਝੋਨੇ 'ਚੋਂ ਪਾਣੀ ਸੁੱਕਦਾ ਸੀ ਨੰਗਾਂ ਦਾ.....। ਚੁੱਪ ਕਰਕੇ ਅੱਗੇ ਸੁਣੋ ਕਹਾਣੀ।

ਟਰੱਕਾਂ 'ਤੇ ਕੀਤੀ ਫੇਰ ਆਪਾਂ ਤਿੰਨ-ਚਾਰ ਸਾਲ ਡਰੈਵਰੀ ਡਟ ਕੇ। ਨਾਲੇ ਤਾਂ ਤੀਵੀਂਆਂ ਨਾਲ ਵਾਧੂ ਸਰਕਸ ਖੇਡਦੇ। ਨਾਲੇ ਨਸ਼ਾ-ਪੱਤਾ ਖੁੱਲ੍ਹਾ.......।

ਇੱਕ ਮਿੰਟ, ਇੱਕ ਮਿੰਟ। ਓਧਰ ਦੇਖੋ।

ਏ.....ਏ.... ਓ.....ਹ ਦੇ.....ਖ। ਓਹ ਚਿੱਟੇ ਸੂਟ ਆਲ਼ੀ ਸਿੰਘਣੀ। ਗਾਤਰਾ ਦੇਖ ਕਿਵੇਂ ਲਮਕਾਇਐ। ਤੁਸੀਂ ਹੈਰਾਨ ਹੋ ਗੇ। ਕਹੋਂਗੇ ਬੂਬਣਾ ਸਾਲਾ ਊਈਂ 'ਉੱਘ ਦੀਆਂ ਪਤਾਲ' ਮਾਰੀ ਜਾਂਦੈ। ਇਹ ਗੱਲ ਹੈ ਸੱਚੀ, ਤੁਸੀਂ ਚਾਹੇ ਝੂਠ ਮੰਨੋ। ਆਹ ਗਾਤਰੇ ਦੀ ਤਾਂ ਕਿਲਾ-ਕੰਧ ਇਹਨੇ ਊਈਂ ਕੱਢ ਛੱਡੀ ਐ, ਵਿੱਚੋਂ ਇਹਦੇ ਵੀ ਸੌ ਪਾੜ ਖੁੱਲ੍ਹੇ ਨੇ। ਇੱਕ ਦਿਨ ਮੇਰੇ ਕੋਲ ਆਈ 'ਕੱਲੀ। ਟੇਕ ਕੇ ਦਸ ਰੁਪਏ ਮੱਥਾ ਮੂਹਰੇ ਬੈਠ ਗਈ, ਫੋਟੋ ਖਿਚਾਉਣ ਆਲ਼ਿਆਂ ਵਾਂਗੂੰ। ਮੈਂ ਕਿਹਾ, "ਦੱਸ ਬੀਬਾ ਕੀ ਦੁੱਖ ਐ।" ਪਹਿਲਾਂ ਤਾਂ ਬੋਲੀ ਨੀ। ਪੰਦਰਾਂ ਸਾਲ ਦੀ ਕੁੜੀ ਵਾਂਗੂੰ ਨਖ਼ਰੇ 'ਚ ਵਟ ਜੇ ਕਰੀਂ ਜਾਵੇ। ਜਦੋਂ ਮੈਂ ਹੱਸ ਕੇ ਕਿਹਾ, " ਬੀਬਾ ਖੁੱਲ੍ਹ ਕੇ ਦੱਸ ਕੀ ਦੁੱਖ ਐ, ਸੰਤਾਂ ਕੋਲੇ ਹਰ ਮਰਜ਼ ਦੀ ਦਾਰੂ ਐ।" ਤਾਂ ਉਹ ਵੀ ਬੁੱਲ੍ਹ ਜੇ ਮਰੋੜਦੀ, ਫੋਕਾ ਜਾ ਹੱਸਦੀ ਕਹਿੰਦੀ, "ਬੱਚੇ ਦਾ ਦਾਨ ਬਖਸ਼ੋ ਜੀ।"

ਮੈਂ ਕਿਹਾ, "ਘਰ ਆਲ਼ਾ?"

ਕਹਿੰਦੀ, "ਉਹ ਤਾਂ ਜੀ ਮਿੱਸ ਭੜਾਕੈ।"

ਫੇਰ ਆਪਾਂ ਝੋਟੇ, ਢੱਠਿਆਂ ਵਾਂਗੂੰ ਮਨਜ਼ੂਰਸ਼ੁਦਾ ਦਾਗ ਦੇ ਕੇ ਛੱਡੇ ਈ ਹੁੰਨੇ ਆਂ। ਸਾਲ ਬਾਅਦ ਉਹਨਾਂ ਦੇ ਘਰ ਦੀ ਦੇਹਲੀ ਵਧ 'ਗੀ।

ਹੁਣ ਇਧਰ ਸੁਣੋ! ਬਰੇਟਿਆਂ ਤੋਂ ਮੈਂ ਰਾਤ ਨੂੰ ਪੱਥਰ ਲਾਹ ਕੇ ਮੁੜਿਆ ਸੀ। ਮੈਨੂੰ ਪੂਰੀ ਕਾਹਲ। ਉੱਪਰੋਂ ਮੀਂਹ ਹਨੇਰੀ ਜ਼ੋਰਾਂ ਦੀ। ਓਧਰੋਂ ਮੈਂ ਰਸਤੇ 'ਚੋਂ ਕਿਸੇ ਪਿੰਡੋਂ ਟੈਂਮ ਚੱਕਣਾ। ਇੱਕ ਟੁੱਟੀ ਜਿਹੀ ਮਰੂਤੀ ਆਲ਼ਾ ਸਾਇਡ ਨਾ ਦੇਵੇ। ਮੈਂ ਪਹਿਲਾਂ ਤਾਂ ਗੱਡੀ ਥੋੜ੍ਹਾ ਜਾ ਪਿੱਛੇ ਕਰਲੀ। ਫੇਰ ਮੈਂ ਦਵੱਲ ਤੀ। ਦੂਰੋਂ ਈ ਦੇ ਹਾਰਨ 'ਤੇ ਹਾਰਨ, ਦੇ ਹਾਰਨ 'ਤੇ ਹਾਰਨ। ਜਦੋਂ ਉਹਨੇ ਮਾੜੀ ਜੀ ਇੱਕ ਪਾਸੇ ਕੀਤੀ, ਆਪਾਂ ਮਾਰਿਆ ਐਸਾ ਕੱਟ, ਗੱਡੀ ਰਜਾਈ ਵਾਂਗੂ 'ਕੱਠੀ ਕਰਤੀ। ਆਪਾਂ ਨੇ ਦਵੱਲ ਤੀ ਫੇਰ ਗੱਡੀ। ਰਾਤ ਨੂੰ ਓਸ ਪਿੰਡੋਂ ਟੈਂਮ ਚੱਕਿਆ 'ਤੇ ਸਵੇਰੇ ਚਾਰ ਵਜਦੇ ਨੂੰ ਫੇਰ ਨਿਕਲਗੇ।

ਕੀ ਮਰਿਆ?

ਲੈ ਮਰਨ ਕਿਹੜਾ! ਉਹਦਾ ਤਾਂ ਐਂ ਕਚੂਮਰ ਨਿਕਲ ਗਿਆ ਸੀ ਜਿਵੇਂ ਗੰਢੇ ਉੱਤੋਂ ਦੀ ਟਰਾਲੀ ਦਾ ਟੈਰ ਲਾਂਘਿਆ ਹੁੰਦੈ। ਆਪਾਂ ਸੋਚਿਆ, 'ਭੈਣ ਮਰਾਵੇ ਲੱਡੇ ਆਲਾ ਬਾਣੀਆ। ਆਪਣੀ ਕਿਹੜਾ ਗੱਡੀ ਐ। ਆਪੇ ਮਾਲਕ ਸਾਲਾ ਫਸੇ, ਚਾਹੇ ਛੁਟੇ, ਆਪਾਂ ਨੂੰ ਕੀ!' ਆਪਾਂ ਛੱਡਕੇ ਰਸਤੇ 'ਚ ਗੱਡੀ 'ਹੀਰੇ ਨੀ ਰਾਂਝਾ ਜੋਗੀ ਹੋ ਗਿਆ' ਡੇਰੇ ਆ ਬੈਠੇ। ਡੇਰੇ ਆਲ਼ੇ ਸਾਧ ਨਾਲ ਆਪਣੀ ਚੰਗੀ ਸੱਥਰੀ ਪੈਂਦੀ ਸੀ। ਆਉਂਦੇ-ਜਾਂਦੇ ਉਹਦੇ ਕੋਲੇ ਖੜ੍ਹਦੇ, ਸਾਧ ਨੂੰ ਚੰਗਾ ਅਸਲੀ ਮਾਲ ਖਵਾਉਂਦੇ। ਸਾਧ ਨੂੰ ਦੱਸੀ ਸਾਰੀ ਗੱਲ। ਸਾਧ ਕਹਿੰਦਾ, "ਕੋਈ ਗੱਲ ਨੀ ਪੁੱਤਰਾ। ਡੇਰੇ ਅਹੇ ਜੇ ਲੁੰਗ-ਲਾਣੇ ਲਈ ਈ ਹੁੰਦੇ ਨੇ। ਨਾਲੇ ਤੂੰ ਟਰੱਕਾਂ 'ਚੋਂ ਕੀ ਕੱਢੇਂਗਾ। ਐਮੇਂ ਦਿਨ-ਰਾਤ ਖਪਾ-ਖ਼ੂਨ ਹੋਇਆ ਰਹਿਨੈਂ। ਕਿਸੇ ਡੇਰੇ 'ਚ ਬੈਠ ਕੇ 'ਸਾਨ੍ਹਪੁਣਾ' ਕਰ। ਜਦ ਮੈਂ ਉਹਦੇ ਸਾਨ੍ਹਪੁਣਾ ਕਹਿਣ 'ਤੇ ਹੈਰਾਨੀ ਨਾਲ

ਵੇਖਿਆ ਤਾਂ ਉਹਨੇ ਰਮਜ਼ ਸਮਝਾਈ, ਸਾਧਪੁਣਾ ਅਸਲ 'ਚ ਸਾਨ੍ਹਪੁਣਾ ਈ ਹੁੰਦੈ।

ਕੀ ਕਿਹੈ ਬਾਬਿਓ?

ਸੋਨੂੰ ਦੱਸਿਐ ਵੀ......ਹਾਂ.......! ਲੈ ਸਾਧ ਤਾਂ ਆਪ ਸਾਡੀ ਵਰੈਟੀ ਦਾ ਈ ਸੀ। ਤੀਵੀਂ ਮਗਰ ਐਂ ਭਜਦਾ ਸੀ ਜਿਵੇਂ ਕਬੱਡੀ ਦਾ ਜਾਫ਼ੀ ਧਾਵੀ ਨੂੰ ਫੜਨ ਭਜਦੈ। ਘਰੋਂ ਵੀ ਆਪਣੀ ਵੱਡੀ ਭਾਬੀ ਨਾਲ ਖੇਹ ਖਾਂਦਾ ਛਿੱਤਰ ਖਾ ਕੇ ਈ ਭੱਜਿਆ ਸੀ। ਓਹ...... ਦੇਖਦਿਓਂ ਮੇਰਾ ਚੇਲਾ, ਜਿਹੜਾ ਹੁਣ ਮਹੰਤ ਬਣਿਆ ਬੈਠੈ। ਉਨ੍ਹਾਂ ਦੇ ਘਰ ਵੀ ਸਾਲੇ ਦੇ ਚੂਹੇ ਭੁੱਖੇ ਮਰਦੇ ਸੀ। ਭੁੱਖਾ ਮਰਦਾ ਚਰ੍ਹੀ ਦੇ ਸੁੱਕੇ ਟਾਂਡੇ ਵਾਂਗੂੰ ਹੋਇਆ ਪਿਆ ਸੀ। ਹੁਣ ਦੇਖਦਿਓਂ ਕਿਵੇਂ ਨੂਰ ਝਲਕਦੈ ਚਿਹਰੇ 'ਤੋਂ। ਜੇ ਕਬੀਲਦਾਰੀ ਦੇ ਗਧੀ-ਗੇੜ 'ਚ ਪਿਆ ਰਹਿੰਦਾ, ਨੇਰ੍ਹਾ ਢੋਂਦਾ ਛੜਾ ਈ ਤੁਰ ਜਾਂਦਾ ਜੱਗ ਤੋਂ। ਅੱਜ ਇਹਨੇ 'ਕੱਲੇ ਨੇ ਈ ਦੇਖਲੈ.. ..ਹਾਂ....।

ਓਹ! ਹਾਂ! ਚਲ ਕੋਈ ਨਾ। ਗੱਲ ਸਾਲੀ ਊਂਈ ਮੀਂਹ 'ਚ ਤਿਲ੍ਹਕਦੇ ਅਮਲੀ ਦੇ ਸਾਈਕਲ ਵਾਂਗੂੰ ਹੋਰ ਈ ਪਾਸੇ ਤਿਲ੍ਹਕ ਜਾਂਦੀ ਐ।

ਹਾਂ! ਉਸਤਾਦ ਕਹਿੰਦਾ, "ਮਨ-ਮਰਜੀ ਕਰਨ ਦੀ ਪੱਕੀ ਮਨਜ਼ੂਰੀ ਐਨ ਮੋਹਰ ਲਾ ਕੇ। ਤੈਨੂੰ ਕਿਸੇ ਚੀਜ ਦੇ ਮਗਰ ਭੱਜਣ ਦੀ ਲੋੜ ਨੀ। ਜਿਹੜੀ ਚੀਜ ਨੂੰ ਜੀਅ ਕਰੂ ਬੱਸ ਮੂੰਹੋਂ ਬਚਨ ਕੱਢਣੇ ਨੇ। ਇੱਕ ਦੀਆਂ ਦੋ-ਦੋ ਆਉਣਗੀਆਂ ਭੱਜੀਆਂ।"

ਕੀ ਕਿਹਾ ਮਾੜਾ ਜਾ ਉੱਚੀ ਬੋਲ। ਸੋਨੂੰ ਕਿਹੈ ਵੀ ਮੈਨੂੰ ਹਾਂ.....ਅ..... ਹੈਥੇ ਆ!

ਗਿੱਦੜਸਿੰਗੀ? ਗਿੱਦੜਸਿੰਗੀ ਕਿਹਾ, ਬੜੀ ਕਿਹਾ। ਅਹੀ ਜੀ ਦੱਸੀ ਉਸਤਾਦ ਨੇ ਗਿੱਦੜਸਿੰਗੀ, ਮਰਕੇ ਰੰਗਲ-ਮੰਗਲ ਹੋ ਗਏ। ਜਿਹੜੀ ਮਾਈ ਕੇਰਾਂ ਸਾਡੇ ਭਰਮ-ਜਾਲ 'ਚ ਫਸ ਜੇ, ਉਹਦੇ ਤਾਂ ਅਸੀਂ ਅਹਿਆ ਜਾ ਪਾਉਣਿਆਂ ਨਾਗਵਲ, ਬੱਸ ਸਾਡੇ ਕਿੱਲੇ ਦੇ ਈ ਆਲੇ-ਦੁਆਲੇ ਗੇੜੇ ਕੱਢਦੀ ਰਹਿੰਦੀ ਐ।

ਦੇਖੋ! ਦੇਖੋ! ਉਧਰ ਦੇਖੋ। ਓ......ਹ ਓਹੀ ਸਿੰਘਣੀ। ਕਿਉਂ? ਮੰਨਦਿਓਂ ਨਾ ਬਾਬੇ ਰੰਜਕਦਾਸ ਨੂੰ। ਰਗੜਦੀ ਐ ਨਾ ਮੇਰੀ ਸਮਾਧ 'ਤੇ ਮੱਥਾ। ਨਾਲੇ ਸੋਡੀਆਂ ਸੇਹਰਿਆਂ ਨਾਲ ਵਿਆਹ ਕੇ ਲਿਆਂਦੀਆਂ ਪਰਖਲਿਓ, ਜੇ ਨਾ ਪੰਜ ਦਿਨਾਂ 'ਚ ਸੋਨੂੰ ਦੁੱਧੋਂ ਹਟੀ ਮੱਝ ਦੇ ਕੱਟੇ ਵਾਂਗੂੰ ਭੁੱਲ ਜਾਣ।

ਇੱਕ ਗੱਲ ਹੋਰ ਐ ਪਰਦੇ ਆਲ਼ੀ। ਬਾਹਮਣੀ ਵਾਂਗੂੰ ਇਹ ਵੀ ਸਾਡੀ ਏਜੰਟ ਐ, ਦੂਜੇ ਨੰਬਰ ਦੀ। ਊਂ ਇਹਨੇ ਕੰਮ ਪਹਿਲੇ ਨੰਬਰ ਆਲ਼ੇ ਕੀਤੇ ਨੇ। ਇਹਨੇ ਤਾਂ ਆਪਣੀਆਂ ਰਿਸ਼ਤੇਦਾਰੀਆਂ 'ਚ ਵੀ ਸਾਡੀ ਐਸੀ ਮਹਿਮਾ ਗਾਈ, ਹੋਰ ਪਿੰਡਾਂ ਦੇ ਲੋਕ ਵੀ ਸਾਡੇ ਪੈਰਾਂ ਨੂੰ ਆ ਡਿੱਗੇ। ਆਹ ਦੇਖਦਿਓਂ ਦੋ ਕਮਰੇ। ਓਹ ਆਹ..... ਯਾਰ, ਜਿਹੜੇ ਇੱਧਰ ਨਮੇਂ ਪਏ ਨੇ। ਹਾਂ, ਹਾਂ ਇਹੀ। ਇਹ ਏਸੇ ਦੀ ਮਿਹਰਬਾਨੀ ਦੇ ਨੇ।

ਕੀ ਪੈਸੇ?

ਲੈ ਇਹ ਕਿਉਂ ਪੈਸੇ ਦਿਊ। ਇਹਦੇ ਕੀ ਪੁੱਠੇ ਦਿਨ ਆਏ ਨੇ। ਸਾਡੀ ਅਸਲੀਅਤ ਦਾ ਤਾਂ ਇਹਨੂੰ ਪਤਾ ਈ ਐ। ਸਮਗਾਂ ਇਹਨੂੰ ਤਾਂ ਅਸੀਂ ਹੱਥ ਝਾੜਦੇ ਰਹੇ ਆਂ, ਜਿਵੇਂ ਭਾੜਾ ਪਾ ਕੇ ਮੱਝ ਦੀ ਧਾਰ ਕੱਢ ਲਈਂ ਦੀ ਐ। ਇਹਨੇ ਤਾਂ ਸਾਨੂੰ ਮੁਰਗੇ ਫਸਾਏ ਸੀ।

ਕੀ ਕਿਹਾ?

ਹਾਂ, ਹਾਂ, ਇਹੀ ਦੱਸਣ ਲੱਗਿਆਂ। ਇਹ ਤਿੰਨ ਕੇਸ ਲਿਆਈ ਮੁੰਡੇ ਦੀ ਦਾਤ ਲੈਣ ਆਲ਼ੇ। ਆਪਾਂ ਨੇ ਤਿੰਨਾਂ ਨੂੰ ਈ ਮੁੰਡਾ ਹੋਣ ਦੇ ਬਚਨ ਕਰਤੇ। ਆਪਣੇ ਨਿਕਲਣ ਲਈ ਮੋਰੀਆਂ ਪਹਿਲਾਂ ਈ ਰੱਖ ਲਈਆਂ......।

ਕੀ ਕਿਹਾ? ਉੱਚਾ ਬੋਲ।

ਅੱਛਿਆ ਮੋਰੀਆਂ! ਮੋਰੀਆਂ ਨੀ ਸਮਝਦਾ ਤੂੰ। ਮੋਰੀਆਂ ਇਹ ਤੀ, ਬਈ ਬੱਚਾ ਹੋਣ ਆਲ਼ੀ ਤੀਵੀਂ ਕਿਸੇ ਸ਼ਰਾਬੀ ਨਾਲ ਜ਼ਬਾਨ ਸਾਂਝੀ ਨਾ ਕਰੇ। ਸਵੇਰੇ ਉੱਠ ਕੇ ਰੋਜ਼ ਸੂਰਜ ਨੂੰ ਮੱਥਾ ਟੇਕੇ। ਬਾਂਝ ਤੀਵੀਂ ਦੇ ਹੱਥ ਦਾ ਨਾ ਖਾਵੇ।

ਕਾਹਨੂੰ ਪੁੱਛਦੈਂ ਫੇਰ! ਐਸਾ ਹੋਇਆ ਚਮਤਕਾਰ, ਤਿੰਨਾਂ 'ਚੋਂ ਇੱਕ ਦੇ ਮੁੰਡਾ ਹੋ ਗਿਆ। ਆਇਆ ਫੇਰ ਉਹ ਢੋਲ ਵਜਾਉਂਦਾ ਜਿਵੇਂ ਦਿੱਲੀ ਆਲ਼ਾ ਲਾਲ ਕਿਲਾ ਫ਼ਤਿਹ ਕਰ ਲਿਆ ਹੋਵੇ। ਕਹਿੰਦਾ, "ਦੱਸੋ ਬਾਬਾ ਜੀ ਸੇਵਾ?" ਆਪਾਂ ਕਹਿਤਾ ਫੇਰ, "ਭਗਤਾ ਸੰਗਤਾਂ ਲਈ ਇੱਕ ਕਮਰਾ ਪਵਾ ਦੇ।" ਉਹ ਖੱਬਾ ਕਮਰਾ ਓਸੇ ਨੇ ਪਵਾਇਐ ਫੇਰ। ਵਟ ਕੱਢਤੇ।

ਹਾਂ, ਹਾਂ, ਉਹ ਵੀ ਆਏ ਸੀ ਮੂੰਹ ਜਾ ਲਟਕਾਈਂ ਜਿਵੇਂ ਸਾਲਿਆਂ ਨੂੰ ਮੰਡੀ 'ਚ ਮਿਰਚਾਂ ਦਾ ਭਾਅ ਘੱਟ ਮਿਲਿਆ ਹੋਵੇ। ਆ ਕੇ ਉਲਾਂਭਾ ਜਾ ਦੇਣ ਆਲ਼ਿਆਂ ਵਾਂਗੂੰ ਕਹਿੰਦੇ, "ਸਾਡੇ ਤਾਂ ਜੀ ਕੁੜੀ ਹੋ ਗੀ।"

ਆਪਾਂ ਨੇ ਫਸਾ ਲਏ ਫੇਰ ਉਨ੍ਹਾਂ ਘੁੰਡੀਆਂ 'ਚ ਈ। ਇੱਕ ਤਾਂ ਪਹਿਲਾਂ ਈ ਮੰਨ ਗਈ ਸੀ। ਕਹਿੰਦੀ, "ਫਲਾਣਾ ਆਇਆ ਸੀ ਸ਼ਰਾਬ ਪੀ ਕੇ, ਮੈਂ ਤਾਂ ਗ਼ਲਤੀ ਨਾਲ ਉਹਦੇ ਨਾਲ ਬੋਲ ਪਈ।"

ਦੂਜੀ ਲੀਹ 'ਤੇ ਈ ਨਾ ਲੱਗੇ। ਕੋਈ ਗੱਲ ਈ ਨਾ ਮੰਨੇ। ਫੇਰ ਆਪਾਂ ਵੀ ਗਿੱਦੜਸਿੰਗੀ ਜਾਣਦੇ ਸੀ। ਫੇਰ ਮੰਨ ਗੀ। ਕਹਿੰਦੀ, ਇਕ ਦਿਨ ਸੂਰਜ ਨੂੰ ਪਾਣੀ ਦੇਣ ਦੀ ਭੁੱਲ ਤਾਂ ਹੋ ਗਈ ਹੋਵੇ ਕਹਿ ਨੀ ਸਕਦੀ।"

ਬੱਸ ਆਪਣੇ ਲਈ ਤਾਂ ਫੇਰ ਐਨੀ ਓ ਆਂਟ ਵਾਧੂ ਸੀ। ਕਰਾ ਤੀ ਤਸੱਲੀ।

ਓਏ ਆਹੋ ਯਾਰ ਸਬਰ ਤਾਂ ਕਰ। ਊਈਂ ਸੂਣ ਆਲੀ ਮੱਝ ਵਾਂਗੂੰ ਮਿਟੀ ਜੀ ਪੱਟੀ ਜਾਨੈ।

ਇੱਕ ਮਿੰਟ, ਦਿਖਾ ਈ ਦਿੰਨਾਂ ਪਹਿਲਾਂ ਸੋਨੂੰ। ਏ....ਓ....ਹ, ਜਿਹੜੀ ਲੰਗਰ ਦੀਆਂ ਰੋਟੀਆਂ ਲਾਹੁਣ ਲੱਗੀ ਐ, ਚਿੱਟੀ ਜੀ ਚੁੰਨੀ ਆਲ਼ੀ ਗੁਲਾਬ ਕੌਰ। ਜੀਹਦੇ ਉਪਰਲੇ ਬੁੱਲ੍ਹ 'ਤੇ ਕਾਲਾ ਜਾ ਤਿਣ ਐ।

ਹਾਂ ਹਾਂ ਓਹੀ। ਇਹ ਸਾਥੋਂ ਦੂਏ-ਤੀਏ ਦਿਨ ਨਜ਼ਰ ਦਾ ਪਾਣੀ ਕਰਵਾਉਣ ਆਉਂਦੀ ਹੁੰਦੀ ਸੀ। ਹੌਲੀ-ਹੌਲੀ ਇਹਨੇ ਆਪਣੇ ਚਾਚੇ ਦੀ ਨੂੰਹ ਨੂੰ ਵੀ ਭਾੜਾ ਪਾ ਲਿਆ ਸੀ। ਫੇਰ ਵਾਰੀ-ਵਾਰੀ ਪਾਣੀ ਕਰਵਾਉਣ ਆਉਂਦੀਆਂ। ਪਹਿਲਾਂ ਇੱਕ ਗੱਲ ਸੋਨੂੰ ਹੋਰ ਦੱਸਾਂ। ਹੈਰਾਨ ਕਰਨ ਆਲੀ। ਇੱਕ ਇਹਦੀ ਕੁੜੀ ਸੀ ਚੌਦਾਂ-ਪੰਦਰਾਂ ਸਾਲਾਂ ਦੀ। ਇਹਦੀ ਬੁੱਕਲ ਓਹਦੇ ਨਾਲ ਵੀ ਖੁੱਲ੍ਹੀ ਹੋਈ ਸੀ। ਜਦੋਂ ਆਉਂਦੀ, ਨਾਲ ਕੁੜੀ ਨੂੰ ਲੈ ਕੇ ਆਉਂਦੀ।

ਕੁੜੀ ਕਰਕੇ ਇਹਦੇ ਘਰ ਆਲ਼ਾ ਵੀ ਸ਼ੱਕ ਨੀ ਕਰਦਾ ਸੀ। ਇਹਦੀ ਕੁੜੀ ਦਾ ਟਾਂਕਾ ਵੀ ਆਪਾਂ ਨੇ ਈ ਫਿੱਟ ਕਰਵਾਇਆ ਸੀ, ਨੰਬਰਦਾਰਾਂ ਦੇ ਮੁੰਡੇ ਗੁਰਮੁਖ ਨਾਲ। ਗੁਰਮੁਖ ਵੀ ਫੇਰ ਆਪਣਾ ਵਿਸ਼ਵਾਸ ਯੋਗ ਚੇਲਾ ਬਣ ਗਿਆ ਸੀ।

ਹਾਂ ਸੱਚ! ਇੱਕ ਦਿਨ ਇਹ ਪਾਣੀ ਕਰਾਉਣ ਆਈ ਸਿਖਰ ਦੁਪਹਿਰੇ। ਇਹਦੀ ਕੁੜੀ ਬਾਹਰ ਬਰਾਂਡੇ 'ਚ ਗੁਰਮੁਖ ਨਾਲ ਗੱਲੀਂ ਪੈ ਗਈ। ਅਸੀਂ ਅੰਦਰ ਬਾਰ ਅੜਾ ਕੇ ਮੰਤਰ ਪੜ੍ਹਨ ਲੱਗ ਗਏ।

ਇਹਦੇ ਘਰ ਆਲ਼ੇ ਨੂੰ ਪਤਿਉਰੇ ਨੂੰ ਪਤਾ ਨੀ ਕਿੱਥੋਂ ਸੀ. ਆਈ. ਡੀ. ਮਿਲ ਗਈ, ਡਾਂਗ ਚੁੱਕ ਕੇ ਆ ਗਿਆ। ਮੈਨੂੰ ਤਾਂ ਨੀ ਓਹਨੇ ਕੁਛ ਕਿਹਾ ਪਰ ਦੋਹਾਂ ਮਾਵਾਂ ਧੀਆਂ ਨੂੰ ਇੱਥੋਂ ਕੁੱਟਦਾ ਈ ਲੈ ਕੇ ਗਿਆ।

ਕੁੱਤੇ ਦੀ ਸੁੰਘਣੀ ਆਲ਼ਿਆਂ ਨੇ ਪਤਾ ਨੀ ਕਿਵੇਂ ਸੁੰਘੀ। ਗੱਲ ਤਾਂ ਹਨੇਰੀ ਦੇ ਰੇਤੇ ਵਾਂਗੂੰ ਪਿੰਡ ਦੇ ਹਰੇਕ ਘਰ ਦੇ ਵਿਹੜੇ 'ਚ ਜਾ ਖਿੱਲਰੀ। ਫੇਰ ਹੌਲੀ-ਹੌਲੀ ਆਪੇ ਠੰਡੀ ਹੋ ਗਈ।

ਕੇਰਾਂ ਮਾਘ ਦਾ ਮਹੀਨਾ। ਫੇਰ ਪਾਲਾ! ਕਾਹਨੂੰ ਪੁੱਛਦੈਂ! ਤੁਰੇ ਫਿਰਦੇ ਬੰਦਿਆਂ ਦਾ ਖ਼ੂਨ ਜੰਮਦਾ ਸੀ। ਓਦੋਂ ਚੇਲਾ ਮੇਰਾ ਪਿੰਡ ਗਿਆ ਹੋਇਆ ਸੀ। ਰਾਤ ਵੀ ਸਾਲੀ ਗਾਮੋਂ ਝਿਉਰੀ ਵਰਗੀ। ਐ......ਨ ਕਾਲੀ ਕਲੂਟੀ। ਕੋਈ ਚੰਨ ਨਾ ਤਾਰਾ। ਮੈਂ ਔਹ ਕਮਰੇ 'ਚ ਪਿਆ ਸੀ। ਰਾਤ ਦਾ ਵੱਜਿਆ ਹੋਣੈ ਓਦੋਂ ਮੈਨੂੰ ਲਗਦੈ ਬਾਰਾਂ-ਇੱਕ। ਮੇਰੇ ਕਮਰੇ ਦਾ ਬਾਰ ਖੜਕਿਆ। ਜਦੋਂ ਕਈ ਵਾਰੀ ਖੜਕਿਆ, ਫੇਰ ਮੈਂ ਸੋਚਿਆ, ਵੀ 'ਐਨੀ ਰਾਤ ਨੂੰ ਕੌਣ ਹੋ ਸਕਦੈ?' ਮਨ 'ਚ ਆਈ ਵੀ 'ਕਿਤੇ ਕੋਈ ਭਗਤਣੀ ਨਾ ਹੋਵੇ?' ਊਂ ਭਗਤਣੀਆਂ ਵੀ ਕਈ ਵਾਰ ਮੇਰੇ ਕੋਲ ਰਾਤ ਨੂੰ ਆ ਜਾਂਦੀਆਂ ਸੀ। ਦਿਮਾਗ ਸਾਲਾ ਫੇਰ ਗੱਲ ਕੱਟ ਗਿਆ, ਵੀ 'ਉਹ ਤਾਂ ਮੈਨੂੰ ਪਹਿਲਾਂ ਦਸਦੀਆਂ ਨੇ। ਨਾਲੇ ਡੇਰੇ ਦਾ ਬਾਰ ਖੁੱਲ੍ਹਾ ਰੱਖਣ ਨੂੰ ਕਹਿੰਦੀਆਂ ਨੇ।' ਮਨ ਕਹੇ, 'ਨਾਂਹ, ਉਹ ਤਾਂ ਨੀ ਹੋ ਸਕਦੀਆਂ।' ਸਾਲੀ ਸੋਚ, ਥਾਲ 'ਚ ਪਾਏ ਪਾਣੀ ਵਾਂਗੂੰ ਕਦੇ ਇਧਰ, ਕਦੇ ਓਧਰ। ਫੇਰ ਸੋਚਿਆ, 'ਮਨਾਂ ਕਿਸੇ ਭਗਤਣੀ ਨੂੰ ਹਥੌਲਾ ਕਰਵਾਉਣ ਦੀ ਐਮਰਜੈਂਸੀ ਵੀ ਹੋ ਸਕਦੀ ਐ। ਸੰਗਤਾਂ ਦੇ 'ਕੰਮ' ਆਉਣਾ ਤਾਂ ਆਪਣਾ ਕੰਮ ਐ, ਚਲ ਬਾਰ ਖੋਲ੍ਹ।

ਜਦੋਂ ਮੈਂ ਖੋਲ੍ਹਿਆ ਬਾਰ! ਮੇਰੇ ਤਾਂ ਖਾਨਿਓਂ ਗਈਆਂ। ਸਾਲੇ ਮਾਘ ਦੇ ਮਹੀਨੇ 'ਚ ਵੀ ਪਸੀਨੇ ਆਉਣ। ਮੇਰੇ ਤਾਂ ਮੂੰਹ 'ਚੋਂ ਬੋਲ ਈ ਨਾ ਨਿੱਕਲੇ। ਬਾਰ 'ਚ ਖੜ੍ਹਾ ਗੁਲਾਬ ਕੌਰ ਦਾ ਘਰ ਆਲ਼ਾ ਤੇ ਉਹਦੇ ਚਾਚੇ ਦਾ ਮੁੰਡਾ, ਮੇਰੇ ਕਣੀ ਸਾਲੇ ਭੂਸਰੇ ਸਾਨ੍ਹ ਵਾਂਗੂੰ ਝਾਕੀ ਜਾਣ। ਸੋਚਿਆ, 'ਮਨਾਂ ਹੁਣ ਨੀ ਖ਼ੈਰ, ਭੱਜਲੈ।' ਜਦੋਂ ਲੱਗਿਆ ਭੱਜਣ, ਇੱਕ ਨੇ ਮੈਨੂੰ ਮਾਰ ਕੇ ਜੱਫਾ ਓਥੀ ਸਿੱਟ ਲਿਆ। ਕਹਿੰਦਾ, "ਬੂਬਨਿਆ ਸਾਧਾ, ਸਾਰੇ ਪਿੰਡ ਦੀਆਂ ਤੀਮੀਆਂ ਖ਼ਰਾਬ ਕਰਤੀਆਂ, ਹੁਣ ਦੇ ਦੇਣ ਸਾਰੀਆਂ ਦਾ। ਲੇਖੇ ਇਥੀ ਹੋਣਗੇ।" ਮੈਂ ਬਥੇਰੇ ਡਰਾਵੇ ਵੀ ਦਿੱਤੇ, ਹੱਥ ਵੀ ਜੋੜੇ। ਕਾਹਨੂੰ ਮੰਨਦੇ ਨੇ ਸਾਲੇ। ਇੱਕ ਨੇ ਮੈਨੂੰ ਦੱਬੀਂ ਰੱਖਿਆ, ਦੂਜੇ ਨੇ ਗਲਗੂਠਾ ਦੇਤਾ। ਆਪਾਂ ਨੂੰ ਪਹੁੰਚਾ ਦਿੱਤਾ ਫੇਰ ਬਿਨਾਂ ਟਿਕਟੋਂ ਪਰਲੋਕ 'ਚ।

ਕੀ ਕਿਹਾ? ਚੋਲ਼ਾ?

ਓਹ ਕਾਹਨੂੰ। ਚੋਲਾ ਛੱਡਣ ਨੂੰ ਕਿਹੜਾ ਆਪਾਂ ਬਾਬੇ ਨਾਨਕ ਹੋਰੀਂ ਸੀ। ਇਹ

58 / ਗ਼ਲਤ-ਮਲਤ ਜ਼ਿੰਦਗੀ

ਤਾਂ ਸਾਰੀ ਮਿਹਰਬਾਨੀ ਇਨ੍ਹਾਂ ਦੀਓ ਐ। ਇਹਨਾਂ ਨੇ ਮੈਨੂੰ ਚੱਕਿਆ ਓਥੋਂ, ਲਿਆ ਕੇ ਮੰਜੇ 'ਤੇ ਪਾ ਤਾ। ਉੱਪਰ ਦੇ ਦਿੱਤੀ ਰਜਾਈ। ਵੱਡੀ ਸਾਰੀ ਧੂਫ਼ ਸਿਰਹਾਣੇ ਜਗਾਤੀ। ਇੱਕ-ਦੋ ਆਹ ਜੰਤਰੀਆਂ ਜੀਆਂ ਰੱਖ 'ਤੀਆਂ ਸਿਰਹਾਣੇ। ਚਲੋ ਇਹ ਕੰਮ ਤਾਂ ਇਹਨਾਂ ਨੇ ਬੜਾ ਕੰਮ ਦਾ ਕੀਤਾ। ਚਾਹੇ ਆਪਣੀ ਬੱਚਤ ਲਈ ਓ ਕੀਤਾ ਹੋਵੇ। ਮੇਰੀ ਬੇਜਤੀ ਹੋਣੋਂ ਜਰੂਰ ਬਚ ਗੀ। ਲੋਕਾਂ ਨੇ ਸਮਝ ਲਿਆ ਸਾਧ ਚੋਲ਼ਾ ਛੱਡ ਗਿਆ। ਹੁਣ ਤੁਸੀਂ ਆਪ ਦੇਖਲੋ, ਬਣਿਆ ਪਿਆ ਨਾ ਮਰਕੇ ਚੀਮਿਆਂ ਆਲ਼ਾ ਮੇਲਾ। ਆਹ ਹੁਣ ਜਿਹੜੇ ਪੰਜ-ਸੱਤ ਕਮਰੇ ਪਾਏ ਨੇ, ਅੰਗਰੇਜੀ ਜੋੜੀਆਂ ਆਲ਼ੇ, ਇਹ ਵੀ ਮੇਰੀ ਸਮਾਧ 'ਤੇ ਸੁੱਖਣਾ ਸੁੱਖਣ ਆਲ਼ਿਆਂ ਨੇ ਈ ਪਾਏ ਨੇ। ਹੁਣ ਤਾਂ ਮੇਰਾ ਨਾਂ ਰਬੜ ਵਾਂਗੂੰ ਲੋਕਾਂ ਨੇ ਹੋਰ ਵੀ ਵਧਾ ਦਿੱਤਾ, 'ਜਤੀ-ਸਤੀ ਸੰਤ ਬਾਬਾ ਰੰਜਕ ਦਾਸ ਜੀ।' ਲੋਕਾਂ ਨੂੰ ਐਂ ਪਤਾ ਨੀ ਵੀ ਬਾਬਾ ਤਾਂ ਸਾਡੀਆਂ ਤੀਵੀਂਆਂ ਨੂੰ 'ਅਸ਼ੀਰਵਾਦ' ਦਿੰਦਾ ਮਰਿਐ। ਹਾ....ਹਾ....ਹਾ....।

ਕੀ ਕਿਹਾ?

ਸੋਡੇ ਤੋਂ ਡਰ?

ਲੈ ਸੋਡੇ ਤੋਂ ਮੈਨੂੰ ਕਾਹਦਾ ਡਰ ਐ ਬਈ? ਜਿੰਨੀਆਂ ਗੱਲਾਂ ਮੈਂ ਦੱਸੀਆਂ ਨੇ, ਤੁਸੀਂ ਇੱਕ ਵੀ ਕਹਿ ਕੇ ਦੇਖੋ ਮੇਰੇ ਭਗਤਾਂ ਨੂੰ, ਜੇ ਨਾ ਸੋਨੂੰ ਪਿੰਡੋਂ ਕੱਢ ਦੇਣ। ਇਹ ਗਿੱਦੜਸਿੰਗੀਆਂ ਕੋਈ ਐਸੀਆਂ-ਵੈਸੀਆਂ ਨੀ ਲਾਈਆਂ ਹੁੰਦੀਆਂ ਸਾਡੀਆਂ। ਅਸੀਂ ਤਾਂ ਵੱਡਿਆਂ-ਵੱਡਿਆਂ ਦੀ ਘੀਸੀ ਕਰਾ ਦਿੰਨਿਆਂ। ਤੁਸੀਂ ਦੋ ਟੋਟਰੂ ਤਾਂ ਕੀ ਮੇਰਾ ਫਰਮਾਂਹ ਪੱਟ ਦੋਂਗੇ।

ਊਂ ਇੱਕ ਗੱਲ ਜ਼ਰੂਰ ਐ। ਜੇ ਇਹ ਲੋਕ ਮੇਰਾ ਨਾਂ ਪੁੱਠਾ ਕਰਕੇ ਪੜ੍ਹ ਲੈਣ ਤਾਂ ਇਹਨਾਂ ਨੂੰ ਸਮਝ ਜ਼ਰੂਰ ਲੱਗ ਜੇ। ਪਰ ਅਸੀਂ ਲੋਕਾਂ ਨੂੰ ਐਸੀ ਪੁੱਠੀ ਭਮਾਈ ਦਿੰਨਿਆਂ, ਇਹ ਨਾਮ ਪੁੱਠਾ ਕਰਕੇ ਪੜ੍ਹਨਾ ਤਾਂ ਕੀ, ਪੁੱਠੇ ਪਾਸਿਓਂ ਦੇਖਦੇ ਵੀ ਨੀ।

ਚਲੋ ਛੱਡੋ ਇਨ੍ਹਾਂ ਗੱਲਾਂ ਨੂੰ ਹੁਣ ਮੇਰਾ ਓਧਰ ਸਵਰਗਾਂ 'ਚ ਵੀ ਅਸ਼ੀਰਵਾਦ ਦੇਣ ਦਾ ਟੈਮ ਹੋਇਆ ਪਿਐ। ਓਧਰ ਵੀ ਮੈਂ ਜਾ ਕੇ....। ਸੋਨੂੰ ਦੱਸਿਐ ਵੀ ਓਥੇ ਤਾਂ ਆਪਣਾ ਪੱਕਾ ਟੈਮ ਬੰਨ੍ਹਿਆ ਹੋਇਐ। ਮੈਂ......।

ਕੀ ਕਿਹਾ?

ਓਹ ਨਹੀਂ! ਤੁਸੀਂ ਕੀ ਕਰੋਂਗੇ ਮਿੱਟੀ ਦੇ ਭੂੰਡੋ।

ਓ ਅਸ਼ਕੇ! ਔਹ ਦੇਖੋ! ਔਹ ਸੋਡੇ ਆਲ਼ੀਆਂ ਵੀ ਆਉਂਦੀਆਂ ਨੇ ਪਰਾਂਤਾਂ 'ਚ ਦਾਣੇ ਪਾਈਂ। ਉਨ੍ਹਾਂ ਨੂੰ ਰੋਕ ਕੇ ਦੇਖੋ ਪਹਿਲਾਂ ਤਾਂ। ਉਰ੍ਹਾਂ ਨੂੰ ਹੋ ਸੋਨੂੰ ਪਰਦੇ ਆਲ਼ੀ ਗੱਲ ਦੱਸਾਂ। ਹੁਣ ਇਹ ਵੀ ਬਾਬੇ ਤੋਂ 'ਅਸ਼ੀਰਵਾਦ' ਲੈਣ ਆਉਂਦੀਆਂ ਹੁੰਦੀਆਂ ਨੇ।

ਚੰਗਾ ਭਗਤੋ! ਹੁਣ ਮੈਂ ਚੱਲਿਆ। ਓ. ਕੇ......ਬਾਏ-ਬਾਏ......!

ਕੀ......?

ਨਹੀਂ ਹੋਰ ਟੈਮ ਨੀ। ਮੈਂ ਓਧਰ ਵੀ ਜਾ ਕੇ 'ਅਸ਼ੀਰਵਾਦ'...... ਹਰੀ ਓ.....ਮ......!!

ਫਿੱਤੂ ਟੁੰਡਾ ਉਰਫ਼ ਫ਼ਤਹਿ ਸਿੰਘ

ਕਹਾਣੀ ਤੋਂ ਪਹਿਲਾਂ

ਜਦੋਂ ਵੀ ਕਦੇ ਮੈਂ ਜ਼ਿੰਦਗੀ ਦੇ ਗਧੀ-ਗੇੜ ਤੋਂ ਉਕਤਾ ਜਾਂਦਾ ਹਾਂ ਤਾਂ ਮੈਂ ਆਪਣੇ ਮਾਮੇ ਦੇ ਮੁੰਡੇ ਜੰਗਵੀਰ ਕੋਲ ਉਸ ਦੇ ਪਿੰਡ ਜਾ ਵੜਦਾ ਹਾਂ। ਬਚਪਨ ਤੋਂ ਹੀ ਮੈਨੂੰ ਉਹ ਪਿੰਡ ਬੜੇ ਚੰਗੇ-ਚੰਗੇ ਲਗਦੇ ਹਨ ਜਿਨ੍ਹਾਂ ਕੋਲ ਦੀ ਕੋਈ ਨਹਿਰ ਗੁਜ਼ਰਦੀ ਹੈ ਜਾਂ ਰੇਲ ਦੀ ਪਟੜੀ। ਨਹਿਰ ਦੇ ਝਾਲ 'ਤੋਂ ਡਿਗਦੇ ਪਾਣੀ ਦੀ 'ਕਲ-ਕਲ', ਰੇਲ ਦੀ 'ਡੱਗ-ਛਿੱਕ, ਡੱਗ ਛਿੱਕ' ਮੇਰੇ ਮਨ ਨੂੰ ਮਿੱਠੇ ਸੰਗੀਤ ਵਾਂਗ ਸਕੂਨ ਦਿੰਦੀ ਹੈ। ਗੱਡੀ ਦੀ ਲੰਬੀ ਕੂਕ, ਹੀਰ ਦੇ ਤੁਰ ਜਾਣ ਤੋਂ ਬਾਅਦ ਰਾਂਝੇ ਦੀ ਉਦਾਸ ਹੋ ਗਈ ਵੰਝਲੀ ਵਾਂਗ ਲਗਦੀ ਹੈ। ਇਸ ਪਿੰਡ ਵਿੱਚੋਂ ਵੀ ਰੇਲ ਦੀ ਲਾਈਨ ਲੰਘਦੀ ਹੈ ਇਸੇ ਕਰਕੇ ਇਹ ਪਿੰਡ ਮੇਰੇ ਲਈ ਖ਼ਾਸ ਹੈ। ਜਦੋਂ ਵੀ ਸ਼ਾਮਾਂ ਢਲਦੀਆਂ ਹਨ ਮੈਂ ਤੇ ਜੰਗਵੀਰ ਗੱਡੀ, ਦੀ ਪਟੜੀ ਲੰਘ ਕੇ ਪੀਰ ਬਾਬਾ ਰੁੱਕੜ ਸ਼ਾਹ ਦੀ ਸਮਾਧ ਕੋਲ ਆ ਬੈਠਦੇ ਹਾਂ। ਗੱਲਾਂ ਕਰਦਿਆਂ ਅਸੀਂ ਏਨੇ ਗੁਆਚ ਜਾਂਦੇ ਹਾਂ ਕਿ ਸਾਨੂੰ ਪਤਾ ਹੀ ਨਹੀਂ ਲਗਦਾ, ਏਨਾ ਸਮਾਂ ਕਿਵੇਂ ਬੀਤ ਗਿਆ? ਕੋਈ-ਕੋਈ ਤਾਰਾ ਚਮਕਣ ਲੱਗ ਪੈਂਦਾ ਹੈ, ਪਿੰਡ ਦੇ ਘਰਾਂ ਦੀਆਂ ਲਾਈਟਾਂ ਜਗ ਪੈਂਦੀਆਂ ਹਨ, ਜਦ ਅਸੀਂ ਘਰ ਨੂੰ ਵਾਪਸ ਪਰਤਦੇ ਹਾਂ।

ਸਾਡਾ ਇੱਥੇ ਆ ਕੇ ਬੈਠਣ ਦਾ ਇੱਕ ਹੋਰ ਮਕਸਦ ਹੈ, ਜੰਗਵੀਰ ਦਾ ਆਪਣੀ ਪ੍ਰੇਮਿਕਾ ਨੂਰੀ ਨੂੰ ਮਿਲਣਾ। ਨੂਰੀ ਹਰ ਰੋਜ਼ ਇਸ ਸਮਾਧ 'ਤੇ ਦੀਵਾ ਜਗਾਉਣ ਆਉਂਦੀ ਹੈ। ਦੀਵਾ ਜਗਦਾ ਹੈ, ਦੋਵਾਂ ਦੀਆਂ ਅੱਖਾਂ ਹੱਸਦੀਆਂ ਹਨ, ਬੁੱਲ੍ਹ ਮੁਸਕਰਾਉਂਦੇ ਹਨ, ਕਦੇ-ਕਦੇ ਇੱਕ-ਦੋ ਬੋਲ ਵੀ ਸਾਂਝੇ ਹੁੰਦੇ ਹਨ। ਬਾਬਾ ਰੁੱਕੜ ਸ਼ਾਹ ਦੀ ਸਮਾਧ ਜੰਗਵੀਰ ਤੇ ਨੂਰੀ ਦੇ ਪਿਆਰ ਦੀ ਰਾਜ਼ਦਾਰ ਹੈ।

ਅਸੀਂ ਅੱਜ ਵੀ ਉਸੇ ਸਮਾਧ ਕੋਲ ਬੈਠੇ ਹਾਂ। ਮੇਰਾ ਹੁਣ ਇੱਥੇ ਦੋ ਸਾਲਾਂ ਬਾਅਦ ਆਉਣ ਦਾ ਸਬੱਬ ਬਣਿਆ ਹੈ। ਜੰਗਵੀਰ ਉਦਾਸ ਹੈ। ਉਸਦੀ ਨੂਰੀ ਵਿਆਹੀ ਗਈ ਹੈ। ਹੁਣ ਨਾ ਇੱਥੇ ਦੀਵਾ ਜਗਦਾ ਹੈ ਅਤੇ ਨਾ ਹੀ ਹਾਸਿਆਂ ਦੀ ਮਹਿਕ ਖਿਲਰਦੀ ਹੈ। ਜੰਗਵੀਰ ਪਹਿਲਾਂ ਯਾਦਾਂ ਜੋੜਨ ਲਈ ਆਉਂਦਾ ਸੀ ਤੇ ਹੁਣ ਉਨ੍ਹਾਂ ਯਾਦਾਂ ਨੂੰ ਮੁੜ ਸੁਰਜੀਤ ਕਰਨ ਲਈ ਆਉਂਦਾ ਹੈ। ਅੱਜ ਮੇਰਾ ਧਿਆਨ ਜੰਗਵੀਰ ਦੀਆਂ ਗੱਲਾਂ 'ਚੋਂ ਉੱਖੜ ਰਿਹਾ ਹੈ। ਮੇਰੀ ਨਿਗ੍ਹਾ ਵਾਰ-ਵਾਰ ਗੱਡੀ ਦੀ ਲਾਈਨ ਤੋਂ ਦੂਸਰੇ ਪਾਸੇ ਬਣੀ ਸਮਾਧ 'ਤੇ ਜਾ ਟਿਕਦੀ ਹੈ, ਜਿਹੜੀ ਅੱਜ ਤੋਂ ਦੋ ਸਾਲ ਪਹਿਲਾਂ ਇੱਥੇ ਨਹੀਂ ਸੀ। ਪਿੰਡ ਦੀਆਂ ਕਈ ਔਰਤਾਂ ਉੱਥੇ ਦੀਵੇ ਵੀ ਜਗਾ ਕੇ ਗਈਆਂ ਸਨ।

"ਜੰਗਵੀਰ ਤੇਰੇ ਪਿੰਡ ਨੂੰ ਬਾਬਿਆਂ ਦੀ ਘਾਟ ਸੀ, ਜਿਹੜਾ ਇੱਕ ਹੋਰ ਕਰ

ਲਿਆ?" ਮੇਰਾ ਸਬਰ ਹੁਣ ਟੁੱਟ ਗਿਆ ਸੀ। ਮੈਂ ਟਕੋਰ ਭਰਿਆ ਸਵਾਲ ਜੰਗਵੀਰ ਨੂੰ ਕਰ ਦਿੱਤਾ।

"ਨਹੀਂ ਬਾਈ ਇਹ ਉਹ ਗੱਲ ਨੀ! ਇਹ ਤਾਂ....!" ਜੰਗਵੀਰ ਮੇਰੀ ਕਹੀ ਗੱਲ ਦਾ ਜਵਾਬ ਦੇਣ ਲਈ ਕਹਾਣੀ ਸੁਣਾਉਣ ਲਗਦਾ ਹੈ। ਉਸ ਨੇ ਜੋ ਕਹਾਣੀ ਸੁਣਾਈ, ਉਹ ਅਸਲ ਵਿੱਚ ਇਹ ਸੀ।

ਕਹਾਣੀ

"ਮੇਰਾ ਹੁਣ ਇਸ ਦੁਨੀਆਂ 'ਤੇ ਰਹਿ ਵੀ ਕੀ ਗਿਆ? ਜਿਸਦੇ ਸਹਾਰੇ ਮੈਂ ਜਿਉਂ ਲਮਾਂ! ਕੁੱਤੇ ਬਿੱਲਿਆਂ ਆਲ਼ੀ ਜ਼ਿੰਦਗੀ ਨਾਲੋਂ ਤਾਂ ਇੱਕ ਦਿਨ ਮਰਨਾ ਈ ਚੰਗਾ। ਪਰ੍ਹਾਂ ਇਸ ਨਰਕੀ ਜ਼ਿੰਦਗੀ ਤੋਂ ਖਹਿੜਾ ਤਾਂ ਛੁਟੂ। ਨਾਲੇ ਉਹ ਹੋ ਲੈਣ ਚੌੜੇ।" ਫਿਤੂ ਟੁੰਡਾ ਖੱਬੇ ਹੱਥ ਦੀ ਹਥੇਲੀ ਨਾਲ ਆਪਣੇ ਅੱਥਰੂ ਪੂੰਝਦਾ ਗੱਡੀ ਦੀ ਪਟੜੀ ਕੋਲ ਆ ਬੈਠਿਆ। ਰਾਤ ਅੱਧੀ ਤੋਂ ਵੱਧ ਬੀਤ ਗਈ ਸੀ। ਸਾਹਮਣੇ ਟੋਭੇ ਤੋਂ ਅੱਗੇ ਪਿੰਡ ਵਿੱਚ ਟਾਵਾਂ-ਟਾਵਾਂ ਬੱਲਬ ਜਗ ਰਿਹਾ ਸੀ, ਜਿਸ ਪਿੰਡ ਨਾਲੋਂ ਅੱਜ ਫਿਤੂ ਟੁੰਡੇ ਦਾ ਸਦਾ ਲਈ ਸੀਰ ਮੁੱਕ ਜਾਣਾ ਸੀ। ਸੀਰ ਨੂੰ ਉਸਦਾ ਪਿੰਡ ਵਿੱਚ ਰਹਿ ਵੀ ਕੀ ਗਿਆ ਸੀ, ਇੱਕ ਡਿਗੂੰ-ਡਿਗੂੰ ਕਰਦੀ ਟੁੱਟੇ ਤਖਤਿਆਂ ਵਾਲੀ ਕੋਠੜੀ, ਜਿਸਨੂੰ ਉਹ ਖੁੱਲ੍ਹੀ ਹੀ ਛੱਡ ਆਇਆ ਸੀ। ਜਿੰਦਾ-ਕੁੰਡਾ ਲਾਉਣ ਨੂੰ ਕਿਹੜਾ ਓਹਨੇ ਇੱਥੇ ਦੁਬਾਰਾ ਆ ਪਨਾਹ ਲੈਣੀ ਸੀ। ਉਹ ਤਾਂ ਉਸ ਜੇਲ੍ਹ ਵਰਗੀ ਕੋਠੜੀ ਨੂੰ ਸਦਾ ਲਈ ਅਲਵਿਦਾ ਕਹਿ ਆਇਆ ਸੀ। ਆਪਣੀ ਟੁੱਟੀ ਅਲਮਾਰੀ ਵਿਚਲੀਆਂ ਕਿਤਾਬਾਂ ਅਤੇ ਨਿੱਕ-ਸੁੱਕ ਨੂੰ ਜਾਂਦੀ ਵਾਰ ਦੀ ਫ਼ਤਹਿ ਬੁਲਾ ਆਇਆ ਸੀ।

ਰੇਲ ਦੀ ਉਡੀਕ ਵਿੱਚ ਉਹ ਰੇਲ ਪਟੜੀ ਵੱਲ ਪਿੱਠ ਕਰਕੇ ਟੋਭੇ ਦੇ ਕਿਨਾਰੇ ਬੈਠ ਗਿਆ। ਉਸਦਾ ਅੰਦਰ ਵਾਰ-ਵਾਰ ਭਰ ਕੇ ਉੱਛਲ ਰਿਹਾ ਸੀ। ਅੱਥਰੂ ਉਸਦੀਆਂ ਗੱਲ੍ਹਾਂ ਤੋਂ ਪਰਨਾਲਿਆਂ ਵਾਂਗ ਵਹਿ ਰਹੇ ਸਨ। ਉਸ ਦੇ ਟੁੱਟੇ ਦਿਲ ਦੀਆਂ ਸਿਸਕੀਆਂ 'ਸਾਂ-ਸਾਂ' ਕਰਦੀ ਰਾਤ ਵਿੱਚ ਦਮ ਤੋੜ ਜਾਂਦੀਆਂ ਸਨ। ਉਸਦੇ ਕੰਨਾਂ ਨੇ ਰੇਲ ਦੀ ਕੂਕ ਸੁਣਨ ਲਈ ਸ਼ਹਿ ਲਾ ਰੱਖੀ ਸੀ। ਜਿਉਂ-ਜਿਉਂ ਉਸਨੂੰ ਅੱਜ ਦੀ ਘਟਨਾ ਯਾਦ ਆ ਰਹੀ ਸੀ, ਤਿਉਂ-ਤਿਉਂ ਉਸਦੇ ਹਾਉਕੇ ਹੋਰ ਉੱਚੇ ਹੁੰਦੇ ਜਾ ਰਹੇ ਸਨ ਤੇ ਉਸਦੀ ਉਡੀਕ ਹੋਰ ਬੇਸਬਰ ਹੋ ਰਹੀ ਸੀ।

"ਮੈਂ ਅੱਜ ਆਪਣੇ ਹਿੱਸੇ ਦਾ ਬਿੱਘਾ ਹੀ ਮੰਗਿਆ ਸੀ, ਕੋਈ ਡਾਂਗ ਤਾਂ ਨੀ ਮਾਰੀ ਸੀ, ਐਨੇ 'ਚ ਦੋਏਂ ਮੈਨੂੰ ਮਾਰਨ ਆ ਪਏ। ਓਹ ਰੱਬ ਦੇ ਬੰਦਿਓ! ਕਦੇ ਸਕਾ ਮਾਂ ਜਾਇਆ ਵੀ ਐਂ ਕਰਦੈ ਕਸਾਈਓ!" ਉਸਨੇ ਆਪਣੀ ਉਚੜੀ ਸੱਜੀ ਬਾਂਹ ਨਾਲ ਥਾਂ-ਥਾਂ ਤੋਂ ਦਰਦ ਕਰਦੀ ਟੁੰਡੀ ਬਾਂਹ ਨੂੰ ਪਲੋਸਿਆ ਤੇ ਫਿਰ ਸਿਰ ਤੋਂ ਮੈਲ਼ਾ ਪਰਨਾ ਲਾਹ ਕੇ ਆਪਣੇ ਮੱਥੇ ਦੇ ਜ਼ਖ਼ਮ 'ਤੇ ਪੋਲਾ ਜਿਹਾ ਟਿਕਾ ਲਿਆ। ਰੋ-ਰੋ ਸੁੱਕੇ ਗਲੇ ਨੂੰ ਮਰੀ ਜਿਹੀ ਖੰਘੂਰ ਮਾਰਦਿਆਂ ਥੁੱਕ ਨਾਲ ਤਰ ਕਰ ਲਿਆ।

"ਉਹ ਦਿਨ ਭੁੱਲ ਗਏ ਜਦੋਂ ਮੈਂ ਕਮਾ-ਕਮਾ ਥੋਡਾ ਬੱਬਰ ਭਰਦਾ ਸੀ। ਆਪਣੀ ਪੜ੍ਹਾਈ ਵੀ ਥੋਡੇ ਕਰਕੇ ਦਸਵੀਂ 'ਚੋਂ ਛੱਡ 'ਤੀ ਸੀ। ਕਦੇ ਸੋਚਿਐ ਕਮੂਤੋ? ਇਹ ਬਾਂਹ

ਵੀ ਥੋਡੇ ਲਈ ਰੋਟੀ ਦਾ ਜੁਗਾੜ ਕਰਨ ਲਈ ਗਏ ਦੀ ਰਫ਼ੂਜੀਆਂ ਦੇ ਥਰੈਸ਼ਰ 'ਚ ਆ ਕੇ ਵੱਢੀ ਗਈ ਸੀ। ਬਾਪੂ ਜੇ ਤੂੰ ਉੱਤੇ ਦੇਖਦੈਂ ਤਾਂ ਦੇਖ, ਤੇਰੇ ਜਾਇਆਂ ਦਾ ਕੰਮ ਦੇਖ! ਮੇਰੀ ਮਾਂ....ਆਹ ਤੂੰ ਵੀ ਤੁਰਗੀ ਬਾਪੂ ਦੇ ਨਾਲ ਈ.... ਜੇ.... ਐਂ ਜਾਣਾ ਸੀ.... ਮੈਨੂੰ ਵੀ ਨਾਲ ਈ ਲੈ ਜਾਂਦੇ, ਹੁਣ ਆਹ.... ਦਿਨ.... ਤਾਂ ਨਾ ਦੇਖਣੇ ਪੈਂਦੇ....।" ਉਹ ਮਰ ਗਏ ਮਾਂ-ਬਾਪ ਨੂੰ ਉਲਾਭਾ ਦਿੰਦਾ ਫਿਰ ਧਾਹ ਮਾਰ ਗਿਆ।

ਉਸਦੇ ਸਿਰ ਦੀ ਸੇਧ ਨੂੰ ਆਈ ਚੰਨ ਦੀ ਖਿੱਤੀ, ਉਸਦੇ ਡੋਬੇ-ਸੋਕੇ ਹੁੰਦੇ ਦਿਲ ਵਾਂਗ ਹੀ ਟੋਭੇ ਦੀਆਂ ਨਿੱਕੀਆਂ ਲਹਿਰਾਂ 'ਤੇ ਉੱਪਰ-ਹੇਠ ਹੋ ਰਹੀ ਸੀ। ਅਸਮਾਨ ਵਿੱਚ ਖਿੜੇ ਲੱਖਾਂ ਤਾਰੇ ਟੋਭੇ ਵਿੱਚ ਉੱਤਰ ਆਏ ਸਨ। ਫਿੱਤੂ ਟੁੰਡਾ ਰੋ-ਰੋ ਆਪਣਾ ਮਨ ਹੌਲਾ ਕਰਕੇ, ਟੋਭੇ ਦੀਆਂ ਲਹਿਰਾਂ ਉੱਪਰ ਅਠਖੇਲੀਆਂ ਕਰਦੇ ਚੰਨ ਨੂੰ ਟਿਕ-ਟਿਕੀ ਲਾ ਕੇ ਵੇਖਣ ਲੱਗ ਪਿਆ। ਫਿਰ ਉਹ ਚੰਨ ਵੱਲ ਵੇਖਦਾ, ਉੱਠ ਕੇ ਟੋਭੇ ਵੱਲ ਨੂੰ ਤੁਰ ਪਿਆ। ਜਿਉਂ ਜਿਉਂ ਉਹ ਟੋਭੇ ਵੱਲ ਜਾ ਰਿਹਾ ਸੀ, ਡੱਡੂਆਂ ਦੀ 'ਗੜੈਂ-ਗੜੈਂ' ਹੋਰ ਤੇਜ਼ ਹੋ ਰਹੀ ਸੀ। ਉਹ ਟੋਭੇ ਦੇ ਕਿਨਾਰੇ ਜਾ ਕੇ ਖੜ੍ਹ ਗਿਆ। ਉਸਨੇ ਵਿਸ਼ਾਲ ਟੋਭੇ 'ਤੇ ਨਜ਼ਰ ਮਾਰੀ। ਉਸਦੀ ਨਜ਼ਰ ਤੈਰਦੀ, ਚਾਨਣੀ ਰਾਤ ਵਿੱਚ ਚਮਕਦੇ ਟੋਭੇ ਦੇ ਪਾਣੀ ਉਪਰੋਂ ਦੀ, ਟੋਭਾ ਪਾਰ ਕਰਕੇ ਪਿੰਡ 'ਚ ਜਗਦੇ ਟਾਵੇਂ ਟਾਵੇਂ ਬੱਲਬ 'ਤੇ ਜਾ ਪਈ। ਬੱਲਬਾਂ ਤੋਂ ਉੱਪਰ ਉਠਦੀਆਂ ਉਸਦੀਆਂ ਨਜ਼ਰਾਂ ਤਾਰਿਆਂ ਨਾਲ ਜਾ ਟਕਰਾਈਆਂ। ਤਾਰਿਆਂ ਕੋਲੋਂ ਇੱਕ ਬੱਦਲੀ ਉਨ੍ਹਾਂ ਨੂੰ ਢਕਦੀ, ਨੰਗੇ ਕਰਦੀ ਅੱਗੇ ਲੰਘ ਗਈ। "ਦੇਸ਼ ਵਾਸੀਓ ਚਮਕਣਾ ਚੰਨ ਵਾਂਗੂੰ, ਕਿਤੇ ਬੱਦਲਾਂ ਹੇਠ ਨਾ ਆ ਜਾਣਾ।" ਕਰਤਾਰ ਸਰਾਭੇ ਦੀਆਂ ਇਹ ਲਾਈਨਾਂ ਪਤਾ ਨਹੀਂ ਕਿੱਧਰੋਂ ਆਈਆਂ ਉਸਦੇ ਬੁੱਲ੍ਹਾਂ ਉੱਪਰ ਫਰਕ ਗਈਆਂ। ਉਹ ਇਹ ਗੁਣ-ਗੁਣਾਉਂਦਾ ਟੋਭੇ ਦੇ ਕਿਨਾਰੇ ਹੀ ਬੈਠ ਗਿਆ। ਉਸਨੇ ਸੱਜੀ ਬਾਂਹ ਨਾਲ ਧਰਤੀ ਤੋਂ ਡਲ਼ੀ ਚੁੱਕ ਕੇ ਟੋਭੇ ਵਿੱਚ ਵਗਾਹ ਮਾਰੀ। ਟੋਭੇ ਵਿੱਚ ਪਤਲੀਆਂ ਲਹਿਰਾਂ ਉੱਠੀਆਂ 'ਤੇ ਚੰਨ ਦਾ ਪਰਛਾਵਾਂ ਇਧਰ-ਉੱਧਰ ਖਿਡ ਗਿਆ। ਥੋੜ੍ਹੇ ਚਿਰ ਪਿੱਛੋਂ ਲਹਿਰਾਂ ਸ਼ਾਂਤ ਹੋ ਗਈਆਂ, ਚੰਨ ਉਸੇ ਤਰ੍ਹਾਂ ਅਡੋਲ ਲਹਿਰਾਂ 'ਤੇ ਤੈਰਨ ਲੱਗ ਪਿਆ। ਉਸਨੂੰ ਚੰਨ ਦਾ ਇਹ ਸੰਘਰਸ਼ ਬੜਾ ਚੰਗਾ ਤੇ ਦਿਲਚਸਪ ਲੱਗਿਆ।

"ਕੂ ਊ......" ਗੱਡੀ ਦੀ ਲੰਬੀ ਕੂਕ ਉਸਨੂੰ ਰੋਜ਼ ਵਾਂਗ ਆਮ ਜਿਹੀ ਹੀ ਲੱਗੀ। ਉਹ ਉਸੇ ਤਰ੍ਹਾਂ ਟੋਭੇ 'ਚ ਰੋੜੀਆਂ ਮਾਰਦਾ, ਚੰਨ ਦੇ ਪਰਛਾਵੇਂ ਨੂੰ ਖਿਡਾਉਂਦਾ ਰਿਹਾ 'ਤੇ ਚੰਨ ਫਿਰ ਅਡੋਲ ਤੈਰਦਾ ਰਿਹਾ।

"ਹੈਂ! ਗੱਡੀ?" ਉਸਨੂੰ ਆਪਣੇ ਪਿਛਲੇ ਪਾਸਿਓਂ ਗੱਡੀ ਦੀ 'ਖੜੱਪ-ਖੜੱਪ' ਸੁਣੀ। ਉਹ ਕਾਹਲੀ ਨਾਲ ਉੱਠਿਆ ਤੇ ਗੱਡੀ ਵੱਲ ਨੂੰ ਭੱਜਿਆ ਪਰ ਗੱਡੀ ਲੰਘ ਚੁੱਕੀ ਸੀ।

"ਮੇਰੀ ਸੁਰਤ ਨੂੰ ਕੀ ਹੋ ਗਿਆ? ਮੌਤ ਵੀ ਮੈਨੂੰ ਡਾਹ ਨੀ ਦਿੰਦੀ।" ਕੁਝ ਚਿਰ ਪਹਿਲਾਂ ਭੁੱਲਿਆ ਦਰਦ, ਦਿਲ ਦੀ ਚੋਰ ਮੋਰੀ ਰਾਹੀਂ ਫਿਰ ਉਸਦੇ ਅੰਦਰ ਜਾ ਉੱਤਰਿਆ, "ਹਾਏ ਓਏ ਵੀਰੋ! ਇਹ ਕੀ ਕੀਤਾ ਓਏ? ਐਡਾ ਧੋਖਾ!! ਮੈਂ ਪੱਤ ਪੱਤ ਕਰਕੇ ਜੋੜਿਆ ਸਾਰਾ ਪੈਸਾ-ਟਕਾ ਥੋਡੇ ਵਿਆਹਾਂ 'ਤੇ ਲਾ ਦਿੱਤਾ। ਹਰਾਮ ਐ ਜੇ ਆਪ ਵਿਹੁ ਖਾਣ ਨੂੰ

ਵੀ ਪੈਸਾ ਰੱਖਿਆ ਹੋਵੇ। ਅਜੇ ਉਲਟਾ ਕਹਿਨਿਓਂ, ਮੈਂ ਖਾ ਗਿਆ। ਜੇ ਮੈਂ ਥੋਨੂੰ ਕਮਾਉਣ ਆਲ਼ੇ ਕੀਤਾ ਤਾਂ ਤੁਸੀਂ ਮੈਨੂੰ ਆਹ ਨਾਅਮ ਦਿੱਤਾ? ਸਾਰੀ ਜੈਦਾਤ ਸਾਂਭ ਲੀ, ਮੈਨੂੰ ਘਰੋਂ ਧੱਕੇ ਮਾਰ-ਮਾਰ ਕੇ ਕੱਢ ਤਾ। ਆਹ ਵਾਗਲ 'ਚ ਪਾਥੀਆਂ ਆਲ਼ੀ ਕੋਠੜੀ 'ਚ ਸਿਰ ਲੁਕਾਇਐ ਆ ਕੇ। ਹੁਣ ਇਥੇ ਵੀ ਮਾਰਨ ਆ ਪਏ। ਪਾਪੀਓ ਮੈਂ ਤਾਂ ਥੋਡੀ ਆਹ ਚਾਹਣਾ ਵੀ ਪੂਰੀ ਕਰਦੂੰ। ਤੁਸੀਂ ਹੋ ਲਿਓ ਚੌੜੇ ਇਥੇ!"

ਉਹ ਹੁਣ ਟੋਭੇ ਤੱਕ ਨਹੀਂ ਗਿਆ ਸਗੋਂ ਉੱਥੇ ਹੀ ਬੈਠ ਕੇ ਅਗਲੀ ਗੱਡੀ ਦੀ ਉਡੀਕ ਕਰਨ ਲੱਗ ਪਿਆ, ਖੌਰੇ ਕਿਤੇ ਇਹ ਵੀ ਨਾ ਲੰਘ ਜਾਵੇ। ਪੁਰਾਣੀਆਂ ਕੌੜੀਆਂ ਯਾਦਾਂ ਨੇ ਉਸਦੇ ਮਨ ਨੂੰ ਫਿਰ ਘੇਰਾ ਪਾ ਲਿਆ, "ਕੱਲ੍ਹ ਆਥਣੇ ਜਦੋਂ ਮੈਂ ਘਰੇਂ ਜ਼ਮੀਨ ਦੀ ਗੱਲ ਕਰਨ ਗਿਆ ਤਾਂ ਸੰਭੂ ਦੀ ਘਰ ਆਲੀ ਝਈ ਲੈ ਕੇ ਪਈ, ਅਖੇ, "ਹੈਂ ਵੇ ਚੌਰਿਆ! ਤੂੰ ਜ਼ਮੀਨ ਕੀ ਕੁੜੀ ਦੇ ਦਾਜ 'ਚ ਦੇਣੀ ਐ। ਤੇਰੇ ਰੰਨ ਨੀ ਕੰਨ ਨੀ, ਔਤ ਕਿਸੇ ਥਾਂ ਦਾ। ਤੇਰਾ ਜੱਗ 'ਚ ਸੀਰ ਹੈ ਕੋਈ? ਹੈਂ! ਦੱਸ ਮੈਨੂੰ।"

"ਵੈਰੀਓ ਜੇ ਮੇਰਾ ਜੱਗ 'ਚ ਸੀਰ ਹੁੰਦਾ ਥੋਡੇ ਆਹ ਮੂੰਹ ਨਾ ਰਹਿੰਦੇ। ਲਓ ਸਾਂਭ ਲਿਓ ਹੱਡ ਖਾਨਿਓ, ਮੈਂ ਤਾਂ ਹੁਣ ਸਭ ਕੁਛ ਛੱਡ ਗਿਆ ਥੋਨੂੰ।" ਉਹ ਮਨ 'ਚੋਂ ਨਿਕਲੀ ਗੱਲ 'ਤੇ ਖ਼ਾਲੀ ਹੱਥ ਹਵਾ ਵਿੱਚ ਇਸ ਤਰ੍ਹਾਂ ਛੰਡ ਗਿਆ ਜਿਵੇ ਕਿਸੇ ਮੁੱਠੀ 'ਚ ਲਈ ਚੀਜ਼ ਦਾ ਧਰਤੀ 'ਤੇ ਛਾਣਾ ਦੇ ਦਿੱਤਾ ਹੋਵੇ।

ਹੁਣ ਲੋਈ ਪਾਟਣੀ ਸ਼ੁਰੂ ਹੋ ਗਈ ਸੀ। ਟਾਵਾਂ-ਟਾਵਾਂ ਜੰਗਲ ਪਾਣੀ ਜਾਣ ਵਾਲਾ ਬੰਦਾ ਵੀ ਦਿਖਾਈ ਦੇਣ ਲੱਗ ਪਿਆ ਸੀ। ਉਸਨੇ ਗੱਡੀ ਦੀ ਉਡੀਕ ਵਿੱਚ ਦੂਰ ਤੱਕ ਨਿਗ੍ਹਾ ਮਾਰੀ ਪਰ ਉਸਦੀਆਂ ਨਜ਼ਰਾਂ ਨੂੰ ਮੱਧਮ ਹਨੇਰੇ ਵਿੱਚ ਗੱਡੀ ਕਿੱਧਰੇ ਨਾ ਦਿਸੀ। ਉਸਨੂੰ ਯਾਦ ਆਇਆ ਜਿੱਥੇ ਉਹ ਬੈਠਾ ਹੈ ਇੱਥੇ ਹੀ ਝਿਉਰਾਂ ਦੀ ਬਹੂ ਗੱਡੀ ਥੱਲੇ ਆ ਕੇ ਮਰ ਗਈ ਸੀ। ਉਸ ਫਾਟਕ ਤੋਂ ਪਾਰ ਨਾਈਆਂ ਦਾ ਜੀਤਾ। ਇੱਧਰ ਦੁਸਾਂਗੀ ਕਿੱਕਰ ਕੋਲ ਬਘੇਲੇ ਦੀ ਕੁੜੀ। ਫਿਰ ਉਸਨੂੰ ਗੱਡੀ ਥੱਲੇ ਆਏ ਪਿੰਡ ਦੇ ਕਿੰਨੇ ਹੀ ਲੋਕ ਯਾਦ ਆਉਣ ਲੱਗ ਪਏ, "ਉਹ ਤਾਂ ਸਾਰੇ ਘਰ ਪਰਿਵਾਰ ਆਲ਼ੇ ਸੀ, ਉਨ੍ਹਾਂ ਦਾ ਸੀਰ ਕਿੱਧਰ ਗਿਆ? ਉਨ੍ਹਾਂ ਨੂੰ ਤਾਂ ਕਦੇ ਕਿਸੇ ਨੇ ਯਾਦ ਨੀ ਕੀਤਾ। ਬੱਸ ਪਹਿਲਾਂ ਦੋ-ਚਾਰ ਮਹੀਨੇ ਗੱਲ ਛਿੜਦੀ ਐ, ਫੇਰ ਸਾਰੇ ਭੁੱਲ-ਭਲਾ ਜਾਂਦੇ ਨੇ। ਨਾਲੇ ਇਹ ਕਿਹੜਾ ਮੇਰੀ ਜ਼ਮੀਨ ਨੂੰ ਨਾਲ ਲੈ ਜਾਣਗੇ। ਜਦੋਂ ਮਰਗੇ ਫੇਰ ਪਤਾ 'ਨੀ ਕੀਹਨੇ ਸਾਂਭਣੀ ਐ। ਸਾਰੇ ਲੋਕ ਈ ਅਈਂ ਤੁਰ ਜਾਣਗੇ। ਕਿਸੇ ਦਾ ਨੀ ਰਹਿਣਾ ਜੱਗ 'ਤੇ ਸੀਰ ਤਾਂ। ਬੱਸ ਕਿਸੇ ਕਰਮਾਂ ਆਲ਼ੇ ਦਾ ਈ ਨਾਂ ਰਹੂ, ਜਿਮੇਂ ਕਹਿੰਦੇ ਨੇ, 'ਦਾਨੀ ਤੇ ਭਗਤ ਸੂਰਮਾ ਸਦਾ ਜੱਗ ਜਿਉਂਦੇ ਨੇ।'

ਉਸਨੂੰ ਟਿਕੀ ਰਾਤ ਵਿੱਚ ਗੱਡੀ ਦੀ ਮੱਧਮ ਜਿਹੀ ਕੂਕ ਸੁਣੀ,

"ਕੂ....ਊ....।"

"ਦਾਨੀ ਤੇ ਭਗਤ ਸੂਰਮਾ....।"

"ਕੂ....ਊ....ਖੜੱਪ-ਖੜੱਪ....।"

"ਦਾਨੀ ਤੇ ਭਗਤ ਸੂਰਮਾ....।"

ਇਹ ਦੋਵੇਂ ਅਵਾਜ਼ਾਂ ਨੇ ਵਾਰ-ਵਾਰ ਉਸਦੇ ਦਿਮਾਗ਼ ਵਿੱਚ ਘੜਮੱਸ ਮਚਾ

ਦਿੱਤਾ। ਇੱਕ ਅਵਾਜ਼ ਨੇੜੇ ਆਉਂਦੀ ਗਈ ਦੂਸਰੀ ਹੋਰ ਉੱਚੀ ਹੁੰਦੀ ਗਈ। ਫਿਰ ਉਸਨੂੰ ਮਹਿਸੂਸ ਹੋਇਆ ਜਿਵੇਂ ਟੋਭੇ ਤੋਂ ਪਾਰ ਵਾਗਲ ਵਿਚਲੀ ਕੋਠੜੀ ਵਿੱਚੋਂ ਕੋਈ ਮੱਧਮ ਜਿਹੀ ਤੀਜੀ ਅਵਾਜ਼ ਹੋਰ ਵੀ ਆ ਰਹੀ ਹੋਵੇ। ਫੇਰ ਉਹ ਅਵਾਜ਼ ਕਾਹਲੀ ਨਾਲ ਅਲਮਾਰੀ ਵਿਚਲੀਆਂ ਕਿਤਾਬਾਂ ਵਿੱਚੋਂ ਨਿਕਲ ਕੇ ਕੋਠੜੀ ਦੇ ਤਖਤੇ ਪਾਰ ਕਰ ਗਈ ਹੋਵੇ। ਹੁਣ ਇਹ ਅਵਾਜ਼ ਸਪੱਸ਼ਟ ਸੁਣਾਈ ਦਿੰਦੀ ਗੱਡੀ ਦੀ 'ਖੜ੍ਹੱਪ-ਖੜ੍ਹੱਪ' ਨਾਲੋਂ ਕਾਹਲੀ ਫਿੱਤੂ ਵੱਲ ਵਧ ਰਹੀ ਸੀ। ਫਿੱਤੂ ਨੇ ਹਨੇਰੇ ਵਿੱਚ ਵੀ ਆਪਣੀਆਂ ਕਿਤਾਬਾਂ ਵਿਚਲੇ ਪਾਤਰਾਂ ਨੂੰ ਪਹਿਚਾਣ ਲਿਆ ਸੀ। ਰਾਤ ਬਾਕੀ ਹੈ, ਝੱਖੜ, ਬੁੱਢਾ ਤੇ ਸਮੁੰਦਰ, ਅਸਲੀ ਇਨਸਾਨ ਦੀ ਕਹਾਣੀ, ਸਤਲੁਜ ਵਹਿੰਦਾ ਰਿਹਾ, ਲਹੂ ਦੀ ਲੋਅ, ਭੋਇੰ ਦੇਵਤਾ ਅਤੇ ਹੋਰ ਅਨੇਕਾਂ ਕਿਤਾਬਾਂ ਦੇ ਪਾਤਰਾਂ ਦੀਆਂ ਅਵਾਜ਼ਾਂ ਹੁਣ ਉਸਨੂੰ ਸਪੱਸ਼ਟ ਸੁਣਾਈ ਦੇ ਰਹੀਆਂ ਸਨ।

"ਸਾਥੀ ਇਹ ਕੀ ਕਰਨ ਲੱਗਿਐਂ? ਇਹ ਕਾਇਰਾਂ ਵਾਲੀ ਮੌਤ?"

"ਜੇ ਮਰਨੈ ਤਾਂ ਐਸਾ ਮਰ ਜਿਹੜਾ ਜੱਗ 'ਤੇ ਜਿਉਂਦਾ ਹੋ ਜਾਵੇਂ।"

"ਸਾਡੇ ਦੱਸੇ ਰਾਹ 'ਤੇ ਨੀ ਚੱਲੇਂਗਾ?"

"ਕਿਉਂ ਰਾਹੋਂ ਕੁਰਾਹੇ ਪਿਐਂ।"

ਉਹ ਸਾਰੀਆਂ ਅਵਾਜ਼ਾਂ ਹੌਂਕਦੀਆਂ ਉਸਦੇ ਆਲੇ-ਦੁਆਲੇ ਆ ਖੜ੍ਹੀਆਂ। ਉਸਨੂੰ ਮਹਿਸੂਸ ਹੋਇਆ ਜਿਵੇਂ ਸਾਰੇ ਪਾਤਰਾਂ ਨੇ ਉਸਦੀ ਬਾਂਹ ਫੜ ਕੇ ਖੜ੍ਹਾ ਕਰ ਲਿਆ ਹੋਵੇ, ਉਸਦਾ ਮੋਢਾ ਥਾਪੜਦੇ ਉਸਨੂੰ ਹੌਸਲਾ ਦੇ ਰਹੇ ਹੋਣ, ਜਿਵੇਂ ਉਹ ਨੀਂਦ 'ਚੋਂ ਜਾਗ ਪਿਆ ਹੋਵੇ, ਉਸਨੂੰ ਸੁਰਤ ਆ ਗਈ ਹੋਵੇ। ਉਸਨੂੰ ਆਪਣੇ ਅੰਦਰ ਕੋਈ ਅਜੀਬ ਜਿਹੀ ਸ਼ਕਤੀ ਪਨਪਦੀ ਮਹਿਸੂਸ ਹੋਈ। ਫਿਰ ਫਿੱਤੂ ਉਨ੍ਹਾਂ ਨਾਲ ਉੱਠ ਕੇ ਘਰ ਨੂੰ ਤੁਰ ਪਿਆ। ਗੱਡੀ ਦੀ ਦਨ-ਦਨਾਉਂਦੀ ਅਵਾਜ਼ ਹੋਰ ਨੇੜੇ ਆ ਗਈ ਸੀ।

"ਫੜੀਂ-ਫੜੀਂ!" ਉਸਨੂੰ ਦੌੜੇ ਆਉਂਦੇ ਦੋ-ਤਿੰਨ ਬੰਦਿਆਂ ਦੀ ਘਬਰਾਈ ਅਵਾਜ਼ ਸੁਣਾਈ ਦਿੱਤੀ। ਇੱਕ ਜਨਾਨੀ ਹੌਂਕਦੀ, ਰੋਂਦੀ ਉਸਦੇ ਕੋਲੋਂ ਹਵਾ ਵਾਂਗ ਲੰਘ ਗਈ। ਫਿੱਤੂ ਸਿਰ-ਮੁਧ ਉਸ ਔਰਤ ਵੱਲ ਭੱਜਿਆ। ਕਾਲ਼ਾ ਦਿਓ ਵਰਗਾ ਇੰਜਣ ਆਦਮ-ਬੋ ਆਦਮ-ਬੋ ਕਰਦਾ ਉੱਪਰ ਆ ਚੜ੍ਹਿਆ ਸੀ। ਫਿੱਤੂ ਨੇ ਲਾਇਨ 'ਤੇ ਪਈ ਜਨਾਨੀ ਦਾ ਡੇਢ ਬਾਂਹ ਦੇ ਸਹਾਰੇ ਜੱਫਾ ਭਰ ਲਿਆ। ਜਦੋਂ ਫਿੱਤੂ ਨੇ ਛਟ-ਪਟਾਉਂਦੀ ਜਨਾਨੀ ਨੂੰ ਲਾਇਨ ਤੋਂ ਪਰ੍ਹਾਂ ਵਗਾਹ ਮਾਰਿਆ ਤਾਂ ਫਿੱਤੂ ਦੀ ਚੀਕ ਨਾਲ ਗੱਡੀ ਦੀ ਕੂਕ ਨੇ ਸਾਰੇ ਪਿੰਡ ਨੂੰ ਰਾਤ ਦੀ ਨੀਂਦ 'ਚੋਂ ਹਲੂਣ ਕੇ ਜਗਾ ਦਿੱਤਾ। ਲੋਈ ਪਾਟਣ ਨਾਲ ਗੱਡੀ ਦੀ ਲਾਇਨ 'ਤੇ ਸਾਰਾ ਪਿੰਡ ਇਕੱਠਾ ਹੋ ਗਿਆ।

"ਇਹ ਤਾਂ ਫਤਹਿ ਸਿੰਘ ਨੇ ਕੁਰਬਾਨੀ ਕੀਤੀ ਐ ਭਾਈ!" ਇੱਕ ਬੰਦਾ ਲੋਕਾਂ ਨੂੰ ਚੀਰਦਾ, ਇਕੱਠ ਦੇ ਵਿਚਕਾਰ ਪਈ ਫਿੱਤੂ ਦੀ ਲਾਸ਼ ਕੋਲ ਆ ਖੜ੍ਹਿਆ।

"ਹੋਰ ਭਾਈ ਕੁਰਬਾਨੀ ਤਾਂ ਹੈ।" ਦੂਜੇ ਨੇ ਹਾਮੀ ਭਰ ਦਿੱਤੀ। ਫਿਰ ਸਾਰਾ ਪਿੰਡ ਝੁੰਡ ਬਣਾਈਂ ਗੰਭੀਰ ਸਲਾਹਾਂ ਬਣਾਉਣ ਲੱਗ ਪਿਆ।

ਕਹਾਣੀ ਤੋਂ ਬਾਅਦ -

ਨੀਲੇ ਤੋਂ ਕਾਲ਼ੇ ਹੋ ਗਏ ਅਸਮਾਨ ਦੇ ਮੱਥੇ ਟਾਵੇਂ-ਟਾਵੇਂ ਤਾਰਿਆਂ ਦੀ ਬਿੰਦੀ ਚਮਕਣ ਲੱਗ ਪਈ ਹੈ। ਸਾਹਮਣੀ ਪਟੜੀ 'ਤੇ ਮਾਲ ਗੱਡੀ, ਲੰਬੀਆਂ ਕੂਕਾਂ ਮਾਰਦੀ ਲੰਘ ਗਈ ਹੈ। ਹਵਾ ਤੇਜ਼ ਹੋ ਰਹੀ ਹੈ ਜਿਵੇਂ ਹਨੇਰੀ ਆਉਣ ਦੀ ਦਸਤਕ ਦੇ ਰਹੀ ਹੋਵੇ। ਅਸੀਂ ਦੋਵੇਂ ਉੱਠ ਕੇ ਘਰ ਨੂੰ ਤੁਰ ਪਏ ਹਾਂ। ਪਟੜੀ ਟੱਪ ਕੇ ਜਦੋਂ ਅਸੀਂ ਫਤਹਿ ਸਿੰਘ ਉਰਫ਼ ਫਿੱਤੂ ਦੀ ਸਮਾਧ ਕੋਲ ਦੀ ਲੰਘਦੇ ਹਾਂ ਤਾਂ ਚਿੱਟੀ ਸਮਾਧ ਹਨੇਰੇ ਵਿੱਚ ਵੀ ਚਮਕ ਰਹੀ ਹੈ। ਉਸਦੇ ਉੱਪਰ ਤੇਜ਼ ਹਵਾ ਵਿੱਚ ਲਹਿਰਾਉਂਦੇ ਝੰਡੇ ਦੀ 'ਫੜ ਫੜ' ਸਾਨੂੰ ਸਾਫ਼ ਸੁਣਾਈ ਦੇ ਰਹੀ ਹੈ।

ਛੱਲਾਂ

ਮੈਂ ਭਰਾ ਦੇ ਵਿਆਹ ਦੀ ਐਲਬਮ ਲੈ ਕੇ ਬੈੱਡਾਂ ਉੱਪਰ ਬੈਠ ਗਿਆ ਹਾਂ। ਧੜਕਦੇ ਦਿਲ ਨਾਲ ਕਾਹਲੀ-ਕਾਹਲੀ ਪੰਨੇ ਪਰਤੇ ਹਨ। ਉਸਦੀ ਫ਼ੋਟੋ ਵਾਲਾ ਪੰਨਾ ਲੱਭ ਲਿਆ ਹੈ। ਫ਼ੋਟੋ ਵੇਖ ਕੇ ਮੇਰੇ ਸਾਰੇ ਸਰੀਰ 'ਚ ਤਾਰਾਂ ਜਿਹੀਆਂ ਟੁਣਕ ਪਈਆਂ ਹਨ। ਜਿਵੇਂ ਕਿਸੇ ਨੇ ਵੀਣਾ ਦੀਆਂ ਤਾਰਾਂ 'ਤੇ ਅਚਨਚੇਤ ਉਂਗਲ ਫੇਰ ਦਿੱਤੀ ਹੋਵੇ। ਫ਼ੋਟੋ ਉੱਤੇ ਅਸੀਂ ਭਾਬੀ ਦੇ ਦੋਵੇਂ ਪਾਸੇ ਬੈਠੇ ਹਾਂ।

"ਭਾਬੀ ਨੇ ਕੰਮ ਗਾਲ਼ਤਾ।" ਇੱਕ ਵਾਰ ਉਸਨੇ ਫ਼ੋਟੋ ਵੇਖਦਿਆਂ ਕਿਹਾ ਸੀ। ਜਦ ਮੈਂ 'ਕਿਉਂ' ਨੂੰ ਮੂੰਹੋਂ ਕੱਢਦਾ ਉਸ ਵੱਲ ਸਵਾਲੀਆਂ ਨਜ਼ਰਾਂ ਨਾਲ ਝਾਕਿਆ ਸੀ ਤਾਂ ਉਹ ਮੇਰੇ ਵੱਲ ਵੇਖਦੀ ਭੇਦ-ਭਰਿਆ ਜਿਹਾ ਮੁਸਕਰਾ ਪਈ ਸੀ।

ਉਸਦੀ ਮਾਂ ਦੀ ਕਹੀ ਗੱਲ ਵਾਰ-ਵਾਰ ਮੇਰੇ ਦਿਮਾਗ ਦੇ ਚੱਕਰ ਕੱਟ ਰਹੀ ਹੈ। ਅੱਜ ਦੁਪਹਿਰੇ ਸਾਡੇ ਘਰ ਆਈ ਚਾਚੀ ਨੇ ਇਹ ਤਾਕੀਦ ਮੈਨੂੰ ਕੀਤੀ ਸੀ, "ਦੀਪੀ, ਅੱਜ ਰਾਤ ਨੂੰ ਸਾਡੇ ਘਰੇਂ ਪੈਜੀਂ, ਤੇਰਾ ਚਾਚਾ ਤੇ ਮੰਗੀ ਤੇਰੀ ਭੂਆ ਕੋਲੇ ਜਾਣਗੇ। ਮੈਂ ਤੇ ਪ੍ਰੀਤੀ ਕੱਲੀਆਂ।" ਚਾਚੀ ਦੇ ਸਾਰੇ ਵਾਕ ਨਾਲੋਂ 'ਮੈਂ ਤੇ ਪ੍ਰੀਤੀ ਕੱਲੀਆਂ' ਮੈਨੂੰ ਜ਼ਿਆਦਾ ਚੰਗਾ ਲੱਗਿਆ ਸੀ।

ਚਾਚੀ ਕੇ ਪੈਣ ਦਾ ਸਿਲਸਿਲਾ ਕੋਈ ਅੱਜ ਕੱਲ੍ਹ ਦਾ ਨਹੀਂ, ਕਈ ਸਾਲਾਂ ਤੋਂ ਚੱਲਿਆ ਆ ਰਿਹਾ ਹੈ। ਜਿਸ ਦਿਨ ਚਾਚਾ ਕਦੇ ਬਾਹਰ ਜਾਂਦਾ ਹੈ, ਚਾਚੀ ਹੋਰਾਂ ਮੈਨੂੰ ਆਪਣੇ ਕੋਲ ਪਾ ਲੈਂਦੀਆਂ ਹਨ।

ਪ੍ਰੀਤੀ, ਚਾਚੀ ਦੀ ਪਹਿਲ-ਪਲੇਠੀ ਦੀ ਧੀ ਹੈ। ਪ੍ਰੀਤੀ ਤੋਂ ਦਸ ਸਾਲ ਛੋਟਾ ਹੈ ਉਸਦਾ ਭਰਾ ਮੰਗੀ। ਉਂਝ ਤਾਂ ਅਸੀਂ ਪ੍ਰੀਤੀ ਦੇ ਦੋ ਭਰਾ ਸੀ, ਮੈਂ ਤੇ ਮੰਗੀ। ਪਰ ਉਸਦੇ ਵਿਆਹ ਤੋਂ ਬਾਅਦ ਮੈਂ ਪ੍ਰੀਤੀ ਭੈਣ ਪਿਛੋਂ 'ਭੈਣ' ਸ਼ਬਦ ਕੱਟ ਦਿੱਤਾ ਹੈ। 'ਸ਼ਬਦਾਂ ਨਾਲ ਰਿਸ਼ਤੇ ਬਦਲ ਜਾਂਦੇ ਨੇ' ਇਹ ਮੇਰੇ ਦਿਮਾਗ ਦੀ ਸੋਚ ਹੈ। ਮੈਂ ਪ੍ਰੀਤੀ ਨਾਲ ਰਿਸ਼ਤਾ ਬਦਲਣਾ ਸੀ ਇਸੇ ਕਰਕੇ ਮੈਂ ਇਹ ਸ਼ਬਦ ਕੱਟ ਦਿੱਤਾ ਹੈ। ਕੱਟਣਾ ਤਾਂ ਕਦੇ ਪ੍ਰੀਤੀ ਨੇ ਵੀ ਚਾਹਿਆ ਸੀ ਪਰ ਓਦੋਂ ਮੈਂ ਫਾਨੇ ਵਾਂਗ ਅੜ ਗਿਆ ਸੀ। ਹੁਣ ਮੈਂ ਆਪ ਹੀ ਕੋਹੜਕਿਰਲੇ ਵਾਂਗ ਰੰਗ ਵਟਾ ਗਿਆ ਹਾਂ।

ਮੈਂ ਇੱਕ ਟੱਕ ਉਸਦੀ ਫ਼ੋਟੋ ਵੱਲ ਵੇਖ ਰਿਹਾ ਹਾਂ। ਉਹ ਬੱਸ ਮੁਸਕਰਾ ਰਹੀ ਹੈ। ਉਸਦੇ ਹੋਂਠ ਸੰਤਰੇ ਦੀਆਂ ਰਸ-ਭਰੀਆਂ ਫਾੜੀਆਂ ਵਰਗੇ ਲਗਦੇ ਹਨ। ਮੇਰੇ ਮਨ 'ਚ ਕੋਈ ਅਜੀਬ ਜਿਹੀ ਚੋਰੀ ਕਰਨ ਦਾ ਖ਼ਿਆਲ ਆਉਂਦਾ ਹੈ। ਮੈਂ ਮੰਜੇ 'ਚੋਂ ਉਠਦਾ ਹਾਂ, ਬੈਠਕ

ਦੇ ਬਾਰ 'ਚ ਆ ਜਾਂਦਾ ਹਾਂ। ਸਾਰੇ ਵਿਹੜੇ ਵਿੱਚ ਪੜਤਾਲੀਆ ਨਜ਼ਰ ਫੇਰੀ ਹੈ। ਇੱਧਰ ਕੋਈ ਨਹੀਂ ਆ ਰਿਹਾ। ਮੰਮੀ ਗੋਹੇ ਦਾ ਬੱਠਲ ਲੈ ਕੇ ਰੂੜੀ ਵੱਲ ਨੂੰ ਚਲੀ ਗਈ ਹੈ। ਮੈਂ ਫੁਰਤੀ ਨਾਲ ਅੰਦਰ ਆਉਂਦਾ ਹਾਂ। ਪ੍ਰੀਤੀ ਦੇ ਫ਼ੋਟੋ ਵਿਚਲੇ ਚਿਹਰੇ 'ਤੇ ਦੋ -ਤਿੰਨ ਵਾਰ ਹੱਥ ਫੇਰਦਾ ਹਾਂ, ਫਿਰ ਉਸਦੀ ਫ਼ੋਟੋ ਨੂੰ ਚੁੰਮ ਲੈਂਦਾ ਹਾਂ। ਫ਼ੋਟੋ ਚੁੰਮਦਿਆਂ ਮੇਰਾ ਦਿਲ ਜ਼ੋਰ-ਜ਼ੋਰ ਦੀ ਧੜਕਿਆ ਹੈ। ਚਿਹਰੇ 'ਤੇ ਲਾਲੀ ਆ ਗਈ ਹੈ। ਪਿੰਡਾ ਭਖਣ ਲੱਗ ਪਿਆ ਹੈ। ਮੈਂ ਆਲੇ-ਦੁਆਲੇ ਨਿਗ੍ਹਾ ਮਾਰਦਾ ਹਾਂ ਜਿਵੇਂ ਕਿਸੇ ਦੇ ਵੇਖ ਲੈਣ ਤੋਂ ਡਰਦਾ ਹੋਵਾਂ। ਆਪਣੀ ਤਸੱਲੀ ਕਰਕੇ ਮੈਂ ਫਿਰ ਫ਼ੋਟੋ 'ਤੇ ਨਿਗ੍ਹਾ ਗੱਡ ਲਈ ਹੈ।

ਪ੍ਰੀਤੀ ਕਿਆਂ ਨਾਲ ਸਾਡੀ ਪੁਰਾਣੀ ਸਾਂਝ ਹੈ। ਖੇਤ ਇਕੱਠੇ ਹੋਣ ਕਰਕੇ ਬਾਪੂ ਹੋਰਾਂ ਦੀ ਪ੍ਰੀਤੀ ਦੇ ਪਿਤਾ ਨਾਲ ਖੇਤੀ-ਬਾੜੀ ਦੀ ਵਿੜ੍ਹੀ ਰਹੀ ਹੈ। ਉਹ ਸਾਡੇ ਸਕੇ ਨਹੀਂ ਪਰ ਬਾਪੂ ਹੋਰਾਂ ਦੀ ਸਾਂਝ ਕਰਕੇ ਸਾਡੇ ਸਕੇ ਤਾਏ-ਚਾਚੇ ਹੋਰਾਂ ਨਾਲੋਂ ਵੱਧ ਆਉਣੀ-ਜਾਣੀ ਹੈ।

ਪ੍ਰੀਤੀ ਦੇ ਵਿਆਹ ਤੋਂ ਪਹਿਲਾਂ ਤਾਂ ਮੇਰਾ ਉਨ੍ਹਾਂ ਦੇ ਘਰ ਹਰ ਰੋਜ਼ ਦਾ ਗੇੜਾ ਸੀ। ਰੋਜ਼ ਦੀ ਆਉਣੀ-ਜਾਣੀ ਕਰਕੇ ਕੋਈ ਬਹਾਨਾ ਲੈਣ ਦੀ ਲੋੜ ਨਹੀਂ ਸੀ। ਮੈਂ ਪ੍ਰੀਤੀ ਨੂੰ ਆਪਣੀ ਭੈਣ ਵਾਂਗ ਹੀ ਤਾਂ ਸਮਝਦਾ ਸੀ। ਸਾਡੀ ਬੁੱਕਲ ਸਾਂਝੀ ਸੀ। ਮੈਂ ਉਸ ਨਾਲ ਹਰ ਵਿਸ਼ੇ 'ਤੇ ਹਰ ਗੱਲ ਕਰ ਲੈਂਦਾ ਸੀ। ਅਸੀਂ ਇਕੱਠੇ ਕਿਤੇ ਜਾ-ਆ ਵੀ ਆਉਂਦੇ ਸੀ। ਪ੍ਰੀਤੀ ਕੀ ਰਿਸ਼ਤੇਦਾਰੀ 'ਚ ਵੀ ਮੈਂ ਕਿੰਨੀ ਵਾਰ ਉਹਨਾਂ ਨਾਲ ਵਿਆਹ ਸ਼ਾਦੀ 'ਤੇ ਗਿਆ ਹਾਂ। ਮੈਨੂੰ ਨਾਲ ਲੈ ਕੇ ਜਾਣ ਵਿੱਚ ਸਭ ਤੋਂ ਵੱਡਾ ਹੱਥ ਪ੍ਰੀਤੀ ਦਾ ਹੀ ਹੁੰਦਾ। ਉਹ ਸਭ ਨੂੰ ਜੱਜ ਵਾਂਗ ਫ਼ੈਸਲਾ ਸੁਣਾ ਦਿੰਦੀ, "ਦੀਪੀ ਵੀ ਨਾਲ ਜਾਊਗਾ।" ਜੇ ਮੈਂ ਆਨਾ-ਕਾਨੀ ਕਰਦਾ ਉਹ ਮੇਰੇ ਵੱਲ ਮੋਟੀਆਂ-ਮੋਟੀਆਂ ਅੱਖਾਂ ਕੱਢਦੀ ਧਮਕੀ ਦਿੰਦੀ, "ਜੇ ਨਾ ਗਿਆ ਦੇਖਲੈ ਫੇਰ.. .!" ਮੈਨੂੰ ਉਸਦਾ ਇਹ "ਦੇਖਲੈ ਫੇਰ" ਦੇਖਣ ਦਾ ਕਦੇ ਮੌਕਾ ਨਹੀਂ ਮਿਲਿਆ। ਮੈਂ ਹਮੇਸ਼ਾ ਉਸਦੀ ਇਸ ਧਮਕੀ ਤੋਂ ਡਰ ਜਾਂਦਾ ਤੇ ਨਾਲ ਤੁਰ ਪੈਂਦਾ।

ਜਦ ਕਦੀ ਮੈਂ ਦੁਪਹਿਰੇ ਉਨ੍ਹਾਂ ਦੇ ਘਰ ਹੁੰਦਾ ਤਾਂ ਕਈ ਵਾਰ ਅਸੀਂ ਇਕੱਠੇ ਹੀ ਇੱਕ ਮੰਜੇ 'ਤੇ ਪੈ ਜਾਂਦੇ। ਇਸ ਵਿੱਚ ਉਸਦੀ ਪਹਿਲ ਹੁੰਦੀ। ਮੇਰੇ ਮੰਜੇ ਵਿੱਚ ਪਏ ਦੇ ਉਹ ਨਾਲ ਆ ਕੇ ਪੈ ਜਾਂਦੀ। ਸੁੱਤੇ ਪਿਆਂ ਦੀਆਂ ਕਦੇ ਉਸਦੀਆਂ ਲੱਤਾਂ ਮੇਰੇ ਉੱਪਰ ਹੁੰਦੀਆਂ ਕਦੇ ਮੇਰੀਆਂ ਬਾਂਹਵਾਂ ਉਸ ਉੱਪਰ। ਪਰ ਜ਼ਿਆਦਾਤਰ ਉਸਦੀਆਂ ਲੱਤਾਂ-ਬਾਂਹਾਂ ਹੀ ਮੇਰੇ ਉੱਪਰ ਜ਼ਿਆਦਾ ਟਿਕਦੀਆਂ। ਸਾਡੇ ਸਾਹ ਇੱਕ-ਦੂਜੇ 'ਚ ਗੁੱਥਮ-ਗੁੱਥਾ ਹੋਏ ਰਹਿੰਦੇ।

ਮੈਂ ਉਸ ਤੋਂ ਸਿਰਫ਼ ਚਾਰ ਸਾਲ ਛੋਟਾ ਹਾਂ। ਪਰ ਕਦੇ-ਕਦੇ ਉਹ ਮੇਰਾ ਸਿਰ ਆਪਣਿਆਂ ਪੱਟਾਂ ਉੱਪਰ ਰੱਖ ਕੇ ਇਸ ਤਰ੍ਹਾਂ ਫਰੋਲਦੀ ਜਿਵੇਂ ਮੈਂ ਉਸਦਾ ਕੋਈ ਨਿੱਕਾ ਬੱਚਾ ਹੋਵਾਂ। ਉਹ ਮੈਨੂੰ ਛੂਹ ਲੈਣ ਦੇ ਵੱਧ ਤੋਂ ਵੱਧ ਮੌਕੇ ਲੱਭਦੀ ਰਹਿੰਦੀ।

ਮੈਨੂੰ ਲੱਗਿਆ ਜਿਵੇਂ ਕਿਸੇ ਦੀ ਪੈੜ-ਚਾਲ ਕਮਰੇ ਵੱਲ ਆ ਰਹੀ ਹੋਵੇ। ਮੈਂ ਉਸਦੀ ਫ਼ੋਟੋ ਵਾਲੀ ਥਾਂ ਪੈੱਨ ਪਾ ਕੇ ਹੋਰ ਪੰਨੇ ਪਲਟ ਲਏ ਹਨ। ਮੰਮੀ ਅੰਦਰ ਆ ਗਈ ਹੈ।

"ਫ਼ੋਟੋਆਂ ਦੇਖਣ ਲੱਗ ਗਿਆ।" ਮੰਮੀ ਕਹਿੰਦੀ ਮੁਸਕਰਾ ਪਈ ਹੈ।

"ਹਾਂ" ਮੈਂ ਬਿਨਾਂ ਦੇਖੇ ਹੀ ਇੱਕ-ਇੱਕ ਪੰਨਾ ਅੱਗੇ ਪਲਟਣ ਲੱਗ ਪਿਆ ਹਾਂ। ਮੈਨੂੰ ਡਰ ਹੈ ਕਿਤੇ ਮੰਮੀ ਮੈਨੂੰ ਰੰਗੇ ਹੱਥੀਂ ਨਾ ਫੜ ਲਏ। ਜਦ ਮੰਮੀ ਬਾਹਰ ਚਲੀ ਗਈ ਹੈ ਫਿਰ ਓਹੀ ਪੰਨਾ ਕੱਢ ਲਿਆ ਹੈ। ਇੰਝ ਲਗਦਾ ਹੈ ਜਿਵੇਂ ਉਹ ਫ਼ੋਟੋ ਵਿੱਚੋਂ ਸਿੱਧੀ ਮੇਰੇ ਵੱਲ ਵੇਖ ਰਹੀ ਹੋਵੇ।

ਉਸ ਦਿਨ ਵੀ ਉਸਨੇ ਇਸੇ ਤਰ੍ਹਾਂ ਵੇਖਦੀ ਨੇ ਪੁੱਛਿਆ ਸੀ, "ਤੈਨੂੰ ਕਿਸੇ ਨਾਲ ਪਿਆਰ ਨੀ ਹੋਇਆ?"

"ਨਾਂਹ!" ਮੈਂ ਡੌਰੂ ਵਾਂਗ ਸਿਰ ਹਿਲਾ ਦਿੱਤਾ ਸੀ।

"ਕਿਉਂ....?" ਉਸਨੇ ਮੈਨੂੰ ਏਨੀ ਹੈਰਾਨੀ ਨਾਲ ਪੁੱਛਿਆ ਸੀ ਜਿਵੇਂ ਪੁੱਛ ਰਹੀ ਹੋਵੇ, "ਤੂੰ ਬਿਨਾਂ ਰੋਟੀ ਖਾਧੇ ਜਿਉਂ ਰਿਹਾ ਐ! ਕਿਉਂ....?"

"ਖੜ੍ਹਜਾ ਦੋ ਮਿੰਟ।" ਫਿਰ ਉਹ ਅੰਦਰ ਚਲੀ ਗਈ ਸੀ ਜਿਵੇਂ ਡਾਕਟਰ ਮਰੀਜ਼ ਨੂੰ, 'ਕੋਈ ਖ਼ਾਸ ਗੱਲ ਨਹੀਂ ਬੀਮਾਰੀ ਹੋ ਜਾਊ ਤੇਰੀ ਠੀਕ' ਕਹਿ ਕੇ ਅੰਦਰ ਦਵਾਈ ਲੈਣ ਚਲਾ ਜਾਂਦਾ ਹੈ।

ਜਦ ਉਹ ਬਾਹਰ ਆਈ ਉਸਦੇ ਹੱਥ ਇੱਕ ਪੇਜ ਸੀ। ਉਸਨੇ ਬਿਨ੍ਹਾਂ ਕੁਝ ਬੋਲੇ ਪੇਜ ਮੇਰੇ ਹੱਥਾਂ ਵਿੱਚ ਦੇ ਦਿੱਤਾ। ਮੈਂ ਪੜ੍ਹਿਆ। ਇਹ ਸਾਡੇ ਵਿਹੜੇ ਦੀਆਂ ਅੱਠ-ਦਸ ਕੁੜੀਆਂ ਦੇ ਨਾਂਵਾਂ ਦੀ ਲਿਸਟ ਸੀ, ਜੋ ਪ੍ਰੀਤੀ ਦੀਆਂ ਸਹੇਲੀਆਂ ਵੀ ਸਨ। ਇੱਕ ਖ਼ਾਸ ਗੱਲ! ਵਿੱਚ ਉਸਦਾ ਆਪਣਾ ਨਾਮ ਵੀ ਸੀ।

"ਇਹ ਕੀ ਐ?" ਮੈਨੂੰ ਕੋਈ ਸਮਝ ਨਹੀਂ ਲੱਗੀ ਸੀ।

"ਇਨ੍ਹਾਂ 'ਚੋਂ ਤੈਨੂੰ ਜਿਹੜੀ ਵੀ ਪਸੰਦ ਐ, ਉਸ ਉੱਤੇ ਗੋਲ ਚੱਕਰ ਲਗਾ ਦੇ। ਮੈਂ ਤੇਰੀ ਓਸੇ ਨਾਲ ਗੱਲ ਕਰਵਾ ਦਿਉ।"

ਮੈਂ ਹੈਰਾਨੀ ਨਾਲ ਉਸ ਵੱਲ ਵੇਖਿਆ, ਉਹ ਫਿਰ ਭੇਦ ਭਰਿਆ ਜਿਹਾ ਮੁਸਕਰਾ ਪਈ ਸੀ। ਮੈਂ ਦੋ ਤਿੰਨ ਵਾਰ ਪੇਜ 'ਤੇ ਨਜ਼ਰ ਫੇਰੀ ਤੇ ਫਿਰ ਬਿਨ੍ਹਾਂ ਗੋਲ ਚੱਕਰ ਲਗਾਏ ਉਸਨੂੰ ਫੜਾ ਦਿੱਤਾ।

"ਮੈਨੂੰ ਨੀ ਪਤਾ ਲਾ ਕੇ ਦੇਹ। ਨਹੀਂ ਫੇਰ ਦੇਖਲੈ..!" ਉਸਨੇ ਮੈਨੂੰ ਓਹੀ ਧਮਕੀ ਦੇ ਕੇ ਪੇਜ ਮੇਰੇ ਹੱਥਾਂ ਵਿੱਚ ਫੜਾ ਦਿੱਤਾ।

ਮੈਂ ਬਿਨਾਂ ਕਿਸੇ ਹੁਲਾਸ ਦੇ, ਵਿਹੜੇ ਵਿੱਚੋਂ ਸਭ ਤੋਂ ਸੋਹਣੀ ਕੁੜੀ 'ਤੇ ਚੱਕਰ ਵਾਹ ਕੇ ਉਸ ਨੂੰ ਪੇਜ, ਬੱਸ ਖਹਿੜਾ ਛੁਡਾਉਣ ਲਈ ਫੜਾ ਦਿੱਤਾ। ਪੇਜ਼ ਵੇਖਦਿਆਂ ਉਸਦੇ ਹੱਸਦੇ ਚਿਹਰੇ 'ਤੇ ਉਦਾਸੀ ਧੂੜੀ ਗਈ। ਮੁਸਕਰਾਉਂਦੇ ਬੁੱਲ੍ਹ ਢਿੱਲੇ ਪੈ ਗਏ। ਅੱਖਾਂ ਡਬ-ਡਬਾ ਗਈਆਂ। ਫਿਰ ਉਹ ਚਿਹਰੇ 'ਤੇ ਬਨਾਉਟੀ ਖ਼ੁਸ਼ੀ ਦਾ ਲੇਪ ਦਿੰਦੀ ਬੋਲੀ, "ਮੈਂ ਤੇਰੀ ਇਹਦੇ ਨਾਲ ਜ਼ਰੂਰ ਗੱਲ ਕਰਵਾਊਂ!"

ਉਸ ਦਿਨ ਤੋਂ ਬਾਅਦ ਨਾ ਤਾਂ ਮੈਂ ਉਸ ਕੁੜੀ ਬਾਰੇ ਪ੍ਰੀਤੀ ਤੋਂ ਕੋਈ ਗੱਲ ਪੁੱਛੀ ਅਤੇ ਨਾ ਉਸਨੇ ਦੱਸੀ। ਸਾਡਾ ਉਸੇ ਤਰ੍ਹਾਂ ਫੇਰ ਚੱਲ ਪਿਆ।

ਜਦ ਮੈਨੂੰ ਉਸਦੀ ਫ਼ੋਟੋ ਵੇਖਦਿਆਂ ਉਸਦਾ ਅਸਲ ਚਿਹਰਾ ਖ਼ਿਆਲ ਆਉਂਦਾ ਹੈ ਤਾਂ ਮੇਰੇ ਅੰਦਰ ਕਾਹਲ ਭਾਂਬੜ ਵਾਂਗ ਮੱਚ ਪੈਂਦੀ ਹੈ। ਮੈਂ ਜਲਦੀ ਨਾਲ ਐਲਬਮ ਬੰਦ

ਕਰਕੇ ਅਲਮਾਰੀ ਵਿੱਚ ਰੱਖ ਦਿੰਦਾ ਹਾਂ ਤੇ ਲੱਕੜ ਦੀ ਪੌੜੀ ਕੋਠੇ ਚੜ੍ਹ ਜਾਂਦਾ ਹਾਂ। ਸਾਡੇ ਘਰ ਦੇ ਪਿੱਛੇ ਜਿਸ ਘਰ ਦੀ ਪਿੱਠ ਲਗਦੀ ਹੈ, ਉਸ ਘਰ ਦੇ ਬਾਰ ਦੇ ਬਿਲਕੁਲ ਸਾਹਮਣੇ ਪ੍ਰੀਤੀ ਕਾ ਬਾਰ ਹੈ। ਜੇ ਪ੍ਰੀਤੀ ਕੇ ਜਾਣਾ ਹੋਵੇ ਤਾਂ ਸਾਡੇ ਘਰ ਦੇ ਪਿਛਲੇ ਘਰ ਦੀ ਪੌੜੀ ਉੱਤਰੋ ਤੇ ਉਸ ਘਰ 'ਚੋਂ ਨਿਕਲਦਿਆਂ ਸਾਹਮਣੇ ਪ੍ਰੀਤੀ ਕੇ ਘਰ ਵੜ ਜਾਓ। ਚਾਚੀ ਵੀ ਅੱਜ ਇਸੇ ਪੌੜੀ ਚੜ੍ਹ ਕੇ ਆਈ ਸੀ। ਮੇਰਾ ਮਨ ਤਾਂ ਓਦੋਂ ਹੀ ਪ੍ਰੀਤੀ ਨੂੰ ਵੇਖਣ ਲਈ ਤੜਫ਼ ਉੱਠਿਆ ਸੀ, ਜਦ ਚਾਚੀ ਨੇ ਆ ਕੇ ਦੱਸਿਆ ਸੀ ਕਿ ਪ੍ਰੀਤੀ ਅੱਜ ਹੀ ਸਹੁਰਿਆਂ ਤੋਂ ਆਈ ਹੈ।

ਮੈਂ ਸਾਹਮਣੇ ਦੇਖਦਾ ਹਾਂ, ਪ੍ਰੀਤੀ ਅੱਗ ਲਾਉਂਦੇ ਹੁਸਨ ਨਾਲ ਵਿਹੜੇ 'ਚ ਪੈਲਾਂ ਪਾਉਂਦੀ ਫਿਰਦੀ ਹੈ। ਕਾਸ਼! ਜੇ ਮੈਂ ਉਸ ਦਿਨ 'ਹਾਂ' ਕਰ ਦਿੰਦਾ! ਵਿਚਾਰੀ ਨੇ ਕਿੱਡਾ ਹਾਉਕਾ ਲਿਆ ਸੀ। ਸਾਰੀਆਂ ਰੀਝਾਂ ਦਿਲ ਵਿੱਚ ਹੀ ਦਬਾ ਕੇ ਤੁਰ ਗਈ। ਹਾਂ! ਓਦੋਂ ਤਾਂ ਮੈਂ ਖ਼ੁਦਗਰਜ਼ ਨਿਕਲਿਆ ਸੀ। ਆਪਣੀਆਂ ਰੀਝਾਂ ਪੂਰੀਆਂ ਕਰਨ ਲਈ ਪ੍ਰੀਤੀ ਦੀਆਂ ਰੀਝਾਂ ਦੀ ਕੁਰਬਾਨੀ ਲੈ ਲਈ। ਪਤਾ ਨਹੀਂ ਪ੍ਰੀਤੀ ਦਾ ਹੀ ਸ਼ਰਾਪ ਮਾਰ ਗਿਆ ਸੀ, ਰੀਝਾਂ ਮੇਰੀਆਂ ਫਿਰ ਵੀ ਪੂਰੀਆਂ ਨਾ ਹੋ ਸਕੀਆਂ.......!

ਮੇਰੀ ਨਿਗ੍ਹਾ ਪ੍ਰੀਤੀ ਕੇ ਵਿਹੜੇ ਵਿੱਚ ਖੜ੍ਹੀ ਨਿੰਮ ਹੇਠ ਚਲੀ ਜਾਂਦੀ ਹੈ। ਪ੍ਰੀਤੀ 'ਤੇ ਰਾਜਵੀਰ ਉਸ ਦਿਨ ਇਸ ਨਿੰਮ ਥੱਲੇ ਹੀ ਬੈਠੀਆਂ ਸਨ। ਜਦ ਮੈਂ ਸ਼ਾਮ ਨੂੰ ਪ੍ਰੀਤੀ ਕੇ ਘਰ ਗਿਆ ਸੀ ਤਾਂ ਸਾਹਮਣੇ ਰਾਜਵੀਰ ਨੂੰ ਵੇਖ ਕੇ ਹੋਸ਼ ਗਵਾ ਬੈਠਾ ਸੀ। ਪਤਾ ਨਹੀਂ ਰੱਬ ਏਨੀ ਚਿੱਟੀ ਮਿੱਟੀ ਤੇ ਏਨੇ ਸੋਹਣੇ ਨੈਣ-ਨਕਸ਼ਾਂ ਦੇ ਸੰਚੇ ਕਿੱਥੋਂ ਲੈ ਆਉਂਦਾ ਹੈ! ਫਿਰ ਮੇਰੀ ਨਿਗ੍ਹਾ ਉਸਦੇ ਚਿਹਰੇ ਤੋਂ ਝੱਟ ਉਸਦੇ ਪੈਰਾਂ ਵੱਲ ਗਈ। ਇਹ ਮੈਨੂੰ ਸੋਹਣੇ ਪੈਰਾਂ ਦੇ ਸ਼ੌਕ ਕਰਕੇ ਹੈ ਕਿ ਮੈਂ ਹਰ ਕੁੜੀ ਦਾ ਚਿਹਰਾ ਵੇਖਣ ਤੋਂ ਝੱਟ ਬਾਅਦ ਉਸਦੇ ਪੈਰਾਂ ਵੱਲ ਵੇਖਦਾ ਹਾਂ। ਜੇ ਉਸਦੇ ਪੈਰ ਸੋਹਣੇ ਹਨ ਤਾਂ ਉਹ ਸੋਹਣੀ ਹੈ, ਜੇ ਪੈਰ ਸੋਹਣੇ ਨਹੀਂ ਤਾਂ ਸੋਹਣੀ ਨਹੀਂ ਹੈ। ਇਹ ਮੇਰਾ ਸੁਹੱਪਣ ਪਰਖਣ ਦਾ ਇੱਕ ਆਪਣਾ ਪੈਮਾਨਾ ਹੈ। ਜਦ ਕਦੇ ਮੈਂ ਕਿਸੇ ਦੇ ਬਹੁਤ ਸੋਹਣੇ ਪੈਰ ਵੇਖ ਲਵਾਂ ਤਾਂ ਮੇਰਾ ਮਨ ਮਸਤੇ ਬੋਤੇ ਵਾਂਗ ਮੈਥੋਂ ਮੁਹਾਰਾਂ ਛੁਡਾਉਣ ਲੱਗ ਜਾਂਦਾ ਹੈ। ਜੀਅ ਕਰਦਾ ਹੈ ਇਸ ਨੂੰ ਇੱਥੇ ਹੀ ਸੁੱਟ ਕੇ ਪੈਰ ਚੁੰਮਣ ਲੱਗ ਜਾਵਾਂ। ਰਾਜਵੀਰ ਦੇ ਪੈਰ ਏਨੇ ਸੋਹਣੇ ਵੀ ਨਹੀਂ ਸੀ ਕਿ ਮੇਰਾ ਮਨ ਬੇਕਾਬੂ ਹੋਇਆ ਮੁਹਾਰਾਂ ਛੁਡਾਉਂਦਾ ਫਿਰੇ। ਬੱਸ ਕੰਮ ਚਲਾਊ ਸੀ।

ਮੈਨੂੰ ਉਸ ਦਿਨ ਗੱਲਾਂ-ਗੱਲਾਂ ਤੋਂ ਪਤਾ ਲੱਗ ਗਿਆ ਸੀ ਕਿ ਰਾਜਵੀਰ ਪ੍ਰੀਤੀ ਦੇ ਮਾਮੇ ਦੀ ਕੁੜੀ ਹੈ। ਪਹਿਲਾਂ ਇਹ ਕਈ ਸਾਲ ਆਪਣੀ ਭੂਆ ਕੋਲ ਪੜ੍ਹਦੀ ਰਹੀ ਸੀ ਤੇ ਹੁਣ ਪ੍ਰੀਤੀ ਨਾਲ ਦਰੀਆਂ ਬੁਣਾਉਣ ਆਈ ਸੀ। 'ਦਰੀਆਂ ਬੁਣਦੀ-ਬੁਣਦੀ ਸ਼ਾਇਦ ਮੇਰੇ ਨਾਲ ਵੀ ਕੋਈ ਪਿਆਰ ਦੀ ਘੁੰਡੀ ਪਾ ਲਏ।' ਇਸੇ ਰੀਝ ਨੇ ਮੇਰੇ ਪ੍ਰੀਤੀ ਦੇ ਘਰ ਗੇੜੇ ਵਧਾ ਦਿੱਤੇ। ਗੇੜਿਆਂ ਦੇ ਨਾਲ-ਨਾਲ ਉੱਥੇ ਗੁਜ਼ਰਦੇ ਸਮੇਂ ਵਿੱਚ ਵੀ ਦੂਣਾ ਫ਼ਰਕ ਪੈ ਗਿਆ। ਪ੍ਰੀਤੀ ਤੇ ਰਾਜਵੀਰ ਦਰੀਆਂ ਬੁਣਦੀਆਂ ਰਹਿੰਦੀਆਂ 'ਤੇ ਮੈਂ ਰਾਜਵੀਰ ਨਾਲ ਪਿਆਰ ਦੀ ਬੁਣਤੀ ਬੁਣਨ ਦੇ ਚੱਕਰ ਵਿੱਚ ਓਥੇ ਬੈਠਾ ਰਹਿੰਦਾ। ਦੋਵੇਂ ਮੇਰੇ ਨਾਲ ਹੱਸਦੀਆਂ, ਗੱਲਾਂ ਮਾਰਦੀਆਂ, ਚੋਭਾਂ ਲਾਉਂਦੀਆਂ। ਮਾਂ ਘਰੇਂ ਦਿਨ-ਰਾਤ ਡੰਗਰਾਂ ਨਾਲ

'ਕੱਲੀ ਖਹਿਬੜਦੀ ਮੇਰੀ 'ਬੇੜੀ ਬਿਠਾਉਂਦੀ' ਰਹਿੰਦੀ। ਮੈਂ ਮਾਂ ਨੂੰ ਝਕਾਨੀ ਦੇ ਕੇ, ਆਪਣਾ 'ਬੇੜਾ' ਤਾਰਨ ਲਈ ਪ੍ਰੀਤੀ ਕੇ ਘਰ ਜਾ ਬੈਠਦਾ।

ਮੈਨੂੰ ਮਹਿਸੂਸ ਹੋਣ ਲੱਗ ਪਿਆ ਸੀ ਜਿਵੇਂ ਰਾਜਵੀਰ ਨਾਲ ਮੇਰੀ ਗੱਡੀ ਰਿੜ੍ਹਨ ਲੱਗ ਪਈ ਹੈ, ਬੱਸ ਥੋੜ੍ਹਾ ਜਿਹਾ ਠੁਮਣਾ ਹੋਰ ਲਾਉਣ ਦੀ ਲੋੜ ਹੈ ਜਿਸ ਨਾਲ ਸਾਡੀ ਗੱਡੀ ਟਾਪ ਗੇਅਰ ਵਿੱਚ ਪੈ ਜਾਵੇ। ਮੈਂ ਹਰ ਸਮੇਂ ਸਕੀਮਾਂ ਘੜਦਾ ਰਹਿੰਦਾ ਪਰ ਅਮਲ 'ਚ ਕੋਈ ਨਾ ਲਿਆਉਂਦਾ। ਫਿਰ ਮਨ 'ਚ ਆਈ 'ਕਿਉਂ ਨਾ ਪ੍ਰੀਤੀ ਨੂੰ ਵਿੱਚ ਪਾ ਲਵਾਂ।' ਇੱਕ ਦਿਨ ਪੇਪਰ ਦੇਣ ਜਾਂਦੀ ਪ੍ਰੀਤੀ ਨੂੰ ਬੱਸ ਚੜ੍ਹਾਉਣ ਗਿਆ ਮੈਂ ਕਾਗ਼ਜ 'ਤੇ ਲਿਖ ਕੇ ਦੇ ਆਇਆ, 'ਮੈਂ ਰਾਜਵੀਰ ਨੂੰ ਬਹੁਤ ਚਾਹੁੰਦਾ ਹਾਂ ਪਰ ਮੂੰਹੋਂ ਉਸਨੂੰ ਕਹਿ ਨਹੀਂ ਸਕਦਾ। ਕਿਰਪਾ ਕਰਕੇ ਮੇਰੀ ਉਸ ਨਾਲ ਗੱਲ ਕਰਵਾ ਦਿਓ।'

ਦੀਪੀ! "ਬਸ ਹੁਣ ਮਨ ਦੀਆਂ ਰੀਝਾਂ ਪੂਰੀਆਂ।" ਮੈਂ ਖੁਸ਼ੀ ਵਿੱਚ ਫੁੱਲਿਆ ਪ੍ਰੀਤੀ ਦੇ ਮੁੜ ਆਉਣ, ਆ ਕੇ ਰਾਜਵੀਰ ਨੂੰ ਦੱਸਣ ਤੱਕ ਦਾ ਸਮਾਂ ਉਂਗਲਾਂ 'ਤੇ ਭੰਨਦਾ ਵਾਪਸ ਪ੍ਰੀਤੀ ਕੇ ਘਰ ਆ ਗਿਆ। ਜਦ ਪ੍ਰੀਤੀ ਦੀ ਮੰਮੀ ਤੇ ਭਰਾ ਇੱਧਰ-ਉੱਧਰ ਹੋਏ ਤਾਂ ਰਾਜਵੀਰ ਮੇਰੇ ਕੋਲ ਆ ਬੈਠੀ। ਮਨ 'ਚ ਆਇਆ, 'ਪ੍ਰੀਤੀ ਨੂੰ ਕਹਿਣ ਦੀ ਕੀ ਲੋੜ ਸੀ, ਗੱਲ ਤਾਂ ਆਪਣੇ ਆਪ ਨੇੜੇ ਲੱਗੀ ਜਾਂਦੀ ਐ।'

"ਦੀਪੀ ਮੈਂ ਤੇਰੇ ਨਾਲ ਇੱਕ ਗੱਲ ਕਰਨੀ ਸੀ।"

"ਕਰੋ ਜੀ!" ਮੇਰੇ ਅੰਦਰ ਜਿੰਨਾ ਰਸ ਸੀ, ਸਾਰਾ ਜ਼ੁਬਾਨ 'ਤੇ ਕੱਠਾ ਕਰ ਲਿਆਂਦਾ। ਮੈਨੂੰ ਕਾਹਲੀ ਸੀ ਕਿ ਛੇਤੀ ਕਹਿ ਦੇਵੇ, "ਮੈਂ ਤੈਨੂੰ ਪਿਆਰ ਕਰਦੀ ਆਂ!"

"ਗੁੱਸਾ ਤਾਂ ਨੀ ਮੰਨਦੇ।"

"ਲੈ! ਗੁੱਸੇ ਆਲੀ ਕਿਹੜੀ ਗੱਲ ਐ!" ਦਿਲ ਤਾਂ ਕਰਦਾ ਸੀ ਫ਼ਿਲਮੀਂ ਨਾਇਕਾਂ ਵਾਂਗ ਉਸਦਾ ਹੱਥ ਫੜ ਕੇ ਕਹਾਂ, "ਤੇਰੀ ਇਹ ਗੱਲ ਸੁਣਨ ਲਈ ਤਾਂ ਸਦੀਆਂ ਤੋਂ ਤੜਫ਼ ਰਿਹਾਂ। ਬੱਸ ਦੇਰ ਨਾ ਲਾ, ਛੇਤੀ ਬੋਲ ਮੇਰੀ ਸੱਜਣੀ!" ਪਰ ਐਨਾ ਹੌਸਲਾ ਕੀਹਦੇ ਦਿਲ 'ਚੋਂ ਚੋਰੀ ਕਰ ਕੇ ਲਿਆਉਂਦਾ? ਇਸ ਲਈ ਉੱਪਰਲੇ ਮੂੰਹ ਆਏ ਬੋਲ ਹੀ ਬੋਲ ਗਿਆ।

"ਪ੍ਰੀਤੀ ਤੇਰੇ ਨਾਲ ਪਿਆਰ ਕਰਦੀ ਐ। ਉਹ ਤੇਰੇ ਨਾਲ ਗੱਲ ਕਰਨ ਨੂੰ ਕਹਿੰਦੀ ਐ।" ਰਾਜਵੀਰ ਦੇ ਇਨ੍ਹਾਂ ਬੋਲਾਂ ਨੇ ਮੇਰੇ ਸਿਰ ਵਿੱਚ ਸੌ ਘੜਾ ਪਾਣੀ ਦਾ ਪਾ ਦਿੱਤਾ। ਮੈਂ ਗੁੰਮ-ਸੁੰਮ ਹੋ ਗਿਆ। ਸਿਰ ਚਕਰਾ ਗਿਆ। ਰਾਜਵੀਰ ਦੇ ਬੋਲ ਨਹੀਂ, ਜਿਵੇਂ ਤੋਪ ਦਾ ਗੋਲਾ ਮੇਰੇ ਕੰਨਾਂ ਕੋਲ ਆ ਕੇ ਅਚਨਚੇਤ ਫਟ ਗਿਆ ਹੋਵੇ। ਇਹ ਕੀ ਭਾਣਾ ਵਰਤ ਗਿਆ? ਉਸ ਨੂੰ ਤਾਂ ਮੈਂ ਆਪਣੀ ਭੈਣ ਸਮਝਿਆ ਸੀ। ਇਸ ਗੱਲ ਦਾ ਤਾਂ ਕਦੇ ਮੇਰੇ ਮਨ ਖ਼ਿਆਲ ਵੀ ਨਹੀਂ ਆਇਆ ਸੀ। ਇੰਝ ਉਹ ਕਿਵੇਂ ਕਹਿ ਸਕਦੀ ਐ? ਕਿੰਨਾ ਹੀ ਚਿਰ ਮੇਰੇ ਮੂੰਹੋਂ ਬੋਲ ਹੀ ਨਾ ਨਿਕਲਿਆ। ਫਿਰ ਮੈਂ ਸੁੱਕ ਗਏ ਸੰਘ ਨੂੰ ਥੁੱਕ ਨਾਲ ਤਰ ਕਰਦਿਆਂ ਏਨਾ ਹੀ ਕਹਿ ਸਕਿਆ, "ਮੈਂ ਆਪੇ ਕਰਲੂੰ ਗੱਲ!"

ਘਰ ਆ ਕੇ ਮੈਨੂੰ ਅੱਚਵੀ ਲੱਗੀ ਰਹੀ। ਪ੍ਰੀਤੀ ਦੇ ਅੰਦਰ ਬੈਠੀ ਇਕ ਹੋਰ ਪ੍ਰੀਤੀ ਮੈਨੂੰ ਹੌਲੀ-ਹੌਲੀ ਨਜ਼ਰ ਆਉਣ ਲੱਗ ਪਈ।

"ਭਾਬੀ ਨੇ ਕੰਮ ਗਾਲਤਾ।" ਸ਼ਬਦਾਂ ਦੇ ਮੈਨੂੰ ਅਸਲੀ ਅਰਥ ਸਮਝ ਆ ਗਏ। ਕਾ਼ਗਜ ਉੱਪਰ ਲਿਖੀ ਕੁੜੀਆਂ ਦੀ ਲਿਸਟ ਵਿੱਚੋਂ ਮੇਰੇ ਲਈ ਵਿਆਕੁਲ ਮਨ ਲੱਭ ਗਿਆ। ਮੇਰੇ ਨਾਲ ਜੁੜ ਕੇ ਪੈਂਦੀ, ਮੈਨੂੰ ਗੋਦੀ 'ਚ ਪਾ ਕੇ ਸਿਰ ਸਹਿਲਾਉਂਦੀ ਉਹ ਮੈਨੂੰ 'ਰਾਸ ਲੀਲ੍ਹਾ' ਕਹਾਣੀ ਦੀ ਨਾਇਕਾ ਜਾਪੀ।

ਮੈਂ ਦੋ ਦਿਨ ਉਨ੍ਹਾਂ ਦੇ ਘਰ ਨਾ ਗਿਆ। ਦਿਨ-ਰਾਤ ਮੈਨੂੰ ਉਦਾਸੀ ਨੇ ਗਲਬਾ ਮਾਰੀ ਰੱਖਿਆ। ਕਿੰਨਾ ਹੀ ਕੁਝ ਮੇਰੇ ਦਿਮਾ਼ਗ ਵਿੱਚ ਉਲਝਦਾ-ਸੁਲਝਦਾ ਰਿਹਾ। ਅਖ਼ੀਰ ਤੀਜੇ ਦਿਨ ਸਵੇਰੇ ਮੈਂ ਮਨ ਨਾਲ ਕੋਈ ਫ਼ੈਸਲਾ ਕਰਕੇ ਉਨ੍ਹਾਂ ਦੇ ਘਰ ਜਾ ਵੜਿਆ। ਦੁਪਹਿਰੇ ਜਦੋਂ ਸਾਰੇ ਸੌਂ ਗਏ ਤਾਂ ਮੈਂ ਉਸਨੂੰ ਟੀ.ਵੀ. ਵਾਲੇ ਕਮਰੇ ਵਿੱਚ ਬੁਲਾ ਲਿਆ। ਉਹ ਮੈਥੋਂ ਅੱਖਾਂ ਜਿਹੀਆਂ ਚੁਰਾਉਂਦੀ ਮੇਰੇ ਕੋਲ ਆ ਬੈਠੀ। "ਤੂੰ ਰਾਜਵੀਰ ਨੂੰ ਕੀ ਕਿਹਾ ਸੀ ਓਏ!" ਮੈਂ ਉਸ ਵੱਲ ਸਿੱਧਾ ਝਾਕਿਆ। ਉਹ ਕੁਝ ਨਹੀਂ ਬੋਲੀ। ਉਂਝ ਉਸਦੇ ਬੁੱਲ੍ਹਾਂ 'ਤੇ ਕੋਈ ਬੋਲ ਆਉਂਦਾ-ਆਉਂਦਾ ਰੁਕ ਗਿਆ।

"ਤੂੰ ਸੱਚੀਓਂ ਕਿਹਾ ਸੀ ਇਹੇ।" ਮੈਂ ਉਸਨੂੰ ਫਿਰ ਉਲਟਾ ਕੇ ਪੁੱਛਿਆ।

"ਹਾਂ!" ਉਸਨੇ ਮੇਰੇ ਵੱਲ ਵੇਖ ਕੇ ਨੀਵੀਂ ਪਾ ਲਈ।

"ਇਹ ਕਿਮੇਂ ਹੋ ਸਕਦੈ!" ਮੇਰੇ ਬੋਲਾਂ ਵਿੱਚ ਸਖ਼ਤੀ ਸੀ।

ਉਹ ਮੇਰੇ ਹੋਰ ਨੇੜੇ ਆਈ। ਅਧੀਨਗੀ ਜਿਹੀ ਨਾਲ ਮੇਰੇ ਵੱਲ ਝਾਕੀ। ਫਿਰ ਉਸਦੀਆਂ ਅੱਖਾਂ ਛਲਕੀਆਂ 'ਤੇ ਮੈਨੂੰ ਜ਼ੋਰ ਦੀ ਘੁੱਟ ਕੇ ਬਾਂਹਾਂ ਵਿੱਚ ਲੈ ਲਿਆ, "ਦੀਪੀ ਮੈਂ ਤੇਰੇ ਬਿਨਾਂ ਇੱਕ ਪਲ ਨਹੀਂ ਰਹਿ ਸਕਦੀ! ਮੈਨੂੰ ਚਾਹੇ ਮਾਰਦੇ ਪਰ ਨਾਂਹ ਨਾ ਕਰੀਂ!" ਉਹ ਮੈਨੂੰ ਘੁੱਟੀਂ ਰੋਣ ਲੱਗ ਪਈ।

ਮੈਂ ਆਪਣੇ ਆਪ ਨੂੰ ਸੰਭਾਲਦਿਆਂ, ਉਸਦੀਆਂ ਬਾਂਹਾਂ ਆਪਣੇ ਨਾਲੋਂ ਵੱਖ ਕੀਤੀਆਂ। ਉਸਨੂੰ ਸਮਝਾਉਣ ਲੱਗ ਪਿਆ, "ਦੇਖ ਪ੍ਰੀਤੀ! ਮੈਂ ਤੈਨੂੰ ਆਪਣੀ ਭੈਣ ਸਮਝਿਐ, ਇਹ ਕਦੇ ਵੀ ਨੀ ਹੋ ਸਕਦਾ। ਨਾਲੇ ਮੈਂ ਤਾਂ ਰਾਜਵੀਰ ਨੂੰ ਪਿਆਰ ਕਰਦਾਂ। ਜੇ ਤੇਰੇ ਮਨ 'ਚ ਅਜਿਹੀ ਕੋਈ ਗੱਲ ਐ ਤਾਂ ਮੈਂ ਅੱਜ ਤੋਂ ਸੋਡੇ ਘਰ ਕਦੇ ਨੀ ਆਉਂਦਾ।" ਮੈਂ ਉਸਨੂੰ ਕਹਿ ਕੇ ਤੁਰਨ ਲੱਗਿਆ ਤਾਂ ਉਸਨੇ ਮੇਰੀ ਬਾਂਹ ਫੜ ਲਈ।

"ਦੀਪੀ ਜਿਵੇਂ ਤੂੰ ਕਹੇਂਗਾ ਮੈਂ ਓਵੇਂ ਕਰੂੰ ਪਰ ਸਾਡੇ ਘਰ ਆਉਂਣੋ ਨਾ ਹਟੀਂ। ਜੇ ਮੈਥੋਂ ਕੋਈ ਭੁੱਲ ਹੋ ਗਈ ਐ ਤਾਂ ਮਾਫ਼ ਕਰਦੇ। ਮੈਂ ਅੱਜ ਤੋਂ ਤੇਰੀ ਭੈਣ ਬਣਕੇ ਰਹੂੰ।" ਉਹ ਮੇਰੇ ਅੱਗੇ ਹੱਥ ਜੋੜ ਕੇ ਖੜ੍ਹ ਗਈ।

ਅੱਜ ਮੈਨੂੰ ਖ਼ੁਦ 'ਤੇ ਪਛਤਾਵਾ ਹੋ ਰਿਹਾ ਹੈ ਕਿ ਮੈਂ ਉਹ ਮੌਕਾ ਕਿਉਂ ਖੁੰਝਾ ਦਿੱਤਾ ਸੀ। ਡੁੱਲ੍ਹੇ ਬੇਰਾਂ ਦਾ ਅਜੇ ਕੁਝ ਨਹੀਂ ਵਿਗੜਿਆ। ਹੁਣ ਮੈਂ ਸਭ ਰੀਝ ਪੂਰੀ ਕਰ ਲੈਣੀ ਹੈ। ਉਸਦੀ ਵੀ ਤੇ ਆਪਣੀ ਵੀ। ਮੈਂ ਜਲਦੀ ਨਾਲ ਉਠਦਾ ਹਾਂ। ਸੂਰਜ ਕਦੋਂ ਦਾ ਡੁੱਬ ਚੁੱਕਿਆ ਹੈ। ਪਿੰਡ ਦੇ ਘਰਾਂ 'ਚੋਂ ਉੱਠਿਆ ਧੂੰਆਂ ਬਨੇਰੇ ਟੱਪ ਕੇ ਸਿੱਧਾ ਅਸਮਾਨ ਵੱਲ ਤੁਰਿਆ ਜਾ ਰਿਹਾ ਹੈ। ਮੈਂ ਪੌੜੀ ਉੱਤਰ ਕੇ ਹੇਠਾਂ ਆਉਂਦਾ ਹਾਂ। ਫਲਾਇਟ ਖੁੰਝ ਜਾਣ ਦੇ ਡਰ ਵਾਂਗ ਮੇਰਾ ਮਨ ਕਾਹਲਾ ਪਿਆ ਹੋਇਆ ਹੈ ਕਿ ਕਿਤੇ ਮੌਕਾ ਹੱਥੋਂ ਨਾ ਨਿਕਲ ਜਾਵੇ। ਮੈਂ ਕਾਹਲੀ-ਕਾਹਲੀ ਮੱਝਾਂ ਨੂੰ ਕੱਖ ਪਾ ਕੇ ਅੰਦਰ ਸਬਾਤ ਵਿੱਚ ਬੰਨ੍ਹ ਦਿੰਦਾ ਹਾਂ।

ਰੋਟੀ ਦੀਆਂ ਮੋਟੀਆਂ-ਮੋਟੀਆਂ ਬੁਰਕੀਆਂ ਨਿਗਲ ਕੇ ਪ੍ਰੀਤੀ ਕੇ ਘਰ ਨੂੰ ਚੱਲ ਪਿਆ ਹਾਂ। ਜਿਉਂ-ਜਿਉਂ ਪ੍ਰੀਤੀ ਕਾ ਘਰ ਨੇੜੇ ਆ ਰਿਹਾ ਹੈ ਮੇਰੇ ਦਿਲ ਦੀ ਧੜਕਣ ਤੇਜ਼-ਤੇਜ਼ ਹੁੰਦੀ ਜਾਂਦੀ ਹੈ। ਮਰਦੇ ਦੇ ਮੂੰਹ 'ਚ ਗੰਗਾ ਜਲ ਪਾਉਣ ਵਰਗੀ ਕਾਹਲ ਮੈਨੂੰ ਪ੍ਰੀਤੀ ਨੂੰ ਵੇਖ ਲੈਣ ਦੀ ਹੈ। ਪ੍ਰੀਤੀ ਨਾਲ ਉਸਦੇ ਵਿਆਹ ਤੋਂ ਪਹਿਲਾਂ ਹੋਈਆਂ ਸਭ ਗੱਲਾਂ, ਜਿਨ੍ਹਾਂ ਵੱਲ ਮੈਂ ਓਦੋਂ ਕੋਈ ਧਿਆਨ ਨਹੀਂ ਦਿੱਤਾ ਸੀ, ਹੁਣ ਦੁਬਾਰਾ ਕਰਨ ਨੂੰ ਦਿਲ ਕਰਦਾ ਹੈ।

ਕਈ ਵਾਰ ਪ੍ਰੀਤੀ ਮੈਨੂੰ ਅਖ਼ਬਾਰ ਉੱਤੇ ਹੀਰੋਇਨਾਂ ਦੀਆਂ ਅਧ-ਨੰਗੀਆਂ ਫ਼ੋਟੋਆਂ ਵਿਖਾਉਂਦੀ। ਉਹ ਮੇਰੇ ਅੱਗੇ ਅਖ਼ਬਾਰ ਕਰਦੀ ਕਹਿੰਦੀ, "ਓਏ ਦੀਪੀ! ਇਨ੍ਹਾਂ 'ਚੋਂ ਦੱਸ ਕੀਹਦੇ ਪੈਰ ਜਿਆਦਾ ਸੋਹਣੇ ਨੇ।"

ਹੀਰੋਇਨਾਂ ਦੇ ਸੋਹਣੇ ਪੈਰ ਦੇਖ ਕੇ ਮੇਰੇ ਵੀ ਮਨ 'ਚ ਕੋਈ ਮਿਠੀਆਂ-ਮਿਠੀਆਂ ਚੂੰਢੀਆਂ ਵੱਢਣ ਲੱਗ ਜਾਂਦਾ। ਮੈਂ ਕਿੰਨਾ ਹੀ ਚਿਰ ਹੀਰੋਇਨਾਂ ਦੇ ਸੋਹਣੇ ਪੈਰਾਂ 'ਤੇ ਨਿਗ੍ਹਾ ਗੱਡੀਂ ਲਾਲ੍ਹਾਂ ਡੇਗਦਾ ਰਹਿੰਦਾ। ਮੇਰੀ ਸਮਾਧੀ ਓਦੋਂ ਖੁਲ੍ਹਦੀ ਜਦ ਉਹ ਸਮੁੰਦਰੀ ਝੱਗ ਵਰਗੇ ਚਿੱਟੇ ਪੈਰ ਮੇਰੇ ਅੱਗੇ ਕਰਦੀ ਬੋਲ ਪੈਂਦੀ, "ਮੇਰੇ ਪੈਰ ਇਨ੍ਹਾਂ ਨਾਲੋਂ ਕਿੰਨੇ ਘੱਟ ਸੋਹਣੇ ਨੇ?" ਜੇ ਇਹ ਗੱਲਾਂ ਉਹ ਹੁਣ ਕਹੇ.... ਤਾਂ ਮੈਂ.... ਹਾਏ........! ਬੱਸ!

ਹਾਏ ਪ੍ਰੀਤੀ! ਤੂੰ ਕਿੰਨੀ ਚੰਗੀ ਐਂ। ਤੂੰ ਆਪਣੀਆਂ ਰੀਝਾਂ ਨੂੰ ਮਾਰ ਕੇ ਮੇਰੀ ਖੁਸ਼ੀ ਵਿੱਚੋਂ ਹੀ ਆਪਣੀ ਖੁਸ਼ੀ ਲੱਭ ਲਈ ਸੀ। ਇਹ ਤਾਂ ਮੈਨੂੰ ਤੇਰੇ ਵਿਆਹ ਤੋਂ ਬਾਅਦ ਪਤਾ ਲੱਗਿਆ ਸੀ ਕਿ ਤੂੰ ਰਾਜਵੀਰ ਨੂੰ ਕਿਵੇਂ ਹੱਥ ਜੋੜ ਕੇ, ਵਾਸਤੇ ਪਾ ਕੇ, ਮੇਰੇ ਲਈ ਮਨਾਇਆ ਸੀ। ਮੈਂ ਇਸ ਸਮਝੌਤੇ ਨੂੰ ਹੀ ਪਿਆਰ ਸਮਝ ਬੈਠਿਆ ਸੀ। ਧੱਕੇ ਨਾਲ ਕੀਤੇ ਸਮਝੌਤੇ ਬਹੁਤਾ ਚਿਰ ਨਹੀਂ ਕੱਟਦੇ ਹੁੰਦੇ। ਤੇਰੇ ਵਿਆਹ ਤੋਂ ਬਾਅਦ ਹੀ ਮੈਨੂੰ ਪਤਾ ਲੱਗ ਗਿਆ ਸੀ ਕਿ ਰਾਜਵੀਰ ਕਿਸੇ ਹੋਰ ਨਾਲ ਵੀ ਪਿਆਰ ਹੁਲਾਰੇ ਲੈਂਦੀ ਫਿਰਦੀ ਹੈ। ਜਦ ਮੈਂ ਉਸਨੂੰ ਇਹ ਗੱਲ ਰੜਕਾਈ ਤਾਂ ਉਹ ਮੇਰੇ ਵੱਲ ਸਿੱਧੀ ਗੋਲੀ ਵਾਂਗ ਆਈ, "......ਤੂੰ ਮੇਰੇ ਕੀ ਲਾਇਕ ਐਂ ਵੇ। ਜਾਹ-ਜਾਹ ਤੇਰੇ ਵਰਗੇ ਵੀਹ ਦੇਖੇ ਨੇ।" ਫੇਰ ਮੇਰੀ ਹਾਲਤ ਤਾਂ ਜੂਏ ਦੀ ਇੱਕੋ ਬਾਜੀ 'ਚ ਸਭ ਕੁਝ ਹਾਰ ਗਏ ਜੁਆਰੀ ਵਾਂਗ ਹੋ ਗਈ ਸੀ। ਬੱਸ ਉਸ ਦਿਨ ਤੋਂ ਹੀ ਮੇਰੇ ਦਿਲ ਵਿੱਚ ਤੇਰਾ ਮੋਹ ਜਿਹਾ ਜਾਗ ਪਿਆ।

ਮੈਂ ਪ੍ਰੀਤੀ ਕੇ ਅੰਦਰ ਲੰਘ ਆਇਆ ਹਾਂ। ਪ੍ਰੀਤੀ ਸਾਹਮਣੇ ਮੰਜੇ 'ਤੇ ਬੈਠੀ ਕੋਈ ਕੋਟੀ ਉਧੇੜ ਰਹੀ ਹੈ। ਮੈਨੂੰ ਉਸਨੇ ਦੂਰੋਂ ਹੀ ਸਤਿ ਸ੍ਰੀ ਅਕਾਲ ਬੁਲਾਈ ਹੈ। ਮੈਨੂੰ ਉਸਦੇ ਬੋਲ ਨਹੀਂ ਸੁਣੇ ਸਿਰਫ਼ ਸਿਰ ਹਿਲਦਾ ਦਿਸਿਆ ਹੈ। ਮੈਂ ਵੀ ਉਸਨੂੰ ਜਵਾਬ ਵਿੱਚ ਸਿਰ ਹਿਲਾ ਕੇ ਉਸਦੇ ਮੰਜੇ 'ਤੇ ਹੀ ਜਾ ਬੈਠਿਆ ਹਾਂ।

ਉਹ ਮੈਨੂੰ ਕੁਝ ਕਹਿ ਰਹੀ ਹੈ ਪਰ ਮੇਰਾ ਉਸਦੀਆਂ ਗੱਲਾਂ ਵੱਲ ਕੋਈ ਧਿਆਨ ਨਹੀਂ ਹੈ, ਬੱਸ ਉਂਝ ਹੀ 'ਹੂੰ-ਹਾਂ' ਕਰੀ ਜਾ ਰਿਹਾ ਹਾਂ। ਮੇਰੇ ਸਭ ਖ਼ਿਆਲ ਤਾਂ ਉਸਦੇ ਪਸ਼ਮ ਉਧੇੜਦੇ ਹੱਥਾਂ 'ਤੇ ਕੇਂਦਰਿਤ ਹਨ। ਨਹੁੰ ਵਧੇ ਹੋਏ। ਫਲੀਆਂ ਵਰਗੀਆਂ ਗੋਰੀਆਂ ਉਂਗਲਾਂ ਵਿੱਚ ਸੋਨੇ ਦੀਆਂ ਚਮਕ ਰਹੀਆਂ ਮੁੰਦਰੀਆਂ। ਜੇ ਇਹ ਹੱਥ ਮੇਰੇ ਪਿੰਡੇ 'ਤੇ ਫਿਰਨ.....! ਹੱਥਾਂ ਤੋਂ ਤਿਲਕਦੀ ਮੇਰੀ ਨਿਗ੍ਹਾ ਉਸਦੇ ਪੈਰਾਂ ਵੱਲ ਚਲੀ ਜਾਂਦੀ ਹੈ, ਜਿਨ੍ਹਾਂ ਵੱਲ ਪਹਿਲਾਂ ਮੈਂ ਕਦੇ ਖ਼ਾਸ ਧਿਆਨ ਨਹੀਂ ਦਿੱਤਾ ਸੀ। ਹਾਏ ਰੱਬਾ! ਗੁਲਾਬੀ ਪੈਰ! ਵਧੇ ਹੋਏ ਨਹੁੰਆਂ

ਤੇ ਹੱਥਾਂ ਨਾਲ ਦੀ ਚੈਰੀ ਕਲਰ ਦੀ ਨੇਲ ਪਾਲਿਸ਼!

"ਕਦੇ ਹੋਰ ਕੰਮ ਵੀ ਕਰ ਲਿਆ ਕਰ, ਹਰ ਵੇਲੇ ਅੱਡੀਆਂ ਕੂਚਦੀ ਰਹਿਣੀ ਐਂ" ਮੈਨੂੰ ਪ੍ਰੀਤੀ ਦੀ ਮਾਂ ਦੀ ਇੱਕ ਸਾਲ ਪਹਿਲਾਂ ਕਹੀ ਗੱਲ ਚੇਤੇ ਆ ਜਾਂਦੀ ਹੈ।

"ਆਪਣੇ ਸ਼ੌਂਕ ਤਾਂ ਪੂਰੇ ਕਰ ਲੀਏ।" ਪ੍ਰੀਤੀ ਝਾਵੇਂ ਨਾਲ ਅੱਡੀਆਂ ਰਗੜਦੀ, ਮੇਰੇ ਵੱਲ ਵੇਖਦੀ ਹੱਸ ਪਈ ਸੀ। ਉਸਦੇ ਇਨ੍ਹਾਂ ਸ਼ਬਦਾਂ ਵਿੱਚ ਪਤਾ ਨਹੀਂ ਕਿੰਨਾ ਕੁਝ ਛੁਪਿਆ ਹੋਇਆ ਸੀ। ਕਿੰਨੀਆਂ ਰੀਝਾਂ ਅੰਗੜਾਈ ਭੰਨਦੀਆਂ ਮੇਰੀ ਅਕਲ ਦੇ ਬੂਹੇ ਖੜਕਾ ਰਹੀਆਂ ਸਨ ਪਰ ਮੈਂ ਘੂਕ ਸੁੱਤਾ ਪਿਆ ਸੀ।

"ਪ੍ਰੀਤੀ ਮੈਂ ਸਭ ਸ਼ੌਕ ਪੂਰੇ ਕਰੂੰਗਾ।" ਮੈਂ ਮਨ ਨਾਲ ਹੀ ਗੱਲ ਕਰਦਾ ਹਾਂ।

"ਓਏ..! ਦੀਪੀ..!" ਉਹ ਮੈਨੂੰ ਟਿਕ-ਟਿਕੀ ਲਾਈਂ ਬੈਠੇ ਨੂੰ ਗੋਡਾ ਫੜਕੇ ਹਲੂਣਦੀ ਹੈ। (ਅਸੀਂ ਹੁਣ ਤੱਕ ਇੱਕ-ਦੂਜੇ ਨੂੰ 'ਓਏ ਦੀਪੀ' 'ਓਏ ਪ੍ਰੀਤੀ' ਹੀ ਸੰਬੋਧਨ ਕਰਦੇ ਰਹੇ ਹਾਂ। ਭੈਣ ਜਾਂ ਭਾਈ ਸ਼ਬਦ ਅਸੀਂ ਕਦੇ ਨਹੀਂ ਲਗਾਇਆ ਸੀ) ਉਸਦੇ ਬੋਲ ਸੁਣ ਮੈਂ ਤ੍ਰਭਕ ਕੇ ਉਸ ਵੱਲ ਵੇਖਦਾ ਹਾਂ। ਮੈਨੂੰ ਲੱਗਿਆ ਹੈ ਜਿਵੇਂ ਉਸਨੇ 'ਓਏ ਦੀਪੀ' ਨਹੀਂ, 'ਓਏ ਯਾਰਾ' ਕਿਹਾ ਹੋਵੇ।

ਲਾਈਟ ਦੇ ਚਾਨਣੇ ਵਿੱਚ ਉਸਦਾ ਚਿਹਰਾ ਹੋਰ ਵੀ ਸੋਹਣਾ, ਸੰਧੂਰੀ ਅੰਬ ਵਰਗਾ ਲੱਗ ਰਿਹਾ ਹੈ। ਗੁਲਾਬੀ ਲਿਪਸਟਿਕ ਲੱਗੇ ਬੁੱਲ੍ਹ, ਗੁਲਾਬ ਦੀਆਂ ਪੱਤੀਆਂ ਨਾਲ ਇੱਕ-ਮਿੱਕ ਹੋਏ ਲਗਦੇ ਹਨ। ਮਨ ਸਾਰੀਆਂ ਮੁਹਾਰਾਂ ਤੋੜ ਕੇ, ਪ੍ਰੀਤੀ ਨੂੰ ਬਾਹਾਂ ਵਿੱਚ ਭਰ ਕੇ ਅੰਨ੍ਹੇ ਵਾਹ ਚੁੰਮਣ ਨੂੰ ਕਰਦਾ ਹੈ। ਪਰ ਮੈਂ ਆਪਣੇ ਮਨ ਨੂੰ ਨੱਥੋਂ ਫੜ ਕੇ ਰੋਕ ਰੱਖਿਆ ਹੈ।

ਸ਼ਾਮ ਨੂੰ ਰੋਟੀ-ਟੁੱਕ ਤੋਂ ਵਿਹਲੇ ਹੋ ਕੇ ਅਸੀਂ ਅੰਦਰ ਬੈਠਕ ਵਿੱਚ ਆ ਗਏ ਹਾਂ। ਚਾਚੀ ਨੇ ਦੋ ਰਜਾਈਆਂ ਬੈੱਡਾਂ ਉੱਪਰ ਸੁੱਟ ਦਿੱਤੀਆਂ ਹਨ ਅਤੇ ਮੇਰਾ ਮੰਜਾ ਬੈੱਡਾਂ ਕੋਲ ਡਾਹ ਦਿੱਤਾ ਹੈ। ਪ੍ਰੀਤੀ ਨੇ ਟੀ.ਵੀ. ਦੀ ਸਵਿੱਚ ਦੱਬ ਦਿੱਤੀ ਹੈ। ਅਸੀਂ ਤਿੰਨੋਂ ਬੈੱਡਾਂ ਉੱਪਰ ਰਜਾਈਆਂ ਲਈਂ ਟੀ.ਵੀ. ਵੇਖਣ ਲੱਗ ਪਏ ਹਾਂ। ਪ੍ਰੀਤੀ ਸਾਡੇ ਦੋਵਾਂ ਦੇ ਵਿਚਕਾਰ ਬੈਠੀ ਹੈ। ਕੋਈ ਫ਼ਿਲਮੀਂ ਗਾਣਾ ਚੱਲ ਰਿਹਾ ਹੈ।

ਟਿਪ-ਟਿਪ ਬਰਸਾ ਪਾਨੀ,
ਪਾਨੀ ਨੇ ਆਗ ਲਗਾਈ....।

ਹੀਰੋ 'ਤੇ ਹੀਰੋਇਨ ਮੀਂਹ ਵਿੱਚ ਭਿੱਜਦੇ ਇੱਕ-ਦੂਜੇ ਦੇ ਉੱਪਰ-ਹੇਠ ਹੋ ਰਹੇ ਹਨ। ਮੈਨੂੰ ਲਗਦਾ ਹੈ ਜਿਵੇਂ ਉਹ ਹੀਰੋਇਨ ਤੇ ਹੀਰੋ ਮੈਂ ਤੇ ਪ੍ਰੀਤੀ ਹੋਈਏ। ਮੈਂ ਆਪਣਾ ਸੱਜਾ ਪੈਰ ਰਿਸਕਾ ਕੇ ਪ੍ਰੀਤੀ ਦੇ ਪੈਰ 'ਤੇ ਰੱਖ ਲੈਂਦਾ ਹਾਂ। ਪੈਰ ਰੱਖਦਿਆਂ ਮੇਰੇ ਸਰੀਰ 'ਚ ਕੰਬਣੀ ਛਿੜ ਗਈ ਹੈ ਜਿਵੇਂ ਬਿਜਲੀ ਦਾ ਵੱਡਾ ਝਟਕਾ ਵੱਜਿਆ ਹੋਵੇ। ਪ੍ਰੀਤੀ ਨੇ ਕੋਈ ਪ੍ਰਤੀ-ਕਿਰਿਆ ਨਹੀਂ ਕੀਤੀ ਹੈ। ਜਦ ਮੈਂ ਉਸ ਵੱਲ ਵੇਖ ਕੇ ਮੁਸਕਰਾ ਪਿਆ ਹਾਂ ਤਾਂ ਉਹ ਵੀ ਮੇਰੇ ਵੱਲ ਵੇਖਦੀ ਮੁਸਕਰਾ ਪਈ ਹੈ।

ਘੰਟਾ ਟੀ.ਵੀ. ਵੇਖ ਕੇ ਅਸੀਂ ਗੱਲਾਂ ਮਾਰਨ ਲੱਗ ਪਏ। ਉਹ ਜ਼ਿਆਦਾ ਗੱਲਾਂ ਆਪਣੇ ਪ੍ਰਾਹੁਣੇ ਦੀਆਂ ਹੀ ਕਰ ਰਹੀ ਹੈ। ਮੈਨੂੰ ਉਸਦੇ ਪ੍ਰਾਹੁਣੇ ਬਾਰੇ ਗੱਲਾਂ ਸੁਣ ਕੇ ਖਿਝ

ਚੜ੍ਹਦੀ ਹੈ। ਮੈਂ ਗੱਲ ਦਾ ਰੁੱਖ ਬਦਲਦਾ ਹਾਂ ਪਰ ਗੱਲ ਤਿਲ੍ਹਕਦੀ ਉੱਥੇ ਹੀ ਫੇਰ ਆ ਜਾਂਦੀ ਹੈ।

"ਚਾਚੀ ਮੈਨੂੰ ਮੰਜੇ 'ਤੇ ਨੀਂਦ ਨੀ ਆਉਂਦੀ।" ਪੈਣ ਲੱਗਿਆਂ ਮੇਰੇ ਮਨ 'ਚ ਸ਼ੈਤਾਨੀ ਆ ਜਾਂਦੀ ਹੈ। ਚਾਚੀ ਮੇਰਾ ਖ਼ਿਆਲ ਰੱਖਦੀ ਆਪ ਮੰਜੇ 'ਤੇ ਪੈ ਜਾਂਦੀ ਹੈ। ਮੈਂ ਤੇ ਪ੍ਰੀਤੀ ਬੈੱਡਾਂ 'ਤੇ ਪੈ ਜਾਂਦੇ ਹਾਂ।

ਮੈਨੂੰ ਨੀਂਦ ਨਹੀਂ ਆ ਰਹੀ ਹੈ। ਨਾਲੇ ਮੈਂ ਇਥੇ ਅੱਜ ਸੌਣ ਨਹੀਂ ਆਇਆ, ਕੁਝ ਪੂਰਾ ਕਰਨ ਆਇਆ ਹਾਂ, ਜਿਹੜਾ ਹੁਣ ਤੱਕ ਅਧੂਰਾ ਲਈਂ ਫਿਰਦਾ ਸੀ। ਮੈਂ ਚਾਹੁੰਦਾ ਹਾਂ ਪ੍ਰੀਤੀ ਪਹਿਲਾਂ ਵਾਂਗ ਮੇਰੇ ਉੱਪਰ ਆਪਣੀਆਂ ਲੱਤਾਂ ਜਾਂ ਬਾਂਹਾਂ ਰੱਖ ਲਏ ਪਰ ਉਹ ਤਾਂ ਆਪਣੀ ਰਜਾਈ 'ਚ ਸਿੱਧੀ ਅਹਿਲ ਪਈ ਹੈ। ਉਸਦੀ ਲੱਤ ਜਾਂ ਬਾਂਹ ਮੇਰੇ ਉੱਪਰ ਟਿਕ ਜਾਣ ਦੀ ਉਡੀਕ ਵਿੱਚ ਮੈਂ ਜਾਗ ਰਿਹਾ ਹਾਂ।

ਮੇਰੀ, ਪ੍ਰੀਤੀ ਪ੍ਰਤੀ ਇਹ ਖਿੱਚ ਵਿਆਹ ਤੋਂ ਪਹਿਲਾਂ ਨਹੀਂ ਸੀ। ਵਿਆਹ ਤੋਂ ਬਾਅਦ ਹੌਲੀ-ਹੌਲੀ ਉੱਠੀ ਹੈ। ਜਦੋਂ ਪ੍ਰੀਤੀ ਦਾ ਵਿਆਹ ਹੋ ਗਿਆ ਤੇ ਰਾਜਵੀਰ ਮੈਨੂੰ 'ਚੱਲ ਪਰ੍ਹਾਂ' ਕਹਿ ਗਈ ਤਾਂ ਮੈਂ ਤਿੰਨ-ਚਾਰ ਕੁੜੀਆਂ ਨਾਲ ਹੋਰ ਜੁੜਿਆ ਪਰ ਹਰ ਇੱਕ ਦੇ ਬੇਢਬੇ, ਬਿਆਈਆਂ ਪਾਟੇ ਪੈਰ ਵੇਖ ਕੇ ਮੇਰੇ ਚੇਤਿਆਂ 'ਚ ਪ੍ਰੀਤੀ ਦੇ ਸੰਧੂਰੀ ਪੈਰ ਘੁੰਮ ਜਾਂਦੇ। ਮਨ ਸੋਚਦਾ, 'ਕਾਸ਼ ਉਹਦੇ ਪੈਰ ਜੇ ਪ੍ਰੀਤੀ ਦੇ ਪੈਰਾਂ ਵਰਗੇ ਹੋਣ!' ਪਰ ਮੇਰੀ ਇਹ ਰੀਝ, ਰੀਝ ਹੀ ਰਹੀ। ਪਹਿਲਾਂ ਮੇਰਾ ਰਿਸ਼ਤਾ ਉਸਦੇ ਪੈਰਾਂ ਪ੍ਰਤੀ ਹੀ ਬਦਲਿਆ, ਜਦ ਪ੍ਰੀਤੀ ਦੇ ਪੈਰ, ਭੈਣ ਦੇ ਪੈਰਾਂ ਤੋਂ ਮਾਸ਼ੂਕ ਦੇ ਪੈਰ ਬਣ ਗਏ। ਪਹਿਲਾਂ ਪਹਿਲਾਂ ਤਾਂ ਮੈਂ ਇਹ ਵਿਚਾਰ ਭੈੜੇ ਸਮਝ ਕੇ ਦਿਮਾਗ 'ਚੋਂ ਛੰਡਦਾ ਵੀ ਰਿਹਾ। ਪਰ ਅਗਲੀ ਵਾਰ ਇਹ ਹੋਰ ਦਲੀਲਾਂ ਲੈ ਕੇ ਮੇਰੇ ਦਿਮਾਗ਼ ਵਿੱਚ ਆ ਉੱਤਰਦੇ। ਫਿਰ ਹੌਲੀ ਹੌਲੀ ਇਹ ਮੈਨੂੰ ਚੰਗੇ ਚੰਗੇ ਲੱਗਣ ਲੱਗ ਪਏ। ਮੇਰੇ ਅੰਦਰ ਇੱਕ ਰਿਸ਼ਤਾ ਮੁਰਝਾਉਣ ਲੱਗ ਪਿਆ, 'ਤੇ ਉਸੇ ਰੁੱਖ 'ਤੇ ਨਵੇਂ ਰਿਸ਼ਤੇ ਦੀਆਂ ਕਰੂੰਬਲਾਂ ਫੁੱਟਣ ਲੱਗ ਪਈਆਂ। ਪ੍ਰੀਤੀ ਦੀਆਂ ਪਹਿਲੀਆਂ ਗੱਲਾਂ ਹੁਣ ਮੇਰੇ ਮਨ 'ਚ ਹਰ ਰੋਜ਼ ਆ ਕੇ ਘੁੰਮੇਰੀਆਂ ਖਾਣ ਲੱਗ ਪੈਂਦੀਆਂ। ਹੁਣ ਤਾਂ ਮੈਂ ਉਸਦੀਆਂ ਗੁਲਾਬੀ ਅੱਡੀਆਂ ਮਨ ਹੀ ਮਨ ਕਈ ਵਾਰ ਚੁੰਮੀਆਂ ਹਨ। ਮੈਨੂੰ ਸੁਪਨੇ ਵੀ ਅਜਿਹੇ ਹੀ ਆਉਂਦੇ। ਕਦੇ ਮੈਂ ਉਸਦੇ ਗੁਲਾਬੀ ਪੈਰਾਂ 'ਚ ਝਾਂਜਰਾਂ ਪਾ ਰਿਹਾ ਹੁੰਦਾ 'ਤੇ ਕਦੇ ਨੇਲ ਪਾਲਿਸ਼ ਲਾ ਰਿਹਾ ਹੁੰਦਾ। ਉਹ ਹਰ ਰੋਜ਼ ਮੇਰੇ ਸੁਪਨੇ 'ਚ ਆਉਣ ਲੱਗ ਪਈ। ਉਸਦੀ ਪਹਿਲਾਂ ਕੀਤੀ ਹਰ ਹਰਕਤ ਮੈਨੂੰ ਠੀਕ ਜਾਪਣ ਲੱਗ ਪਈ। ਹੁਣ ਹਰ ਗੱਲ ਮੈਂ 'ਜੇ' ਉੱਤੇ ਲਿਆ ਖੜ੍ਹਾਉਂਦਾ, ਜੇ ਮੈਂ ਇੰਝ ਕਰ ਲੈਂਦਾ...., ਜੇ ਇੰਝ ਹੋ ਜਾਂਦਾ....! ਪਰ ਬੀਤਿਆ ਵੇਲਾ........!

ਬੀਤਿਆ ਵੇਲਾ ਮੈਂ ਦੁਬਾਰਾ ਮੋੜ ਲਿਆਉਣਾ ਹੈ। ਮੈਂ ਆਪਣੀਆਂ ਰੀਝਾਂ ਪੂਰੀਆਂ ਕਰਨੀਆਂ ਹਨ। ਇਹ ਸ਼ਾਇਦ ਪ੍ਰੀਤੀ ਵੀ ਚਾਹੁੰਦੀ ਹੋਵੇ। ਬੱਸ ਅੱਜ ਮੌਕਾ ਹੈ। ਸ਼ੁਰੂਆਤ ਕਰ ਦੇਵਾਂ।

ਮੈਂ ਮੱਲਕ ਦੇਣੇ ਬੈਠਾ ਹੋ ਜਾਂਦਾ ਹਾਂ। ਹਨੇਰੇ ਵਿੱਚ ਹੀ ਚਾਚੀ ਦੇ ਮੰਜੇ ਵੱਲ ਅਤੇ ਪ੍ਰੀਤੀ ਵੱਲ ਵੇਖਦਾ ਹਾਂ ਪਰ ਕੁਝ ਦਿਖਾਈ ਨਹੀਂ ਦਿੰਦਾ ਹੈ। ਫਿਰ ਮੈਂ ਪੋਲੇ ਪੈਰੀਂ ਬਾਰ ਕੋਲ

ਆ ਜਾਂਦਾ ਹਾਂ। ਹੱਥਾਂ ਨਾਲ ਸਵਿੱਚ ਟੋਂਹਦਾ ਹਾਂ ਤੇ ਦੱਬ ਦਿੰਦਾ ਹਾਂ। ਲਾਇਟ ਜਗ ਪਈ ਹੈ। ਚਾਚੀ ਮੂੰਹ ਸਿਰ ਢਕੀ ਪਈ ਹੈ। ਪ੍ਰੀਤੀ ਦੀ ਇੱਕ ਲੱਤ ਰਜਾਈ ਤੋਂ ਬਾਹਰ ਝਾਕ ਰਹੀ ਹੈ। ਮੈਂ ਡਰਦਾ, ਧੜਕਦੇ ਦਿਲ ਨਾਲ ਪ੍ਰੀਤੀ ਕੋਲ ਜਾਂਦਾ ਹਾਂ। ਦੁੱਧ ਵਰਗੀ ਚਿੱਟੀ, ਗੋਲ ਪਿੰਜਣੀ ਵੇਖ ਕੇ ਮੇਰਾ ਦਿਲ ਹੋਰ ਗੇੜਾ ਖਾ ਗਿਆ ਹੈ। ਮੈਂ ਬਿਨਾਂ ਵਾਲਾਂ ਤੋਂ, ਰੇਸ਼ਮ ਵਰਗੀ ਪਿੰਜਣੀ 'ਤੇ ਹੱਥ ਫੇਰਦਾ ਪੈਰ ਤੱਕ ਲੈ ਆਉਂਦਾ ਹਾਂ। ਗੁਲਾਬੀ ਅੱਡੀ, ਰੂੰ ਵਰਗੀ ਚਿੱਟੀ ਪੈਰ ਦੀ ਤਲੀ। ਮੈਂ ਪਹਿਲਾਂ ਚਾਚੀ ਦੇ ਮੰਜੇ ਵੱਲ ਵੇਖਦਾ ਹਾਂ ਫਿਰ ਆਪਣਾ ਮੂੰਹ ਪੈਰ ਤੱਕ ਲੈ ਕੇ ਜਾਂਦਾ ਹਾਂ। ਇੱਕ ਲੰਬਾ ਚੁੰਮਣ ਉਸਦੀ ਤਲੀ 'ਤੇ ਦਿੰਦਾ ਹਾਂ, ਮੇਰੇ ਦਿਮਾਗ ਦੀਆਂ ਘੰਟੀਆਂ ਖੜਕ ਗਈਆਂ ਹਨ। ਕੰਨਾਂ 'ਚੋਂ ਸੇਕ ਨਿਕਲਣ ਲੱਗ ਪਿਆ ਹੈ। ਵਾਲਾਂ ਦੇ ਰੋਮ ਸੇਹ ਦੇ ਤੱਕਲਿਆਂ ਵਾਂਗ ਖੜ੍ਹ ਗਏ ਹਨ। ਮੈਂ ਜਲਦੀ ਨਾਲ ਲਾਈਟ ਬੁਝਾ ਕੇ ਬੈੱਡਾਂ ਉੱਪਰ ਆ ਜਾਂਦਾ ਹਾਂ। ਹੁਣ ਮੈਥੋਂ ਹੋਰ ਸਬਰ ਨਹੀਂ ਹੋ ਰਿਹਾ ਹੈ। ਮੇਰਾ ਮਨ ਮੇਰੀਆਂ ਫੜੀਆਂ ਮੁਹਾਰਾਂ ਤੁੜਾ ਗਿਆ ਹੈ। ਬੇਕਾਬੂ ਹੋ ਗਿਆ ਹੈ। ਸੱਪ ਦੇ ਕੰਜ ਲਾਹੁਣ ਵਾਂਗ ਮੈਂ ਆਪਣੀ ਰਜਾਈ ਪਰ੍ਹਾਂ ਵਗਾਹ ਮਾਰਦਾ ਹਾਂ। ਮੇਰੇ ਸਾਰੇ ਸਰੀਰ 'ਚੋਂ ਹੀਟਰ ਵਾਂਗ ਸੇਕ ਮਾਰਨ ਲੱਗ ਪਿਆ ਹੈ। ਹੱਥ ਕੰਬ ਰਹੇ ਹਨ। ਮੈਂ ਪ੍ਰੀਤੀ ਦੀ ਰਜਾਈ ਵਿੱਚ ਵੜ ਜਾਂਦਾ ਹਾਂ। ਇੱਕ ਬਾਂਹ ਉਸਦੀ ਕਮਰ ਉੱਪਰੋਂ ਦੀ ਵਲ ਕੇ ਸਿਰ ਉਸਦੀਆਂ ਗਰਮ ਛਾਤੀਆਂ ਵਿਚਕਾਰ ਟਿਕਾ ਲੈਂਦਾ ਹਾਂ। ਅਚਾਨਕ ਪ੍ਰੀਤੀ ਨੂੰ ਜਾਗ ਆ ਗਈ ਹੈ, "ਦਬਾਓ ਆ ਗਿਆ ਦੀਪੀ?" ਉਹ ਮੈਨੂੰ ਪੁੱਛਦੀ ਮੇਰੇ ਮੱਥੇ 'ਤੇ ਹੱਥ ਫੇਰਦੀ ਹੈ।

"ਹਾਏ ਵੀਰੇ! ਤੈਨੂੰ ਐਨਾ ਬੁਖ਼ਾਰ!" ਪ੍ਰੀਤੀ ਦੇ ਇਹ ਬੋਲ ਸੁਣ ਕੇ ਮੈਂ ਬਰਫ਼ ਵਾਂਗ ਠੰਡਾ ਹੋ ਜਾਂਦਾ ਹਾਂ।

ਹਨੇਰੇ ਦਾ ਸਫ਼ਰ

ਭੂਮਿਕਾ

ਸੂਰਜ ਚਾਹੇ ਪਿਛਲੇ ਕਈ ਦਿਨਾਂ ਤੋਂ ਅੱਖ-ਮਟੱਕਾ ਕਰ ਰਿਹਾ ਸੀ ਪਰ ਅੱਜ ਤਾਂ ਉਹ ਵੀ ਬੰਦ।

ਸਾਰਾ ਦਿਨ ਧੁੰਦ ਪੈਂਦੀ ਰਹੀ ਹੈ। ਲੋਕ ਆਮ ਕੰਮਾਂ ਨੂੰ ਅਗਲੇ ਦਿਨ ਉੱਤੇ ਪਾ ਕੇ ਰਜਾਈਆਂ ਵਿੱਚ ਵੜੇ ਬੈਠੇ ਹਨ। ਕੁਝ ਹੀਟਰਾਂ, ਧੂਣੀਆਂ ਉੱਤੇ ਠਰੇ ਹੱਥਾਂ ਨੂੰ ਸੇਕ ਰਹੇ ਹਨ। ਮੈਂ ਅਜਿਹੇ ਜਮਾ ਦੇਣ ਵਾਲੇ ਮੌਸਮ ਵਿੱਚ ਸੱਤਰ-ਅੱਸੀ ਕਿਲੋਮੀਟਰ ਦਾ ਸਫ਼ਰ ਕਰ ਕੇ ਇੱਥੇ ਅਖ਼ਤਰ ਕੋਲ ਪਹੁੰਚ ਗਿਆ ਹਾਂ। ਤੁਹਾਨੂੰ ਚਾਹੇ ਇਹ ਗੱਲ ਬੜੀ ਛੋਟੀ ਲੱਗੇ ਪਰ ਮੈਨੂੰ ਤਾਂ ਇਸੇ ਦਾ ਨਸ਼ਾ ਹੈ। ਮੈਂ ਆਪਣੇ ਇਸ ਅਮਲ ਨੂੰ ਪੂਰਾ ਕਰਨ ਲਈ ਨਾ ਗਰਮੀ ਵੇਖਦਾ ਹਾਂ ਨਾ ਸਰਦੀ। ਅੱਬਾਸ ਨੂੰ ਮੈਂ ਆਉਂਦਾ ਹੋਇਆ ਇਸਦੇ ਪਿੰਡੋਂ ਲੈ ਆਇਆ ਹਾਂ। ਉਸ ਨੂੰ ਚਾਹੇ ਤਿੰਨ-ਚਾਰ ਕਿਲੋਮੀਟਰ ਹੀ ਮੇਰੇ ਨਾਲ ਤੁਰਨਾ ਪਿਆ ਹੈ ਪਰ ਹੁਣ ਉਹ ਵੀ ਸਿਆਲੂ ਮੀਂਹ 'ਚ ਭਿੱਜੀ ਬੱਕਰੀ ਵਾਂਗ ਕੰਬੀ ਜਾ ਰਿਹਾ ਹੈ।

ਧੂਣੀ ਜਲ ਰਹੀ ਹੈ। ਮੈਂ ਤੇ ਅੱਬਾਸ ਸੁੰਨ ਹੋ ਗਏ ਹੱਡਾਂ ਨੂੰ ਗਰਮਾਉਣ ਲਈ ਚਾਹ ਦੇ ਗਲਾਸ ਹੱਥਾਂ 'ਚ ਫੜੀਂ ਧੂਣੀ ਦੇ ਹੋਰ ਨੇੜੇ ਹੋ ਗਏ ਹਾਂ। ਚਾਹ ਦੀਆਂ ਚੁਸਕੀਆਂ ਲੈਂਦੇ ਅਸੀਂ ਅਜੋਕੇ ਸਾਹਿਤ 'ਤੇ ਚਰਚਾ ਕਰਨ ਲਗਦੇ ਹਾਂ। ਕਾਫ਼ੀ ਸਮੇਂ ਬਾਅਦ ਬਾਹਰਲਾ ਗੇਟ ਖੜਕਦਾ ਹੈ। ਅਸੀਂ ਦੋਵੇਂ ਹੀ ਚੌਕੰਨੇ ਹੋ ਗਏ ਰੋਝਾਂ ਵਾਂਗ ਕੰਨ ਚੁੱਕਦੇ ਬਾਹਰਲੇ ਗੇਟ ਵੱਲ ਵੇਖਦੇ ਹਾਂ। ਅਖ਼ਤਰ ਇੱਕ ਬਜ਼ੁਰਗ ਨੂੰ ਲਈਂ ਗੇਟ ਤੋਂ ਅੰਦਰ ਹੋ ਗਿਆ ਹੈ।

"ਸਲਾਮਾਲੇਕਮ ਤਾਇਆ ਜੀ।" ਮੈਂ ਉਸਨੂੰ ਸਲਾਮ ਕਰਦਾ ਹਾਂ।

"ਵਾ-ਲੇਕਮ-ਸਲਾਮ।" ਉਹ ਮੇਰੀ ਸਲਾਮ ਦਾ ਜਵਾਬ ਦਿੰਦਾ ਧੂਣੀ ਕੋਲ ਬੈਠ ਜਾਂਦਾ ਹੈ। ਉਸ ਨੇ ਹੱਥ ਵਾਲੀ ਹੁੱਕੀ ਇੱਕ ਪਾਸੇ ਰੱਖ ਦਿੱਤੀ ਹੈ ਤੇ ਮੇਰੇ ਵੱਲ ਬੜੇ ਧਿਆਨ ਨਾਲ ਵੇਖਣ ਲੱਗਿਆ ਹੈ।

"ਪਹਿਚਾਣਿਆ ਤਾਇਆ ਜੀ?" ਉਸਦੀਆਂ ਪਹਿਚਾਣਨ ਲਈ ਸੰਘਰਸ਼ ਕਰਦੀਆਂ ਅੱਖਾਂ ਵੱਲ ਤੱਕਦਿਆਂ ਮੈਂ ਉਸ ਨੂੰ ਪੁੱਛ ਲੈਂਦਾ ਹਾਂ।

"ਨਾਹ ਭਾਈ।" ਉਹ ਸਿਰ ਮਾਰ ਦਿੰਦਾ ਹੈ।

"ਮੈਂ ਸਿਮਰਨ।"

"ਅੱਛਿਆ ਅੱਛਿਆ।" ਉਸਦੀਆਂ ਪ੍ਰਸ਼ਨ-ਚਿੰਨ੍ਹ ਬਣੀਆਂ ਅੱਖਾਂ ਹੱਸ ਪੈਂਦੀਆਂ ਹਨ। ਉਹ ਮੇਰੇ ਆਉਣ ਦਾ ਮਕਸਦ ਸਮਝ ਗਿਆ ਹੈ। ਅਖ਼ਤਰ ਨੇ ਕੱਲ੍ਹ ਹੀ ਉਸਨੂੰ

ਸਮਝਾ ਦਿੱਤਾ ਸੀ। ਮੈਂ ਪਹਿਲਾਂ ਵੀ ਇਹਨਾਂ ਨਾਲ ਮੁਲਾਕਾਤ ਕਰ ਚੁੱਕਿਆ ਹਾਂ ਪਰ ਮੇਰੇ ਉਹ ਸਾਰੇ ਨੋਟਿਸ ਗੁੰਮ ਜਾਣ ਕਰਕੇ ਅਤੇ ਮੇਰੀ ਇੱਕ ਦੋਸਤ ਦਾ ਪਾਕਿਸਤਾਨੋਂ ਫ਼ੋਨ ਆਉਣ ਕਰਕੇ ਮੈਂ ਇਨ੍ਹਾਂ ਨੂੰ ਦੁਬਾਰਾ ਮਿਲਣ ਆਇਆ ਹਾਂ। ਕੁਝ ਕਾਰਨ ਮੇਰਾ ਇਹਨਾਂ ਨਾਲ ਕੀਤੇ ਵਾਅਦੇ ਦਾ ਵੀ ਹੈ ਜਿਹੜਾ ਮੈਂ ਇਹਨਾਂ ਦੀ ਜ਼ਿੰਦਗੀ ਉੱਪਰ ਕਹਾਣੀ ਲਿਖਣ ਲਈ ਕੀਤਾ ਸੀ।

ਉਹ ਕੁਝ ਸਮਾਂ ਹੁੱਕੀ ਨੂੰ ਗੁੜ-ਗੁੜਾਉਂਦਾ ਹੈ ਤੇ ਫਿਰ ਮੇਰੇ ਤੇ ਅੱਬਾਸ ਵੱਲ ਇਸ ਤਰ੍ਹਾਂ ਵੇਖਦਾ ਹੈ ਜਿਵੇਂ ਸਾਡਾ ਸਾਰਾ ਧਿਆਨ ਆਪਣੇ ਉੱਤੇ ਕੇਂਦਰਿਤ ਕਰਨ ਲਈ ਤਾੜਨਾ ਕਰ ਰਿਹਾ ਹੋਵੇ। ਸਾਡੇ ਵੱਲੋਂ ਤਸੱਲੀ ਹੋਣ ’ਤੇ ਉਹ ਹੁੱਕੀ ਦੀ ਨਲ਼ੀ ਮੂੰਹ ’ਚੋਂ ਕੱਢ ਕੇ ਪਰ੍ਹਾਂ ਸਰਕਾ ਦਿੰਦਾ ਹੈ। ਅੱਖਾਂ ਨੂੰ ਆਲੇ-ਦੁਆਲੇ ਘੁੰਮਾਉਂਦਾ ਹੈ। ਅਸਮਾਨ ਵੱਲ ਭਰਵੀਂ ਨਜ਼ਰ ਮਾਰਦਾ ਹੈ ਜਿਵੇਂ ਇਸ ਧਰਤੀ ਦੀਆਂ ਸਾਰੀਆਂ ਦਿਸ਼ਾਵਾਂ ਵਿੱਚ ਖਿਲਰੀਆਂ ਘਟਨਾਵਾਂ ਨੂੰ ਅੱਖਾਂ ਨਾਲ ਚੁਗ ਕੇ ਆਪਣੇ ਅੰਦਰ ਸੁੱਟ ਰਿਹਾ ਹੋਵੇ। ਉਸਦੇ ਚਿਹਰੇ ਦਾ ਰੰਗ ਬਦਲਣ ਲੱਗਦਾ ਹੈ। ਉਹ ਧੂਣੀ ਵੱਲ ਵੇਖਦਾ ਬੋਲ ਕੱਢਦਾ ਹੈ।

ਨੌਹਰ ਬਨਾਮ ਪਾਠਕ

“ਓਦੋਂ ਸਾਉਣ ਦਾ ਮਹੀਨਾ ਸੀ। ਮੱਕੀਆਂ ਗੱਠ ਪੱਟਦੀਆਂ ਸਨ। ਇਹ ਭੋਰਾ ਖ਼ਿਆਲ ਨਹੀਂ ਸੀ ਕਿ ਇਸ ਰੁੱਤੇ ਲੋਕਾਂ ਦੀਆਂ ਜੜ੍ਹਾਂ ਵੀ ਪੁੱਟੀਆਂ ਜਾਣਗੀਆਂ। ਸਾਰੇ ਭਾਰਤ ਵਿੱਚ ਹਵਾ ਬਦਲ ਰਹੀ ਸੀ। ਹੌਲੀ ਹੌਲੀ ਇਹ ਬਦਲੀ ਹੋਈ ਹਵਾ ਜੂਹਾਂ ਪਾਰ ਕਰ ਕੇ ਸਾਡੇ ਪਿੰਡ ਦੀਆਂ ਗਲੀਆਂ ਘੁੰਮਦੀ ਘਰੋ-ਘਰੀਂ ਆ ਵੜੀ ਸੀ। ਲੋਕ ਇਸ ਹਵਾ ਨੂੰ ਸੁੰਘਦੇ ਤੇ ਆਪੋ-ਆਪਣੇ ਅੰਦਾਜ਼ੇ ਲਗਾਉਣ ਲੱਗਦੇ। ਹੌਲੀ ਹੌਲੀ ਇੱਕ ਡਰ ਨਿੱਕੀ ਵੱਡੀ ਜਿੰਦ ਵਿੱਚ ਧੜਕਣ ਲੱਗ ਪਿਆ। ਹਰ ਪਲ ਇਹ ਡਰ ਵਧਦਾ ਜਾ ਰਿਹਾ ਸੀ। ਇਸ ਡਰ ਕਾਰਨ ਲੋਕ ਘਰ-ਬਾਰ ਛੱਡਣ ਦੀਆਂ ਤਿਆਰੀਆਂ ਕਰਨ ਲੱਗ ਪਏ ਸਨ। ਲੋੜੀਦਾ ਸਮਾਨ ਗੱਠੜੀਆਂ ਵਿੱਚ ਬੰਨ੍ਹਿਆ ਜਾ ਰਿਹਾ ਸੀ। ਕਈਆਂ ਨੇ ਆਪਣੇ ਗਹਿਣੇ ਚੁੱਕ ਕੇ ਲੱਕ ਨਾਲ ਬੰਨ੍ਹ ਲਏ। ਕੁਝ ਨੇ ਨਿਸ਼ਾਨੀਆਂ ਕਰ ਕੇ ਧਰਤੀ ਵਿੱਚ ਦੱਬ ਦਿੱਤੇ ਕਿ ‘ਚਲੋ ਜਦੋਂ ਟਿਕ-ਟਿਕਾ ਹੋ ਗਿਆ ਵਾਪਸ ਮੁੜ ਆਮਾਂਗੇ।’ ਬੇਸਮਝ ਬੱਚੇ ਇਸ ਅਚਾਨਕ ਆ ਪਈ ਬਿੱਜ ਤੋਂ ਭੈਅ-ਭੀਤ ਸਨ। ਉਹਨਾਂ ਨੂੰ ਕੁਝ ਸਮਝ ਨਹੀਂ ਆ ਰਿਹਾ ਸੀ ਕਿ ਇਹ ਅਚਾਨਕ ਸਾਰੇ ਪਿੰਡ ਨੂੰ ਕੀ ਹੋ ਗਿਆ ਹੈ? ਜੇਕਰ ਕੋਈ ਬੱਚਾ ਆਪਣੇ ਅੰਦਰ ਉਥਲ-ਪੁਥਲ ਕਰਦੇ ਪ੍ਰਸ਼ਨਾਂ ਨੂੰ ਮੂੰਹੋਂ ਕੱਢਦਾ ਤਾਂ ਉਹਨਾਂ ਦਾ ਵੱਡਾ ਉਹਨਾਂ ਨੂੰ ਡਰ ’ਚ ਘੁਲੀ ਦਬਵੀਂ, ਅਵਾਜ਼ ’ਚ ਘੂਰ ਕੇ ਵਰਜ ਦਿੰਦਾ। ਭੈ-ਭੀਤ ਹੋਏ ਬੱਚੇ ਨੂੰ ਡਰ ਦੀ ਕੰਬਣੀ ਹੋਰ ਚੜ੍ਹ ਜਾਂਦੀ।

ਦੁਪਹਿਰ ਨੂੰ ਮਸੀਤ ਵਿੱਚ ਪਿੰਡ ਦੇ ਸਾਰੇ ਬੰਦਿਆਂ ਦਾ ਇਕੱਠ ਹੋਇਆ। ਸਭ ਦੀ ਸਾਂਝੀ ਰਾਏ ਹੋਈ ਕਿ ਅੱਜ ਰਾਤ ਨੂੰ ਸਾਰੇ ਸਮਾਨ ਬੰਨ੍ਹ ਲੈਣ। ਕੱਲ੍ਹ ਨੂੰ ਟਿੱਕੀ ਚੜ੍ਹਨ ਤੋਂ ਪਹਿਲਾਂ ਇੱਥੋਂ ਮਲੇਰਕੋਟਲੇ ਨੂੰ ਚੱਲ ਪਵਾਂਗੇ। ਜਦੋਂ ਲੋਕ ਸ਼ਾਮ ਨੂੰ ਸਮਾਨ ਬੰਨ੍ਹਣ ਦੀਆਂ ਤਿਆਰੀਆਂ ਕਰ ਰਹੇ ਸਨ ਉਸੇ ਸਮੇਂ ਸਾਡੇ ਗੁਆਂਢੀ ਪਿੰਡ ਬਰਮਾਲੀ ਪੁਰ ਦੇ ਮੋਹਤਬਰ

ਬੰਦੇ, ਸਾਡੇ ਪਿੰਡ ਪਹੁੰਚ ਗਏ। ਮਸੀਤ ਵਿੱਚ ਫਿਰ ਇਕੱਠ ਹੋ ਗਿਆ। ਸਾਰਿਆਂ ਦੇ ਮਨਾਂ ਅੰਦਰ ਭੈਅ ਸੀ। ਅੱਖਾਂ 'ਚ ਡਰ ਲਿਸ਼ਕਦਾ ਸੀ ਜਿਵੇਂ ਉਹ ਸਾਰੇ ਜੱਜ ਤੋਂ ਆਪਣੀ ਫ਼ਾਂਸੀ ਦੀ ਸਜ਼ਾ ਸੁਣਨ ਲਈ ਅਖ਼ੀਰੀ ਪੇਸ਼ੀ ਭੁਗਤਣ ਆਏ ਹੋਣ।

ਜਦੋਂ ਸਾਰੇ ਚੁੱਪ ਹੋ ਗਏ ਤਾਂ ਬਰਮਾਲੀ ਪੁਰ ਦੇ ਜ਼ੈਲਦਾਰ ਨੇ ਖੜ੍ਹੇ ਹੋ ਕੇ ਕਹਿਣਾ ਸ਼ੁਰੂ ਕੀਤਾ, "ਨਗਰ ਨਿਵਾਸੀਓ! ਅਸੀਂ ਇੱਥੇ ਇਹ ਕਹਿਣ ਆਏ ਆਂ ਬੀ ਆਹ ਰੌਲੇ-ਗੌਲੇ 'ਚ ਸਾਡੇ ਦੋਵੇਂ ਪਿੰਡਾਂ ਨੇ ਇੱਕ ਦੂਜੇ ਦੀ ਮਦਤ ਕਰਨੀ ਐ। ਅਸੀਂ ਸੋਚਿਐ ਬੀ ਜੇ ਏਸ ਇਲਾਕੇ 'ਚ ਮੁਸਲਮਾਨਾਂ ਦਾ ਜ਼ੋਰ ਵਧ ਗਿਆ ਤਾਂ ਤੁਸੀਂ ਸਾਡੀ ਮਦਤ ਕਰਨੀ ਐ, ਜੇ ਸਿੱਖਾਂ ਦਾ ਜ਼ੋਰ ਵਧਿਆ ਤਾਂ ਅਸੀਂ ਥੋਡੀ ਮਦਤ ਕਰਾਂਗੇ। ਥੋਨੂੰ ਡਰ ਕੇ ਕਿਤੇ ਜਾਣ ਦੀ ਲੋੜ ਨੀ।"

ਦੋਵੇਂ ਪਿੰਡਾਂ ਦਾ ਇਹ ਫ਼ੈਸਲਾ ਹੋ ਗਿਆ। ਡਰ ਨਾਲ ਇਕੱਠੇ ਹੋਏ ਬੈਠਿਆਂ ਨੂੰ ਥੋੜ੍ਹੀ ਜਿਹੀ ਰਾਹਤ ਮਿਲੀ। ਸਾਰੇ ਆਸ ਦੀਆਂ ਤੰਦਾਂ ਫੜੀਂ ਆਪੋ-ਆਪਣੇ ਘਰੀਂ ਮੁੜ ਆਏ।

ਹੌਲੀ ਹੌਲੀ ਹੱਲਿਆਂ ਦਾ ਭਾਂਬੜ ਹੋਰ ਉੱਚਾ ਹੋ ਗਿਆ। ਉਸ ਦਾ ਸੇਕ ਮੇਰੇ ਪਿੰਡ ਤੱਕ ਆਉਣ ਲੱਗਿਆ। ਸਾਡੇ ਪਿੰਡ 'ਤੇ ਸਹਿਮ ਨੇ ਮੁੜ ਗਲਬਾ ਮਾਰ ਲਿਆ। ਬਰਮਾਲੀ ਪੁਰ ਦੇ ਕੁਝ ਬੰਦੇ ਫਿਰ ਸਾਨੂੰ ਹੌਸਲਾ ਦੇਣ ਆ ਗਏ। ਉਹ ਸਾਡਾ ਡਰ ਭਾਂਪ ਕੇ ਦਸ-ਪੰਦਰਾਂ ਬੰਦੇ ਸਾਡੇ ਪਿੰਡ ਦੀ ਰਾਖੀ ਲਈ ਛੱਡ ਗਏ। ਕਈ ਦਿਨ ਉਹ ਸਾਨੂੰ ਵਿਸ਼ਵਾਸ ਦਿਵਾਉਂਦੇ, ਹੌਸਲਾ ਬੰਨ੍ਹਾਉਦੇ ਰਹੇ। ਸਾਡੇ ਕੋਲ ਸਿਰਫ਼ ਉਨ੍ਹਾਂ ਦੇ ਢਾਰਸ ਭਰੇ ਬੋਲਾਂ ਦੀ ਢਾਲ ਸੀ ਪਰ ਪਿੰਡੋਂ ਬਾਹਰਲੀਆਂ ਮਾੜੀਆਂ ਖ਼ਬਰਾਂ ਸਾਨੂੰ ਅੰਦਰੋਂ ਹਿਲਾ ਹਿਲਾ ਜਾਂਦੀਆਂ ਸਨ।

ਇੱਕ ਦਿਨ ਉਹਨਾਂ ਦਾ ਵਿਸ਼ਵਾਸ ਰੇਤ ਵਾਂਗ ਕਿਰ ਗਿਆ। ਸਾਰਾ ਪਿੰਡ ਡਰ ਨਾਲ ਕੰਬਣ ਲੱਗਿਆ। ਅਸੀਂ ਡਰੀਆਂ ਅੱਖਾਂ ਨਾਲ ਵੇਖਿਆ, ਸਾਡੇ ਪਿੰਡ ਦੇ ਬਾਹਰਲੇ ਖ਼ੂਹਾਂ ਅਤੇ ਬੰਨ੍ਹਿਆਂ ਉੱਤੇ ਬਾਹਰਲੇ ਬੰਦੇ ਆ ਬੈਠੇ ਸਨ। ਜਿਉਂ ਜਿਉਂ ਦਿਨ ਬੀਤਦਾ ਜਾ ਰਿਹਾ ਸੀ, ਇਹਨਾਂ ਗ਼ੈਰ ਬੰਦਿਆਂ ਦੀ ਗਿਣਤੀ ਵਧਦੀ ਜਾ ਰਹੀ ਸੀ। ਸ਼ਾਮ ਹੋਣ ਤੱਕ ਬਰਛਿਆਂ, ਗੰਡਾਸਿਆਂ ਨਾਲ ਲੈਸ ਉਹ ਬੰਦੇ ਸਾਡੇ ਪਿੰਡ ਦੇ ਆਲੇ-ਦੁਆਲੇ ਵਾੜ ਵਾਂਗ ਤਣ ਗਏ। ਅਸੀਂ ਜਦ ਇਹ ਡਰ ਬਰਮਾਲੀ ਪੁਰ ਦੇ ਬੰਦਿਆਂ ਅੱਗੇ ਖੋਲ੍ਹਿਆ ਤਾਂ ਉਹਨਾਂ 'ਚੋਂ ਕੁਝ ਬਾਹਰ ਬੈਠੇ ਬੰਦਿਆਂ ਨਾਲ ਗੱਲ ਕਰਨ ਤੁਰ ਪਏ। ਉਨ੍ਹਾਂ ਨੇ ਵਾਪਸ ਪਿੰਡ ਮੁੜ ਕੇ ਐਲਾਨ ਕਰ ਦਿੱਤਾ, "ਤੁਸੀਂ ਸਾਰੇ ਆਪੋ-ਆਪਣਾ ਸਮਾਨ ਬੰਨ੍ਹ ਕੇ ਸਾਡੇ ਨਾਲ ਚੱਲੋ ਬਰਮਾਲੀ ਪੁਰ। ਜਿੰਨੇ ਦਿਨ ਰੌਲਾ-ਗੌਲਾ ਰਹੂਗਾ, ਤੁਸੀਂ ਸਾਡੇ ਪਿੰਡ ਰਹਿਓਂ। ਜਦੋਂ ਟਿਕ-ਟਿਕਾ ਹੋ ਗਿਆ ਤਾਂ ਵਾਪਸ ਉਰੇ ਆ ਜਿਓਂ। ਥੋਡੀ ਜਾਨ ਦੀ ਰਾਖੀ ਅਸੀਂ ਕਰਾਂਗੇ। ਸਾਡਾ ਸਾਰਾ ਪਿੰਡ ਕਰੂ।"

ਦਿਨ ਢਲ ਰਿਹਾ ਸੀ। ਅੱਗੇ ਚੁੜੇਲ ਵਰਗੀ ਕਾਲੀ ਰਾਤ ਨੇ ਪਤਾ ਨਹੀਂ ਕੀ ਕਰ ਦੇਣਾ ਸੀ। ਉਸ ਆਦਮ-ਖਾਣੀ ਰਾਤ ਤੋਂ ਪਹਿਲਾਂ ਪਹਿਲਾਂ ਇੱਥੋਂ ਤੁਰ ਪੈਣਾ ਬਿਹਤਰ ਸੀ। ਸਾਰਿਆਂ ਨੂੰ ਸਮਾਨ ਬੰਨ੍ਹਣ ਦੀ ਕਾਹਲੀ ਪੈ ਗਈ। ਗਠੜੀਆਂ ਵਿੱਚ ਥੋੜ੍ਹਾ ਥੋੜ੍ਹਾ

ਸਮਾਨ ਬੰਨ੍ਹਿਆ ਗਿਆ, ਬਾਕੀ ਨੂੰ ਕਿਸੇ ਆਸ ਵਿੱਚ ਜਿੰਦੇ ਮਾਰ ਦਿੱਤੇ। ਗੱਡਿਆਂ ਦੇ ਮਾਲਕਾਂ ਨੇ ਸਮਾਨ ਗੱਡਿਆਂ ਵਿੱਚ ਰੱਖ ਲਿਆ। ਕੁਝ ਨੇ ਇੱਕਾ-ਦੁੱਕਾ ਡੰਗਰ ਖੋਲ੍ਹ ਕੇ ਨਾਲ ਹਿੱਕ ਲਏ। ਕਈਆਂ ਨੇ ਡੰਗਰਾਂ ਦੇ ਰੱਸੇ ਵੱਢ ਕੇ ਉਨ੍ਹਾਂ ਨੂੰ ਅਜ਼ਾਦ ਕਰ ਦਿੱਤਾ। ਕੁਝ ਖੁਰਲੀਆਂ 'ਤੇ ਭੁੱਖੇ ਖੜ੍ਹੇ ਪਸ਼ੂ, ਜੋਗੀਆਂ ਵਾਂਗ ਘਰ-ਬਾਰ ਤਿਆਗ ਕੇ ਤੁਰੇ ਜਾਂਦੇ ਮਾਲਕਾਂ ਵੱਲ ਹੈਰਾਨੀ ਨਾਲ ਵੇਖਦੇ ਰਹੇ। ਲੋਕ ਆਪਣੇ ਆਪਣੇ ਪਿਆਰੇ ਘਰਾਂ ਦੀ ਅਖ਼ੀਰੀ ਝਲਕ ਅੱਖਾਂ ਵਿੱਚ ਰੱਖੀਂ, ਉਨ੍ਹਾਂ ਨੂੰ ਛੱਡ ਜਾਣ ਦਾ ਦੁੱਖ ਅੱਖਾਂ ਰਾਹੀਂ ਛਲਕਾਉਂਦੇ ਤੁਰ ਪਏ।

ਜਿਉਂ ਜਿਉਂ ਅਸੀਂ ਪਿੰਡ ਤੋਂ ਦੂਰ ਹੋ ਰਹੇ ਸਾਂ, ਸਾਡੇ ਹਟਕੋਰੇ ਵਧ ਰਹੇ ਸਨ। ਅਸੀਂ ਪਿੰਡ ਨੂੰ ਮੁੜ ਮੁੜ ਵੇਖ ਰਹੇ ਸਾਂ, ਜਿੱਥੇ ਸਾਡੀਆਂ ਬੱਚੀਆਂ ਦੇ ਗੁੱਡੀਆਂ-ਪਟੋਲੇ ਰਹਿ ਗਏ ਸਨ। ਉਹ ਥਾਵਾਂ ਜਿੱਥੇ ਸਾਡੀਆਂ ਸਧਰਾਂ ਪਲੀਆਂ, ਜਵਾਨੀਆਂ ਚੜ੍ਹੀਆਂ, ਮੁੜ ਪਤਾ ਨਹੀਂ ਵੇਖਣੀਆਂ ਸਨ ਜਾਂ ਨਾ। ਸਾਡੀ ਪਿੰਡ ਤੋਂ ਦੂਰੀ ਵਧ ਰਹੀ ਸੀ। ਪਿੰਡ ਨੂੰ ਲੁੱਟਣ ਲਈ ਬਾਹਰਲੇ ਖੂਹਾਂ ਅਤੇ ਬੰਨ੍ਹਿਆਂ ਤੇ ਬੈਠੇ ਲੁਟੇਰੇ ਸੁੰਨੇ ਹੋ ਗਏ ਪਿੰਡ ਵੱਲ ਭੱਜ ਲਏ ਸਨ। ਫਿਰ ਸਾਨੂੰ ਪਿੰਡ ਵਿੱਚੋਂ ਭਾਂਤ ਭਾਂਤ ਦਾ ਰੌਲ਼ਾ ਸੁਣਾਈ ਦੇਣ ਲੱਗਿਆ ਜਿਵੇਂ ਕਿਸੇ ਹੱਡਾ-ਰੋੜੀ ਦੇ ਕੁੱਤੇ ਕਿਸੇ ਮੁਰਦਾਰ ਦਾ ਮਾਸ ਖਾਂਦੇ ਆਪਸ ਵਿੱਚ 'ਘੁਰ ਘੁਰ' ਕਰ ਰਹੇ ਹੋਣ। ਸਾਡਾ ਪਿੰਡ ਲੁੱਟਿਆ ਜਾ ਰਿਹਾ ਸੀ ਪਰ ਅਸੀਂ ਮਜਬੂਰ ਹੋਏ ਆਪਣੀ ਸਦੀਆਂ ਪੁਰਾਣੀ ਧਰਤੀ ਛੱਡ ਕੇ ਪਤਾ ਨਹੀਂ ਕਿਹੜੇ ਰਾਹੀਂ ਤੁਰ ਪਏ ਸਾਂ।

ਹੁਣ ਸੂਰਜ ਛਿਪ ਗਿਆ ਸੀ। ਸ਼ਾਮ ਦੇ ਘੁਸ-ਮੁਸੇ ਵਿੱਚ, ਅਸੀਂ ਪਹੇ ਵਿੱਚ ਧੂੜ ਉਡਾਉਂਦੇ ਤੁਰੇ ਜਾਂਦੇ ਕਿਸੇ ਇੱਜੜ ਵਾਂਗ ਲੱਗ ਰਹੇ ਸਾਂ। ਔਰਤਾਂ ਦੀਆਂ ਢਾਕਾਂ 'ਤੇ ਚਿੱਚੜਾਂ ਵਾਂਗ ਲਮਕਦੇ ਬੱਚੇ ਭੁੱਖ ਨਾਲ ਵਿਲਕ ਰਹੇ ਸਨ। ਜਦੋਂ ਅਸੀਂ ਬਰਮਾਲੀ ਪੁਰ ਪਹੁੰਚੇ, ਕਾਲ਼ਾ ਹਨੇਰਾ ਚਾਰੇ ਪਾਸੇ ਫੈਲ ਗਿਆ ਸੀ। ਪਿੰਡ ਦੇ ਕਿਸੇ ਕਿਸੇ ਘਰ 'ਚੋਂ ਦੀਵਿਆਂ ਦਾ ਮੱਧਮ ਚਾਨਣ ਬਾਹਰ ਝਾਕਦਾ ਪਿਆ ਸੀ। ਸਾਨੂੰ ਪਿੰਡ 'ਚ ਵੜਦਿਆਂ ਵੇਖ ਕੇ ਪਿੰਡ ਦੇ ਬੱਚੇ, ਬੁੱਢੇ, ਜਵਾਨ, ਔਰਤਾਂ ਸਭ ਸਾਨੂੰ ਇਸ ਤਰ੍ਹਾਂ ਵੇਖ ਰਹੇ ਸਨ ਜਿਵੇਂ ਅਸੀਂ ਕਿਸੇ ਹੋਰ ਧਰਤੀ ਦੇ ਬਾਸ਼ਿੰਦੇ ਹੋਈਏ। ਸਾਡੇ ਅੱਗੇ ਤੁਰੇ ਜਾਂਦੇ ਬਰਮਾਲੀ ਪੁਰ ਦੇ ਬੰਦਿਆਂ ਨੇ ਸਾਨੂੰ ਇੱਕ ਧਰਮਸ਼ਾਲਾ ਵਿੱਚ ਬਿਠਾ ਦਿੱਤਾ। ਕੁਝ ਕੁ ਨੂੰ ਉਹ ਅੱਗੇ ਗੁਰਦੁਆਰੇ ਲੈ ਗਏ। ਅਸੀਂ ਸਾਰੇ ਆਪਣੀਆਂ ਆਪਣੀਆਂ ਗਠੜੀਆਂ ਕੋਲ ਬੈਠ ਗਏ। ਹੁਣ ਇਹ ਗਠੜੀਆਂ ਹੀ ਸਾਡਾ ਘਰ-ਬਾਰ, ਜ਼ਮੀਨ ਜਾਇਦਾਦ, ਸਭ ਕੁਝ ਸੀ। ਬੱਚੇ ਭੁੱਖ ਦੇ ਸਤਾਏ ਰੋ ਰੋ ਰੋਟੀ ਮੰਗ ਰਹੇ ਸਨ। ਮਾਵਾਂ ਖੁਦ ਢਿੱਡੋਂ ਭੁੱਖੀਆਂ ਉਹਨਾਂ ਨੂੰ ਹੁਣੇ ਹੀ ਰੋਟੀ ਖਵਾਉਣ ਦੇ ਝੂਠੇ ਦਿਲਾਸੇ ਦੇ ਰਹੀਆਂ ਸਨ। ਕਾਫ਼ੀ ਹਨੇਰੇ ਹੋਏ ਕੁਝ ਕੁ ਬੰਦੇ ਰੋਟੀਆਂ ਦੇ ਗਏ। ਮਾਵਾਂ ਅਤੇ ਪਿਓਆਂ ਨੇ ਆਪਣੇ ਢਿੱਡਾਂ ਨੂੰ ਗੰਢਾਂ ਦੇ ਕੇ ਰੋਟੀਆਂ ਆਪਣੇ ਨਿਆਣਿਆਂ ਦੇ ਹਵਾਲੇ ਕਰ ਦਿੱਤੀਆਂ। ਆਪ ਭੁੱਖੇ ਢਿੱਡ, ਭੈਅ ਨਾਲ ਖੁੱਲ੍ਹੀਆਂ ਅੱਖਾਂ ਨਾਲ, ਪਲ ਪਲ ਗਿਣਦਿਆਂ ਰਾਤ ਲੰਘਾਈ।

ਸਵੇਰੇ ਦਿਨ ਚੜ੍ਹਿਆ ਤਾਂ ਅਸਮਾਨ ਵਿੱਚ ਬੱਦਲ ਛਾਏ ਹੋਏ ਸਨ। ਅਸੀਂ ਸਾਰੇ ਆਪਣੀ ਹੋਣੀ ਦਾ ਫ਼ੈਸਲਾ ਸੁਣਨ ਲਈ ਬਰਮਾਲੀ ਪੁਰ ਪਿੰਡ ਦੇ ਲੋਕਾਂ ਵੱਲ ਵੇਖ ਰਹੇ

ਸਾਂ। ਸਵੇਰੇ ਆ ਕੇ ਬਰਮਾਲੀ ਪੁਰ ਦੇ ਜ਼ੈਲਦਾਰ ਨੇ ਆਪਣਾ ਫ਼ੈਸਲਾ ਸੁਣਾ ਦਿੱਤਾ, "ਸਿੱਖਾਂ ਦਾ ਜ਼ੋਰ ਬਹੁਤ ਵਧ ਗਿਐ! ਹੁਣ ਅਸੀਂ ਥੋਡੀ ਕੋਈ ਮਦਤ ਨੀ ਕਰ ਸਕਦੇ। ਜੇ ਇੱਥੇ ਥੋਡੇ 'ਤੇ ਹਮਲਾ ਹੋਇਆ ਤਾਂ ਨਾਲ ਸਾਡੇ ਪਿੰਡ ਦਾ ਵੀ ਨੁਕਸਾਨ ਹੋਣੈ। ਅਸੀਂ ਹੱਥ ਜੋੜ ਕੇ ਬੇਨਤੀ ਕਰਦੇ ਆਂ....... ਹੁਣ ਤੁਸੀਂ ਇੱਥੋਂ ਵਗਜੋ! ਅਵਦੀ ਮਰਜੀ ਨਾਲ ਜਿੱਥੇ ਮਰਜੀ ਜਾ ਸਕਦੇ ਓਂ.......।"

"ਸਰਦਾਰ ਜੀ! ਅਸੀਂ ਏਸ ਪਿੰਡੋਂ ਬਾਹਰ ਨਿਕਲ ਕੇ ਵੀ ਬਚਣਾ ਤਾਂ ਹੈ ਨੀ। ਤੁਸੀਂ ਸਾਨੂੰ ਇੱਥੇ ਹੀ ਮਾਰ ਦੋ......!" ਮੇਰੇ ਪਿੰਡ ਦਾ ਮੁਨੀਰ ਖੜ੍ਹਾ ਹੋ ਕੇ ਬੋਲ ਪਿਆ ਸੀ। ਜਦ ਉਸਦੀ ਅਵਾਜ਼ ਬੋਲਦਿਆਂ ਡੁਬ-ਡੁਬਾ ਗਈ ਤਾਂ ਉਹ ਬੈਠ ਗਿਆ।

"ਅਸੀਂ ਥੋਨੂੰ ਕਿਮੇਂ ਮਾਰ ਸਕਦਿਆਂ? .... ਤੁਸੀਂ ਅਵਦਾ ਜਾਓ.....। ਹੁਣ ਸਾਡੀ ਬੇਵਾਹ ਐ।" ਜ਼ੈਲਦਾਰ ਸਾਰੇ ਪਿੰਡ ਵੱਲੋਂ ਹੱਥ ਖੜ੍ਹੇ ਕਰ ਗਿਆ।

ਸਾਨੂੰ ਸਾਰਿਆਂ ਨੂੰ ਜ਼ੈਲਦਾਰ ਦੀ ਚਲਾਕੀ ਸਮਝ ਆ ਗਈ ਸੀ। ਉਸ ਨੇ ਚਲਾਕੀ ਨਾਲ ਸਾਡਾ ਸਾਰਾ ਪਿੰਡ ਖ਼ਾਲੀ ਕਰਵਾ ਕੇ ਲੁਟਾ ਦਿੱਤਾ ਸੀ ਤੇ ਹੁਣ ਸਾਡੀ ਜਾਨ ਦੀ ਰਾਖੀ ਤੋਂ ਵੀ ਹੱਥ ਖੜ੍ਹੇ ਕਰ ਗਿਆ ਸੀ। ਹੁਣ ਕੀ ਹੋ ਸਕਦਾ ਸੀ? ਸਭ ਕੁਝ ਤਾਂ ਲੁੱਟਿਆ ਜਾ ਚੁੱਕਿਆ ਸੀ। ਹੁਣ ਤਾਂ ਬੱਸ ਇਕ ਜਾਨ ਦਾ ਜੂਆ ਖੇਡਣਾ ਬਾਕੀ ਸੀ। ਇਹ ਜੂਆ ਖੇਡਣ ਲਈ ਬੰਦਿਆਂ ਨੇ ਬੈਠ ਕੇ ਰਾਇ ਬਣਾਈ ਤੇ ਫਿਰ ਮਲੇਰਕੋਟਲੇ ਨੂੰ ਜਾਣ ਦਾ ਐਲਾਨ ਹੋ ਗਿਆ। ਕੱਲ੍ਹ ਦੇ ਭੁੱਖੇ-ਪਿਆਸੇ ਲੋਕ ਸਿਰਾਂ 'ਤੇ ਗਠੜੀਆਂ ਚੁੱਕੀਂ, ਥੱਕੇ ਕਦਮ ਪੁੱਟਦੇ ਮਲੇਰਕੋਟਲੇ ਵੱਲ ਤੁਰ ਪਏ।

ਇਕ ਲਾਈਨ 'ਚ ਅੰਡੇ ਚੁੱਕੀ ਤੁਰੀਆਂ ਜਾਂਦੀਆਂ ਕੀੜੀਆਂ ਵਾਂਗ ਅਸੀਂ ਸਿਰ 'ਤੇ ਸਮਾਨ ਰੱਖੀਂ ਢੀਚਕ ਢੀਚਕ ਕਰਦੇ ਗੱਡਿਆਂ ਨਾਲ ਤੁਰੇ ਜਾ ਰਹੇ ਸਾਂ। ਸਭ ਦੇ ਗਿੱਟੇ ਗਰਦ ਨਾਲ ਅੱਟੇ, ਨੀਂਦ ਨਾਲ ਲਾਲ ਹੋਈਆਂ, ਭੈਅ ਭੀਤ ਅੱਖਾਂ, ਮੈਲ ਵਿੱਚ ਘੁਲ ਕੇ ਸੁੱਕ ਗਏ ਹੰਝੂਆਂ ਨਾਲ ਕਰੂਪ ਹੋਏ ਚਿਹਰੇ, ਛੇਤੀ ਕੀਤਿਆਂ ਪਹਿਚਾਣੇ ਨਹੀਂ ਜਾ ਸਕਦੇ ਸਨ।

ਪੰਛੀ ਆਪਣੇ ਆਲ੍ਹਣਿਆਂ ਵਿੱਚੋਂ ਕਦੋਂ ਦੇ ਚੋਗੇ ਦੀ ਭਾਲ ਵਿੱਚ ਨਿਕਲ ਗਏ ਸਨ। ਅਸਮਾਨ ਵਿਚਲੇ ਬੱਦਲ, ਸਾਡੀ ਕਿਸਮਤ ਵਾਂਗ ਹੋਰ ਕਾਲੇ ਹੁੰਦੇ ਜਾ ਰਹੇ ਸਨ। ਸਾਡੇ ਉੱਤੇ ਵਰ੍ਹੇ ਮਨੁੱਖੀ ਕਹਿਰ ਦੇ ਨਾਲ ਨਾਲ ਕੁਦਰਤ ਦੇ ਕਹਿਰ ਨੇ ਵੀ ਮੋਢਾ ਆ ਜੋੜਿਆ ਸੀ। ਬੱਦਲ ਬਘਿਆੜਾਂ ਵਾਂਗ ਗਰਜਦੇ ਸਾਨੂੰ ਹੋਰ ਕਹਿਰ ਝੱਲਣ ਦੀ ਚਿਤਾਵਨੀ ਦਿੰਦੇ, ਮੀਂਹ ਵਰਾਉਣ ਲੱਗ ਪਏ ਸਨ। ਜੀਅ ਕਰਦਾ ਸੀ ਕਿਸੇ ਛੱਤ ਥੱਲੇ ਸਿਰ ਲੁਕਾ ਲਈਏ ਪਰ ਸਮੇਂ ਦੀ ਇਹ ਇਜਾਜ਼ਤ ਨਹੀਂ ਸੀ। ਸਾਨੂੰ ਆਪਣੀ ਜਾਨ ਦੀ ਖ਼ਾਤਰ ਤੇ ਆਪਣੀਆਂ ਹਿੱਕਾਂ ਨਾਲ ਲਾਏ ਬਾਲਾਂ ਦੀ ਖ਼ਾਤਰ ਤੁਰਨਾ ਹੀ ਪੈਣਾ ਸੀ। ਸੋ ਅਸੀਂ ਗਿੱਲੇ ਹੋ ਗਏ ਕੱਪੜਿਆਂ ਨਾਲ ਤੁਰਦੇ ਗਏ। ਮੀਂਹ ਨਾਲ ਭਾਰੀ ਹੋ ਗਈਆਂ ਗਠੜੀਆਂ ਸਾਡੇ ਸਿਰਾਂ 'ਤੇ ਸਨ ਤੇ ਪਹੇ ਵਿਚਲਾ ਚਿੱਕੜ ਸਾਡੇ ਪੈਰਾਂ ਹੇਠ।

ਕਾਫ਼ਲਾ ਤੁਰਦਾ ਹੋਇਆ ਦੋਰਾਹੇ ਨਹਿਰ ਕੋਲ ਪਹੁੰਚ ਗਿਆ। ਹੁਣ ਮੀਂਹ ਰੁਕ ਗਿਆ ਸੀ। ਬੱਸ ਕੋਈ ਟਾਵੀਂ ਟਾਵੀਂ ਕਣੀ ਡਿੱਗਦੀ ਸੀ। ਜਦੋਂ ਅਸੀਂ ਦੋਰਾਹੇ ਵਾਲੀ

ਨਹਿਰ ਚੜ੍ਹਨ ਲੱਗੇ ਤਾਂ ਇੱਕ ਡਰ ਸਾਰਿਆਂ ਨੂੰ ਕੰਬਣੀ ਛੇੜ ਗਿਆ। ਸਾਹਮਣੇ ਪੁਲ ਉੱਤੇ ਇੱਕ ਖ਼ੂਨੀ ਟੋਲਾ ਹੱਥਾਂ 'ਚ ਬਰਛੇ-ਛਵ੍ਹੀਆਂ ਲਈਂ ਖੜ੍ਹਾ ਸੀ। ਜ਼ਿੰਦਗੀ ਲੱਭਦੇ ਕਾਫ਼ਲੇ ਦੇ ਪੈਰ, ਅੱਗੇ ਮੌਤ ਖੜ੍ਹੀ ਵੇਖ ਕੇ ਥਾਏਂ ਜੰਮ ਗਏ। ਉਦਾਸ ਚਿਹਰਿਆਂ 'ਤੇ ਸਹਿਮ ਹੋਰ ਭਾਰੂ ਹੋ ਗਿਆ। ਡਰੀਆਂ ਔਰਤਾਂ ਨੇ ਆਪਣੇ ਬਾਲਾਂ ਨੂੰ ਛਾਤੀਆਂ ਨਾਲ ਹੋਰ ਜ਼ੋਰ ਦੀ ਘੁੱਟ ਲਿਆ। ਅਸੀਂ ਜਾਨ ਬਚਾਉਣ ਲਈ ਪਿੱਛੇ ਭੱਜਣ ਦੀ ਸੋਚੀ ਪਰ ਨਹਿਰ ਦੇ ਖਤਾਨਾਂ 'ਚੋਂ ਨਿਕਲ ਕੇ ਕੁਝ ਆਦਮੀਆਂ ਨੇ ਸਾਨੂੰ ਪਿੱਛੋਂ ਵੀ ਘੇਰਾ ਪਾ ਲਿਆ ਸੀ। ਹੁਣ ਕੋਈ ਚਾਰਾ ਨਹੀਂ ਸੀ। ਵਹਿਸ਼ੀਆਂ ਨੇ ਬੰਦਿਆਂ ਤੇ ਬੱਚਿਆਂ ਨੂੰ ਮਾਰ ਦੇਣਾ ਸੀ ਤੇ ਔਰਤਾਂ ਨੇ ਬਲਾਤਕਾਰ ਦੇ ਸ਼ਿਕਾਰ ਹੁੰਦਿਆਂ ਮਰਿਆਂ ਨਾਲੋਂ ਵੱਧ ਦੁੱਖ ਭੋਗਣਾ ਸੀ। ਸਾਰੇ ਜਾਣਦੇ ਸਨ ਹੁਣ ਕੀ ਹੋਣਾ ਹੈ।

"ਅੱਬਾ ਇਹ ਕਰਪਾਨ ਮੇਰੇ ਵਿਚਦੀ ਕੱਢ ਦੇ! ਹੁਣ ਪਤਾ ਨੀ ਤੇਰੀ ਧੀ ਦੀ ਇੱਜ਼ਤ ਨਾਲ ਕਿਹੜਾ ਕਿਹੜਾ ਖੇਡੂ.....!" ਨੂਰੇ ਤੇਲੀ ਦੀ ਕੁੜੀ ਹਿੱਕ ਤਾਣ ਕੇ ਨੂਰੇ ਅੱਗੇ ਆ ਖੜ੍ਹੀ।

"ਮੈਨੂੰ ਬਖ਼ਸ਼ੀਂ ਅੱਲ੍ਹਾ.....।" ਨੂਰੇ ਨੇ ਅੱਖਾਂ ਮੀਚ ਕੇ ਕਿਰਪਾਨ ਆਪਣੀ ਧੀ ਦੇ ਆਰ-ਪਾਰ ਕਰ ਦਿੱਤੀ। ਫੇਰ ਉਹ ਕੁਝ ਹੋਇਆ ਜਿਸ ਉੱਤੇ ਸਾਡੇ ਤੋਂ ਪਹਿਲੀਆਂ ਅਤੇ ਆਉਣ ਵਾਲੀਆਂ ਪੀੜ੍ਹੀਆਂ ਸ਼ਾਇਦ ਯਕੀਨ ਨਾ ਕਰਨ। ਦਿਲ 'ਤੇ ਪੱਥਰ ਰੱਖ ਕੇ ਆਪਣੀਆਂ ਧੀਆਂ, ਭੈਣਾਂ ਨੂੰ ਆਪਣੇ ਹੱਥੀਂ ਮਾਰ ਮੁਕਾਉਣ ਲੱਗੇ। ਕਈਆਂ ਦਾ ਹੌਸਲਾ ਨਾ ਪਿਆ। ਉਹ ਧਾਹਾਂ ਮਾਰਦੇ ਹੋਣੀ ਨੂੰ ਵੇਖਦੇ ਰਹੇ। ਚੀਕ-ਚਿਹਾੜਾ ਪੈ ਗਿਆ। ਦੁੱਖ ਦੇ ਕੀਰਨਿਆਂ ਨੇ ਅਸਮਾਨ ਦੀ ਹਿੱਕ ਪਾੜ ਦਿੱਤੀ। ਵਹਿਸ਼ੀ ਸਾਨੂੰ ਘੇਰਾ ਪਾਈ ਖੜ੍ਹੇ ਤਮਾਸ਼ਾ ਵੇਖਦੇ ਰਹੇ। ਫਿਰ ਉਹਨਾਂ ਨੇ ਅੱਗੋਂ-ਪਿੱਛੋਂ ਸਾਡੇ 'ਤੇ ਹੱਲਾ ਬੋਲ ਦਿੱਤਾ। ਰੌਲੇ-ਗੌਲੇ ਵਿੱਚ ਮੇਰੇ ਹੱਥੋਂ ਮੇਰੀ ਮਾਂ ਦੀ ਬਾਂਹ ਪਤਾ ਨਹੀਂ ਕਿੱਧਰ ਛੁਟ ਗਈ। ਮੈਂ, ਮਰਦੇ-ਚੀਕਦੇ, ਤੜਫ਼ਦੇ ਲੋਕਾਂ ਦੇ ਸਿਰਾਂ ਉੱਪਰੋਂ ਦੀ ਚਾਰੇ ਪਾਸੇ ਨਜ਼ਰ ਮਾਰੀ ਪਰ ਮੇਰੀ ਮਾਂ ਮੈਨੂੰ ਕਿਤੇ ਨਾ ਦਿਸੀ। ਮੈਂ ਜਾਨ ਬਚਾਉਣ ਲਈ ਜਿੱਧਰ ਮੂੰਹ ਹੋਇਆ, ਭੱਜ ਲਿਆ।

ਕਈ ਕਿੱਲਿਆਂ ਦੀ ਵਾਟ ਸਿਰ-ਮੁਧ ਭੱਜਣ ਤੋਂ ਬਾਅਦ ਮੈਂ ਪਿੱਛੇ ਮੁੜ ਕੇ ਵੇਖਿਆ, ਮੇਰੇ ਪਿੱਛੇ ਮੇਰੀ ਭੂਆ ਦਾ ਮੁੰਡਾ ਬੀਰੂ ਭੱਜਿਆ ਆ ਰਿਹਾ ਸੀ।

"ਨੌਹਰ!" ਉਸ ਨੇ ਮੈਨੂੰ ਪਿੱਛੋਂ ਅਵਾਜ਼ ਮਾਰੀ। ਮੈਂ ਹੌਲੀ ਹੋ ਗਿਆ।

"ਬਾਈ.....!" ਉਸਦੀ ਦੁੱਖਾਂ 'ਚ ਡੁੱਬੀ ਅਵਾਜ਼ ਬੱਸ ਏਨਾ ਹੀ ਪੁਕਾਰ ਸਕੀ। ਉਸ ਨੂੰ ਸਮਝ ਨਹੀਂ ਆਈ ਉਹ ਆਪਣੇ ਅੰਦਰ ਭਰੇ ਗ਼ਮ ਨੂੰ ਕਿਵੇਂ ਕਹਿ ਸੁਣਾਵੇ। ਉਹ ਚੁੱਪ ਹੋ ਗਿਆ।

"ਕੋਈ ਨਾ....।" ਮੈਂ ਰੁਕ ਕੇ ਹੌਸਲੇ ਭਰਿਆ ਹੱਥ ਉਸਦੇ ਮੋਢੇ 'ਤੇ ਰੱਖਿਆ।

ਅਸੀਂ ਚੁੱਪ-ਚੁਪੀਤੇ ਖੇਤਾਂ ਵਿੱਚੋਂ ਤੁਰੇ ਜਾ ਰਹੇ ਸਾਂ। ਖੇਤਾਂ ਵਿੱਚ ਸਿਵਿਆਂ ਵਰਗੀ ਸੁੰਨ-ਮਸਾਨ ਸੀ। ਕਈ ਪੈਲੀਆਂ ਦੇ ਮਾਲਕ ਉਨ੍ਹਾਂ ਨੂੰ ਸਦਾ ਲਈ ਛੱਡ ਕੇ ਤੁਰ ਗਏ ਸਨ। ਬਹੁਤੇ ਡਰਦੇ ਬਾਹਰ ਗੇੜਾ ਮਾਰਨਾ ਛੱਡ ਗਏ ਸਨ। ਟਾਵਾਂ ਟਾਵਾਂ ਸੁੰਨਾ ਡੰਗਰ ਇਹਨਾਂ ਉਦਾਸ ਖੇਤਾਂ 'ਚ ਚੌਧਰ ਜਮਾਉਂਦਾ ਘੁੰਮ ਰਿਹਾ ਸੀ। ਮੀਂਹ ਦੁਬਾਰਾ ਪੈਣਾ ਸ਼ੁਰੂ

ਹੋ ਗਿਆ ਸੀ। ਸਾਡੇ ਪੈਰਾਂ ਵਿਚਲੇ ਜੋੜੇ ਪਤਾ ਨਹੀਂ ਕਿੱਧਰ ਨਿੱਕਲ ਗਏ ਸਨ। ਭੱਜਦਿਆਂ ਭੱਜਦਿਆਂ ਮੀਂਹ ਦੇ ਚਿੱਕੜ ਨਾਲ ਗੋਡਿਆਂ ਤੱਕ ਲਿੱਬੜ ਗਏ ਚਾਦਰੇ ਅਸੀਂ ਉੱਪਰ ਟੰਗ ਲਏ।

"ਬਾਈ! ਹੁਣ ਨੀ ਤੁਰਿਆ ਜਾਂਦਾ, ਕਿਤੇ ਬੈਹਜਾ ਦੋ ਘੜੀ।" ਭੂਆ ਦੇ ਮੁੰਡੇ ਬੀਰੂ 'ਤੇ ਥਕੇਵਾਂ ਭਾਰੂ ਹੋ ਗਿਆ ਸੀ।

"ਚਲ ਆਹ ਮੱਕੀ 'ਚ ਬੈਠਦਿਆਂ।" ਮੈਂ ਤੇ ਬੀਰੂ ਸਾਹਮਣੇ ਵਾਲੀ ਮੱਕੀ ਵਿੱਚ ਵੜ ਗਏ। ਸਾਨੂੰ ਜੋਰਾਂ ਦੀ ਭੁੱਖ ਲੱਗੀ ਹੋਈ ਸੀ ਪਰ ਖਾਣ ਲਈ ਕੁਝ ਨਹੀਂ ਸੀ। ਛੱਲੀਆਂ ਅਜੇ ਬਣੀਆਂ ਨਹੀਂ ਸਨ। ਅਸੀਂ ਮੱਕੀ ਦੇ ਦੋਦੇ ਤੋੜ ਤੋੜ ਖਾਣ ਲੱਗੇ। ਜਦੋਂ ਭੁੱਖ ਦੀ ਅੱਗ ਸ਼ਾਂਤ ਹੋ ਗਈ ਤਾਂ ਅਸੀਂ ਇਕੱਠੇ ਹੋ ਕੇ ਇੱਕ ਥਾਂ ਬੈਠ ਗਏ। ਸ਼ਾਮ ਤੱਕ ਉੱਥੇ ਹੀ ਬੈਠੇ ਰਹੇ। ਮੀਂਹ ਕਦੇ ਪੈਣ ਲੱਗ ਜਾਂਦਾ, ਕਦੇ ਰੁਕ ਜਾਂਦਾ।

ਮੂੰਹ ਹਨੇਰੇ ਅਸੀਂ ਮੱਕੀ 'ਚੋਂ ਬਾਹਰ ਨਿਕਲੇ। ਸਾਨੂੰ ਕੁਝ ਪਤਾ ਨਹੀਂ ਸੀ ਕਿਸ ਦਿਸ਼ਾ ਵੱਲ ਅੱਗੇ ਜਾਣਾ ਹੈ। ਬੱਸ! ਅੰਦਾਜ਼ੇ ਨਾਲ ਹੀ ਤੁਰ ਪਏ। ਜੇ ਕੋਈ ਸਾਹਮਣੇ ਪਿੰਡ ਦਿਸਦਾ ਜਾਂ ਕੋਈ ਵਸੋਂ ਨਜ਼ਰ ਆਉਂਦੀ ਤਾਂ ਅਸੀਂ ਵਲ ਪਾ ਕੇ ਲੰਘ ਜਾਂਦੇ। ਕੋਈ ਹੋਰ ਸਮਾਂ ਹੁੰਦਾ ਤਾਂ ਵਸੋਂ ਦਾ ਮਿਲਣਾ ਸਾਡੇ ਲਈ ਸੁਭਾਗ ਹੋਣਾ ਸੀ ਪਰ ਹੁਣ ਅਸੀਂ ਵਸੋਂ ਤੋਂ ਡਰ ਰਹੇ ਸਾਂ। ਇਹ ਕੈਸਾ ਸਮਾਂ ਸੀ ਕਿ ਆਪਣੇ ਹੀ ਦੇਸ਼ ਵਿੱਚ, ਆਪਣੀ ਹੀ ਮਿੱਟੀ ਉੱਤੇ, ਆਪਣੇ ਹੀ ਭਰਾਵਾਂ ਤੋਂ ਅਸੀਂ ਡਰ ਰਹੇ ਸਾਂ। ਰਾਤ ਸਾਡੇ ਉੱਪਰੋਂ ਗੁਜ਼ਰ ਰਹੀ ਸੀ। ਇਹ ਕਿਹੋ ਜਿਹੀ ਰਾਤ ਸੀ, ਘੁੱਪ ਹਨੇਰੀ, ਕਾਲ਼ੀ ਸ਼ਾਹ। ਨਾ ਉਹ ਟਿਮ-ਟਿਮਾਉਂਦੇ ਤਾਰੇ, ਨਾ ਬੱਦਲਾਂ 'ਚੋਂ ਝਾਤੀਆਂ ਮਾਰਦਾ ਚੰਨ। ਕਦੇ ਕਦੇ ਕੜਕਦੀ ਬਿਜਲੀ ਸਾਡੇ ਧੁਰ ਅੰਦਰ ਤੱਕ ਕਾਂਬਾ ਛੇੜ ਜਾਂਦੀ। ਅਸੀਂ ਡਰ ਦੇ ਮਾਰੇ ਡਰਨਿਆਂ ਵਾਂਗ ਥਾਏਂ ਗੱਡੇ ਜਾਂਦੇ। ਉੱਥੇ ਖੜ੍ਹੇ ਆਲੇ-ਦੁਆਲੇ ਨਿਗ੍ਹਾ ਮਾਰਦੇ, ਕਿਤੇ ਸਾਨੂੰ ਕਿਸੇ ਨੇ ਵੇਖ ਨਾ ਲਿਆ ਹੋਵੇ। ਝੱਟ ਪਿੱਛੋਂ ਚਾਰੇ ਪਾਸੇ ਕਾਲ਼ੀ ਚਾਦਰ ਤਣ ਜਾਂਦੀ 'ਤੇ ਅਸੀਂ ਫਿਰ ਤੁਰ ਪੈਂਦੇ। ਸਾਡੇ ਨੰਗੇ ਪੈਰ ਮੀਂਹ ਦੇ ਖੜ੍ਹੇ ਪਾਣੀ ਵਿੱਚ ਵੱਜਦੇ, ਫ਼ਸਲਾਂ ਲਤਾੜਦੇ ਸਾਨੂੰ ਅਣਜਾਣ ਮੰਜ਼ਲ ਵੱਲ ਲਈ ਜਾ ਰਹੇ ਸਨ। ਜਦੋਂ ਅਸੀਂ ਫ਼ਸਲਾਂ ਵਿੱਚੋਂ ਲੰਘਦੇ ਤਾਂ ਉਹਨਾਂ ਉੱਪਰ ਟਿਕੀਆਂ ਮੀਂਹ ਦੀਆਂ ਬੂੰਦਾਂ ਸਾਡੇ ਗਿੱਲੇ ਕੱਪੜਿਆਂ ਉੱਪਰ ਨੁੱਚੜ ਕੇ ਹੋਰ ਗਿੱਲੇ ਕਰ ਜਾਂਦੀਆਂ।

ਰਾਤ ਅੱਧੀ ਤੋਂ ਵੱਧ ਬੀਤ ਗਈ ਸੀ। ਅਸੀਂ ਇੱਕ ਟਿੱਬੇ ਉੱਪਰ ਆ ਰੁਕੇ ਸਾਂ। ਮੀਂਹ ਹੁਣ ਰੁਕ ਗਿਆ ਸੀ। ਕਿਤੇ ਕਿਤੇ ਕੋਈ ਤਾਰਾ ਵੀ ਬੱਦਲਾਂ ਦਾ ਘੁੰਡ ਹਟਾ ਕੇ ਚਮਕ ਪਿਆ ਸੀ। ਅਸੀਂ ਟਿੱਬੇ ਦੇ ਦੂਸਰੇ ਪਾਸੇ ਥੱਲੇ ਲਹਿ ਗਏ। ਟਿੱਬੇ ਦੇ ਪੈਰਾਂ 'ਚ ਸਰਕੜਿਆਂ ਦੀ ਇੱਕ ਝੁੱਗੀ ਬਣੀ ਹੋਈ ਸੀ। ਮੈਂ ਮੱਲਕ ਮੱਲਕ ਪੈਰ ਟਿਕਾਉਂਦਾ, ਹਨੇਰੇ 'ਚ ਅੱਖਾਂ ਪਾੜ ਪਾੜ ਵੇਖਦਾ ਝੁੱਗੀ ਵੱਲ ਤੁਰ ਪਿਆ। ਬੀਰੂ ਵੀ ਮੇਰੇ ਪਿੱਛੇ ਪਿੱਛੇ ਚੁਕੰਨਾ ਹੋਇਆ ਆ ਰਿਹਾ ਸੀ। ਸਾਡੀ ਪੈੜ-ਚਾਲ ਸੁਣ ਕੇ ਝੁੱਗੀ 'ਚੋਂ ਇੱਕ ਦਮ ਖੜਕਾ ਹੋਇਆ। ਮੈਂ ਤ੍ਰਬਕ ਕੇ ਪਿੱਛੇ ਮੁੜਿਆ। ਦੋ ਕੁੱਤੇ ਸਾਨੂੰ ਡਰੂ ਜਿਹਾ ਭੌਂਕਦੇ ਬਾਹਰ ਨਿਕਲ ਕੇ ਦੌੜ ਗਏ। ਮੈਂ ਝੁੱਗੀ ਦੇ ਅੰਦਰ ਵੜ ਗਿਆ।

"ਆਜਾ ਬੀਰੂ ਦੋ ਘੜੀ 'ਰਾਮ ਕਰ ਲਈਏ।" ਝੁੱਗੀ ਕਿਤੋਂ ਕਿਤੋਂ ਅਜੇ ਵੀ

ਤਿਪਕ ਰਹੀ ਸੀ। ਹੇਠਾਂ ਗਿੱਲਾ, ਸੁੱਕਾ ਖੱਬਲ ਪਿਆ ਸੀ।

"ਬਾਈ ਆਪਾਂ ਕਿੱਥੇ ਜੇ ਆ ਗੇ?" ਬੀਰੂ ਦੇ ਅੰਦਰੋਂ ਡਰ ਬੋਲ ਰਿਹਾ ਸੀ।

"ਨੇਰ੍ਹੇ 'ਚ ਕੁਸ਼ ਪਤਾ ਨੀ ਲੱਗ ਰਿਹਾ।" ਮੇਰੇ ਕੋਲ ਕੋਈ ਜਾਣਕਾਰੀ ਨਹੀਂ ਸੀ।

"ਬਾਈ ਹੋਣੀਂ ਕਿੱਥੇ ਹੋਣਗੇ?" ਉਸਦਾ ਮਤਲਬ ਮੇਰੇ ਵੱਡੇ ਭਰਾ ਗੌਰੇ ਸ਼ਾਹ ਤੇ ਛੋਟੇ ਭਰਾ ਸਹਿਜ਼ਾਦੇ ਤੋਂ ਸੀ।

"ਅੱਲ੍ਹਾ ਜਾਣੇ......!" ਮੈਂ ਵੀ ਆਪਣੇ ਪਰਿਵਾਰ ਬਾਰੇ ਸੋਚਦਾ ਉਦਾਸ ਹੋ ਗਿਆ। "ਬੀਰੂ ਆਪਾਂ ਕੁਛ ਚਿਰ ਅੱਖ ਨਾ ਲਾ ਲਈਏ? ਹੁਣ ਤਾਂ ਤੁਰਿਆ ਵੀ ਨੀ ਜਾਂਦਾ।"

"ਜੇ ਕੋਈ ਆ ਗਿਆ?" ਬੀਰੂ ਵੀ ਝੁੱਗੀ ਦੇ ਅੰਦਰ ਲੰਘ ਆਇਆ ਸੀ।

"ਇੱਥੇ ਟਿੱਬਿਆਂ 'ਚ ਕੋਈ ਨੀ ਆਉਣ ਲੱਗਿਆ।" ਮੈਂ ਉਸ ਨੂੰ ਤਸੱਲੀ ਦੇ ਕੇ ਉਸਦਾ ਡਰ ਹਲਕਾ ਕਰ ਦਿੱਤਾ। ਉਹ ਮੇਰੇ ਨਾਲ ਹੀ, ਜਿੱਥੇ ਝੁੱਗੀ ਘੱਟ ਤਿਪਕਦੀ ਸੀ, ਪੈ ਗਿਆ। ਪੁਲਸ ਦੇ ਅਚਨਚੇਤ ਪਏ ਛਾਪੇ ਵਾਂਗ ਨੀਂਦ ਨੇ ਪਤਾ ਹੀ ਨਹੀਂ ਕਦੋਂ ਸਾਨੂੰ ਘੇਰਾ ਪਾ ਲਿਆ।

--0--

"ਓਹ ਜੁਆਨੋ! ਓਹ...... ਜੁਆਨੋ!" ਮੇਰੀ ਅੱਖ ਖੁੱਲ੍ਹੀ, ਕੋਈ ਬਾਹਰ ਖੜ੍ਹਾ ਅਵਾਜ਼ਾਂ ਮਾਰ ਰਿਹਾ ਸੀ। ਮੈਂ ਇੱਕ ਹੱਥ ਨਾਲ ਹਿਲਾ ਕੇ ਬੀਰੂ ਨੂੰ ਵੀ ਜਗਾ ਲਿਆ। ਬਾਹਰ ਚਿੱਟਾ ਦਿਨ ਚੜ੍ਹਿਆ ਪਿਆ ਸੀ।

"ਕੌਣ ਓਂ ਭਾਈ ਤੁਸੀਂ?" ਉਸਨੇ ਸਾਨੂੰ ਜਾਗਦਿਆਂ ਵੇਖ ਕੇ ਪੁੱਛਿਆ।

"ਅਸੀਂ ਜੀ.......।" ਮੈਂ ਉਸਨੂੰ ਹੋਈ-ਬੀਤੀ ਮੋਟੀ ਮੋਟੀ ਗੱਲ ਸਭ ਦੱਸ ਦਿੱਤੀ।

"ਕੋਈ ਗੱਲ ਨੀ ਭਾਈ ਇਹ ਸਾਡਾ ਈ ਖੇਤ ਐ, 'ਰਾਮ ਨਾਲ ਬੈਠੋ। ਕਿਸੇ ਚੀਜ ਦੀ ਜ਼ਰੂਰਤ ਐ ਤਾਂ ਦੱਸੋ?" ਬਾਬਾ ਸਾਨੂੰ ਝੁੱਗੀ 'ਚ ਇਸ ਹਾਲਤ ਵਿੱਚ ਪਿਆਂ ਵੇਖ ਕੇ ਸਾਰੀ ਗੱਲ ਸਮਝ ਗਿਆ ਸੀ।

"ਬਾਬਾ ਜੀ....! ਸਾਨੂੰ ਬਹੁਤ ਭੁੱਖ ਲੱਗੀ ਐ, ...ਜੇ ਕੁਛ ਖਾਣ ਨੂੰ ਦੇ ਦੇਮੇਂ?"

"ਕੋਈ ਨਾ ਸ਼ੇਰੋ ਮੈਂ ਪਿੰਡੋਂ ਹੁਣੇ ਲੈ ਆਉਣਾ।" ਉਹ ਕਹਿ ਕੇ ਤੁਰ ਗਿਆ।

ਅਸੀਂ ਕੁਝ ਦੇਰ ਚੁੱਪ ਬੈਠੇ ਰਹੇ।

"ਬਾਈ ਜੇ ਉਹ ਪਿੰਡੋਂ ਕਿਸੇ ਹੋਰ ਨੂੰ ਲੈ ਆਇਆ?" ਬੀਰੂ ਨੇ ਚੁੱਪ ਤੋੜੀ।

"ਐਂ ਲੱਗਿਆ ਤਾਂ ਹੈ ਨੀ।"

"ਕਿਹੜਾ ਕਿਸੇ ਦੇ ਮੂੰਹ 'ਤੇ ਲਿਖਿਐ।" ਬੀਰੂ ਦੀ ਇਸ ਗੱਲ ਨੇ ਮੈਨੂੰ ਵੀ ਸ਼ੱਕੀ ਬਣਾ ਦਿੱਤਾ। ਇਹ ਤਾਂ ਫੇਰ ਵੀ ਮਨੁੱਖ ਸੀ, ਸਾਨੂੰ ਤਾਂ ਅਜਿਹੇ ਹਾਲਾਤਾਂ ਵਿੱਚ ਆਲੇ-ਦੁਆਲੇ ਦੀ ਹਰ ਚੀਜ਼ ਸਾਡੇ ਵਿਰੁੱਧ ਸਾਜ਼ਿਸ਼ ਕਰਦੀ ਜਾਪ ਰਹੀ ਸੀ।

"ਕਿਮੇਂ ਕਰੀਏ ਹੁਣ?" ਮੇਰਾ ਮਨ ਵੀ ਹੁਣ ਇੱਥੇ ਰੁਕਣ ਨੂੰ ਨਹੀਂ ਕਰ ਰਿਹਾ ਸੀ।

"ਚਲ ਚਲਦੇ ਆਂ।"

"ਚਲ ਫੇਰ।"

ਅਸੀਂ ਉੱਥੋਂ ਚੱਲ ਪਏ। ਹੁਣ ਖੇਤਾਂ ਵਿਚ ਕੋਈ ਟਾਵਾਂ ਟਾਵਾਂ ਬੰਦਾ ਵੀ ਦਿਖ ਰਿਹਾ ਸੀ ਪਰ ਸਾਨੂੰ ਕਿਸੇ ਨੇ ਰੋਕਿਆ ਨਹੀਂ। ਇੱਕ ਥਾਂ ਅਸੀਂ ਟੋਏ 'ਚ ਮੀਂਹ ਦਾ ਪਾਣੀ ਖੜ੍ਹਾ ਵੇਖ ਕੇ ਰੁਕ ਗਏ। ਆਪਣੇ ਗਿੱਲੇ ਤੇ ਚਿੱਕੜ ਨਾਲ ਲਿੱਬੜੇ ਕੱਪੜੇ ਲਾਹ ਕੇ ਘਚੱਲ ਲਏ। ਉਨ੍ਹਾਂ ਨੂੰ ਚੰਗੀ ਤਰ੍ਹਾਂ ਨਚੋੜ ਕੇ ਫਿਰ ਪਾ ਲਿਆ ਤਾਂ ਕਿ ਕੱਪੜਿਆਂ ਦੀ ਏਨੀ ਬੁਰੀ ਹਾਲਤ ਵੇਖ ਕੇ ਕੋਈ ਸਾਡੇ 'ਤੇ ਸ਼ੱਕ ਨਾ ਕਰ ਲਵੇ। ਉੱਥੋਂ ਅਸੀਂ ਫਿਰ ਅੱਗੇ ਨੂੰ ਚੱਲ ਪਏ। ਕੁਝ ਦੂਰੀ ਤੱਕ ਜਾਣ 'ਤੇ ਸਾਨੂੰ ਅਗਲਾ ਪਿੰਡ ਨਜ਼ਰ ਆਉਣ ਲੱਗ ਪਿਆ ਸੀ। ਅਸੀਂ ਪਿੰਡ ਦੀ ਜੂਹ ਤੋਂ ਬਾਹਰ ਬਾਹਰ ਦੀ ਲੰਘਣ ਲੱਗੇ। ਪਿੰਡ ਦੀਆਂ ਨਿਆਈਆਂ ਵਿੱਚ ਖੂਹ ਸੀ। ਜਦੋਂ ਅਸੀਂ ਖੂਹ ਕੋਲ ਪਹੁੰਚੇ ਤਾਂ ਖੂਹ ਤੋਂ ਦੋ-ਤਿੰਨ ਕਿੱਲਿਆਂ ਦੀ ਵਿੱਥ ਉੱਤੇ ਦੋ-ਤਿੰਨ ਬੰਦੇ ਖੂਹ ਵੱਲ ਆਉਂਦੇ ਸਾਡੇ ਨਜ਼ਰ ਪੈ ਗਏ। ਉਹ ਵੀ ਸਾਨੂੰ ਵੇਖ ਕੇ ਖੜ੍ਹ ਗਏ। ਅਸੀਂ ਅੱਗੇ ਵਧ ਕੇ ਖੂਹ ਦੀ ਮਣ ਕੋਲ ਜਾ ਰੁਕੇ। ਫੇਰ ਉਹ ਸਾਡੇ ਵੱਲ ਚੱਲ ਪਏ। ਸਾਨੂੰ ਹੁਣ ਕੁਝ ਨਹੀਂ ਸੁੱਝ ਰਿਹਾ ਸੀ ਕਿ ਕੀ ਕੀਤਾ ਜਾਵੇ? ਸਾਡਾ ਦਿਮਾਗ ਜਿਵੇਂ ਸੁੰਨ ਹੋ ਗਿਆ ਹੋਵੇ। ਉਹ ਸਾਡੀ ਮੌਤ ਬਣੇ ਪਲ ਪਲ ਸਾਡੇ ਵੱਲ ਵਧ ਰਹੇ ਸਨ। ਬੀਰੂ ਖੂਹ ਦੀ ਮਣ 'ਤੇ ਚੜ੍ਹਿਆ ਤੇ ਪਲਾਂ-ਛਿਣਾਂ ਵਿੱਚ ਖੂਹ ਵਿੱਚ ਛਾਲ ਮਾਰ ਦਿੱਤੀ। ਉਸ ਦੇ ਪਿੱਛੇ ਹੀ ਮੈਂ ਖੂਹ ਵਿਚ ਕੁੱਦ ਪਿਆ। ਡਿੱਗਣ ਲੱਗਿਆਂ ਬੀਰੂ ਦਾ ਸਿਰ ਟਿੰਡਾਂ ਨਾਲ ਟਕਰਾ ਗਿਆ ਸੀ। ਉਸਦਾ ਖੱਬੀ ਅੱਖ ਕੋਲੋਂ ਸਿਰ ਪਾਟ ਗਿਆ ਸੀ। ਉਹ ਉੱਪਰ ਤਰਦਾ ਕੁਝ ਪਲ ਮੈਂ ਵੇਖਿਆ ਤੇ ਫਿਰ ਡੁੱਬ ਗਿਆ। "ਹਾਏ ਓਏ ਬਾਈ.....!" ਮੇਰੀ ਚੀਕ ਨਿਕਲ ਗਈ। ਖੂਹ ਵਿੱਚ ਇੱਕ ਬੱਚੇ ਅਤੇ ਇੱਕ ਔਰਤ ਦੀਆਂ ਗਲੀਆਂ-ਸੜੀਆਂ, ਫੁੱਲੀਆਂ ਹੋਈਆਂ ਲਾਸ਼ਾਂ ਤਰ ਰਹੀਆਂ ਸਨ। ਉਨ੍ਹਾਂ ਵਿੱਚੋਂ ਬੜੀ ਭੈੜੀ ਮੁਸ਼ਕ ਮਾਰ ਰਹੀ ਸੀ, ਜਿਹੜੀ ਸਾਰੇ ਖੂਹ ਵਿੱਚ ਫੈਲੀ ਹੋਈ ਸੀ। ਮੈਂ ਟਿੰਡਾਂ ਨੂੰ ਹੱਥ ਪਾ ਕੇ ਆਪਣੇ-ਆਪ ਨੂੰ ਡੁੱਬਣੋਂ ਬਚਾ ਲਿਆ। ਬਾਹਰਲੇ ਬੰਦੇ ਸਾਨੂੰ ਖੂਹ ਵਿੱਚ ਛਾਲਾਂ ਮਾਰਦਿਆਂ ਵੇਖ ਕੇ ਖੂਹ ਦੀ ਮਣ ਉੱਪਰ ਆ ਝੁਕੇ ਸਨ।

"ਕੋਈ ਵਾਲਾਂ ਆਲਾ ਮੁੰਡਾ ਲੱਗਦੇ ਵਿੱਚ।" ਇੱਕ ਨੇ ਦੂਜੇ ਦੋਵਾਂ ਨੂੰ ਤਸੱਲੀ ਕਰਨ ਲਈ ਕਿਹਾ। ਮੇਰੀ ਸਾਫੀ ਤਾਂ ਛਾਲ ਮਾਰੇ ਤੋਂ ਪਾਣੀ ਅੰਦਰ ਜਾਂਦਿਆਂ ਹੀ ਲਹਿ ਗਈ ਸੀ। ਮੇਰੇ ਵੱਡੇ ਰੱਖੇ ਵਾਲ ਮੋਢਿਆਂ ਤੱਕ ਆ ਰਹੇ ਸਨ।

"ਤੂੰ ਬਾਹਰ ਆ ਜਾ ਮੁੰਡਿਆ।" ਉਨ੍ਹਾਂ ਵਿੱਚੋਂ ਇੱਕ ਨੇ ਕਿਹਾ।

"ਨਹੀਂ ਮੈਂ ਨੀ ਆਉਂਦਾ।"

"ਆਜਾ ਆਜਾ ਅਸੀਂ ਕੁਸ ਨੀ ਕਹਿੰਦੇ।" ਉਨ੍ਹਾਂ ਨੇ ਮੈਨੂੰ ਤਸੱਲੀ ਦੇਣੀ ਚਾਹੀ। ਮੈਂ ਫੇਰ ਵੀ ਬਾਹਰ ਨਿਕਲਣ ਦੀ ਕੋਸ਼ਿਸ਼ ਨਾ ਕੀਤੀ।

"ਤੂੰ ਮੁੰਡਾ ਕਿਨ੍ਹਾਂ ਦੈਂ?" ਮੈਨੂੰ ਹੁਣ ਤੀਜੇ ਬੰਦੇ ਨੇ ਪੁੱਛਿਆ।

"ਮੈਂ ਤਾਂ ਪੰਡਤਾਂ ਦਾਂ।" ਮੇਰੇ ਮੂੰਹੋਂ ਅਚਾਨਕ ਨਿਕਲ ਗਿਆ।

"ਤੂੰ ਬਾਹਰ ਆ ਜਾ, ਅਸੀਂ ਕੁਸ ਨੀ ਕਹਿੰਦੇ।" ਉਨ੍ਹਾਂ ਨੇ ਮੈਨੂੰ ਫਿਰ ਤਸੱਲੀ

ਦਿੱਤੀ ਤਾਂ ਮੈਂ ਟਿੰਡਾਂ ਫੜ ਕੇ ਬਾਹਰ ਆ ਗਿਆ।

"ਦੂਜਾ ਮੁੰਡਾ?"

"ਉਹ ਤਾਂ ਡੁੱਬ ਗਿਆ।"

"ਤੁਸੀਂ ਇੱਧਰ ਕੀ ਕਰਨ ਆਏ ਸੀ?"

"ਸਾਡਾ ਪਿੰਡ ਉਜੜਿਆ ਆਉਂਦਾ ਸੀ। ਅਸੀਂ ਖੇਤਾਂ 'ਚ ਮਾਲ ਚਾਰਦੇ ਸੀ। ਡਰ ਕੇ ਅਸੀਂ ਵੀ ਉਨ੍ਹਾਂ ਨਾਲ ਭੱਜ ਲਏ। ਉਹ ਸਾਰੇ ਮਾਰਤੇ, ਅਸੀਂ ਭੱਜੇ ਆਏ।"

"ਇਥੇ ਰੇਣੂਕੇ ਜਾਣਦੈਂ ਕਿਸੇ ਨੂੰ?" ਉਹ ਹੁਣ ਮੇਰੀ ਪੜਤਾਲ ਕਰਨ ਲੱਗ ਪਏ ਸਨ।

'ਰੇਣੂਕੇ' ਨਾਂ ਸੁਣ ਕੇ ਮੈਨੂੰ ਸੁੱਖ ਦਾ ਸਾਹ ਆਇਆ। ਰੇਣੂਕਿਆਂ ਦਾ ਇੱਕ ਮਜ਼ਬੀ ਮਾਈ ਦਿੱਤਾ ਮੱਝਾਂ ਦਾ ਵਪਾਰ ਕਰਦਾ ਸੀ। ਉਹ ਸਾਡੇ ਘਰ ਕਈ ਵਾਰ ਗਿਆ ਸੀ। ਮੇਰੇ ਚਾਚਾ ਜਾਨ ਨਾਲ ਉਸਦੀ ਚੰਗੀ ਸੱਥਰੀ ਪੈਂਦੀ ਸੀ। ਮੈਂ ਝੱਟ ਕਹਿ ਦਿੱਤਾ, "ਹਾਂ! ਮਾਈ ਦਿੱਤੇ ਮਜ਼ਬੀ ਨੂੰ ਜਾਣਦਾਂ।"

ਉਹ ਮੈਨੂੰ ਨਾਲ ਤੋਰੀਂ ਪਿੰਡ ਲੈ ਗਏ। ਫਿਰਨੀ ਫਿਰਨੀ ਤੁਰਦੇ ਇੱਕ ਭੀੜੀ ਬੀਹੀ ਜਾ ਵੜੇ। ਬੰਦੇ ਦੇ ਮੋਢਿਆਂ ਤੱਕ ਆਉਂਦੇ ਕੱਚੇ ਕੋਟ ਉੱਪਰੋਂ ਦੀ ਮੈਂ ਵੇਖਿਆ, ਮਾਈ ਦਿੱਤਾ ਸਾਹਮਣੇ ਚੁਬਾਰੇ ਵਿੱਚ ਖੜ੍ਹਾ ਸੀ। ਮੈਂ ਪਿੱਛੇ ਖੜ੍ਹੇ ਨੇ ਹੱਥ ਮਾਰ ਕੇ ਇਸ਼ਾਰਾ ਕਰ ਦਿੱਤਾ ਕਿ ਇਹਨਾਂ ਨੂੰ ਸੱਚ ਨਹੀਂ ਦੱਸਣਾ। ਮਾਈ ਦਿੱਤੇ ਨੇ ਬਾਰ ਖੋਲ੍ਹਿਆ ਤਾਂ ਅਸੀਂ ਵਿਹੜੇ ਵਿੱਚ ਆ ਖੜ੍ਹੇ।

"ਆਹ ਮੁੰਡਾ ਮਿਲਿਐ ਖੂਹ ਤੋਂ। ਕਹਿੰਦੈ ਮੈਂ ਮਾਈ ਦਿੱਤੇ ਨੂੰ ਜਾਣਦਾਂ। ਜਾਣਦੈ ਤੈਨੂੰ?" ਉਨ੍ਹਾਂ ਨੇ ਮਾਈ ਦਿੱਤੇ ਨੂੰ ਪੁੱਛਿਆ।

"ਹਾਂ! ਮੈਂ ਜਾਣਦਾਂ ਇਹਨੂੰ।"

"ਕੀਹਦਾ ਮੁੰਡਾ ਐ ਏਹੇ?"

"ਜੱਟਾਂ ਦੈ।" ਮਾਈ ਦਿੱਤਾ ਲੀਹ ਤੋਂ ਤਿਲਕ ਗਿਆ।

"ਇਹ ਤਾਂ ਕਹਿੰਦਾ ਸੀ ਮੈਂ ਪੰਡਤਾਂ ਦਾਂ।" ਉਹ ਤਿੰਨੋਂ ਮੇਰੇ ਵੱਲ ਝਾਕੇ। ਉਨ੍ਹਾਂ ਦੀਆਂ ਅੱਖਾਂ ਵਿੱਚ ਮੈਨੂੰ ਕੋਈ ਭਾਵ ਨਜ਼ਰ ਨਾ ਆਇਆ।

"ਮੈਂ ਤਾਂ ਮੁਸਲਮਾਨਾਂ ਦਾਂ! ਮਾਰਨੈ, ਤਾਂ ਮਾਰਦੋ!" ਮੈਂ ਸਚਾਈ ਦੱਸ ਦਿੱਤੀ। ਸੋਚਿਆ ਮਾਰ ਤਾਂ ਮੈਨੂੰ ਦੇਣਾ ਹੀ ਹੈ। ਕਦੋਂ ਤੱਕ ਜਾਨ ਬਚਾਉਂਦਾ ਫਿਰਦਾ ਰਹਾਂਗਾ। ਹੁਣ ਮਰਾਂ ਜਾਂ ਦੋ ਦਿਨ ਬਾਅਦ, ਕੋਈ ਫ਼ਰਕ ਨਹੀਂ ਪੈਣ ਲੱਗਿਆ।

"ਨਹੀਂ ਹੁਣ ਤਾਂ ਤੇਰਾ ਟੈਮ ਲਾਂਘਿਆ। ਹੁਣ ਨੀ ਤੈਨੂੰ ਮਾਰਦੇ। ਜੇ ਪਾਕਿਸਤਾਨ ਜਾਣੈ ਤਾਂ ਤੈਨੂੰ ਸਟੇਸ਼ਨ 'ਤੇ ਛੱਡ ਆਉਣਿਆਂ। ਹੋਰ ਵੀ ਤੇਰੇ ਵਰਗੇ ਓਥੇ ਵਥੇਰੇ ਬੈਠੇ ਨੇ।" ਉਨ੍ਹਾਂ ਵਿੱਚੋਂ ਕੁਤਰੀ ਦਾੜ੍ਹੀ ਵਾਲਾ ਬੋਲਿਆ।

"ਨਹੀਂ ਮੈਂ ਤਾਂ ਇਥੀ ਰਹੂੰ।"

"ਇਥੇ ਕਿੱਥੇ ਰਹੇਂਗਾ? ਸਾਰੇ ਮੁਸਲਮਾਨ ਤਾਂ ਪਾਕਿਸਤਾਨ ਵਗਗੇ।" ਲੰਬੀ ਦਾੜ੍ਹੀ ਵਾਲੇ ਨੇ ਇੱਕ ਹੋਰ ਦਲੀਲ ਦਿੱਤੀ।

"ਮੈਂ ਨੀ ਉੱਥੇ ਜਾਣਾ। ਮੈਂ ਤਾਂ ਉਰੀ ਰਹੂੰ। ਜੇ ਮਾਰਨੈ ਤਾਂ ਮਾਰਦੋ।" ਮੈਂ ਮਨ ਕਰੜਾ ਕਰ ਕੇ ਉਨ੍ਹਾਂ ਅੱਗੇ ਪੱਥਰ 'ਤੇ ਲਕੀਰ ਖਿੱਚ ਦਿੱਤੀ। ਉਹ ਮੇਰੇ ਨਾਲ ਕਿੰਨੀ ਹੀ ਦੇਰ ਬਹਿਸਦੇ ਰਹੇ। ਸਾਡੇ ਗੱਲਾਂ ਕਰਦੇ ਕਰਦੇ ਮਾਈ ਦਿੱਤੇ ਦੇ ਵਿਹੜੇ 'ਚ ਹੋਰ ਕਿੰਨੇ ਹੀ ਬੰਦੇ ਆ ਜੁੜੇ।

"ਹੁਣ ਫੇਰ ਤੂੰ ਕਿੱਧਰ ਜਾਣੈ?" ਇਕੱਠ ਵਿੱਚੋਂ ਹੀ ਮੈਨੂੰ ਇੱਕ ਨੇ ਪੁੱਛਿਆ।

".......।" ਮੇਰੇ ਕੋਲ ਉਸਦੀ ਗੱਲ ਦਾ ਕੋਈ ਜਵਾਬ ਨਹੀਂ ਸੀ। ਮੈਨੂੰ ਕੋਈ ਰਸਤਾ ਨਜ਼ਰ ਨਹੀਂ ਆ ਰਿਹਾ ਸੀ। ਮੈਂ ਹਾਰ ਮੰਨ ਕੇ ਨੀਵੀਂ ਪਾ ਲਈ।

"ਇਹਨੂੰ ਮੈਂ ਲੈ ਕੇ ਜਾਨਾਂ।" ਇੱਕ ਮਾੜਚੂ ਜਿਹਾ ਬੰਦਾ ਇਕੱਠ 'ਚੋਂ ਅੱਗੇ ਆ ਗਿਆ। ਮੈਂ ਨੀਵੀਂ ਚੁੱਕ ਕੇ ਹਮਦਰਦੀ ਭਾਲਦੀਆਂ ਅੱਖਾਂ ਨਾਲ ਉਸ ਵੱਲ ਤੱਕਿਆ। ਉਹ ਬੋਲ ਰਿਹਾ ਸੀ, "ਇਹ ਮੇਰੇ ਨਾਲ ਰਹੂ। ਮੈਨੂੰ ਬਜ਼ਾਰੋਂ ਸੌਦਾ-ਪੱਤਾ ਲਿਆ ਦਿਆ ਕਰੂ। ਨਾਲੇ ਦੁਕਾਨ ਵਾਸਤੇ ਦਵਾਈ-ਬੂਟੀ ਲੈ ਆਇਆ ਕਰੂ। ਇਹਨੂੰ ਬਜ਼ਾਰ 'ਚ ਕਿਸੇ ਨੇ ਕੁਸ਼ ਨੀ ਕਹਿਣਾ।" ਪਿਛਲੇ ਸ਼ਬਦ ਉਸ ਨੇ ਲੋਕਾਂ ਨੂੰ ਸੰਬੋਧਨ ਕੀਤੇ।

"ਚਲ ਉੱਠ ਸ਼ੇਰਾ।" ਉਸਨੇ ਮੇਰੀ ਬਾਂਹ ਫੜ ਕੇ ਖੜ੍ਹਾ ਕਰ ਲਿਆ। ਮੈਂ ਉਸਦੇ ਪਿੱਛੇ ਪਿੱਛੇ ਤੁਰਦਾ ਉਸਦੇ ਘਰ ਆ ਗਿਆ।

"ਰੋਟੀ ਬਣਾਓ ਮੁੰਡੇ ਵਾਸਤੇ।" ਉਸਨੇ ਆਪਣੀ ਘਰ ਵਾਲੀ ਨੂੰ ਕਿਹਾ। ਮੈਨੂੰ ਉਸਨੇ ਨਿੱਕੀ ਨਿੰਮ ਥੱਲੇ ਮੰਜੀ 'ਤੇ ਬਿਠਾ ਦਿੱਤਾ। ਮੈਂ ਜੰਗਲ 'ਚੋਂ ਔਂਟਲੇ ਜਾਨਵਰ ਵਾਂਗ ਉਸਦੇ ਵਿਹੜੇ 'ਚ ਇੱਧਰ-ਉੱਧਰ ਨਜ਼ਰ ਘੁਮਾਉਂਦਾ ਰਿਹਾ। ਉਹ ਮੈਨੂੰ ਪਤਾ ਨਹੀਂ ਕੀ ਕੁਝ ਪੁੱਛਦਾ ਰਿਹਾ, ਮੈਂ 'ਹਾਂ-ਹੂੰ' ਕਰਦਾ ਰਿਹਾ। ਉਸਦੇ ਘਰ ਵਾਲੀ ਨੇ ਮੇਰੇ ਅੱਗੇ ਰੋਟੀ ਲਿਆ ਰੱਖੀ। ਮੈਨੂੰ ਜਾਪਿਆ ਜਿਵੇਂ ਇਹ ਰੋਟੀ ਵੇਖਿਆਂ ਮੈਨੂੰ ਜੁੱਗੜੇ ਬੀਤ ਗਏ ਹੋਣ। ਮੈਂ ਹਾਬੜਿਆਂ ਵਾਂਗ ਰੋਟੀ ਖਾਣ ਲੱਗਿਆ। ਜਦ ਢਿੱਡ ਭਰ ਗਿਆ, ਮੈਨੂੰ ਸੁਰਤ ਜਿਹੀ ਆ ਗਈ।

"ਲੈ ਕਾਕਾ ਹੁਣ ਤੂੰ 'ਰਾਮ ਕਰਲੈ।" ਪੰਡਤ ਨੇ ਮੈਨੂੰ ਮੰਜੀ ਡਾਹ ਦਿੱਤੀ ਤੇ ਆਪ ਘਰ 'ਚ ਹੀ ਬਣੀ ਦੁਕਾਨ 'ਤੇ ਚਲਿਆ ਗਿਆ। ਮੈਂ ਮੰਜੇ 'ਤੇ ਲੇਟ ਗਿਆ। ਪਿਛਲੀਆਂ ਹੋਈਆਂ-ਬੀਤੀਆਂ ਸਾਰੀਆਂ ਘਟਨਾਵਾਂ, ਤੇਜ਼ ਲੰਘਦੀ ਰੇਲ ਗੱਡੀ ਦੇ ਡੱਬਿਆਂ ਵਾਂਗ ਵਾਰੀ ਵਾਰੀ ਮੇਰੀਆਂ ਅੱਖਾਂ ਅੱਗੋਂ ਗੁਜ਼ਰ ਗਈਆਂ। ਇਨ੍ਹਾਂ ਸੋਚਾਂ ਦੇ ਸਮੁੰਦਰ 'ਚ ਹੀ ਡੁਬਕੀਆਂ ਮਾਰਦਿਆਂ ਪਤਾ ਨਹੀਂ ਮੈਨੂੰ ਕਦੋਂ ਨੀਂਦ ਆ ਗਈ।

--0--

ਮੈਨੂੰ ਛੱਜੂ ਪੰਡਤ ਦੇ ਘਰ ਰਹਿੰਦਿਆਂ ਕਿੰਨੇ ਹੀ ਦਿਨ ਬੀਤ ਗਏ ਸਨ। ਮੈਨੂੰ ਉਸਦੇ ਕੰਮ ਦਾ ਸਾਰਾ ਭੇਤ ਆ ਗਿਆ ਸੀ। ਜਦੋਂ ਛੱਜੂ ਨੇ ਦੁਕਾਨ ਲਈ ਦਵਾਈਆਂ ਮੰਗਵਾਉਣੀਆਂ ਹੁੰਦੀਆਂ ਤਾਂ ਉਹ ਮੈਨੂੰ ਪਰਚੀ ਲਿਖ ਕੇ ਦੇ ਦਿੰਦਾ। ਮੈਂ ਉਹ ਪਰਚੀ ਬਜ਼ਾਰ ਜਾ ਕੇ ਦੁਕਾਨਦਾਰ ਨੂੰ ਫੜਾ ਦਿੰਦਾ। ਉਹ ਮੇਰਾ ਝੋਲਾ ਦਵਾਈਆਂ ਨਾਲ ਭਰ ਦਿੰਦਾ। ਸ਼ਾਮ -ਸਵੇਰੇ ਮੈਂ ਡੋਲੂ ਲੈ ਕੇ ਬਜ਼ਾਰੋਂ ਦੁੱਧ ਲੈ ਕੇ ਆਉਂਦਾ।

ਅੱਜ ਵੀ ਮੈਂ ਬਜ਼ਾਰੋਂ ਦੁੱਧ ਲੈਣ ਆਇਆ ਸੀ। ਮੈਂ ਦੁਕਾਨ ਤੋਂ ਦੁੱਧ ਪਵਾ ਰਿਹਾ

ਸੀ ਜਦੋਂ ਮੈਨੂੰ ਕਿਸੇ ਨੇ ਪਿੱਛੋਂ ਮੇਰਾ ਨਾਂ ਲੈ ਕੇ ਅਵਾਜ਼ ਮਾਰੀ। ਮੈਂ ਤ੍ਰਬਕ ਕੇ ਪਿੱਛੇ ਵੇਖਿਆ, ਸਾਡੇ ਪਿੰਡ ਦੇ ਸਿੱਧੂਆਂ ਦੇ ਮੁੰਡੇ ਖੜ੍ਹੇ ਸਨ। ਮੈਂ ਭੱਜ ਕੇ ਉਹਨਾਂ ਕੋਲ ਜਾ ਖੜ੍ਹਿਆ।

"ਬਾਈ ਸਾਡੇ ਘਰ ਦਾ ਕੋਈ ਹੋਰ ਜੀਅ ਬਚਿਆ ਹੋਵੇ?" ਮੈਂ ਉਨ੍ਹਾਂ ਦੇ ਕੁਝ ਬੋਲਣ ਤੋਂ ਪਹਿਲਾਂ ਹੀ ਸਵਾਲ ਦਾਗ ਦਿੱਤਾ। ਆਪਣੇ ਘਰ ਵਾਲਿਆਂ ਬਾਰੇ ਜਾਣਨ ਲਈ ਮੇਰੀ ਕਾਹਲੀ ਹੱਦਾਂ ਟੱਪ ਗਈ ਸੀ। ਜੀਅ ਕਰਦਾ ਸੀ, ਕੋਈ ਅਜਿਹਾ ਯੰਤਰ ਹੋਵੇ ਜਿਹੜਾ ਬੋਲ ਕੇ ਦੱਸਣ ਤੋਂ ਵੀ ਪਹਿਲਾਂ ਮੈਨੂੰ ਸਾਰੀ ਸਥਿਤੀ ਅੱਖ ਝਪਕੇ ਵਿੱਚ ਹੀ ਦਿਖਾ ਦੇਵੇ।

"ਨੌਹਰ! ਸਾਨੂੰ ਨੀ ਲੱਗਦਾ ਤੇਰੇ ਘਰ ਦਾ ਹੋਰ ਕੋਈ ਜੀਅ ਬਚਿਆ ਹੋਊ। ਇੱਕ ਤੇਰੇ ਵੱਡੇ ਭਾਈ ਗੋਰੇ ਸ਼ਾਹ ਦੀ ਘਰਆਲੀ ਐ ਬਰਮਾਲੀ ਪੁਰ, ਗੁਰਦੁਆਰੇ 'ਚ। ਅੱਧ-ਮਰੀ ਪਈ ਐ ਵੱਢੀ-ਟੁੱਕੀ। ਨਾ ਉਹ ਆਪ ਤੋਂ ਰੋਟੀ ਖਾ ਸਕਦੀ ਐ, ਨਾ ਆਪ ਕੋਈ ਕੱਪੜਾ ਬੰਨ੍ਹ ਸਕਦੀ ਐ। ਓਸ ਗੁਰਦੁਆਰੇ 'ਚ ਆਪਣੇ ਪਿੰਡ ਦੀਆਂ ਤਿੰਨ-ਚਾਰ ਤੀਮੀਂਆਂ ਰੱਖੀਆਂ ਹੋਈਆਂ ਨੇ ਸਿੱਖ ਨੇ।"

"ਅੱਛਿਆ! ?" ਮੇਰੀਆਂ ਅੱਖਾਂ 'ਚ ਚਮਕ ਆ ਗਈ ਜਿਵੇਂ ਮੈਨੂੰ ਜੀਣ ਦਾ ਸਹਾਰਾ ਮਿਲ ਗਿਆ ਹੋਵੇ। ਮੈਂ ਉਹਨਾਂ ਨਾਲ ਹੋਰ ਬਹੁਤੀਆਂ ਗੱਲਾਂ ਨਾ ਕੀਤੀਆਂ। ਦੌੜਦਾ ਘਰ ਆ ਗਿਆ। ਦੁੱਧ ਦਾ ਡੋਲੂ ਅੰਦਰ ਰੱਖ ਕੇ ਦੁਕਾਨ 'ਚ ਜਾ ਖੜ੍ਹਿਆ।

"ਚਾਚਾ ਜੀ......!" ਛੱਜੂ ਨੇ ਮੈਨੂੰ ਆਪ ਕਿਹਾ ਸੀ ਕਿ ਮੈਂ ਉਹਨੂੰ ਚਾਚਾ ਜੀ ਕਹਿ ਕੇ ਬੁਲਾਇਆ ਕਰਾਂ।

"ਹਾਂ ਦੱਸ.....!" ਉਸਨੇ ਜਿਵੇਂ ਮੇਰੇ ਚਿਹਰੇ 'ਤੋਂ ਬਦਲਦੇ ਰੰਗ ਪੜ੍ਹ ਲਏ ਹੋਣ।

"ਮੇਰੀ ਵੱਡੀ ਭਰਜਾਈ ਜਿਉਂਦੀ ਐ......!" ਮੈਂ ਮੇਰੇ ਪਿੰਡ ਵਾਲਿਆਂ ਵੱਲੋਂ ਦੱਸੀ ਸਾਰੀ ਗੱਲ ਦੁਹਰਾ ਦਿੱਤੀ। ਅਖ਼ੀਰ 'ਤੇ ਮੈਂ ਝਿਜਕਦਿਆਂ ਕਹਿ ਦਿੱਤਾ, "ਜੇ ਮੈਂ ਉਹਨੂੰ ਲਿਆਮਾਂ ਜੀ?"

"ਉਹਤੋਂ ਹੁਣ ਵਿਚਾਰੀ ਤੋਂ ਕੀ ਕਰਾਮੇਂਗਾ। ਉਹ ਤਾਂ ਹੁਣ ਮਰਿਆਂ ਤੋਂ ਵੱਧ ਐ। ਇੱਕ ਦਿਨ ਕੱਟੂ ਪਤਾ ਨੀ ਨਾ। ਆਹ ਦੋ ਕਰਮਾਂ 'ਤੇ ਆਪਣਾ ਸਟੇਸ਼ਨ ਐ। ਤੂੰ ਕੱਲ੍ਹ ਨੂੰ ਮੇਰੇ ਨਾਲ ਚੱਲੀਂ, ਜਿਹੜੀ ਕਹੇਂਗਾ, ਉਹ ਹਕਾ ਲਿਆਊਂ।"

"ਨਹੀਂ ਜੀ ਮੈਂ ਤਾਂ ਆਪਣੀ ਭਰਜਾਈ ਲਿਆਉਣੀ ਐ।" ਮੇਰੇ ਅੰਦਰ ਪਰਿਵਾਰ-ਮੋਹ ਠਾਠਾਂ ਮਾਰਨ ਲੱਗ ਪਿਆ ਸੀ।

"ਚਲ ਮਰਜੀ ਐ ਤੇਰੀ ਫੇਰ।" ਛੱਜੂ ਨੇ ਮੇਰੀ ਦ੍ਰਿੜਤਾ ਵੇਖ ਕੇ ਹਾਮੀ ਭਰ ਦਿੱਤੀ।

ਅਗਲੇ ਦਿਨ ਅਸੀਂ ਸਾਇਕਲ ਲੈ ਕੇ ਬਰਮਾਲੀ ਪੁਰ ਪਹੁੰਚ ਗਏ। ਸਾਨੂੰ ਗੁਰਦੁਆਰੇ ਦਾ ਸਿੱਖ ਇੱਕ ਕਮਰੇ ਵਿੱਚ ਲੈ ਗਿਆ ਜਿੱਥੇ ਮੇਰੀ ਭਰਜਾਈ ਵੀਰਾਂ ਸਮੇਤ ਚਾਰ ਔਰਤਾਂ ਵੱਢੀਆਂ-ਟੁੱਕੀਆਂ ਪਈਆਂ ਸਨ। ਸਾਨੂੰ ਵੇਖ ਕੇ ਉਹਨਾਂ ਸਾਰੀਆਂ ਦੇ ਅੱਖਾਂ ਵਿੱਚ ਕਿਸੇ ਮਰੀ ਆਸ ਦੀ ਕਿਰਨ ਮੁੜ ਜਿਉਂਦੀ ਹੋ ਗਈ। ਮੇਰੇ ਪਿੰਡ ਦੀਆਂ ਉਹਨਾਂ ਔਰਤਾਂ ਦੇ ਬਡਰੂਪ ਹੋਏ ਚਿਹਰਿਆਂ ਦੇ ਥੱਲੋਂ ਮੈਂ ਪਹਿਚਾਣ ਦੇ ਚਿੰਨ੍ਹ ਲੱਭ ਲਏ ਸਨ। ਉਹਨਾਂ 'ਚੋਂ ਦੋ ਸਾਡੇ ਵਿਹੜੇ ਦੀਆਂ ਅਤੇ ਇੱਕ ਤੇਲੀਆਂ ਦੀ ਨੂੰਹ ਰੱਜੀ ਸੀ। 'ਰੱਜੀ

ਜਿਸਨੂੰ ਕਦੇ ਮੈਂ ਵੇਖ ਵੇਖ ਰੱਜਿਆ ਨਹੀਂ ਸੀ। ਜਦ ਉਸਦੀਆਂ ਮੋਟੀਆਂ ਅੱਖਾਂ ਦੇ ਤੀਰ ਜਾਲੀਦਾਰ ਕਾਲੀ ਚੁੰਨੀ ਨੂੰ ਲੀਰੋ-ਲੀਰ ਕਰਦੇ ਮੇਰੇ ਧੁਰ ਅੰਦਰ ਤੱਕ ਖੁਭ ਜਾਂਦੇ ਸਨ ਤਾਂ ਮੈਂ ਆਪਣੀ ਸੁੱਧ-ਬੁੱਧ ਗੁਆ ਬੈਠਦਾ ਸੀ।' ਉਹ ਪਰੀਆਂ ਦੀ ਭੈਣ ਰੱਜੀ ਹੁਣ ਖੰਡਰ ਹੋਈਆਂ ਅੱਖਾਂ ਨਾਲ ਮੈਨੂੰ ਵੇਖ ਰਹੀ ਸੀ। ਜਿਸ ਹੀਰ ਤੋਂ ਕਦੇ ਮੈਂ ਚੂਰੀ ਖਾਣ ਦੇ ਸੁਪਨੇ ਵੇਖਦਾ ਹੁੰਦਾ ਸੀ, ਉਸ ਦੀ ਉਹ ਚੂਰੀ ਖਵਾਉਣ ਵਾਲੀ ਬਾਂਹ ਵੱਢੀ ਪਈ ਸੀ। ਇੱਕ ਪਾਸੇ ਦਾ ਜਬਾੜ੍ਹਾ ਪਾੜਿਆ ਪਿਆ ਸੀ। ਦੂਜੇ ਜਬਾੜ੍ਹੇ 'ਤੇ ਦੰਦੀਆਂ ਦੇ ਨਿਸ਼ਾਨ ਸਨ। ਬੁੱਲ੍ਹ ਸੁੱਕ ਕੇ, ਸੁੱਕੇ ਹੋਏ ਟੋਭੇ ਦੇ ਤਲ ਵਰਗੇ ਹੋਏ ਪਏ ਸਨ। ਮੇਰੀ ਭਰਜਾਈ ਦੀ ਵੀ ਇੱਕ ਬਾਂਹ 'ਤੇ ਜ਼ਖ਼ਮਾਂ ਦੇ ਵੱਡੇ ਟੱਕ ਸਨ। ਖੱਬੀ ਵੱਖੀ ਵਿੱਚ ਵਰਛਾ ਵੱਜਿਆ ਹੋਇਆ ਸੀ। ਗਰਦਨ 'ਤੇ ਗੰਡਾਸੇ ਦਾ ਟੱਕ ਸੀ। ਸਾਰੇ ਕੱਪੜੇ ਲਹੂ ਤੇ ਮੈਲ ਨਾਲ ਭਰੇ, ਰੰਗੋਂ ਬਦਰੰਗ ਹੋਏ ਪਏ ਸਨ।

"ਔਹ ਐ ਜੀ।" ਮੈਂ ਮੇਰੀ ਭਰਜਾਈ ਵੱਲ ਇਸ਼ਾਰਾ ਕੀਤਾ। ਸਿੱਖ ਸਾਨੂੰ ਉਸਦੇ ਮੰਜੇ ਕੋਲ ਲੈ ਗਿਆ। ਵੰਡ ਦਾ ਇਹ ਦੁੱਖ ਓਦੋਂ ਹੋਰ ਵੀ ਘਿਨਾਉਣਾ ਹੋ ਗਿਆ ਜਦੋਂ ਉਹ ਸਾਰੀਆਂ ਮੇਰੇ ਨਾਲ ਆਪਣਾ ਕੋਈ ਨਾ ਕੋਈ ਰਿਸ਼ਤਾ ਜੋੜ ਕੇ ਲੈ ਜਾਣ ਲਈ ਕਹਿਣ ਲੱਗੀਆਂ।

"ਭਾਈ! ਇਹ ਹੁਣ ਵਿਚਾਰਾ ਥੋਨੂੰ ਸਾਰੀਆਂ ਨੂੰ ਕਿੱਥੇ ਲੈ ਕੇ ਜਾਵੇ? ਇਹਨੂੰ ਵੀ ਵਿਚਾਰੇ ਨੂੰ ਪਤਾ ਨਹੀਂ ਕਿਹੜੇ ਹੀਲੇ ਕੋਈ ਟੁੱਕ ਦੀ ਬੁਰਕੀ ਮਿਲਦੀ ਐ ਜਾਂ ਨਾ। ਇਹ ਤਾਂ ਆਪ ਥੋਡੇ ਮਾਂਗੂੰ ਵਖ਼ਤਾਂ ਦਾ ਮਾਰਿਐ। ਤੁਸੀਂ ਅਵਦਾ ਜਿੱਥੇ ਕਹੋਗੀਆਂ, ਕੋਟੜੇ ਕਹੋਗੀਆਂ, ਕੋਟੜੇ ਛੱਡ ਆਊਂ। ਲੁਧਿਆਣੇ ਕੈਂਪ 'ਚ ਕਹੋਗੀਆਂ, ਉੱਥੇ ਛੱਡ ਆਊਂ।" ਸਿੱਖ ਨੇ ਉਹਨਾਂ ਨੂੰ ਸਮਝਾਇਆ। ਫੇਰ ਉਹ ਸਾਨੂੰ ਬਾਹਰ ਲੈ ਆਇਆ। ਮੈਥੋਂ ਮੇਰੇ ਪਰਿਵਾਰ ਬਾਰੇ ਪੂਰੀ ਜਾਣਕਾਰੀ ਲਈ ਅਤੇ ਫਿਰ ਇਹ ਕੁਝ ਹੀ ਅੰਦਰ ਜਾ ਕੇ ਵੀਰਾਂ ਤੋਂ ਪੁੱਛਿਆ। ਜਦ ਉਸਦੀ ਪੂਰੀ ਤਸੱਲੀ ਹੋ ਗਈ ਤਾਂ ਉਹ ਵੀਰਾਂ ਨੂੰ ਬਾਹਰ ਲੈ ਆਇਆ।

"ਲੈ ਭਾਈ ਹੁਣ ਤੂੰ ਅਵਦੇ ਧਰਮ ਦੀ ਸਹੁੰ ਖਾ ਕੇ ਕਹਿ ਬੀ ਇਹਨੂੰ ਮਾਰੇਂਗਾ ਨੀ। ਇਹਦੀ ਰੱਖਿਆ ਕਰੇਂਗਾ।" ਸਿੱਖ ਨੇ ਮੈਨੂੰ ਪੱਕਾ ਕਰਨਾ ਚਾਹਿਆ।

"ਮੈਂ ਕੁਰਾਨ ਸਰੀਫ਼ ਦੀ ਕਸਮ ਖਾ ਕੇ ਕਹਿਣਾ ਜਿੰਨਾਂ ਚਿਰ ਮੈਂ ਜਿਉਂਦਾਂ ਮੈਂ ਇਹਨੂੰ ਨਾਲ ਰੱਖੂੰ।" ਮੈਂ ਬਾਬੇ ਨੂੰ ਯਕੀਨ ਦਿਵਾ ਦਿੱਤਾ।

"ਤੂੰ ਵੀ ਭਾਈ ਬੀਬੀ ਸਹੁੰ ਖਾ ਜਦੋਂ ਤੂੰ ਠੀਕ ਹੋ ਗੀ ਤੈਨੂੰ ਇਹਦੇ ਨਾਲ ਹੱਕ ਕਰਨਾ ਪਊ।" ਸਿੱਖ ਨੇ ਵੀਰਾਂ ਨੂੰ ਵੀ ਪੱਕਾ ਕਰ ਦਿੱਤਾ।

ਜਦੋਂ ਸਿੱਖ ਦਾ ਪੂਰਾ ਯਕੀਨ ਬੱਝ ਗਿਆ ਉਸਨੇ ਵੀਰਾਂ ਸਾਡੇ ਨਾਲ ਤੋਰ ਦਿੱਤੀ। ਰੇਣੂਕੇ ਪਹੁੰਚ ਕੇ ਅਸੀਂ ਬਾਹਰ ਖੂਹ 'ਤੇ ਆ ਰੁਕੇ।

"ਤੂੰ ਇਹਨੂੰ ਇਥੇ ਲੈ ਕੇ ਖੜ੍ਹ, ਮੈਂ ਘਰੋਂ ਕੱਪੜੇ ਚੱਕ ਲਿਆਮਾਂ।" ਛੱਜੂ ਸਾਨੂੰ ਖੂਹ 'ਤੇ ਬਿਠਾ ਕੇ ਆਪ ਸਾਇਕਲ 'ਤੇ ਕੱਪੜੇ ਲੈਣ ਚਲਾ ਗਿਆ। ਉਹਦੇ ਆਉਣ ਤੱਕ ਅਸੀਂ ਦੋਵੇਂ ਇੱਕ-ਦੂਜੇ ਨਾਲ ਗੱਲਾਂ ਕਰਦੇ ਦੁੱਖ ਵੰਡਾਉਂਦੇ ਰਹੇ। ਉਹ ਥੋੜ੍ਹੇ ਹੀ ਸਮੇਂ 'ਚ ਕੱਪੜੇ ਲੈ ਕੇ ਵਾਪਸ ਆ ਗਿਆ।

"ਤੂੰ ਇਹਨੂੰ ਇਥੇ ਨਮ੍ਹਾ ਕੇ ਆਹ ਨਮੇਂ ਕੱਪੜੇ ਪਾ ਕੇ ਲੈ ਆਈਂ। ਪੁਰਾਣੇ ਇੱਥੇ ਸਿੱਟ ਜਿਓ।" ਛੱਜੂ ਮੈਨੂੰ ਕੱਪੜਿਆਂ ਵਾਲਾ ਝੋਲਾ ਅਤੇ ਸਾਇਕਲ ਫੜਾ ਕੇ ਪੈਦਲ ਵਾਪਸ ਮੁੜ ਗਿਆ। ਮੈਂ ਉਸਨੂੰ ਨਵ੍ਹਾ ਕੇ ਨਵੇਂ ਕੱਪੜੇ ਪਾ ਦਿੱਤੇ ਤੇ ਸਾਇਕਲ 'ਤੇ ਛੱਜੂ ਦੇ ਘਰ ਆ ਗਏ। ਛੱਜੂ ਨੇ ਪੱਟੀਆਂ ਕਰ ਕੇ ਉਸਦਾ ਇਲਾਜ ਸ਼ੁਰੂ ਕਰ ਦਿੱਤਾ। ਵੀਰਾਂ ਦੇ ਗਲ 'ਚ ਗੰਡਾਸਾ ਵੱਜਣ ਕਰਕੇ ਉਸਦੇ ਰੋਟੀ ਅੰਦਰ ਲੰਘਦੀ ਨਹੀਂ ਸੀ। ਉਹ ਕਈ ਦਿਨ ਦੁੱਧ ਜਾਂ ਚਾਹ ਹੀ ਪੀਂਦੀ ਰਹੀ। ਹੌਲੀ ਹੌਲੀ ਉਹ ਦਲੀਆ ਖਾਣ ਲੱਗ ਪਈ।

--0--

ਇਹਨਾਂ ਦਿਨਾਂ ਵਿੱਚ ਹੀ ਛੱਜੂ ਇੱਕ ਦਿਨ ਮੈਨੂੰ ਸਟੇਸ਼ਨ 'ਤੇ ਲੈ ਗਿਆ। ਛੱਜੂ ਦੇ ਆਪਣੇ ਕੋਈ ਔਲਾਦ ਨਹੀਂ ਸੀ। ਉਹ ਆਪਣੀ ਇਸੇ ਮਨਸ਼ਾ ਨੂੰ ਪੂਰੀ ਕਰਨ ਲਈ ਅੱਜ ਸਟੇਸ਼ਨ 'ਤੇ ਆਇਆ ਸੀ। ਉਹਨੇ ਮੈਨੂੰ ਰਸਤੇ 'ਚ ਆਉਂਦਿਆਂ ਦੱਸਿਆ ਸੀ ਕਿ ਮੁਸੀਬਤ ਦੇ ਮਾਰੇ ਮਾਂ-ਬਾਪ ਆਪਣੇ ਭੁੱਖ ਨਾਲ ਪਲ ਪਲ ਮਰ ਰਹੇ ਬੱਚਿਆਂ ਨੂੰ, ਇਸ ਆਸ ਉੱਤੇ ਕਿ ਉਹਨਾਂ ਦੀ ਜਾਨ ਬਚ ਜਾਵੇਗੀ, ਕਿਸੇ ਲੋੜਵੰਦ ਨੂੰ ਪਾਲਣ ਲਈ ਫੜਾ ਦਿੰਦੇ ਨੇ। ਛੱਜੂ ਦੀ ਗੱਲ ਸੁਣ ਕੇ ਮੇਰਾ ਅੰਦਰ ਚੀਰਿਆ ਗਿਆ, 'ਯਾ ਅੱਲਾਹ! ਇਹ ਦਿਨ ਵੀ ਆਉਣਾ ਸੀ? ਆਪਣੇ ਜਿਗਰ ਦੇ ਟੋਟੇ ਨੂੰ ਉਸਦੀ ਜਾਨ ਬਚਾਉਣ ਦੀ ਮਨਸ਼ਾ ਨਾਲ ਆਪਣੇ ਤੋਂ ਵੱਖ ਕਰ ਦੇਣਾ। ਹੇ ਅੱਲ੍ਹਾ! ਅਜਿਹਾ ਪੱਥਰ ਜੇਰਾ ਕਿਵੇਂ ਕਰਦੇ ਹੋਣਗੇ!?'

ਅਸੀਂ ਸਟੇਸ਼ਨ 'ਤੇ ਪਹੁੰਚ ਗਏ। ਇੱਕ ਡੱਬੇ ਤੋਂ ਬਾਅਦ ਅਸੀਂ ਦੂਸਰੇ ਡੱਬੇ ਵਿੱਚ ਜਾ ਚੜ੍ਹੇ। ਛੱਜੂ ਨੇ ਫਿਰ ਅਵਾਜ਼ ਮਾਰੀ, "ਭਾਈ ਮੈਂ ਬੱਚਾ ਪਾਲਣਾ ਚਾਹੁੰਣਾ, ਜੇ ਕੋਈ ਹੋਵੇ....। ਭਾਈ ਮੈਂ ਬੱਚਾ ਪਾਲਣਾ ਚਾਹੁੰਣਾ, ਜੇ ਕੋਈ.....?"

"ਆ....ਹ ਪਾਲ ਲਓ ਭਾਈ ਜਾ....ਨ!" ਇੱਕ ਔਰਤ ਨੇ ਖੜ੍ਹੀ ਹੋ ਕੇ ਬਾਂਹਵਾਂ 'ਚ ਚੁੱਕਿਆ ਬੱਚਾ ਸਾਡੇ ਵੱਲ ਵਧਾ ਦਿੱਤਾ। ਉਸਦੀ ਭਰੜਾਈ ਅਵਾਜ਼ ਮਣਾ-ਮੂੰਹੀਂ ਹੰਝੂਆਂ 'ਚ ਤਰ ਸੀ। ਮੈਨੂੰ ਲੱਗਿਆ ਜਿਵੇਂ ਉਸਨੇ ਬਾਂਹਵਾਂ 'ਚ ਬੱਚਾ ਨਹੀਂ, ਆਪਣੀ ਜਾਨ ਚੁੱਕੀ ਹੋਵੇ ਜਿਹੜੀ ਸਾਨੂੰ ਲੈ ਜਾਣ ਲਈ ਕਹਿ ਰਹੀ ਸੀ। ਮੇਰਾ ਮਨ ਫਿਰ ਕਲਪਿਆ, 'ਹੇ ਅੱਲਾ! ਇਹ ਦੁੱਖ ਭਰਿਆ ਦ੍ਰਿਸ਼ ਵੇਖ ਕੇ ਧਰਤੀ ਕਿਉਂ ਨਾ ਪਾਟ ਗਈ। ਪਰਲੋ ਕਿਉਂ ਨਾ ਆ ਗਈ। ਇਹ ਸਾਰੇ ਚੰਨ, ਤਾਰੇ ਬੇਸ਼ਰਮ ਹੋਏ ਆਪਣੀ ਥਾਂ 'ਤੇ ਕਿਵੇਂ ਟਿਕੇ ਰਹਿਣਗੇ?' ਤਿੰਨ ਕੁ ਸਾਲ ਦਾ ਏਨਾ ਪਿਆਰਾ ਬੱਚਾ। ਆਪਣੀ ਮਾਂ ਵਾਂਗ ਹੀ ਗੋਰਾ-ਨਿਛੋਹ ਰੰਗ। ਕਿਸੇ ਚਿੱਤਰਕਾਰ ਦੀ ਖ਼ੂਬਸੂਰਤ ਪੇਂਟਿੰਗ ਵਰਗੇ ਨੈਣ-ਨਕਸ਼। 'ਹਾਏ ਅੱਲ੍ਹਾ! ਇਹ ਕਿਹੜੀ ਮਜਬੂਰੀ ਦੀ ਕੈਂਚੀ ਸੀ ਜਿਹੜੀ ਮਾਂ-ਪੁੱਤ ਦੇ ਮੋਹ ਦੀਆਂ ਤੰਦਾਂ ਨੂੰ ਵੀ ਬੜੀ ਬੇਰਹਿਮੀ ਨਾਲ ਕੱਟ ਰਹੀ ਸੀ।'

ਮਾਂ ਨੇ ਬੱਚੇ ਨੂੰ ਇੱਕ ਵਾਰ ਘੁੱਟ ਕੇ ਸੀਨੇ ਨਾਲ ਲਾਇਆ। ਜਿਵੇਂ ਉਹ ਬੱਚੇ ਨੂੰ ਆਪਣੇ ਅੰਦਰ ਲੁਕਾ ਲੈਣਾ ਚਾਹੁੰਦੀ ਹੋਵੇ। ਉਸਦਾ ਪਾਗਲਾਂ ਵਾਂਗ ਮੂੰਹ ਚੁੰਮਿਆ। ਉਸਦੇ ਸਿਰ, ਬਾਂਹਾਂ ਅਤੇ ਪੈਰਾਂ 'ਤੇ ਹੱਥ ਫੇਰੇ। ਉਸਨੇ ਦਿਲ ਉੱਤੇ ਪੱਥਰ ਰੱਖ ਕੇ ਬੱਚਾ ਸਾਨੂੰ ਫੜਾ ਦਿੱਤਾ। ਬੱਚਾ ਫੜਾਉਂਦਿਆਂ ਉਸ ਔਰਤ ਦੀਆਂ ਅੱਖਾਂ ਵਿਚਲਾ ਦੁੱਖ ਮੈਥੋਂ ਝੱਲਿਆ

ਨਾ ਗਿਆ। ਮੈਂ ਨੀਵੀਂ ਪਾ ਲਈ। ਬੱਚਾ ਛੱਜੂ ਦੀਆਂ ਬਾਂਹਾਂ ਵਿੱਚ ਆ ਕੇ ਸਿਰ-ਤੋੜ ਰੋਣ ਲੱਗ ਪਿਆ। ਉਹ ਛੱਜੂ ਦੀਆਂ ਬਾਂਹਾਂ ਵਿੱਚੋਂ ਨਿਕਲ ਨਿਕਲ ਜਾ ਰਿਹਾ ਸੀ। ਮਾਂ ਵੱਲ ਬਾਂਹਾਂ ਉਲਾਰ ਉਲਾਰ ਲੇਰਾਂ ਮਾਰ ਰਿਹਾ ਸੀ। ਮਾਂ ਉਸਨੂੰ ਬੇਵਸ ਹੋਈ ਵੇਖ ਰਹੀ ਸੀ। ਹੁਣ ਉਸ ਲਈ ਇਹ ਹੀ ਕਾਫ਼ੀ ਸੀ ਕਿ ਉਹ ਆਪਣੇ ਬੱਚੇ ਨੂੰ ਬੱਸ ਵੱਧ ਤੋਂ ਵੱਧ ਸਮਾਂ ਵੇਖ ਸਕੇ। ਅਸੀਂ ਬੱਚੇ ਨੂੰ ਲੈ ਕੇ ਡੱਬੇ ਵਿੱਚੋਂ ਉੱਤਰ ਗਏ। ਉਹ ਭੱਜ ਕੇ ਬਾਰੀ ਵਿੱਚ ਆ ਖੜ੍ਹੀ। ਸਾਨੂੰ ਬੱਚਾ ਲਈ ਜਾਂਦਿਆਂ ਵੇਖਣ ਲੱਗੀ। ਬੱਚਾ ਜਿਉਂ ਜਿਉਂ ਮਾਂ ਤੋਂ ਦੂਰ ਹੋ ਰਿਹਾ ਸੀ, ਹੋਰ ਉੱਚੀ ਰੋ ਰਿਹਾ ਸੀ। ਛੱਜੂ ਇੱਕ ਦਮ ਰੁਕਿਆ ਤੇ ਫਿਰ ਪਿੱਛੇ ਮੁੜ ਪਿਆ। ਪਤਾ ਨਹੀਂ ਉਸਦੇ ਮਨ ਵਿੱਚ ਕੀ ਆਈ। ਉਹ ਉਸ ਔਰਤ ਕੋਲ ਜਾ ਖੜ੍ਹਿਆ।

"ਤੂੰ ਵੀ ਸਾਡੇ ਨਾਲ ਚੱਲ! ਜਿੱਥੇ ਅਸੀਂ ਰੋਟੀ ਖਾਨਿਆਂ, ਉੱਥੇ ਦੋ ਤੂੰ ਖਾ ਲਈਂ........!" ਛੱਜੂ ਦੀ ਅਵਾਜ਼ ਦੁੱਖ ਨਾਲ ਭਾਰੀ ਹੋ ਗਈ ਸੀ। ਛੱਜੂ ਦੀ ਗੱਲ ਜਿਵੇਂ ਮਾਂ ਲਈ ਸਾਰੇ ਜਹਾਨ ਦੇ ਸੁੱਖ ਮਿਲ ਗਏ ਹੋਣ। ਉਹ ਆਪਣੀ ਗਠੜੀ ਚੁੱਕ ਕੇ ਸਾਡੇ ਨਾਲ ਤੁਰ ਪਈ।

--0--

ਹੁਣ ਅਸੀਂ ਛੱਜੂ ਦੇ ਘਰ ਚਾਰ ਮੁਸਲਮਾਨ ਹੋ ਗਏ ਸਾਂ। ਛੱਜੂ ਦਾ ਦੋ ਜੀਆਂ ਵਾਲਾ ਭਾਂਅ ਭਾਂਅ ਕਰਦਾ ਘਰ ਹੁਣ ਭਰਿਆ ਭਰਿਆ ਲੱਗਣ ਲੱਗ ਪਿਆ ਸੀ। ਨਿੱਕੇ ਸ਼ਮਸ਼ਾਦ ਦੀਆਂ ਤੋਤਲੀਆਂ ਗੱਲਾਂ ਅਤੇ ਨੰਨ੍ਹੇ ਹਾਸਿਆਂ ਨੇ ਸਭ ਦੇ ਚਿਹਰਿਆਂ ਤੋਂ ਉਦਾਸੀ ਝਾੜ ਦਿੱਤੀ ਸੀ। ਵੀਰਾਂ ਦਿਨੋ-ਦਿਨ ਠੀਕ ਹੋ ਰਹੀ ਸੀ। ਉਸਦੇ ਢਿੱਡ ਵਿੱਚ ਮੇਰੇ ਵੱਡੇ ਭਰਾ ਦਾ ਬੱਚਾ ਪਲ ਰਿਹਾ ਸੀ। ਮੈਨੂੰ ਉਡੀਕ ਸੀ, ਮੇਰਾ ਵਿੱਛੜ ਗਿਆ ਭਰਾ ਗੌਰੇ ਸ਼ਾਹ ਇਸ ਬੱਚੇ ਦੇ ਰੂਪ ਵਿੱਚ ਮੈਨੂੰ ਫਿਰ ਮਿਲ ਜਾਵੇਗਾ। ਪਰ ਇਹ ਖੁਸ਼ੀਆਂ ਬਹੁਤੀ ਦੇਰ ਸਾਡੇ ਕੋਲ ਨਾ ਰਹੀਆਂ। ਕਿਸੇ ਨੇ ਥਾਣੇ ਇਤਲਾਹ ਕਰ ਦਿੱਤੀ ਸੀ ਕਿ 'ਛੱਜੂ ਪੰਡਤ ਆਪਣੇ ਘਰ ਚਾਰ ਮੁਸਲਮਾਨਾਂ ਅਤੇ ਉਹਨਾਂ ਦਾ ਮਾਲ ਸਾਂਭੀ ਬੈਠਾ ਹੈ।' ਸਾਨੂੰ ਥਾਣਿਓਂ ਬੁਲਾਵਾ ਆ ਗਿਆ। ਅਸੀਂ ਸਾਰੇ ਥਾਣੇ ਪਹੁੰਚ ਗਏ। ਨਾਲ ਛੱਜੂ ਨੇ ਇੱਕ-ਦੋ ਆਪਣੇ ਮਿੱਤ ਦੇ ਬੰਦੇ ਲੈ ਲਏ। ਥਾਣੇਦਾਰ ਨੇ ਸਭ ਤੋਂ ਪਹਿਲਾਂ ਛੱਜੂ ਨੂੰ ਬੁਲਾ ਲਿਆ।

"ਕਿਉਂ ਬਈ! ਤੂੰ ਮੁਸਲਮਾਨ ਆਪਣੇ ਘਰ ਰੱਖ ਰੱਖੇ ਨੇ?" ਥਾਣੇਦਾਰ ਨੇ ਛੱਜੂ ਨੂੰ ਦਬਕਾ ਮਾਰਿਆ।

"ਨਹੀਂ ਜਨਾਬ! ਮੈਂ ਇਨ੍ਹਾਂ ਨੂੰ ਧੱਕੇ ਨਾਲ ਨੀ ਰੱਖਿਆ ਹੋਇਆ। ਮੈਂ ਤਾਂ ਇਨ੍ਹਾਂ ਦੀ ਜਾਨ ਬਚਾਈ ਐ। ਆਹ ਥੋਡੇ ਸਾਹਮਣੇ ਖੜ੍ਹੇ ਨੇ ਪੁੱਛ ਲੋ।" ਛੱਜੂ ਨੇ ਸਫ਼ਾਈ ਦਿੱਤੀ।

"ਕਿਉਂ ਓਏ! ਤੂੰ ਪਾਕਿਸਤਾਨ ਨੀ ਜਾਣਾ?" ਥਾਣੇਦਾਰ ਕਾਂਟਾ ਬਦਲ ਕੇ ਮੇਰੇ ਵੱਲ ਹੋ ਗਿਆ।

"ਨਹੀਂ ਜੀ ਮੈਂ ਤਾਂ ਇੱਥੀ ਰਹਿਣੈ।"

"ਕਿਉਂ?"

"ਮੇਰਾ ਸਾਰਾ ਟੱਬਰ ਮਾਰਿਆ ਗਿਆ ਜੀ। ਆਹ ਮੇਰੀ ਇੱਕ ਭਰਜਾਈ ਬਚੀ ਐ ਵੱਢੀ-ਟੁੱਕੀ।" ਮੈਂ ਵੀਰਾਂ ਵੱਲ ਇਸ਼ਾਰਾ ਕੀਤਾ, "ਓਸ ਬਗਾਨੇ ਮੁਲਕ 'ਚ ਸਾਡਾ ਕੋਈ

ਨੀ ਜੀ। ਨਾ ਕੋਈ ਜਾਣ, ਨਾ ਪਛਾਣ। ਅਸੀਂ ਤਾਂ ਇੱਥੀ ਰਹਿਣੈ ਜੀ।" ਮੈਂ ਛੱਜੂ ਦੀ ਘਰ ਸਮਝਾਈ ਗੱਲ 'ਤੇ ਦ੍ਰਿੜ੍ਹ ਰਿਹਾ।

"ਚੰਗਾ ਫੇਰ ਐਂ ਕਰ, ਮੇਰੀ ਘੋੜੀ 'ਤੇ ਰਹਿਜਾ। ਇਹਨੂੰ ਪਾ ਦਿਆ ਕਰ ਕੱਖ-ਕੰਡਾ।" ਥਾਣੇਦਾਰ ਸਾਡੇ ਮਾੜੇ ਵਕਤ ਤੋਂ ਫ਼ਾਇਦਾ ਉਠਾਉਣ ਲਈ ਕਾਹਲਾ ਪੈ ਰਿਹਾ ਸੀ।

"ਨਹੀਂ ਮੋਤੀਆਂ ਆਲਿਓ! ਸਾਡੀ ਤਾਂ ਇਹਨਾਂ ਨੇ ਜਾਨ ਬਚਾਈ ਐ। ਜੇ ਸਾਰੀ ਉਮਰ ਵੀ ਇਹਨਾਂ ਦੀ ਖ਼ਿਦਮਤ ਕਰਦੇ ਰਹੀਏ ਤਾਂ ਵੀ ਦੇਣ ਨੀ ਦੇ ਹੋਣਾ।" ਛੱਜੂ ਦਾ ਸਾਡੇ ਉੱਤੇ ਕੀਤਾ ਵੱਡਾ ਅਹਿਸਾਨ ਮੈਂ ਥਾਣੇਦਾਰ ਅੱਗੇ ਖੋਲ੍ਹ ਦਿੱਤਾ।

ਥਾਣੇਦਾਰ ਕਿੰਨੀ ਦੇਰ ਤੱਕ ਸਾਡੇ ਨਾਲ ਬਹਿਸਦਾ ਰਿਹਾ। ਅਖ਼ੀਰ 'ਤੇ ਉਸਨੇ ਛੱਜੂ ਨੂੰ ਦਬਕਾ ਮਾਰਿਆ, "ਦੇਖ ਭਾਈ, ਹਾਲਾਤ ਬਹੁਤ ਮਾੜੇ ਨੇ। ਕੋਈ ਇਹਨਾਂ ਨੂੰ ਮਾਰਨ ਆਇਆ, ਨਾਲ ਥੋਨੂੰ ਮਾਰ ਜੂ। ਕਿਉਂ ਆਪਣੀ ਜਾਨ ਨੂੰ ਰੱਸੇ ਵੱਟਦੇ ਓਂ। ਤੂੰ ਛੇਤੀ ਇਹਨਾਂ ਨੂੰ ਕਿਸੇ ਥਾਂ ਟਿਕਾਣੇ ਲਾ ਦੇ। ਜੇ ਇਥੇ ਕੋਈ ਗੜਬੜ ਹੋ ਗਈ ਤਾਂ ਅਸੀਂ ਤਾਂ ਤੈਨੂੰ ਖਿਚ ਲੈਣੈ। ਦੇਖ ਲੈ ਫੇਰ!"

ਅਸੀਂ ਥਾਣੇਦਾਰ ਦੀ ਸਿੱਖਿਆ ਸੁਣ ਕੇ ਵਾਪਸ ਆ ਗਏ। ਗੱਲ ਥਾਣੇਦਾਰ ਦੀ ਵੀ ਮੇਰੇ ਮਨ ਲੱਗ ਗਈ ਸੀ। ਅਸੀਂ ਤਾਂ ਹੁਣ ਮਰੇ ਪਏ ਹੀ ਹਾਂ ਕਿਤੇ ਸਾਡੇ ਨਾਲ ਛੱਜੂ ਵੀ ਨਾ ਵਿਚਾਰਾ ਰਗੜਿਆ ਜਾਵੇ। ਹੁਣ ਤਾਂ ਔਧੇ ਰੇਣੂਕੇ ਨੂੰ ਪਤਾ ਲੱਗ ਚੁੱਕਿਆ ਸੀ ਕਿ ਛੱਜੂ ਦੇ ਘਰ ਅਸੀਂ ਚਾਰ ਮੁਸਲਮਾਨ ਹਾਂ। ਕੀ ਪਤਾ ਸੀ ਕਦੋਂ ਦਸ ਲਗਾੜੇ ਆ ਕੇ ਸਭ ਕੁਝ ਤਹਿਸ-ਨਹਿਸ ਕਰ ਦੇਣ। ਉਸ ਦਿਨ ਅੱਧੀ ਰਾਤ ਤੱਕ ਅਸੀਂ ਸਾਰੇ ਬੈਠੇ ਸਲਾਹਾਂ ਬਣਾਉਂਦੇ ਰਹੇ ਸਾਂ। ਨਿੱਕੇ ਬੱਚੇ ਸ਼ਮਸ਼ਾਦ ਅਤੇ ਉਸਦੀ ਮਾਂ ਫ਼ਾਤਮਾ ਨੂੰ ਤਾਂ ਛੱਜੂ ਅਤੇ ਉਸਦੇ ਘਰ ਵਾਲੀ ਨੇ ਆਪਣੇ ਘਰ ਹੀ ਰੱਖਣ ਦਾ ਮਨ ਬਣਾ ਲਿਆ ਸੀ। ਸ਼ਮਸ਼ਾਦ ਨੂੰ ਤਾਂ ਉਹਨਾਂ ਨੇ ਆਪਣੀ ਗੋਦ ਪਾਉਣਾ ਹੀ ਸੀ ਨਾਲ ਹੀ ਉਸਦੀ ਮਾਂ ਨੂੰ ਵੀ ਛੱਜੂ ਦੇ ਲੜ ਲਾਉਣ ਦੀ ਸਲਾਹ ਹੋ ਗਈ। ਸਾਡੇ ਲਈ ਛੱਜੂ ਨੇ ਆਪਣੇ ਨਾਨਕੇ ਹਮੇਲਪੁਰ ਰਹਿੰਦੇ ਆਪਣੇ ਮਿੱਤਰ ਭਾਨੇ ਨਾਲ ਗੱਲ ਕਰਨੀ ਸੀ। ਇਹ ਰਾਹ ਕੱਢ ਕੇ ਅਸੀਂ ਉਸ ਦਿਨ ਅੱਧੀ ਰਾਤ ਤੋਂ ਬਾਅਦ ਸੁੱਤੇ।

ਸਵੇਰੇ ਸਾਝਰੇ ਹੀ ਛੱਜੂ ਨੇ ਕੋਈ ਬੰਦਾ ਸਾਇਕਲ ਦੇ ਕੇ ਹਮੇਲਪੁਰ ਨੂੰ ਭੇਜ ਦਿੱਤਾ। ਉਹ ਬੰਦਾ ਕੁਝ ਹੀ ਘੰਟਿਆਂ ਵਿੱਚ ਵਾਪਸ ਆ ਗਿਆ। ਅੱਗੋਂ ਹਰੀ ਝੰਡੀ ਮਿਲ ਗਈ ਸੀ। ਉਸਨੇ ਸਾਨੂੰ ਸਾਰੀ ਗੱਲ ਸਮਝਾ ਦਿੱਤੀ ਕਿ ਕਿਵੇਂ ਕਿਵੇਂ ਜਾਣਾ ਹੈ। ਇੱਥੋਂ ਚੱਲਣ ਦਾ ਅੱਧੀ ਰਾਤ ਤੋਂ ਬਾਅਦ ਦਾ ਸਮਾਂ ਮਿੱਥਿਆ ਗਿਆ। ਅਸੀਂ ਸਾਰਿਆਂ ਨੇ ਉਸ ਦਿਨ ਰੱਜ ਕੇ ਗੱਲਾਂ ਕੀਤੀਆਂ। ਨਾਲ ਲੈ ਕੇ ਜਾਣ ਵਾਲਾ ਜ਼ਰੂਰਤ-ਮੰਦ ਸਮਾਨ ਇੱਕ ਗਠੜੀ ਵਿੱਚ ਬੰਨ੍ਹ ਲਿਆ। ਵੀਰਾਂ ਨੇ ਚੱਲਣ ਤੋਂ ਪਹਿਲਾਂ ਛੱਜੂ ਦੀ ਘਰਵਾਲੀ ਅਤੇ ਫ਼ਾਤਮਾ ਨੂੰ ਘੁੱਟ ਘੁੱਟ ਕੇ ਜੱਫੀਆਂ ਪਾਈਆਂ। ਸ਼ਮਸ਼ਾਦ ਦਾ ਵਾਰ ਵਾਰ ਮੂੰਹ ਚੁੰਮਿਆ। ਹੁਣ ਸਾਨੂੰ ਅੱਗੇ ਦਾ ਕੋਈ ਚਾਨਣ ਨਹੀਂ ਸੀ। ਸਾਰੀ ਗੱਲ ਹਾਲਾਤਾਂ 'ਤੇ ਖੜ੍ਹੀ ਸੀ। ਸਾਡੀ ਇਹ ਮਿਲਣੀ ਅਖ਼ੀਰੀ ਮਿਲਣੀ ਵੀ ਹੋ ਸਕਦੀ ਸੀ। ਇਹ ਕਿਸੇ ਨੂੰ ਪਤਾ ਨਹੀਂ ਸੀ ਕਿ

ਇਸ ਨਫ਼ਰਤੀ ਹਨੇਰੀ ਵਿੱਚ ਅਸੀਂ ਤੀਲਿਆਂ ਵਾਂਗ ਬਿਖਰ ਜਾਵਾਂਗੇ ਜਾਂ ਇਸ ਤੋਂ ਬਚ ਕੇ ਨਿਕਲ ਜਾਵਾਂਗੇ।

ਜਦੋਂ ਚਾਰੇ ਪਾਸੇ ਰਾਤ ਟਿਕ ਗਈ ਤਾਂ ਅਸੀਂ ਜਾਨ ਦਾ ਜੂਆ ਖੇਡਣ ਲਈ ਅੱਧੀ ਰਾਤ ਤੋਂ ਬਾਅਦ ਘਰੋਂ ਨਿਕਲ ਤੁਰੇ। ਮੈਂ, ਵੀਰਾਂ, ਛੱਜੂ ਤੇ ਇਕ ਛੱਜੂ ਦਾ ਮਿੱਤਰ। ਛੱਜੂ ਨੇ ਘਰੋਂ ਸਾਇਕਲ ਲੈ ਲਿਆ ਸੀ ਤਾਂ ਕਿ ਮੁੜਦੇ ਹੋਏ ਜਲਦੀ ਮੁੜ ਸਕੀਏ। ਜਿਉਂ ਜਿਉਂ ਅਸੀਂ ਰੇਣੂਕਿਆਂ ਤੋਂ ਦੂਰ ਹੋ ਰਹੇ ਸਾਂ ਤਿਉਂ ਤਿਉਂ ਡਰ ਸਾਡੇ ਅੰਦਰ ਲਹਿੰਦਾ ਜਾ ਰਿਹਾ ਸੀ। ਚਾਰੇ ਪਾਸੇ ਡਰਾਉਣਾ ਘੁੱਪ ਹਨੇਰਾ ਸਾਨੂੰ ਹੋਰ ਵੀ ਦਹਿਲਾ ਰਿਹਾ ਸੀ। ਅਸੀਂ ਏਨਾ ਡਰੇ ਹੋਏ ਤੇ ਚੌਕੰਨੇ ਸਾਂ ਕਿ ਜੇ ਹਵਾ ਨਾਲ ਕਿਸੇ ਦਰੱਖਤ ਦੇ ਪੱਤੇ ਵੀ ਖੜਕਾ ਕਰਦੇ ਤਾਂ ਸਾਡਾ ਸਾਰਿਆਂ ਦਾ ਧਿਆਨ ਝੱਟ ਉੱਧਰ ਚਲਾ ਜਾਂਦਾ। ਇਕ ਪਲ ਸਾਡੀਆਂ ਡਰੀਆਂ ਅੱਖਾਂ ਹਨੇਰੇ ਦੀ ਚਾਦਰ ਪਾੜ ਪਾੜ ਵੇਖਣ ਦੀ ਕੋਸ਼ਿਸ਼ ਕਰਦੀਆਂ ਤੇ ਫਿਰ ਤਸੱਲੀ ਕਰ ਕੇ ਅਸੀਂ ਅੱਗੇ ਤੁਰ ਪੈਂਦੇ।

ਸਾਨੇਵਾਲ ਤੱਕ ਸੜਕੇ-ਸੜਕ ਤੁਰਦੇ ਗਏ। ਸਾਨੇਵਾਲ ਤੋਂ ਅੱਗੇ ਲੰਘ ਕੇ ਅਸੀਂ ਰੁਕ ਗਏ। ਹਨੇਰੇ 'ਚ ਦੱਸੀਆਂ ਨਿਸ਼ਾਨੀਆਂ ਦੀ ਪੜਤਾਲ ਕੀਤੀ। ਸਾਹਮਣੇ ਦੋ-ਤਿੰਨ ਕਿੱਲਿਆਂ ਦੀ ਵਾਹੀ 'ਤੇ ਵੱਡੀ ਨਹਿਰ ਸੀ। ਨਹਿਰ 'ਤੇ ਖੜ੍ਹੇ ਉੱਚੇ ਉੱਚੇ ਦਰਖਤ ਹਨੇਰੇ ਨਾਲ ਭਰੇ ਹੋਏ ਕਿਸੇ ਪਹਾੜ ਵਾਂਗ ਜਾਪ ਰਹੇ ਸਨ। ਝਾਲ ਤੋਂ ਡਿੱਗਦੇ ਪਾਣੀ ਦਾ ਖੜਾਕ ਟਿਕੀ ਰਾਤ ਵਿੱਚ ਸਾਨੂੰ ਸਾਫ਼ ਸੁਣਾਈ ਦੇ ਰਿਹਾ ਸੀ। ਇੱਥੋਂ ਹੀ ਖੱਬੇ ਪਾਸੇ ਇੱਕ ਕੱਚੀ ਸੜਕ ਮੁੜਦੀ ਸੀ ਜਿਸ 'ਤੇ ਅਸੀਂ ਅੱਗੇ ਜਾਣਾ ਸੀ। ਸਾਨੂੰ ਇਹ ਸੜਕ ਪਾ ਕੇ ਛੱਜੂ ਹੋਰਾਂ ਨੇ ਵਾਪਸ ਮੁੜ ਜਾਣਾ ਸੀ। ਉੱਥੇ ਖੜ੍ਹ ਕੇ ਅਸੀਂ ਇੱਕ-ਦੂਜੇ ਨੂੰ ਹੌਸਲਾ ਦਿੱਤਾ ਤੇ ਫਿਰ ਅਲਵਿਦਾ ਕਹਿ ਦਿੱਤੀ। ਛੱਜੂ ਹੋਰੀਂ ਵਾਪਸ ਮੁੜ ਗਏ। ਅਸੀਂ ਗਠੜੀ ਸਿਰ 'ਤੇ ਚੁੱਕੀਂ ਕੱਚੀ ਸੜਕ ਪੈ ਗਏ। ਸਾਡਾ ਡਰ ਹੁਣ ਹੋਰ ਵੀ ਦੁੱਗਣਾ ਹੋ ਗਿਆ ਸੀ। ਜੇ ਹੁਣ ਕੋਈ ਵਿਰੋਧੀ ਟੱਕਰ ਜਾਵੇ ਤਾਂ ਸਾਡੀ ਮੌਤ ਪੱਕੀ ਸੀ। ਅਸੀਂ ਦੱਸੀ ਹੋਈ ਕੋਠੜੀ ਆਲੇ-ਦੁਆਲੇ ਲੱਭਦੇ ਅੱਗੇ ਅੱਗੇ ਤੁਰੇ ਗਏ। ਛੱਜੂ ਦੇ ਦੋਸਤ ਨੇ ਸਾਨੂੰ ਇਸੇ ਸੜਕ ਤੋਂ ਇੱਕ ਕਿੱਲਾ ਕੁ ਹਟਵੀਂ ਇੱਕ ਕੋਠੜੀ ਦੱਸੀ ਸੀ। ਉਸ ਨੇ ਦੱਸਿਆ ਸੀ ਕਿ ਉਸ ਕੋਠੜੀ ਦੇ ਪੀਪਿਆਂ ਦੀ ਚਾਦਰ ਦਾ ਬਾਰ ਲੱਗਿਆ ਹੋਵੇਗਾ ਜਿਸਦਾ ਕੁੰਡਾ ਖੋਲ੍ਹ ਕੇ ਅਸੀਂ ਅੰਦਰ ਬੈਠ ਜਾਣਾ ਸੀ ਤੇ ਫਿਰ ਦਿਨ ਚੜ੍ਹੇ ਆ ਕੇ ਉਸਨੇ ਸਾਨੂੰ ਇੱਥੋਂ ਲੈ ਜਾਣਾ ਸੀ।

ਸਾਨੂੰ ਖੱਬੇ ਹੱਥ ਇੱਕ ਕੋਠੜੀ ਦਿਸੀ। ਅਸੀਂ ਵੱਟੇ ਵੱਟ ਉਸ ਕੋਠੜੀ ਕੋਲ ਜਾ ਰੁਕੇ। ਨਿਸ਼ਾਨੀ ਠੀਕ ਸੀ। ਪੀਪਿਆਂ ਦੀ ਚਾਦਰ ਦਾ ਬਾਰ ਸੀ। ਅਸੀਂ ਬਾਰ ਖੋਲ੍ਹ ਕੇ ਅੰਦਰ ਬੈਠ ਗਏ। ਦਿਨ ਚੜ੍ਹਨ ਤੱਕ ਬੈਠੇ ਰਹੇ। ਕਾਲੀ ਰਾਤ 'ਚ ਬੀਂਡਿਆਂ ਦੀ 'ਟਰੀਂ ਟਰੀ' ਤੋਂ ਬਿਨਾਂ ਕੋਈ ਵੀ ਅਵਾਜ਼ ਸਾਡੇ ਕੰਨੀਂ ਨਾ ਪਈ। ਦਿਨ ਚੜ੍ਹਨ ਤੱਕ ਅਸੀਂ ਬਾਹਰ ਨਿਕਲ ਕੇ ਵੀ ਨਾ ਵੇਖਿਆ ਜਿੰਨੀ ਦੇਰ ਸਾਨੂੰ ਭਾਨੇ ਨੇ ਆ ਕੇ ਅਵਾਜ਼ ਨਾ ਮਾਰੀ।

"ਬਾਈ ਮੈਂ ਭਾਨਾ। ਬਾਰ ਖੋਲ੍ਹੀਂ।" ਮੈਂ ਭਾਨੇ ਦਾ ਨਾਂ ਸੁਣ ਕੇ ਬਾਰ ਖੋਲ੍ਹ ਦਿੱਤਾ।

"ਠੀਕ ਪਹੁੰਚਗੇ ਬਾਈ?" ਉਸਨੇ ਕੁੰਡਾ ਖੁੱਲ੍ਹਣ ਸਾਰ ਮੈਨੂੰ ਪਹਿਲਾ ਸਵਾਲ ਪੁੱਛਿਆ।

"ਹਾਂ।" ਮੈਂ ਵੇਖਿਆ, ਭਾਨਾ ਪੈਂਤੀ ਕੁ ਸਾਲਾਂ ਦਾ ਚੰਗੇ ਕੱਦ-ਕਾਠ ਦਾ ਨੌਜਵਾਨ ਸੀ।

"ਚਲੋ ਫੇਰ।" ਅਸੀਂ ਭਾਨੇ ਨਾਲ ਤੁਰ ਪਏ। ਤੁਰੇ ਜਾਂਦਿਆਂ ਭਾਨੇ ਨੇ ਗੱਲ ਤੋਰ ਲਈ, "ਇਹ ਸਾਡਾ ਖੇਤ ਐ। ਇੱਕ ਖੇਤ ਸਾਡਾ ਉਹ ਐ ਜਿੱਥੇ ਹੁਣ ਆਪਾਂ ਜਾਣੈ। ਉੱਥੇ ਆਪਣਾ ਮਾਲ-ਪਸ਼ੂ ਰੱਖਿਆ ਹੋਇਐ। ਵਾਧੂ ਬੰਦਾ ਉੱਥੇ ਕੋਈ ਆਉਂਦਾ ਨੀ। ਦਿਨੇ ਬੱਸ ਆਪਣੀਆਂ ਬੁੜ੍ਹੀਆਂ ਆਉਂਦੀਆਂ ਨੇ ਕੰਮ-ਧੰਦਾ ਕਰਨ। ਰਾਤ ਨੂੰ ਉੱਥੇ ਬਾਪੂ ਰਹਿੰਦੈ ਜਾਂ ਸਾਡੇ ਦੋਏ ਭਾਈਆਂ 'ਚੋਂ ਕੋਈ ਰਹਿ ਪੈਂਦੈ। ਬਾਹਰਲੇ ਘਰ ਜਿਹੜਾ ਮਰਜੀ ਆਵੇ ਤੁਸੀਂ ਕਿਸੇ ਨੂੰ ਨੀ ਦੱਸਣਾ ਵੀ ਤੁਸੀਂ ਮੁਸਲਮਾਨ ਓਂ। ਘਰੇਂ ਬੁੜ੍ਹੀਆਂ ਨੂੰ ਵੀ ਅਸੀਂ ਇਹੀ ਦੱਸਾਂਗੇ ਵੀ ਤੁਸੀਂ ਉਧਰੋਂ ਆਏ ਰਿਫ਼ਿਊਜੀ ਓਂ। ਬੁੜ੍ਹੀਆਂ ਦੀ ਮੱਤ ਦਾ ਤੈਨੂੰ ਪਤਾ ਈ ਐ ਗੱਲ ਘੱਟ ਈ ਪਚਾਉਂਦੀਆਂ ਨੇ। ਜੇ ਕੋਈ ਪੁੱਛੇ, ਤੁਸੀਂ ਵੀ ਇਹੀ ਦੱਸਣੈ।"

"ਠੀਕ ਐ ਬਾਈ।"

ਉਹ ਮੈਨੂੰ ਸਾਰੇ ਰਸਤੇ ਸਮਝਾਉਂਦਾ ਆਇਆ। ਹੁਣ ਸਾਹਮਣੇ ਪਿੰਡ ਸਾਫ਼ ਦਿਸਦਾ ਸੀ। ਅਸੀਂ ਪਿੰਡ ਵੜਨ ਤੋਂ ਪਹਿਲਾਂ ਹੀ ਖੱਬੇ ਹੱਥ ਇੱਕ ਪਹੀ ਮੁੜ ਗਏ। ਪੰਜ-ਛੇ ਕਿੱਲਿਆਂ ਦੀ ਵਾਹੀ 'ਤੇ ਭਾਨੇ ਕਾ ਖੇਤ ਵਾਲਾ ਘਰ ਆ ਗਿਆ। ਬਾਹਰਲੇ ਗੇਟ 'ਤੇ ਡੰਡੇ ਤੇ ਫੱਟੀਆਂ ਜੋੜ ਕੇ ਬਣਾਇਆ ਫਿੜਕਾ ਖੋਲ੍ਹ ਕੇ ਅਸੀਂ ਅੰਦਰ ਲੰਘ ਗਏ। ਵਿਹੜੇ ਵਿੱਚ ਦੋ ਬਲਦਾਂ ਦੀਆਂ ਜੋੜੀਆਂ ਅਤੇ ਕਈ ਮੱਝਾਂ ਨਿੰਮ ਦੀ ਛਾਵੇਂ ਬੈਠੀਆਂ ਜੁਗਾਲੀ ਕਰ ਰਹੀਆਂ ਸਨ। ਸੱਜੇ ਹੱਥ ਲੰਬਾ ਬਰਾਂਡਾ ਸੀ। ਬਰਾਂਡੇ ਤੋਂ ਅੱਗੇ ਤੂੜੀ ਵਾਲੀ ਸਬਾਤ। ਸਬਾਤ ਦੇ ਨਾਲ ਲੱਗਵਾਂ ਖੂੰਜੇ ਵਿੱਚ ਇੱਕ ਛੋਟਾ ਜਿਹਾ ਬਰਾਂਡਾ ਹੋਰ ਸੀ ਜਿਸ ਦਾ ਇੱਕ ਬਾਰ ਪਿੱਛੇ ਖੇਤਾਂ ਵਿੱਚ ਖੁੱਲ੍ਹਦਾ ਸੀ। ਇਸ ਬਰਾਂਡੇ ਵਿੱਚ ਕੋਈ ਬਜ਼ੁਰਗ ਮੰਜੇ 'ਤੇ ਪਿਆ ਸੀ। ਬਰਾਂਡੇ ਦੇ ਨਾਲ ਲੱਗਵੀਂ, ਬਿਲਕੁਲ ਸਾਹਮਣੇ ਇੱਕ ਸਬਾਤ ਹੋਰ ਸੀ ਜਿਸਨੂੰ ਇਹ ਮੱਝਾਂ ਲਈ ਦਾਣੇ, ਖੇਤੀ-ਬਾੜੀ ਦੇ ਸਮਾਨ ਅਤੇ ਆਪਣੇ ਪੈਣ ਲਈ ਵਰਤਦੇ ਸਨ। ਭਾਨਾ ਸਾਨੂੰ ਸਭ ਤੋਂ ਪਹਿਲਾਂ ਇਸ ਸਬਾਤ ਵਿੱਚ ਲੈ ਗਿਆ। ਸਾਨੂੰ ਮੰਜੇ ਉੱਤੇ ਬਿਠਾ ਕੇ ਉਹ ਆਪਣੇ ਬਾਪੂ ਨੂੰ ਬੁਲਾ ਲਿਆਇਆ।

"ਲਓ ਪੁੱਤਰੋ, ਹੁਣ ਤੁਸੀਂ 'ਰਾਮ ਨਾਲ ਇੱਥੇ ਰਹੋ। ਇੱਥੇ ਥੋਨੂੰ ਕੋਈ ਡਰ-ਭੁੱਕਰ ਨੀ। ਜਿਹੋ ਜੀ ਮੇਰੀ ਧੀ, ਓਹੋ ਜੀ ਮੈਨੂੰ ਇਹ ਕੁੜੀ।" ਬਜ਼ੁਰਗ ਨੇ ਆਉਣ ਸਾਰ ਸਾਡੇ ਸਿਰਾਂ ਉੱਤੇ ਹੱਥ ਫੇਰ ਕੇ ਪਿਆਰ ਦਿੱਤਾ। "ਤੁਸੀਂ ਕਿਸੇ ਨੂੰ ਨੀ ਕਹਿਣਾ ਵੀ ਤੁਸੀਂ ਮੁਸਲਮਾਨ ਓਂ........।" ਬਜ਼ੁਰਗ ਸਾਨੂੰ ਭਾਨੇ ਵਾਲੀ ਗੱਲ ਫਿਰ ਸਮਝਾਉਣ ਲੱਗ ਪਿਆ। ".....ਲਓ ਪੁੱਤਰੋ, ਹੁਣ ਤੁਸੀਂ ਪੈ ਕੇ 'ਰਾਮ ਕਰੋ।" ਸਾਨੂੰ ਸਮਝਾ ਕੇ ਉਸਨੇ ਭਾਨੇ ਨੂੰ ਪਿੰਡੋਂ ਰੋਟੀ ਲੈ ਕੇ ਆਉਣ ਲਈ ਤੋਰ ਦਿੱਤਾ ਤੇ ਆਪ ਖੇਤਾਂ ਵੱਲ ਗੇੜਾ ਮਾਰਨ ਤੁਰ ਗਿਆ।

--0--

ਇੱਕ ਮਹੀਨੇ ਤੱਕ ਅਸੀਂ ਕਿਸੇ ਕੋਲ ਵੀ ਭਾਫ਼ ਨਾ ਕੱਢੀ। ਭਾਨੇ ਦੇ ਭਰਾ ਕੇਸਰ ਅਤੇ ਉਸਦੇ ਪਿਤਾ ਹਜ਼ੂਰੇ ਤੋਂ ਬਿਨਾਂ ਸਾਡੇ ਮੁਸਲਮਾਨ ਹੋਣ ਦਾ ਅਸੀਂ ਕਿਸੇ ਨੂੰ ਨਾ ਦੱਸਿਆ। ਫੇਰ ਪਤਾ ਨਹੀਂ ਕਿਹੜੀ ਹਵਾ ਸਾਡਾ ਮੂੰਹ ਸੁੰਘ ਕੇ ਥਾਣੇ ਤੱਕ ਲੈ ਗਈ। ਸਵੇਰੇ

ਸਵੇਰੇ ਦੋ ਸਿਪਾਹੀ ਸਾਨੂੰ ਥਾਣੇ ਲੈ ਜਾਣ ਲਈ ਬਾਰ 'ਚ ਆ ਖੜ੍ਹੇ।

"ਜਿਹੜੇ ਤੁਸੀਂ ਘਰੇਂ ਬੰਦਾ, ਬੁੜ੍ਹੀ ਰੱਖੇ ਨੇ, ਇਹਨਾਂ ਨੂੰ ਥਾਣੇਦਾਰ ਨੇ ਥਾਣੇ ਬੁਲਾਇਐ।" ਇੱਕ ਸਿਪਾਹੀ ਨੇ ਆਉਣ ਦਾ ਮਕਸਦ ਦੱਸ ਦਿੱਤਾ।

"ਕਿਉਂ, ਇਹਨਾਂ ਤੋਂ ਕੀ ਕਰਾਉਣੈ?" ਹਜ਼ੂਰੇ ਨੇ ਰੋਹਬ ਨਾਲ ਪੁੱਛਿਆ।

"ਐਂ ਤਾਂ ਪਤਾ ਨੀ।" ਸਿਪਾਹੀ ਜਾਣਦੇ ਹੋਏ ਵੀ ਅਣਜਾਣ ਬਣ ਗਏ।

"ਤੁਸੀਂ ਚੱਲੋ, ਮੈਂ ਆਪ ਆਉਣਾ ਥਾਣੇ।" ਹਜ਼ੂਰੇ ਨੇ ਸਿਪਾਹੀਆਂ ਨੂੰ ਵਾਪਸ ਮੋੜ ਦਿੱਤਾ।

"ਪੁੱਤ, ਤੂੰ ਬਾਰ ਬੰਦ ਕਰ ਕੇ ਬੈਠ ਜਾਹ। ਜਿਹੜਾ ਮਰਜੀ ਹਾਕਾਂ ਮਾਰੀ ਜਾਵੇ, ਬਾਰ ਨੀ ਖੋਲ੍ਹਣਾ। ਥਾਣੇ ਆਲਿਆਂ ਦਾ ਤਾਂ ਮੈਂ ਲੈਨਾਂ ਬਾਰਾ-ਸਾਰਾ।" ਹਜ਼ੂਰਾ ਸਾਨੂੰ ਹਦਾਇਤ ਕਰ ਕੇ ਤੁਰ ਗਿਆ।

ਆਥਣੇ ਜਦੋਂ ਭਾਨਾ ਆਇਆ ਤਾਂ ਅਸੀਂ ਉਸਨੂੰ ਸਾਰੀ ਹੋਈ-ਬੀਤੀ ਦੱਸ ਦਿੱਤੀ। ਭਾਨਾ ਰੋਟੀ ਰੱਖ ਕੇ ਉਹਨੀਂ ਪੈਰੀਂ ਹੀ ਵਾਪਸ ਮੁੜ ਗਿਆ। ਜਿੰਨੀ ਦੇਰ ਉਹ ਵਾਪਸ ਮੁੜ ਕੇ ਨਾ ਆਏ ਮੇਰਾ ਮਨ ਥਾਲ 'ਚ ਪਾਏ ਪਾਣੀ ਵਾਂਗ ਛਲਕਦਾ ਰਿਹਾ ਕਿ ਕਿਤੇ ਕੋਈ ਹੋਰ ਵਖ਼ਤ ਨਾ ਪੈ ਜਾਵੇ। ਮੂੰਹ ਹਨੇਰੇ ਭਾਨਾ ਤੇ ਹਜ਼ੂਰਾ ਦੋਵੇਂ ਵਾਪਸ ਆ ਗਏ। ਭਾਨੇ ਦੇ ਥਾਣੇ ਜਾਣ ਤੋਂ ਪਹਿਲਾਂ ਹੀ ਹਜ਼ੂਰਾ ਰਸਤੇ 'ਚ ਵਾਪਸ ਆ ਰਿਹਾ ਸੀ। ਉਹ ਥਾਣੇ 'ਚ ਪਤਾ ਨਹੀਂ ਕਿਹੜੀ ਕਰਾਮਾਤੀ ਭਭੂਤੀ ਧੂੜ ਕੇ ਆਇਆ ਸੀ। ਉਸਨੇ ਆਉਣ ਸਾਰ ਹੀ ਮੇਰੇ ਮੋਢੇ 'ਤੇ ਹੌਸਲੇ ਭਰਿਆ ਹੱਥ ਰੱਖ ਕੇ ਕਿਹਾ, "ਲੈ ਪੁੱਤਰਾ! ਅੱਜ ਤੋਂ ਕੋਈ ਤੇਰੀ ਹਵਾ ਵੱਲ ਵੀ ਨੀ ਝਾਕੂ। ਮੌਜਾਂ ਕਰ।"

ਉਸ ਤੋਂ ਪਿੱਛੋਂ ਸਾਡੀ ਕਿਸੇ ਨੇ ਟੋਕ-ਟਕਾਈ ਨਾ ਕੀਤੀ। ਅਸੀਂ ਰੋਟੀ ਖਾਂਦੇ, ਕੰਮ ਕਰਦੇ ਰਹੇ। ਵੀਰਾਂ ਬਾਗਲ 'ਚ ਮੱਝਾਂ ਦਾ ਕਰਦੀ ਤੇ ਮੈਂ ਖੇਤੀ-ਬੰਨ੍ਹੇ ਦਾ। ਹੁਣ ਵੀਰਾਂ ਦੇ ਨਿੱਕਾ-ਨਿਆਣਾ ਹੋਣ ਦੇ ਦਿਨ ਨੇੜੇ ਲੱਗ ਗਏ ਸਨ। ਅਸੀਂ ਆਪਣੇ ਹੋਣ ਵਾਲੇ ਬੱਚੇ ਦੇ ਸੁਪਨੇ ਦੇਖਦੇ। ਆਪਣੇ ਤੇ ਆਪਣੇ ਬੱਚੇ ਦੇ ਭਵਿੱਖ ਬਾਰੇ ਸੋਚਾਂ ਸੋਚਦੇ, ਸਲਾਹਾਂ ਕਰਦੇ। ਸਾਡੀਆਂ ਇਹਨਾਂ ਸਲਾਹਾਂ ਨੇ ਅਜੇ ਕੋਈ ਸਿਰਾ ਨਹੀਂ ਫੜਿਆ ਸੀ ਕਿ ਮੇਰਾ ਭਣੋਈਆ ਸਾਡੇ ਬਾਰੇ ਪੈੜ ਕੱਢਦਾ ਪਹਿਲਾਂ ਰੇਣੂਕੇ ਤੇ ਫਿਰ ਰੇਣੂਕੇ ਤੋਂ ਹਮੇਲਪੁਰ ਆ ਗਿਆ।

ਉਸ ਦਿਨ ਮੈਂ ਹਲ ਜੋੜਿਆ ਹੋਇਆ ਸੀ। ਦੂਰੋਂ ਇੱਕ ਬੰਦਾ ਮੇਰੇ ਵੱਲ ਤੁਰਿਆ ਆਉਂਦਾ ਦਿਸਿਆ। ਮੈਂ ਹਲ ਨਹੀਂ ਰੋਕਿਆ ਪਰ ਮੇਰੀ ਨਿਗ੍ਹਾ, ਮੇਰੇ ਵੱਲ ਸਿੱਧੇ ਤੁਰੇ ਆ ਰਹੇ ਉਸ ਆਦਮੀ ਵੱਲ ਹੀ ਸੀ। ਉਹ ਹੱਥ 'ਚ ਕਿਰਪਾਨ ਤੇ ਗਲ 'ਚ ਪਰਨਾ ਪਾਈਂ ਦੂਰੋਂ ਵੇਖਿਆਂ ਕੋਈ ਸਿੱਖ ਲੱਗਦਾ ਸੀ। ਜਦੋਂ ਉਹ ਮੈਥੋਂ ਕੁਝ ਹੀ ਕਰਮਾਂ ਦੀ ਦੂਰੀ 'ਤੇ ਰਹਿ ਗਿਆ, ਮੈਂ ਪੁਚਕਾਰ ਕੇ ਬਲਦ ਰੋਕ ਲਏ। ਬਲਦ ਖੜ੍ਹੇ ਹੋ ਕੇ ਪਿਸ਼ਾਬ ਕਰਨ ਲੱਗ ਪਏ। ਉਸਦੇ ਬਿਲਕੁਲ ਮੇਰੇ ਨੇੜੇ ਆਉਣ 'ਤੇ ਮੈਂ ਉਹ ਪਹਿਚਾਣ ਲਿਆ।

"ਤੂੰ ਤਾਂ ਸਿਆਣ 'ਚ ਈ ਨੀ ਆਇਆ ਕਰਮਦੀਨਾ!" ਮੈਂ ਉਸਦੇ ਬਦਲੇ ਭੇਸ ਵੱਲ ਸਿਰ ਤੋਂ ਲੈ ਕੇ ਪੈਰਾਂ ਤੱਕ ਵਾਰ ਵਾਰ ਵੇਖ ਰਿਹਾ ਸੀ।

"ਹੋਰ ਤਕੜੈਂ?"

"ਬੱਸ ਤਕੜਿਆਂ ਜਿਹੜੇ ਜਿਉਂਦੇ ਫਿਰਦੇ ਆਂ।" ਪਰਿਵਾਰ ਦੀ ਯਾਦ ਨਾਲ

ਮੇਰੇ ਮੂੰਹ 'ਤੇ ਉਦਾਸੀ ਛਾ ਗਈ।

"ਪਰਿਵਾਰ ਦਾ ਕੋਈ ਹੋਰ ਜੀਅ.......?"

"ਹੋਰਾਂ ਬਾਰੇ ਤਾਂ ਅੱਲ੍ਹਾ ਜਾਣਦੈ। ਅਸੀਂ ਤਾਂ ਇਥੇ ਦੋਏ ਆਂ, ਮੈਂ ਤੇ ਗੌਰੇ ਸ਼ਾਹ ਦੀ ਘਰਵਾਲੀ ਵੀਰਾਂ। ਤੂੰ ਕਿਮੇਂ ਕੱਲਾ ਫਿਰਦੈਂ? ਭੈਣਾਂ ਹੋਨੀਆਂ?"

"ਉਹ ਤਾਂ ਦਾਨਗੜ੍ਹ ਈ ਨੇ। ਉੱਥੇ ਸਰਦਾਰ ਨੇ ਕਿਸੇ ਮੁਸਲਮਾਨ ਨੂੰ ਵੀ ਨੀ ਜਾਣ ਦਿੱਤਾ। ਸਾਰਿਆਂ ਦੀ ਰਖਵਾਲੀ ਆਪ ਕਰੀ। ਉੱਥੇ ਤਾਂ ਸਭ ਸੁੱਖ-ਸਾਂਦ ਐ।" ਭਣੋਈਏ ਦੀ ਇਸ ਗੱਲ ਨੇ ਮੈਨੂੰ ਭੈਣ ਵੱਲੋਂ ਸੁੱਖ ਦਾ ਸਾਹ ਦਿੱਤਾ। ਮੈਂ ਭਣੋਈਏ ਨਾਲ ਗੱਲਾਂ ਕਰਦਾ, ਬਲਦਾਂ ਦੀ ਪੰਜਾਲੀ ਲਾਹ ਕੇ ਬਾਗਲ 'ਚ ਲੈ ਆਇਆ। ਬਲਦਾਂ ਨੂੰ ਪਾਣੀ ਪਿਆ ਕੇ ਕੱਖਾਂ ਵਾਲੀ ਖੁਰਲੀ 'ਤੇ ਬੰਨ੍ਹ ਦਿੱਤਾ।

"ਤੁਸੀਂ ਮੇਰੇ ਨਾਲ ਚੱਲੋਂ।" ਜਦੋਂ ਮੈਂ ਕਰਮਦੀਨ ਕੋਲ ਆ ਬੈਠਿਆ, ਉਸਨੇ ਸਲਾਹ ਦੇਣ ਵਰਗੀ ਗੱਲ ਕਹੀ।

"ਨਹੀ, ਅਜੇ ਤਾਂ ਬੀਜ-ਬਿਜਾਈ ਚਲਦੀ ਐ। ਹੁਣ ਸਾਨੂੰ ਥੋਡਾ ਪਤਾ ਲਾਗਿਆ, ਬੀਜ-ਬਿਜਾਈ ਤੋਂ ਵਿਹਲੇ ਹੋ ਕੇ ਅਸੀਂ ਆਪ ਦਾਨਗੜ੍ਹ ਆ ਜਾਂਗੇ।" ਮੈਂ ਹਜ਼ੂਰੇ ਹੋਰਾਂ ਦੀ ਸਲਾਹ ਤੋਂ ਬਿਨਾਂ ਕਿਤੇ ਨਹੀਂ ਜਾਣਾ ਚਾਹੁੰਦਾ ਸੀ। ਇਸ ਲਈ ਮੈਂ ਕਰਮਦੀਨ ਨੂੰ ਟਾਲਣਾ ਚਾਹਿਆ ਪਰ ਉਸਨੇ ਮੇਰਾ ਕੰਨ ਪੁੱਠੇ ਪਾਸੇ ਦੀ ਫਿਰ ਫੜ ਲਿਆ।

"ਤੂੰ ਬੀਜ-ਬਿਜਾਈ ਕਰ ਕੇ ਆਜੀਂ। ਹੁਣ ਵੀਰਾਂ ਨੂੰ ਮੇਰੇ ਨਾਲ ਤੋਰਦੇ। ਉਥੇ ਤੇਰੀ ਭੈਣ ਇਹਨੂੰ ਆਪੀ ਸਾਂਭੂ। ਨਾਲੇ ਜੱਚੇ-ਬੱਚੇ ਨੂੰ ਦੁੱਧ-ਘਿਓ ਮਿਲਜੂ।"

ਮੈਂ ਭਾਨੇ ਦੀ ਸਲਾਹ ਜਾਣਨ ਲਈ ਉਸ ਵੱਲ ਵੇਖਿਆ। ਭਾਨਾ ਮੇਰਾ ਸਵਾਲ ਬੁੱਝ ਗਿਆ। ਉਸਨੇ ਬੜੇ ਠਰੰਮੇ ਨਾਲ ਕਿਹਾ, "ਦੇਖ ਨੌਹਰ! ਖੁਰਾਕ ਦੀ ਤਾਂ ਇੱਥੇ ਕੋਈ ਤੋਟ ਨੀ। ਸੁੱਖ ਨਾਲ ਦੁੱਧ-ਘਿਓ ਆਮ ਐ। ਮੇਰੀ ਸੱਸ ਦਾਈ ਦਾ ਕੰਮ ਕਰਦੀ ਐ। ਆਪਾਂ ਜਛੇਪੇ ਤੋਂ ਪੰਦਰਾਂ ਦਿਨ ਪਹਿਲਾਂ ਤੇ ਪੰਦਰਾਂ ਦਿਨ ਬਾਅਦ ਤੱਕ ਉਹਨੂੰ ਇੱਥੇ ਈ ਰੱਖ ਲਾਂਗੇ। ਅੱਡ ਘਰ ਕਹੇਂ, ਅੱਡ ਘਰ ਪਾ ਕੇ ਦੇਦੂੰ। ਬਾਕੀ ਆਹ ਤੇਰਾ ਰਿਸ਼ਤੇਦਾਰ ਬੈਠੈ ਜਿਵੇਂ ਤੇਰਾ ਅੰਦਰਲਾ ਮੰਨਦੈ, ਓਵੇਂ ਕਰਲੈ।"

"ਦੇਖੋ ਜੀ ਥੋਡਾ ਦੇਣ ਤਾਂ ਅਸੀਂ ਸੱਤ ਜਨਮ ਨੀ ਦੇ ਸਕਦੇ। ਊਂ ਜੇ ਇਹ ਸਾਡੇ ਕੋਲੇ ਰਹਿਣਗੇ, ਸਾਨੂੰ ਇੱਕ-ਦੂਜੇ ਦੀ ਧਿਰ ਰਹੂ। ਹੁਣ ਮੈਂ ਵੀਰਾਂ ਨੂੰ ਲੈ ਜਾਨਾਂ। ਇਹ ਚਲ ਅਵਦਾ ਬੀਜ-ਬਿਜਾਈ ਕਰ ਕੇ ਆਜੂਗਾ।" ਕਰਮਦੀਨ ਨੇ ਮੇਰੇ ਉੱਪਰ ਦੀ ਇੱਕ ਵਲੇਵਾਂ ਹੋਰ ਮਾਰ ਲਿਆ।

"ਚਲੋ ਜਿਵੇਂ ਥੋਡੀ ਦੋਵਾਂ ਦੀ ਸਲਾਹ ਐ।" ਭਾਨਾ ਅਖ਼ੀਰੀ ਫ਼ੈਸਲਾ ਸਾਡੇ ਦੋਵਾਂ ਉੱਪਰ ਸੁੱਟ ਕੇ ਖੜ੍ਹਾ ਹੋ ਗਿਆ।

"ਤੂੰ ਭੋਰਾ ਸੋਚ ਨਾ ਕਰ ਏਸ ਗੱਲ ਦੀ। ਮੈਂ ਵੀਰਾਂ ਨੂੰ ਲੈ ਜਾਨਾਂ, ਤੂੰ ਫੇਰ ਆਜੀਂ।" ਕਰਮਦੀਨ ਵੀਰਾਂ ਨੂੰ ਲੈ ਕੇ ਜਾਣ ਲਈ ਅੜਿਆ ਖੜ੍ਹਾ ਸੀ।

"ਚਲ ਮਰਜੀ ਐ ਤੇਰੀ।" ਮੈਂ ਅੰਦਰੋਂ ਨਾ ਮੰਨਦਿਆਂ ਵੀ ਉਸ ਦੀ ਜਿੱਦ ਅੱਗੇ ਝੁਕ ਗਿਆ। ਦੁਪਹਿਰ ਤੋਂ ਬਾਅਦ ਕਰਮਦੀਨ ਵੀਰਾਂ ਨੂੰ ਲੈ ਕੇ ਤੁਰ ਗਿਆ।

--0--

ਮੈਂ ਬੀਜ-ਬਿਜਾਈ ਕਰਦਾ ਰਿਹਾ ਪਰ ਮੇਰੀ ਸੁਰਤੀ ਵੀਰਾਂ ਅਤੇ ਸਾਡੇ ਹੋਣ ਵਾਲੇ ਬੱਚੇ ਵਿੱਚ ਭਟਕਦੀ ਰਹੀ। ਕੰਮ ਕਰਦਿਆਂ, ਰੋਟੀ ਖਾਂਦਿਆਂ, ਉਠਦਿਆਂ-ਬੈਠਦਿਆਂ, ਸੌਂਦਿਆਂ-ਜਾਗਦਿਆਂ ਵੀਰਾਂ ਦੀਆਂ ਯਾਦਾਂ ਮੇਰੇ ਦਿਮਾਗ਼ ਵਿੱਚ ਹੇਲੀਆਂ ਦਿੰਦੀਆਂ ਫਿਰਦੀਆਂ। ਮੇਰਾ ਇਕੱਲੇ ਦਾ ਹੁਣ ਜੀਅ ਨਹੀਂ ਲੱਗਦਾ ਸੀ। ਰਾਤ ਨੂੰ ਇਕੱਲੇ ਪਿਆਂ ਡਰ ਆਉਂਦਾ। ਦਿਲ ਕਰਦਾ ਵੀਰਾਂ ਕੋਲ ਚਲਾ ਜਾਵਾਂ ਜਾਂ ਉਸਨੂੰ ਇੱਥੇ ਲੈ ਆਵਾਂ।

ਇੱਕ ਰਾਤ ਮੈਨੂੰ ਸੁਪਨਾ ਆਇਆ ਜਿਵੇਂ ਵੀਰਾਂ ਗੁਆਚ ਗਈ ਹੈ। ਮੈਂ ਉਸਨੂੰ ਖੂਹਾਂ, ਟੋਭਿਆਂ, ਜੰਗਲਾਂ, ਰੋਹੀ ਬੀਆਬਾਨਾਂ 'ਚ ਲੱਭਦਾ ਫਿਰ ਰਿਹਾ ਹਾਂ। ਲੱਭਦਿਆਂ ਲੱਭਦਿਆਂ ਸ਼ਾਮ ਹੋ ਗਈ। ਮੈਂ ਥੱਕ ਗਿਆ। ਪਿਆਸ ਨਾਲ ਮੇਰਾ ਮੂੰਹ ਸੁੱਕਣ ਲੱਗਿਆ। ਮੈਂ ਪਿਆਸ ਬੁਝਾਉਣ ਲਈ ਟੋਭੇ ਦੇ ਕਿਨਾਰੇ ਜਾ ਖੜ੍ਹਿਆ। ਇੱਕ ਉਂਜਲ ਭਰ ਕੇ ਪਾਣੀ ਪੀਤਾ, ਦੂਜਾ ਪੀਤਾ। "ਹੈਂ!!" ਮੈਂ ਹੈਰਾਨ ਹੋਏ ਨੇ ਤੀਜਾ ਉਂਜਲ ਵਾਪਸ ਛੱਡ ਦਿੱਤਾ। ਮੇਰਾ ਬੁੱਕ ਲਹੂ ਨਾਲ ਭਰ ਗਿਆ ਸੀ। ਮੈਂ ਪਾਣੀ ਵੱਲ ਧਿਆਨ ਨਾਲ ਵੇਖਿਆ, ਸਾਰਾ ਟੋਭਾ ਪਾਣੀ ਦੀ ਥਾਂ ਲਹੂ ਨਾਲ ਭਰਿਆ ਹੋਇਆ ਸੀ। ਮੈਂ ਹੈਰਾਨੀ ਨਾਲ ਟੋਭੇ ਦੇ ਕਿਨਾਰੇ ਤੋਂ ਡੂੰਘੇ ਪਾਣੀ ਵੱਲ ਵੇਖਿਆ। ਟੋਭੇ ਦੇ ਵਿਚਕਾਰ ਵੀਰਾਂ ਖੜ੍ਹੀ ਸੀ। ਮੈਂ ਵੀਰਾਂ ਕੋਲ ਪਹੁੰਚਣ ਲਈ ਟੋਭੇ ਦੇ ਪਾਣੀ ਵਿੱਚ ਉਤਰਨ ਲੱਗਿਆ, ਕਿਸੇ ਨੇ ਮੇਰਾ ਗਲ਼ ਫੜ ਲਿਆ। ਮੈਂ ਛੁਡਾਉਣਾ ਚਾਹਿਆ, ਛੁਡਾ ਨਾ ਸਕਿਆ। ਚੀਕ ਮਾਰਨੀ ਚਾਹੀ, ਮੇਰੀ ਚੀਕ ਨਾ ਨਿੱਕਲ ਸਕੀ। ਮੈਂ ਛਟ-ਪਟਾਉਂਦਾ, ਬੇਵਸ ਵੀਰਾਂ ਵੱਲ ਵੇਖ ਰਿਹਾ ਸਾਂ। "ਹੈਂ! ਇਹ ਕੀ?" ਮੈਂ ਹੋਰ ਹੈਰਾਨ ਹੋ ਗਿਆ। ਵੀਰਾਂ ਤੱਤੇ ਪਾਣੀ 'ਚ ਰੱਖੇ ਘਿਓ ਵਾਂਗ ਖੁਰ ਖੁਰ ਕੇ ਟੋਭੇ ਦੇ ਲਹੂ ਵਿੱਚ ਮਿਲ ਰਹੀ ਸੀ। ਜਦੋਂ ਵੀਰਾਂ ਸਾਰੀ ਖੁਰ ਗਈ ਤਦੀ ਮੇਰੀ ਪਕੜ ਛੁਟ ਗਈ। ਮੇਰੀ ਚੀਕ ਨਿਕਲ ਗਈ।

"ਕੀ ਹੋ ਗਿਆ?" ਹਜ਼ੂਰਾ ਮੇਰੀ ਚੀਕ ਸੁਣ ਕੇ ਜਾਗ ਪਿਆ।

"ਹੈਂ? ਕੁਛ ਨੀ। ਇੱਕ ਸੁਪਨਾ ਜਾ ਆ ਗਿਆ ਸੀ ਭੈੜਾ ਜਿਆ।" ਮੇਰੀ ਜਾਗ ਖੁੱਲ੍ਹ ਗਈ ਸੀ। ਮੈਂ ਮੁੜ੍ਹਕੋ-ਮੁੜ੍ਹਕੀ ਹੋਇਆ ਪਿਆ ਸੀ।

ਹੁਣ ਮੇਰੀ ਵੀਰਾਂ ਨੂੰ ਮਿਲ ਆਉਣ ਦੀ ਚਾਹਨਾ ਹੋਰ ਵੀ ਦੂਗਣੀ ਹੋ ਗਈ ਸੀ। ਬੀਜ-ਬਿਜਾਈ ਤੋਂ ਬਾਅਦ ਇੱਕ ਦਿਨ ਮੈਂ ਹਜ਼ੂਰੇ ਅਤੇ ਭਾਨੇ ਹੋਰਾਂ ਤੋਂ ਦਾਨਗੜ੍ਹ ਜਾ ਆਉਣ ਦੀ ਇਜਾਜ਼ਤ ਲੈ ਲਈ। ਇੱਕ-ਅੱਧ ਕੱਪੜਾ ਨਾਲ ਚੁੱਕ ਲਿਆ। ਬਾਕੀ ਸਮਾਨ ਉੱਥੇ ਹੀ ਛੱਡ ਦਿੱਤਾ। ਸੋਚਿਆ ਸੀ ਜਦੋਂ ਕਿਧਰੇ ਪੱਕਾ ਟਿਕਾਣਾ ਹੋਵੇਗਾ ਫੇਰ ਹੀ ਸਾਰਾ ਸਮਾਨ ਚੁੱਕਾਂਗੇ। ਜੱਸੋਵਾਲ ਤੱਕ ਭਾਨਾ ਮੈਨੂੰ ਆਪ ਛੱਡਣ ਆਇਆ। ਉਸਨੇ ਹੀ ਮੈਨੂੰ ਟਿਕਟ ਲੈ ਕੇ ਦਿੱਤੀ। ਗੱਡੀ ਤੁਰਨ ਤੱਕ ਉਹ ਮੇਰੇ ਕੋਲ ਖੜ੍ਹਿਆ ਗੱਲਾਂ ਕਰਦਾ ਰਿਹਾ।

ਮੈਂ ਗੱਡੀ 'ਚ ਬੈਠਾ ਵੇਖ ਰਿਹਾ ਸੀ, ਖੇਤਾਂ ਵਿੱਚ ਮੁੜ ਰੌਣਕਾਂ ਪਰਤ ਆਈਆਂ ਸਨ। ਦੂਰ ਦੂਰ ਤੱਕ ਉੱਚੇ-ਨੀਵੇਂ ਟਿੱਬਿਆਂ 'ਤੇ, ਮੈਦਾਨਾਂ 'ਚ ਹਾੜ੍ਹੀ ਦੀਆਂ ਫ਼ਸਲਾਂ ਬੀਜੀਆਂ ਜਾ ਚੁੱਕੀਆਂ ਸਨ। ਹੁਣ ਫੇਰ ਓਵੇਂ ਕੰਮ ਹੋਣ ਲੱਗੇ ਸਨ ਜਿਵੇਂ ਹੱਲਿਆਂ ਤੋਂ ਪਹਿਲਾਂ ਹੁੰਦੇ ਸਨ। ਗੱਡੀ ਮਲੇਰਕੋਟਲੇ ਦੀ ਹੱਦ 'ਚ ਆ ਵੜੀ। ਮੈਂ ਵੇਖ ਕੇ ਹੈਰਾਨ ਰਹਿ ਗਿਆ। ਮੀਏਂ ਤਾਂ ਓਵੇਂ ਹੱਥਾਂ 'ਚ ਖੁਰਪੇ ਲਈਂ ਸਬਜ਼ੀਆਂ ਗੁੱਡ ਰਹੇ ਸਨ। ਮੈਨੂੰ ਤਾਂ ਖ਼ਬਰਾਂ

ਮਿਲਦੀਆਂ ਰਹੀਆਂ ਸਨ ਕਿ ਮਲੇਰਕੋਟਲਾ ਉੱਜੜ ਗਿਆ ਹੈ ਪਰ ਇੱਥੇ ਤਾਂ ਕੁਝ ਵੀ ਨਹੀਂ ਬਦਲਿਆ। ਉਹੀ ਮਲੇਰਕੋਟਲਾ, ਉਹੀ ਹੁੱਕੀਆਂ ਲਈਂ ਫਿਰਦੇ ਮੀਏਂ। ਉਹੀ ਪਹਿਰਾਵਾ। ਸਭ ਕੁਝ ਉੱਞ ਦਾ ਹੀ, ਜਿਵੇਂ ਕਿਸੇ ਨੇ ਮਲੇਰਕੋਟਲੇ ਨੂੰ ਬੁੱਕਲ 'ਚ ਲੈ ਕੇ ਖ਼ੂਨੀ ਹਨੇਰੀ ਤੋਂ ਬਚਾ ਲਿਆ ਹੋਵੇ ਤੇ ਸ਼ਾਂਤੀ ਹੋਣ 'ਤੇ ਮੁੜ ਧਰਤੀ 'ਤੇ ਟਿਕਾ ਦਿੱਤਾ ਹੋਵੇ।

ਗੱਡੀ ਮਲੇਰਕੋਟਲਿਓਂ ਤੁਰੀ, ਧੂਰੀ ਆ ਰੁਕੀ। ਮੈਂ ਧੂਰੀ ਉੱਤਰ ਗਿਆ। ਦਿਨ ਛਿਪਦਾ ਜਾਂਦਾ ਸੀ ਪਰ ਬਰਨਾਲੇ ਨੂੰ ਜਾਣ ਵਾਲੀ ਗੱਡੀ ਦੀ ਅਜੇ ਕੋਈ ਖ਼ਬਰ-ਸਾਰ ਨਹੀਂ ਸੀ। ਲੰਬੇ ਇੰਤਜ਼ਾਰ ਤੋਂ ਬਾਅਦ ਜਦੋਂ ਬਰਨਾਲੇ ਨੂੰ ਜਾਣ ਵਾਲੀ ਗੱਡੀ ਆਈ ਤਾਂ ਮੈਂ ਸ਼ੁਕਰ ਮਨਾਉਂਦਾ ਉਸ ਵਿੱਚ ਚੜ੍ਹ ਗਿਆ। ਬਰਨਾਲੇ ਪਹੁੰਚਦਿਆਂ ਹਨੇਰਾ ਹੋ ਗਿਆ ਸੀ। ਦੀਵੇ ਲੱਗ ਗਏ ਸਨ। ਹੁਣ ਮੈਂ ਦਾਨਗੜ੍ਹ ਜਾਣ ਵਾਲੇ ਕਿਸੇ ਸਾਧਨ ਦੀ ਝਾਕ ਵਿੱਚ ਸੀ। ਚਾਹੇ ਏਨੇ ਹਨੇਰੇ ਕੋਈ ਸਾਧਨ ਸੰਭਵ ਨਹੀਂ ਸੀ ਫਿਰ ਵੀ ਮੈਂ ਆਸ ਦੀ ਤੰਦ ਹੱਥ ਫੜੀਂ ਦੁਕਾਨ ਵਾਲੇ ਨੂੰ ਪੁੱਛ ਲਿਆ।

"ਨਾ, ਹੁਣ ਤਾਂ ਕੋਈ ਸਾਧਨ ਨੀ ਜਾਂਦਾ।" ਉਸਨੇ ਨਾਂਹ ਵਿੱਚ ਸਿਰ ਮਾਰ ਦਿੱਤਾ। "ਤੂੰ ਐਂ ਕਰ, ਆਹ ਸਰਾਂ 'ਚ ਰਾਤ ਕੱਟ ਲੈ। ਸਵੇਰੇ ਦਿਨ ਚੜ੍ਹੇ ਵਗਜੀਂ।" ਉਸਨੇ ਮੈਨੂੰ ਉੱਲੂਆਂ ਵਾਂਗ ਇੱਧਰ-ਉੱਧਰ ਝਾਕਦੇ ਨੂੰ ਵੇਖ ਕੇ ਸਲਾਹ ਦਿੱਤੀ।

"ਰੋਟੀ ਮਿਲਜੂ ਇੱਥੋਂ?" ਹੁਣ ਮੇਰੀ ਭੁੱਖ ਵੀ ਹੱਦ-ਬੰਨ੍ਹੇ ਤੋੜ ਰਹੀ ਸੀ।

"ਨਾਹ ਰੋਟੀ ਤਾਂ ਨੀ ਮਿਲਦੀ, ਚਾਹ ਬਣਾ ਦਿਨਾਂ?"

"ਚਲ ਚਾਹ ਬਣਾ ਫੇਰ ਘੁੱਟ।"

ਉਸਨੇ ਅੰਗੀਠੀ 'ਤੇ ਚਾਹ ਧਰ ਲਈ। ਚਾਹ ਬਣਦੇ ਬਣਦੇ ਇੱਕ ਔਰਤ, ਮਰਦ ਸਰਾਂ ਬਾਰੇ ਪੁੱਛਦੇ ਹੋਰ ਆ ਗਏ।

"ਆਹ ਸੀ ਭਾਈ ਸਰਾਂ ਤਾਂ। ਆਹ ਮੁੰਡੇ ਨੇ ਵੀ ਇੱਥੀ ਰਾਤ ਕੱਟਣੀ ਐ।" ਚਾਹ ਵਾਲੇ ਨੇ ਸਾਨੂੰ ਇੱਕ-ਦੂਜੇ ਦੇ ਨੇੜੇ ਲਾਉਣਾ ਚਾਹਿਆ ਪਰ ਉਹ ਬੰਦਾ ਮੇਰੇ ਵੱਲ ਹੋਰੂ ਜਿਹਾ ਵੇਖਦਾ ਮੂੰਹ ਵੱਟ ਗਿਆ।

'ਚਲੋ ਬੋਲ-ਚਾਲ ਨਾ ਸਹੀ, ਘੱਟੋ-ਘੱਟ ਮੇਰੇ ਕੋਲ ਆਦਮ ਜਾਤ ਦੇ ਹੋਣ ਦਾ ਹੌਸਲਾ ਤਾਂ ਰਹੇਗਾ।' ਮੈਨੂੰ ਅੰਦਰੋ-ਅੰਦਰੀ ਉਨ੍ਹਾਂ ਦਾ ਮੇਰੇ ਨਾਲ ਰਾਤ ਕੱਟਣਾ ਖ਼ੁਸ਼ੀ ਦੇ ਗਿਆ। ਚਾਹੇ ਉਨ੍ਹਾਂ ਨੇ ਸਾਰੀ ਰਾਤ ਮੇਰੇ ਨਾਲ ਕੋਈ ਗੱਲ ਨਾ ਕੀਤੀ ਪਰ ਮੇਰਾ ਸਰਾਂ ਵਿੱਚ ਇਕੱਲੇ ਹੋਣ ਦਾ ਡਰ ਲਹਿ ਗਿਆ। ਮੇਰੇ ਕੋਲ ਉੱਪਰ ਲੈਣ ਲਈ ਇੱਕ ਖੇਸ ਤੋਂ ਬਿਨ੍ਹਾਂ ਹੋਰ ਕੋਈ ਕੱਪੜਾ ਨਹੀਂ ਸੀ। ਮੈਂ ਅੱਧਾ ਖੇਸ ਆਪਣੇ ਥੱਲੇ ਵਿਛਾ ਕੇ ਅੱਧੇ ਨੂੰ ਉੱਪਰ ਮੋੜ ਲਿਆ। ਸਾਰੀ ਰਾਤ ਹਿੱਕ 'ਚ ਗੋਡੇ ਦਈਂ ਕੁੰਗੜਿਆ ਪਿਆ ਰਿਹਾ। ਚਾਹੇ ਪਾਲੇ ਕਰਕੇ ਸਾਰੀ ਰਾਤ ਨੀਂਦ ਤਾਂ ਨਾ ਆਈ ਪਰ ਰਾਤ ਕਟ ਗਈ।

ਸਵੇਰੇ ਚਾਰ ਵਜੇ ਉੱਠਿਆ। ਖੇਸ ਦੀ ਬੁੱਕਲ ਮਾਰ ਕੇ ਬਾਹਰ ਆ ਗਿਆ। ਚਾਹ ਵਾਲੇ ਨੇ ਲੱਕੜਾਂ ਦੀ ਧੂਣੀ ਲਾ ਰੱਖੀ ਸੀ। ਆਪ ਉਹ ਅੰਗੀਠੀ ਨੂੰ ਭਖਾ ਰਿਹਾ ਸੀ। ਮੈਂ ਉਸਨੂੰ ਚਾਹ ਬਣਾਉਣ ਲਈ ਕਹਿ ਕੇ ਆਪ ਅੱਗ ਸੇਕਣ ਲੱਗ ਪਿਆ। ਥੋੜ੍ਹੇ ਸਮੇਂ ਬਾਅਦ ਉਸਨੇ ਗਰਮ ਗਰਮ ਚਾਹ ਦਾ ਗਲਾਸ ਮੇਰੇ ਕੋਲ ਲਿਆ ਰੱਖਿਆ। ਚਾਹ ਦੀ ਘੁੱਟ ਅੰਦਰ

ਲੰਘੀ ਤਾਂ ਮੇਰਾ ਅੱਧਾ ਪਾਲਾ ਲਹਿ ਗਿਆ। ਦੁਕਾਨ ਵਾਲੇ ਨੂੰ ਪੈਸੇ ਦੇ ਕੇ ਮੈਂ ਖੇਸ ਦੀ ਬੁੱਕਲ ਘੁੱਟ ਕੇ ਮਾਰ ਲਈ। ਹੱਥ 'ਚ ਝੋਲਾ ਫੜੀਂ ਦਾਨਗੜ੍ਹ ਦੇ ਰਾਹ ਪੈ ਗਿਆ।

ਮੈਥੋਂ ਜਿਨਾ ਵੀ ਹੋ ਸਕਿਆ ਓਨੀ ਤੇਜ਼ ਤੁਰਨ ਲੱਗਿਆ ਤਾਂ ਕਿ ਵਾਟ ਵੀ ਜਲਦੀ ਨਿੱਬੜ ਜਾਵੇ ਤੇ ਮੇਰਾ ਪਾਲਾ ਵੀ ਲਹਿ ਜਾਵੇ। ਜਦੋਂ ਮੈਂ ਦਾਨਗੜ੍ਹ ਪਹੁੰਚਿਆ, ਲੋਈ ਅਜੇ ਪਾਟੀ ਨਹੀਂ ਸੀ। ਬੁੜ੍ਹੀਆਂ-ਬੰਦੇ ਜੰਗਲ-ਪਾਣੀ ਜਾਣ ਲਈ ਖੇਤਾਂ ਨੂੰ ਤੁਰ ਪਏ ਸਨ। ਕੋਈ ਕੰਮ ਦੀ ਮਰੈਲਣ ਗੋਹੇ ਦਾ ਬੱਠਲ ਲਈ ਜਾਂਦੀ ਵੀ ਟੱਕਰ ਗਈ। ਮੈਂ ਫਿਰਨੀ ਤੋਂ ਦਰਵਾਜ਼ੇ ਵਾਲੀ ਬੀਹੀ ਮੁੜ ਗਿਆ। ਕਿਸੇ ਕਿਸੇ ਘਰ ਦੀਵੇ ਦਾ ਮੱਧਮ ਚਾਨਣ ਚਮਕ ਰਿਹਾ ਸੀ। ਕਈ ਕੁੱਤੇ ਅਜੇ ਵੀ ਪਾਲੇ ਨਾਲ ਕੁੰਗੜੇ, ਕੰਧਾਂ-ਕੌਲਿਆਂ ਨਾਲ ਲੱਗੇ ਪਏ ਸਨ। ਮੈਂ ਮੇਰੀ ਭੈਣ ਦੇ ਘਰ ਅੱਗੇ ਜਾ ਖੜ੍ਹਿਆ। ਤਖਤਿਆਂ ਕੋਲ ਲੱਗ ਕੇ ਅੰਦਰ ਦੀ ਬਿੜਕ ਲਈ। ਅੰਦਰ ਚੁੱਪ-ਚਾਂਅ ਸੀ। ਮੈਂ ਬਾਹਰਲਾ ਕੁੰਡਾ ਖੜਕਾ ਕੇ ਬੋਲ ਮਾਰਿਆ, "ਕਰਮਦੀਨ! ਓਹ ਕਰਮਦੀਨਾ!" ਅੰਦਰੋਂ ਕੋਈ ਜਵਾਬ ਨਾ ਆਇਆ।

"ਕਰਮਦੀਨ ਬਾਰ ਖੋਲ੍ਹੀਂ।" ਮੈਂ ਦੁਬਾਰਾ ਹੋਰ ਉੱਚੀ ਬੋਲ ਮਾਰਿਆ।

ਅੰਦਰੋਂ ਕੋਈ ਉੱਠਿਆ ਤੇ ਫਿਰ ਬਾਰ ਵੱਲ ਪੈੜ-ਚਾਲ ਹੁੰਦੀ ਸੁਣੀ।

"ਕੌਣ? ਨੌਹਰ?" ਕਰਮਦੀਨ ਦਾ ਛੋਟਾ ਭਰਾ ਬਾਰ ਖੋਲ੍ਹ ਕੇ ਮੇਰੇ ਸਾਹਮਣੇ ਖੜ੍ਹਾ ਸੀ।

"ਹਾਂ! ਹੋਰ ਠੀਕ ਨੇ ਸਾਰੇ?" ਮੈਂ ਬਾਰ ਦੇ ਅੰਦਰ ਹੋ ਗਿਆ। ਉਹ ਕਿਸੇ ਹੈਰਾਨੀ 'ਚ ਡੁੱਬਿਆ ਮੇਰੇ ਨਾਲ ਤੁਰ ਪਿਆ।

"ਐਨੇ ਸਵੇਰੇ ਕਿੱਧਰੋਂ? ਖ਼ੈਰ ਤਾਂ ਹੈ?" ਉਸਦੀ ਇਹ ਹੈਰਾਨੀ ਹੁਣ ਬੁੱਲ੍ਹਾਂ 'ਤੇ ਆ ਗਈ।

"ਊਂ ਤਾਂ ਮੈਂ ਕੱਲ੍ਹ ਆਇਆ ਸੀ। ਬਰਨਾਲੇ ਤੱਕ ਆਉਂਦੇ ਨੂੰ ਕੁਵੇਲਾ ਹੋ ਗਿਆ। ਫੇਰ ਮੈਂ ਓਥੀ ਰੁਕ ਗਿਆ। ਸਵੇਰੇ ਸਵੇਰੇ ਫੇਰ ਓਥੋਂ ਤੁਰ ਪਿਆ।" ਮੈਂ ਮੋਟੀ ਮੋਟੀ ਗੱਲ ਉਸਨੂੰ ਦੱਸ ਦਿੱਤੀ। ਉਸਨੇ ਸਬਾਤ ਵਿੱਚ ਜਾ ਕੇ ਦੀਵਾ ਜਗਾ ਲਿਆ। ਹੌਲੀ ਹੌਲੀ ਦੀਵੇ ਦੀ ਲਾਟ ਉੱਚੀ ਉੱਠੀ ਤਾਂ ਮੈਨੂੰ ਗੁਦੜਿਆਂ 'ਚ ਬੈਠੇ ਭੈਣ ਉਮਰੀ ਤੇ ਵੀਰਾਂ ਦੇ ਚਿਹਰੇ ਦਿਸੇ। ਭੈਣ ਦੇ ਦੋਵੇਂ ਮੁੰਡੇ ਇਕੱਠੇ ਹੀ ਇੱਕ ਮੰਜੇ 'ਤੇ ਅਜੇ ਸੁੱਤੇ ਪਏ ਸਨ। ਮੈਂ ਵੀਰਾਂ ਦੀ ਰਜਾਈ ਵੱਲ ਨਿਗ੍ਹਾ ਮਾਰੀ, ਮੈਨੂੰ ਉਹ ਮੇਰੀ ਆਸ ਤੋਂ ਸੱਖਣੀ ਲੱਗੀ। 'ਮੇਰਾ ਬੱਚਾ?' ਮੇਰਾ ਅੰਦਰ ਧੜਕਿਆ। ਵੀਰਾਂ ਮੈਨੂੰ ਵੇਖ ਕੇ ਪਹਿਲਾਂ ਖ਼ੁਸ਼ ਹੋਈ ਤੇ ਫਿਰ ਪਲ ਵਿੱਚ ਹੀ ਉਸਦੇ ਚਿਹਰੇ 'ਤੇ ਗੂੜ੍ਹੀ ਉਦਾਸੀ ਛਾ ਗਈ। ਉਸਦੇ ਚਿਹਰੇ ਤੋਂ ਮੈਂ ਕਿਸੇ ਵਰਤ ਗਏ ਭਾਣੇ ਦੇ ਨਿਸ਼ਾਨ ਲੱਭਣ ਲੱਗਾ ਪਰ ਮੈਨੂੰ ਕੁਝ ਨਜ਼ਰ ਨਾ ਆਇਆ। ਆਪਣਾ ਬੱਚਾ ਲੱਭਦੀਆਂ ਮੇਰੀਆਂ ਨਜ਼ਰਾਂ ਇੱਕ ਵਾਰ ਫਿਰ ਸਾਰੇ ਮੰਜਿਆਂ ਵੱਲ ਫਿਰੀਆਂ, ਮੇਰੀ ਭੈਣ ਦੇ ਦੋਵੇਂ ਮੁੰਡੇ ਇੱਕ ਮੰਜੇ ਉੱਪਰ ਅਜੇ ਵੀ ਸੁੱਤੇ ਪਏ ਸਨ। ਕਰਮਦੀਨ ਅਤੇ ਉਸਦਾ ਵੱਡਾ ਭਾਈ ਵੀ ਮੈਨੂੰ ਕਿਤੇ ਨਜ਼ਰ ਨਾ ਆਏ। ਜਿਸਨੂੰ ਮੇਰੀਆਂ ਅੱਖਾਂ ਵੇਖਣਾ ਚਾਹੁੰਦੀਆਂ ਸਨ, ਉਹ ਤਾਂ ਬਿਲਕੁਲ ਵੀ ਨਹੀਂ।

"ਤੂੰ ਆਹ ਰਜਾਈ 'ਚ ਬੈਠ, ਮੈਂ ਚਾਹ ਬਣਾ ਕੇ ਲਿਆਉਣੀ ਆਂ।" ਮੇਰੀ ਭੈਣ ਉੱਠ ਕੇ ਚਾਹ ਬਣਾਉਣ ਚਲੀ ਗਈ। ਕਰਮਦੀਨ ਦਾ ਛੋਟਾ ਭਰਾ ਪਸ਼ੂਆਂ ਨੂੰ ਕੱਖ ਪਾਉਣ

ਲੱਗ ਪਿਆ। ਉਮਰੀ ਅਜੇ ਸਬਾਤ ਦਾ ਬਾਰ ਵੀ ਨਹੀਂ ਟੱਪੀ ਸੀ ਕਿ ਵੀਰਾਂ ਹਨੇਰੀ ਵਾਂਗ ਮੇਰੇ ਮੰਜੇ 'ਤੇ ਮੇਰੇ ਕੋਲ ਆ ਝੁਕੀ।

"ਤੂੰ ਮੈਨੂੰ ਇੱਥੋਂ ਛੇਤੀ ਲੈ ਜਾ ਨੌਹਰ! ਇਹ ਮੈਨੂੰ ਕਿਸੇ ਹੋਰ ਦੇ ਬਿਠਾਉਣਾ ਚਾਹੁੰਦੇ ਨੇ। ਨਾਲੇ ਕਰਮਦੀਨ ਹੋਨੀਂ ਤੈਨੂੰ ਮਾਰਨ ਨੂੰ ਫਿਰਦੇ ਨੇ। ਅੱਜ ਰਾਤ ਨੂੰ ਈ ਬੱਸ ਏਥੋਂ ਭੱਜ ਚੱਲ।" ਉਸਦਾ ਛੇਤੀ ਛੇਤੀ ਦੱਸਦੀ ਦਾ ਸਾਹ ਚੜ੍ਹ ਗਿਆ।

"ਪਰ......?" ਮੇਰੇ ਜ਼ਿਹਨ 'ਚ ਕਿੰਨੇ ਹੀ ਸਵਾਲ ਇਕੱਠੇ ਹੋ ਗਏ।

"ਬੱਸ ਏਥੋਂ ਨਿਕਲ ਚੱਲ, ਤੈਨੂੰ ਸਭ ਕੁਝ ਦੱਸਦੂੰ। ਹੁਣ ਵਖ਼ਤ ਨੀ।" ਉਹ ਬੱਸ ਏਨਾ ਹੀ ਕਹਿ ਕੇ ਤੇਜ਼ੀ ਨਾਲ ਆਪਣੀ ਰਜਾਈ ਵਿੱਚ ਜਾ ਬੈਠੀ। ਮੇਰੇ ਅੰਦਰ ਦੁੱਖ ਤੇ ਹੈਰਾਨੀ ਨੂੰ ਮੋਢਿਆਂ ਉੱਤੇ ਚੁੱਕੀਂ ਕਿੰਨੇ ਹੀ ਸਵਾਲ ਖੜ੍ਹੇ ਹੋ ਗਏ। ਪਰ ਉਸਦੇ ਕਹਿਣ ਮੁਤਾਬਕ ਹੁਣ 'ਇਹ ਸਭ ਕੁਝ ਪੁੱਛਣ ਦਾ ਵਕਤ ਨਹੀਂ ਸੀ।'

ਮੇਰੀ ਭੈਣ ਚਾਹ ਬਣਾ ਲਿਆਈ। ਮੈਨੂੰ ਜ਼ੋਰ ਦੀ ਭੁੱਖ ਲੱਗਣ ਦੇ ਬਾਵਜੂਦ ਵੀ ਉਹ ਚਾਹ ਜ਼ਹਿਰ ਵਰਗੀ ਲੱਗੀ। ਮੇਰੇ ਨਾਲ ਤਾਂ ਖੂਹ 'ਚੋਂ ਨਿਕਲ ਕੇ ਖਾਤੇ 'ਚ ਡਿੱਗਣ ਵਾਲੀ ਗੱਲ ਹੋ ਗਈ ਸੀ ਜਿਸ ਤੋਂ ਲੁਕਦਾ-ਲੁਕਾਉਂਦਾ, ਜਾਨ ਬਚਾਉਂਦਾ ਇੱਥੇ ਤੱਕ ਪਹੁੰਚਿਆਂ ਹਾਂ, ਉਹ ਮੌਤ ਇਸ ਘਰ ਵਿੱਚ ਵੀ ਬੈਠੀ ਸੀ। ਜਿਸ ਘਰ ਵਿੱਚੋਂ ਮੈਂ ਪਿਆਰ ਦਾ ਨਿੱਘ ਲੈਣ ਲਈ ਹਫਦਾ-ਹਫਾਉਂਦਾ ਆ ਡਿੱਗਿਆ ਸਾਂ ਉਸੇ ਘਰ ਵਿੱਚੋਂ ਮੈਨੂੰ ਹੁਣ ਭੈਅ ਆਉਣ ਲੱਗ ਪਿਆ ਸੀ। ਲੱਗਦਾ ਸੀ ਮੌਤ ਹੁਣੇ ਹੀ ਇਸ ਘਰ ਦੇ ਕਿਸੇ ਖੂੰਜੇ ਵਿੱਚੋਂ ਨਿਕਲੇਗੀ ਤੇ ਮੇਰੀ ਗਿੱਚੀ ਮਰੋੜ ਦੇਵੇਗੀ।

ਮੈਂ ਅਗਲੀ ਰਾਤ ਨੂੰ ਉਡੀਕਦਿਆਂ ਉਹ ਸਾਰਾ ਦਿਨ ਇੱਕ ਇੱਕ ਪਲ ਗਿਣਦਿਆਂ ਕੱਢਿਆ। ਦਿਨੇ ਸਾਨੂੰ ਜਦੋਂ ਵੀ ਥੋੜ੍ਹਾ ਜਿਹਾ ਵਕਤ ਲੱਗਿਆ ਅਸੀਂ ਅੱਜ ਰਾਤ ਨੂੰ ਤੁਰ ਪੈਣ ਦਾ ਪੱਕ ਪਕਾ ਲਿਆ ਸੀ। ਸਾਡੇ ਲਈ ਬੱਸ ਏਨਾ ਕੁ ਹੀ ਸਮਾਂ ਸੀ ਕਿਉਂਕਿ ਮੈਨੂੰ ਪਤਾ ਲੱਗਿਆ ਸੀ ਕਿ ਕਰਮਦੀਨ ਅਤੇ ਉਸਦਾ ਵੱਡਾ ਭਰਾ ਕੱਲ੍ਹ ਹੀ ਆਪਣੇ ਭਣੋਈਏ ਦੀ ਜ਼ਮੀਨ ਦੇ ਰੌਲੇ 'ਚ ਫਿਰੋਜ਼ਪੁਰ ਗਏ ਸਨ। ਕੱਲ੍ਹ ਪਰਸੋਂ ਤੱਕ ਉਹਨਾਂ ਨੇ ਵਾਪਸ ਮੁੜ ਆਉਣਾ ਸੀ। ਉਨ੍ਹਾਂ ਦੇ ਆਇਆਂ ਸਾਡਾ ਇੱਥੋਂ ਨਿਕਲ ਜਾਣਾ ਮੁਸ਼ਕਲ ਸੀ। ਹੁਣ ਤਾਂ ਜੇ ਰਾਤ ਨੂੰ ਤੁਰਦਿਆਂ ਸਾਡਾ ਪਤਾ ਵੀ ਲੱਗਦਾ ਤਾਂ ਅਸੀਂ ਇਹਨਾਂ ਦੋਵਾਂ 'ਤੇ ਭਾਰੂ ਪੈਣ ਵਾਲੇ ਸਾਂ।

ਸ਼ਾਮ ਨੂੰ ਰੋਟੀ-ਟੁੱਕ ਖਾਣ ਤੋਂ ਬਾਅਦ ਮੇਰਾ ਮੰਜਾ ਕਰਮਦੀਨ ਦੇ ਛੋਟੇ ਭਰਾ ਨਾਲ ਦੂਸਰੀ ਸਬਾਤ ਵਿੱਚ ਡਾਹ ਦਿੱਤਾ। ਇੱਕ ਸਬਾਤ ਵਿੱਚ ਮੇਰੀ ਭੈਣ, ਉਸਦੇ ਦੋਵੇਂ ਬੱਚੇ ਅਤੇ ਵੀਰਾਂ ਦਾ ਮੰਜਾ ਸੀ। ਪਹਿਲਾਂ ਤਾਂ ਅਸੀਂ ਕਾਫ਼ੀ ਰਾਤ ਤੱਕ ਇੱਕੋ ਸਬਾਤ ਵਿੱਚ ਬੈਠੇ ਗੱਲਾਂ ਕਰਦੇ ਰਹੇ। ਜਦੋਂ ਨੀਂਦ ਨਾਲ ਅੱਖਾਂ ਭਾਰੀ ਹੋਣ ਲੱਗੀਆਂ ਤਾਂ ਅਸੀਂ ਆਪਣੀ ਸਬਾਤ ਵਿੱਚ ਆ ਗਏ। ਗੁੱਜਰ ਨੇ ਮੇਰੇ ਨਾਲ ਗੱਲਾਂ ਕਰਨੀਆਂ ਚਾਹੀਆਂ ਪਰ ਮੈਂ ਨੀਂਦ ਦਾ ਬਹਾਨਾ ਲਾ ਕੇ ਪਾਸਾ ਵੱਟ ਲਿਆ। ਮੈਂ ਚਾਹੁੰਦਾ ਸੀ ਕਿ ਇਹ ਜਲਦੀ ਤੋਂ ਜਲਦੀ ਸੌਂ ਜਾਣ ਤਾਂ ਕਿ ਅਸੀਂ ਰਾਤੋ-ਰਾਤ ਲੰਬੇ ਨਿੱਕਲ ਜਾਈਏ। ਜਦੋਂ ਗੁੱਜਰ ਸੌਂ ਗਿਆ ਤਾਂ ਮੈਂ ਪਿਸ਼ਾਬ ਕਰਨ ਦੇ ਬਹਾਨੇ ਬਾਹਰ ਆਇਆ। ਬਾਹਰਲਾ ਬੀਹੀ ਵਾਲਾ ਬਾਰ ਖੋਲ੍ਹ ਕੇ

ਬੀਹੀ 'ਚ ਪਿਸ਼ਾਬ ਕੀਤਾ। ਮੁੜਦਿਆਂ ਮੈਂ ਬੀਹੀ ਵਾਲੇ ਬਾਰ ਦਾ ਕੁੰਡਾ ਨਾ ਲਾਇਆ, ਸਿਰਫ਼ ਭੇੜ ਦਿੱਤਾ ਤਾਂ ਕਿ ਫਿਰ ਖੋਲ੍ਹਣ ਵੇਲੇ ਖੜਾਕ ਨਾ ਹੋਵੇ। ਇਹੀ ਹੁਸ਼ਿਆਰੀ ਮੈਂ ਸਬਾਤ ਦਾ ਬਾਰ ਭੇੜਨ ਲੱਗਿਆਂ ਵਰਤੀ।

ਰਾਤ ਬੀਤਦੀ ਜਾ ਰਹੀ ਸੀ ਪਰ ਮੇਰੀਆਂ ਅੱਖਾਂ ਵਿੱਚ ਭੋਰਾ ਨੀਂਦ ਨਹੀਂ ਸੀ। ਮੇਰੇ ਕੰਨ ਸ਼ਿਸਤ ਬੰਨ੍ਹੀ ਬਾਹਰ ਵਿਹੜੇ ਵਿੱਚ ਕਿਸੇ ਦੀ ਪੈੜ-ਚਾਲ ਦੀ ਉਡੀਕ ਕਰ ਰਹੇ ਸਨ। ਮੈਂ ਇੱਥੇ ਕਮਰੇ 'ਚ ਪਿਆ, ਜੇਲ੍ਹ 'ਚ ਬੰਦ ਉਸ ਕੈਦੀ ਵਾਂਗ ਮਹਿਸੂਸ ਕਰ ਰਿਹਾ ਸੀ ਜਿਸਨੂੰ ਫ਼ਾਂਸੀ ਦੀ ਸਜ਼ਾ ਹੋ ਚੁੱਕੀ ਹੋਵੇ। ਮੇਰਾ ਜੀਅ ਕਾਹਲਾ ਸੀ ਕਿ ਕਦੋਂ ਹਵਾ ਬਣ ਕੇ ਇਸ ਜੇਲ੍ਹ ਦੀਆਂ ਹੱਦਾਂ ਪਾਰ ਕਰ ਜਾਵਾਂ। ਇਸ ਘਰ ਦੀ ਦਹਿਲੀਜ਼ ਤੋਂ ਪਾਰ, ਮੈਂ ਤੇ ਵੀਰਾਂ ਨੇ ਰਲ ਕੇ ਸੁਪਨੇ ਬੀਜਣੇ ਸਨ ਤੇ ਫਿਰ ਉਨ੍ਹਾਂ ਨੂੰ ਫਲ ਲਗਦਿਆਂ ਵੇਖਣਾ ਸੀ। ਮੈਂ ਪਾਸਾ ਪਰਤ ਕੇ ਗੁੱਜਰ ਵੱਲ ਵੇਖਿਆ ਪਰ ਹਨੇਰੇ ਨਾਲ ਨੱਕੋ-ਨੱਕ ਭਰੀ ਸਬਾਤ ਵਿੱਚ ਕੁਝ ਨਜ਼ਰ ਨਾ ਆਇਆ। ਸੌਂ ਗਏ ਗੁੱਜਰ ਦੇ ਘੁਰਾੜੇ ਇਸ ਹਨੇਰੀ ਸਬਾਤ ਦੇ ਸੰਨਾਟੇ ਨੂੰ ਜ਼ਰੂਰ ਤੋੜ ਰਹੇ ਸਨ। ਮੈਂ ਫਿਰ ਬਾਰ ਵੱਲ ਧਿਆਨ ਗੱਡ ਲਿਆ।

ਥੋੜ੍ਹੇ ਸਮੇਂ ਬਾਅਦ ਮੈਨੂੰ ਵਿਹੜੇ 'ਚ ਕਿਸੇ ਦੀ ਪੈੜ-ਚਾਲ ਸੁਣਾਈ ਦਿੱਤੀ। ਮੈਂ ਬਿਨਾਂ ਖੜਕਾ ਕੀਤਿਆਂ ਮੰਜੇ ਤੋਂ ਉੱਠ ਕੇ ਪੈਰੀਂ ਜੋੜੇ ਪਾ ਲਏ। ਦੱਬਵੇਂ ਪੈਰੀਂ ਸਬਾਤ ਦੇ ਬਾਰ ਤੱਕ ਆਇਆ। ਮੱਲਕ ਦੇਣੇ ਸਬਾਤ ਦਾ ਬਾਰ ਖੋਲ੍ਹਿਆ। ਇਕ ਨਜ਼ਰ ਹਨੇਰੀ ਸਬਾਤ ਵਿੱਚ ਮਾਰ ਕੇ ਬਾਰ ਮੁੜ ਭੇੜ ਦਿੱਤਾ।

"ਚੱਲ ਛੇਤੀ!" ਵੀਰਾਂ ਮੇਰਾ ਹੱਥ ਫੜ ਕੇ ਬਾਹਰਲੇ ਬਾਰ ਵੱਲ ਤੁਰ ਪਈ। ਉਸ ਘਰ ਤੋਂ ਕਈ ਘਰ ਲੰਘਣ ਤੱਕ ਅਸੀਂ ਦੱਬਵੇਂ ਪੈਰੀਂ ਤੁਰਦੇ ਆਏ। ਫਿਰ ਪਤਾ ਨਹੀਂ ਕਿਹੜੀ ਕੰਧ ਨਾਲ ਲੱਗੇ ਬੈਠੇ ਕੁੱਤੇ ਸਾਨੂੰ ਭੌਂਕਣ ਲੱਗ ਪਏ। ਸਾਡੀ ਚਾਲ ਤੇਜ਼ ਹੋ ਗਈ। ਫਿਰਨੀ 'ਤੇ ਆ ਕੇ ਅਸੀਂ ਦੌੜ ਪਏ। ਪਿੰਡ ਦੀ ਜੂਹ ਟੱਪਣ ਤੱਕ ਅਸੀਂ ਸਾਹ ਨਾਲ ਸਾਹ ਨਾ ਰਲਣ ਦਿੱਤਾ। ਜਦੋਂ ਅਸੀਂ ਖ਼ਤਰੇ ਤੋਂ ਦੂਰ ਲੰਘ ਆਏ ਫਿਰ ਅਸੀਂ ਦੌੜਨਾ ਛੱਡ ਕੇ ਕਾਹਲੀ ਤੁਰਨ ਲੱਗੇ। ਅਸੀਂ ਸਿੱਧਾ ਕੱਟੂ ਵਾਲਾ ਰਸਤਾ ਫੜਿਆ ਸੀ। ਕੱਟੂ ਤੋਂ ਅਸੀਂ ਸੇਖੇ ਨੂੰ ਜਾਂਦੇ ਪਹੇ ਪੈ ਗਏ। ਰਾਤੋ-ਰਾਤ ਅਸੀਂ ਸੇਖੇ ਸਟੇਸ਼ਨ 'ਤੇ ਜਾ ਪੁੱਜੇ।

ਸਵੇਰੇ ਸਾਢੇ ਚਾਰ ਗੱਡੀ ਆਈ ਤਾਂ ਅਸੀਂ ਧੂਰੀ ਨੂੰ ਚੜ੍ਹ ਗਏ। ਵੀਰਾਂ ਉੱਤੇ ਲਏ ਸ਼ਾਲ ਅਤੇ ਮੇਰੀ ਬੁੱਕਲ ਵਾਲੇ ਖੇਸ ਤੋਂ ਬਿਨਾਂ ਸਾਡੇ ਕੋਲ ਕੋਈ ਕੱਪੜਾ ਨਹੀਂ ਸੀ। ਮੈਂ ਆਪਣੇ ਕੱਪੜੇ ਵੀ ਉੱਥੀ ਛੱਡ ਆਇਆ ਸੀ। ਭੱਜਦਿਆਂ ਤੇ ਤੁਰਦਿਆਂ ਸਾਨੂੰ ਠੰਡ ਘੱਟ ਮਹਿਸੂਸ ਹੋਈ ਸੀ ਪਰ ਹੁਣ ਸਾਨੂੰ ਪਾਲਾ ਕੰਬਣੀ ਚਾੜ੍ਹ ਰਿਹਾ ਸੀ। ਅਸੀਂ ਦੋਵੇਂ ਖੇਸ 'ਚ ਲਿਪਟ ਕੇ ਇੱਕ-ਦੂਜੇ ਦੇ ਨਾਲ ਲੱਗ ਕੇ ਬੈਠ ਗਏ।

ਨੋਟ - ਗੱਡੀ 'ਚ ਬੈਠਿਆਂ ਨੌਹਰ ਨੂੰ ਵੀਰਾਂ ਨੇ ਜੋ ਆਪਣੇ ਨਾਲ ਹੋਈ ਬੀਤੀ ਦੱਸੀ ਉਹ ਮੈਂ ਸੰਖੇਪ ਵਿੱਚ ਖੁਦ ਲਿਖਦਾ ਹਾਂ -

ਵੀਰਾਂ ਨੂੰ ਕਰਮਦੀਨ ਲੈ ਆਇਆ। ਰਸਤੇ 'ਚ ਉਸਦੇ ਅੰਦਰ ਬੈਠਾ ਸ਼ੈਤਾਨ ਬੋਲ ਪਿਆ। ਉਸਨੇ ਵੀਰਾਂ ਨੂੰ ਦਬਕਾ ਮਾਰਿਆ ਕਿ ਉਹ ਮੇਰੀ ਭੂਆ ਦੇ ਮੁੰਡੇ ਨਾਲ ਹੱਕ ਕਰ ਲਏ। ਜੇ ਉਹਨੇ ਇੰਝ ਨਾ ਕੀਤਾ ਤਾਂ ਅਸੀਂ ਤੈਨੂੰ ਤੇ ਨੌਹਰ ਨੂੰ ਮਾਰ ਦੇਵਾਂਗੇ। ਅਸਲ

ਵਿੱਚ ਕਰਮਦੀਨ ਆਪਣੇ ਭਰਾਵਾਂ ਅਤੇ ਉਮਰੀ ਨਾਲ ਅਜਿਹਾ ਕਰਨ ਦਾ ਮਤਾ ਪਕਾ ਕੇ ਹੀ ਵੀਰਾਂ ਨੂੰ ਲੈਣ ਆਇਆ ਸੀ। ਮਨਸ਼ਾ ਤਾਂ ਉਨ੍ਹਾਂ ਤਿੰਨਾਂ ਭਰਾਵਾਂ ਦੀ ਨੌਹਰ ਨੂੰ ਮਾਰ ਦੇਣ ਦੀ ਵੀ ਸੀ ਪਰ ਇਹ ਗੱਲ ਉਹਨਾਂ ਨੇ ਉਮਰੀ ਨੂੰ ਨਹੀਂ ਦੱਸੀ ਸੀ ਪਰ ਉਮਰੀ, ਵੀਰਾਂ ਦਾ ਕਰਮਦੀਨ ਦੇ ਭੂਆ ਦੇ ਮੁੰਡੇ ਨਾਲ ਹੱਕ ਕਰਵਾਉਣ ਲਈ ਦਿਲੋਂ ਰਾਜੀ ਸੀ। ਬੱਸ ਏਨਾ ਹੀ ਭੈਣ-ਭਰਾ ਦੇ ਰਿਸ਼ਤੇ ਨੂੰ ਮੂਧੇ-ਮੂੰਹ ਸੁੱਟ ਦੇਣ ਲਈ ਕਾਫ਼ੀ ਸੀ। ਵੀਰਾਂ ਡਰਦੀ ਬੱਚੇ ਨੂੰ ਜਨਮ ਦੇਣ ਲਈ ਚੁੱਪ-ਚਾਪ ਕਰਮਦੀਨ ਨਾਲ ਦਾਨਗੜ੍ਹ ਆ ਗਈ। ਵੀਹ ਦਿਨਾਂ ਬਾਅਦ ਵੀਰਾਂ ਦੇ ਬੱਚਾ ਪੈਦਾ ਹੋਇਆ। ਮਰਿਆ ਹੋਇਆ। ਵੀਰਾਂ ਵੀ ਮਰਦੀ ਮਰਦੀ ਬਚੀ। ਮਰੇ ਬੱਚੇ ਨਾਲ ਵੀਰਾਂ ਦੇ ਸਾਰੇ ਸੁਪਨੇ ਮਰ ਗਏ। ਉਹ ਪੱਥਰ ਵਾਂਗ ਗੁੰਮ-ਸੁੰਮ ਹੋ ਗਈ। ਮਰਿਆ ਬੱਚਾ ਦਾਨਗੜ੍ਹੀਆਂ ਦੇ ਸਾਰੇ ਪਰਿਵਾਰ ਨੂੰ ਖੁਸ਼ੀਆਂ ਦੇ ਝੂਟੇ ਦੇ ਗਿਆ। ਮਹੀਨੇ ਵੀਹ ਦਿਨਾਂ ਤੱਕ ਵੀਰਾਂ ਦਾ ਹੱਕ ਕਰਮਦੀਨ ਦੇ ਭੂਆ ਦੇ ਮੁੰਡੇ ਨਾਲ ਕਰ ਦੇਣਾ ਸੀ ਕਿ ਨੌਹਰ ਰਾਤੋ-ਰਾਤ ਉਹਨਾਂ ਦੀਆਂ ਸੁਪਨੇ ਦੇਖਦੀਆਂ ਅੱਖਾਂ 'ਚ ਘੱਟਾ ਪਾ ਗਿਆ।

--0--

ਹੁਣ ਨੌਹਰ ਬਨਾਮ ਤੁਸੀਂ

ਹੁਣ ਦੂਸਰੀ ਗੱਡੀ ਧੂਰੀ ਤੋਂ ਮਲੇਰਕੋਟਲੇ ਵੱਲ ਦੌੜੀ ਜਾ ਰਹੀ ਸੀ। ਨਵਾਂ ਦਿਨ ਚੜ੍ਹਨ ਲੱਗਿਆ ਸੀ। ਚਿੱਟਾ ਚਾਨਣ ਕਾਲ਼ੇ ਹਨੇਰੇ 'ਤੇ ਪਲ ਪਲ ਭਾਰੂ ਹੋ ਰਿਹਾ ਸੀ। ਗੱਡੀ 'ਚ ਸੁੱਤੇ ਪਏ ਮੁਸਾਫ਼ਰਾਂ 'ਚੋਂ ਟਾਵਾਂ ਟਾਵਾਂ ਜਾਗਣ ਲੱਗਿਆ ਸੀ। ਵੀਰਾਂ ਮੇਰੇ ਮੋਢੇ 'ਤੇ ਸਿਰ ਰੱਖੀਂ ਊਂਘ ਰਹੀ ਸੀ। ਦਿਨ ਚੜ੍ਹਦੇ ਨੂੰ ਅਸੀਂ ਮਲੇਰਕੋਟਲੇ ਜਾ ਉੱਤਰੇ।

ਮਲੇਰਕੋਟਲੇ ਦੇ ਕੋਲ ਪਿੰਡ ਬਖ਼ਤਪੁਰ ਮੇਰੀ ਭੂਆ ਦੇ ਮੁੰਡੇ ਰਹਿੰਦੇ ਸਨ। ਅਸੀਂ ਉਨ੍ਹਾਂ ਦਾ ਜਾ ਦਰ ਖੜਕਾਇਆ। ਉਨ੍ਹਾਂ ਨੇ ਮੇਰੀ ਚੰਗੀ ਮਦਦ ਕੀਤੀ ਤੇ ਸਾਡਾ ਹੱਕ ਕਰਵਾਉਣ ਦਾ ਦਿਨ ਵੀ ਬੰਨ੍ਹ ਦਿੱਤਾ। ਕਈ ਦਿਨਾਂ ਬਾਅਦ ਮੈਂ ਤੇ ਮੇਰੀ ਭੂਆ ਦਾ ਮੁੰਡਾ ਹਜ਼ੂਰੇ ਹੋਰਾਂ ਨੂੰ ਸਾਰੀ ਗੱਲ ਦੱਸਣ ਅਤੇ ਆਪਣਾ ਸਮਾਨ ਚੁੱਕਣ ਹਮੇਲਪੁਰ ਗਏ। ਹਜ਼ੂਰਾ ਧੁੱਪੇ ਮੰਜੇ 'ਤੇ ਪਿਆ ਸੀ। ਭਾਨਾ ਮੱਝਾਂ ਨੂੰ ਸੰਨ੍ਹੀ ਕਰ ਰਿਹਾ ਸੀ। ਉਹ ਸਾਨੂੰ ਵੇਖ ਕੇ ਸੰਨ੍ਹੀ ਕਰਦਾ ਕਰਦਾ ਸਾਡੇ ਕੋਲ ਆ ਖੜ੍ਹਿਆ। ਅਸੀਂ ਚਾਹ-ਪਾਣੀ ਪੀ ਕੇ ਸਾਰੀ ਹੋਈ-ਬੀਤੀ ਹਜ਼ੂਰੇ ਅਤੇ ਭਾਨੇ ਨੂੰ ਦੱਸ ਦਿੱਤੀ।

"ਮੈਂ ਤਾਂ ਉਹਦੀ ਪਹਿਲੀਂ ਅੱਖ ਪਛਾਣ ਲੀ ਸੀ ਪਰ ਤੇਰਾ ਰਿਸ਼ਤੇਦਾਰ ਸੀ, ਹੁਣ ਕੀ ਕਹਿ ਸਕਦੇ ਸੀ।" ਭਾਨਾ ਹੁਣ ਮੱਝਾਂ ਖੁਰਲੀਆਂ 'ਤੇ ਬੰਨ੍ਹ ਕੇ ਸਾਡੇ ਕੋਲ ਆ ਬੈਠਿਆ ਸੀ।

"ਚਲ ਫੇਰ ਵੀ ਚੰਗਾ ਹੋਇਆ, ਤੂੰ ਓਥੋਂ ਆ ਗਿਆ।" ਹਜ਼ੂਰੇ ਨੇ ਸੁੱਖ ਦਾ ਸਾਹ ਲਿਆ।

"ਹੁਣ ਤਾਂ ਅਸੀਂ ਥੋਨੂੰ ਹੱਕ 'ਤੇ ਪਹੁੰਚਣ ਦਾ ਸੱਦਾ ਦੇਣ ਆਇਆਂ ਜੀ।" ਮੇਰੀ ਭੂਆ ਦਾ ਮੁੰਡਾ ਬੋਲ ਪਿਆ।

"ਹਾਂ ਭਾਈ, ਜੇ ਤੁਸੀਂ ਬੁਲਾਇਐ ਤਾਂ ਜ਼ਰੂਰ ਪਹੁੰਚਾਂਗੇ। ਨਾਲੇ ਮੈਂ ਆਪਣੀ ਧੀ ਦਾ ਵੀ ਕੁਛ ਦੇਣ-ਲੈਣ ਕਰਨੈ।" ਹਜ਼ੂਰੇ ਦੇ ਬੋਲਾਂ ਵਿੱਚ ਮੋਹ ਠਾਠਾਂ ਮਾਰਦਾ ਸੀ।

"ਹੁਣ ਅਸੀਂ ਚਲਦਿਆਂ ਜੀ। ਦਿਨ ਨਾ ਭੁੱਲਿਓਂ।" ਮੇਰੀ ਭੂਆ ਦੇ ਮੁੰਡੇ ਨੇ ਉੱਠਣ ਲੱਗਿਆਂ ਇੱਕ ਵਾਰ ਫਿਰ ਦੁਹਰਾਇਆ।

"ਲੈ! ਇਹ ਭੁੱਲਣ ਆਲੀਆਂ ਗੱਲਾਂ ਨੇ ਭੈੜਿਆ?" ਹਜ਼ੂਰੇ ਨੇ ਮੇਰੇ ਮੋਢੇ 'ਤੇ ਵਿਸ਼ਵਾਸ ਦਾ ਹੱਥ ਰੱਖਿਆ।

ਅਸੀਂ ਹਜ਼ੂਰੇ ਅਤੇ ਭਾਨੇ ਕੋਲੋਂ ਪਿਆਰ ਅਤੇ ਵਿਸ਼ਵਾਸ ਦੀਆਂ ਪੰਡਾਂ ਬੰਨ੍ਹ ਕੇ ਖੁਸ਼ੀ ਨਾਲ ਭਰੇ ਬਖ਼ਤਪੁਰ ਆ ਗਏ।

ਸਾਡੇ ਹੱਕ ਵਾਲੇ ਦਿਨ ਕਿੰਨਾ ਹੀ ਨਿੱਕ-ਸੁੱਕ ਲੈ ਕੇ ਹਜ਼ੂਰਾ, ਭਾਨਾ ਅਤੇ ਭਾਨੇ ਦੀ ਘਰਵਾਲੀ ਪਹੁੰਚ ਗਏ। ਮੇਰਾ ਤੇ ਵੀਰਾਂ ਦਾ ਹੱਕ ਹੋ ਗਿਆ। ਅਸੀਂ ਨਵੀਂ ਜ਼ਿੰਦਗੀ ਦੇ ਵਿਹੜੇ ਪਹਿਲਾ ਕਦਮ ਰੱਖਿਆ। ਕੁਝ ਦਿਨਾਂ ਬਾਅਦ ਹੀ ਮੇਰੀ ਭੂਆ ਦੇ ਪਰਿਵਾਰ ਨੂੰ ਕਿਸੇ ਪਿੰਡ ਦੀ ਪੰਚਾਇਤ ਗੰਢ ਦੇ ਕੇ ਲੈਣ ਆ ਗਈ। ਮੇਰੇ ਫੁੱਫੜ ਨੇ ਸਾਰੀ ਪੰਚਾਇਤ ਅਤੇ ਆਪਣੇ ਪੁੱਤਰਾਂ ਦੇ ਸਾਹਮਣੇ ਘਰ 'ਚ ਚੜ੍ਹੇ ਕਾਠ ਦੇ ਨਗੂਣੇ ਜਿਹੇ ਪੈਸੇ ਲੈ ਕੇ ਮੇਰੇ ਪੱਲੇ ਪਾ ਦਿੱਤਾ। ਏਨੇ ਕੁ ਪੈਸੇ ਵੀ ਉਹਨੇ ਇਸ ਕਰਕੇ ਲਏ ਕਿ ਕਿਤੇ ਉਸਦੀ ਮੌਤ ਤੋਂ ਬਾਅਦ ਉਸਦੇ ਮੁੰਡਿਆਂ ਦੇ ਮਨਾਂ 'ਚ ਲਾਲਚ ਨਾ ਜਾਗ ਪਵੇ ਤੇ ਉਹ ਮੇਰੇ ਕੋਲੋਂ ਛੱਤ ਵੀ ਨਾ ਖੋਹ ਲੈਣ। ਉਹ ਪਿੰਡ ਛੱਡ ਕੇ ਪੰਚਾਇਤ ਨਾਲ ਤੁਰ ਗਏ। ਉਸੇ ਘਰ ਨੂੰ ਅਸੀਂ ਆਬਾਦ ਕਰ ਲਿਆ ਜਿੱਥੇ ਹੁਣ ਬੱਚਿਆਂ ਦੀਆਂ ਕਿਲਕਾਰੀਆਂ ਨੇ, ਤੋਤਲੇ ਹਾਸੇ ਨੇ। ਨੂੰਹਾਂ, ਪੁੱਤਾਂ ਦੇ 'ਅੱਬਾ ਜੀ' ਕਹਿਣ ਵਾਲੇ ਪਿਆਰੇ ਬੋਲ ਨੇ।"

ਅਖ਼ੀਰਲਾ ਹੰਝੂ

ਨੌਹਰ ਨੇ ਸਾਰੀ ਕਹਾਣੀ ਸੁਣਾ ਕੇ ਲੰਬਾ ਸਾਹ ਲਿਆ। ਉਸਨੇ ਧੂਣੀ ਦੇ ਮੱਧਮ ਚਾਨਣੇ ਵਾਰੀ ਵਾਰੀ ਸਾਡੇ ਸਾਰਿਆਂ ਦੇ ਚਿਹਰਿਆਂ ਵੱਲ ਤੱਕਿਆ। ਨੌਹਰ ਦੇ ਚਿਹਰੇ ਤੋਂ ਮੈਨੂੰ ਲੱਗਿਆ ਜਿਵੇਂ ਉਹ ਹੁਣੇ ਹੁਣੇ ਆਪਣਾ ਕੰਡਿਆਂ 'ਤੇ ਤੁਰਨ ਵਾਲਾ, ਅੱਗਾਂ 'ਚੋਂ ਗੁਜ਼ਰਨ ਵਾਲਾ ਜੀਵਨ ਜਿਉਂ ਕੇ ਮੁੜ ਪਰਤਿਆ ਹੋਵੇ।

ਹੁਣ ਨੌਹਰ ਦਾ ਥਕੇਵਾਂ ਲਾਹੁਣ ਦੀ ਮੇਰੀ ਵਾਰੀ ਸੀ। ਫੇਸਬੁੱਕ 'ਤੇ ਬਣੀ ਮੇਰੀ ਪਾਕਿਸਤਾਨੀ ਦੋਸਤ ਦੀ ਗੱਲ ਮੈਂ ਹੁਣ ਤੱਕ ਨੌਹਰ ਤੋਂ ਲੁਕਾ ਰੱਖੀ ਸੀ। ਹੁਣ ਉਸਦੇ ਦੱਸਣ ਦਾ ਵੇਲਾ ਆ ਗਿਆ ਸੀ। ਮੈਂ ਛੇਤੀ ਭਾਵੁਕ ਹੋਣ ਵਾਲੇ ਆਪਣੇ ਮਨ ਨੂੰ ਹੌਸਲੇ 'ਚ ਬੰਨ੍ਹਿਆ ਤੇ ਬੋਲ ਪਿਆ।

"ਬਾਬਾ ਜੀ....! ਤੇਰਾ ਛੋਟਾ ਭਰਾ.... ਅਜੇ ਜਿਉਂਦੈ।" ਮੇਰੇ ਬੋਲ ਏਨੀ ਕੋਸ਼ਿਸ਼ ਦੇ ਬਾਵਜੂਦ ਵੀ ਥਿੜਕ ਗਏ।

"ਹੈਂ! ਕਿੱਥੇ?" ਨੌਹਰ ਐਨਾ ਹੈਰਾਨ ਤੇ ਖੁਸ਼ ਹੋਇਆ ਮੇਰੇ ਵੱਲ ਝਾਕਿਆ ਜਿਵੇਂ ਮੈਂ ਉਸਦੇ ਛੋਟੇ ਭਰਾ ਨੂੰ ਆਪਣੇ ਪਿੱਛੇ ਲੁਕਾ ਰੱਖਿਆ ਹੋਵੇ ਤੇ ਉਹ ਹੁਣੇ ਹੀ 'ਝਾਤੀ' ਕਰਦਾ ਨੌਹਰ ਨੂੰ ਝੱਟ ਦਿਸ ਪਵੇਗਾ।

"ਬਾਬਾ ਜੀ! ਤੇਰਾ..... ਭਰਾ ਬਚ ਗਿਆ ਸੀ। ਉਹ ਹੁਣ ਪਾਕਿਸਤਾਨ ਵਿੱਚ ਐ। ਉਹਦੀ ਪੋਤੀ ਮੇਰੇ ਨਾਲ ਫੇਸਬੁੱਕ 'ਤੇ ਜੁੜੀ ਹੋਈ ਐ। ਮੈਂ ਉਹਨਾਂ ਨੂੰ ਵੀ ਤੇਰੇ ਬਾਰੇ

ਦੱਸ ਦਿੱਤਾ ਸੀ। ਉਹਨਾਂ ਦਾ ਵੀਜ਼ਾ ਵੀ ਲੱਗ ਗਿਐ। ਉਹ ਅਗਲੇ ਹਫ਼ਤੇ ਇੱਧਰ ਆ ਰਹੇ ਨੇ.... ਤੈਨੂੰ ਮਿਲਣ!" ਮੈਂ ਫਿਰ ਭਾਵੁਕ ਹੋ ਗਿਆ।

"ਹੈਂ!!!? ਉਹ ਸੱਚ ਪੁੱਤਰਾ....!?" ਨੌਹਰ ਨੇ ਹੁੱਕੀ ਪਰ੍ਹਾਂ ਸੁੱਟੀ। ਉਹ ਝਟਕੇ ਨਾਲ ਖੜ੍ਹਾ ਹੋ ਗਿਆ। ਮੈਂ ਹੈਰਾਨ ਸੀ ਉਸਦੇ ਬੁੱਢੇ ਸਰੀਰ ਵਿੱਚ ਏਨੀ ਫੁਰਤੀ ਕਿਵੇਂ ਆ ਗਈ। ਉਸਨੇ ਮੈਨੂੰ ਗਲਵਕੜੀ 'ਚ ਘੁੱਟ ਲਿਆ।

"ਓ....ਹ ਜਿਉਂਦਾ ਰਹਿ.... ਓਏ.... ਜਿਉਂਣ ਜੋਗਿਆ।" ਨੌਹਰ ਦੀ ਧਾਅ ਨਿੱਕਲ ਗਈ। ਮੇਰਾ ਅੰਦਰ ਵੀ ਸਭ ਬੰਨ੍ਹ ਤੋੜ ਕੇ ਉੱਛਲ ਪਿਆ। ਅਸੀ ਦੋਵੇਂ ਇੱਕ-ਦੂਜੇ ਨੂੰ ਗਲਵਕੜੀ ਪਾਈਂ ਰੋ ਰਹੇ ਸੀ। ਸਾਡੇ ਕੋਲ ਖੜ੍ਹੇ ਅਖ਼ਤਰ ਤੇ ਅੱਬਾਸ ਅੱਖਾਂ ਪੂੰਝਦੇ ਸਾਡੇ ਵਿੱਚ ਸ਼ਾਮਲ ਹੋ ਗਏ। ਜਦੋਂ ਸਾਡੀ ਸੁਰਤ ਪਰਤੀ ਫ਼ਿਰ ਅਸੀਂ ਇੱਕ-ਦੂਜੇ ਦੀ ਗਲਵਕੜੀ 'ਚੋਂ ਵੱਖ ਹੋਏ। ਹੁਣ ਨੌਹਰ ਜਾਣ ਲਈ ਤਿਆਰ ਹੋਇਆ। ਉਸਨੇ ਧੂਣੀ ਦੇ ਇੱਕ ਪਾਸੇ ਡਿੱਗੀ ਪਈ ਆਪਣੀ ਹੁੱਕੀ ਚੁੱਕੀ।

"ਚੰਗਾ ਪੁੱਤਰੋ! ਮੈਂ ਘਰਦਿਆਂ ਨੂੰ ਦੱਸ ਦੇਵਾਂ ਜਾ ਕੇ।" ਨੌਹਰ ਹੁਣ ਇਹ ਖੁਸ਼ੀ ਘਰਦਿਆਂ ਨਾਲ ਸਾਂਝੀ ਕਰਨੀ ਚਾਹੁੰਦਾ ਸੀ। ਛੇਤੀ ਤੋਂ ਛੇਤੀ। ਰਾਤ ਕਾਫ਼ੀ ਉੱਤਰ ਆਈ ਸੀ। ਲੋਕ ਕਦੋਂ ਦੇ ਰਜਾਈਆਂ ਵਿੱਚ ਵੜ ਗਏ ਸਨ। ਥੋੜ੍ਹੀ ਥੋੜ੍ਹੀ ਧੁੰਦ ਵੀ ਉੱਤਰਨ ਲੱਗ ਪਈ ਸੀ। ਨੌਹਰ ਘਰ ਨੂੰ ਤੁਰ ਪਿਆ ਸੀ। ਉਸਦੇ ਕਦਮਾਂ ਵਿੱਚ ਹੁਣ ਕਾਹਲ ਸੀ।

"ਬਾਬਾ ਜੀ, ਹਨੇਰੈ। ਮੈਂ ਛੱਡ ਕੇ ਆਉਨਾ।" ਅਖ਼ਤਰ ਨੌਹਰ ਵੱਲ ਵਧਿਆ।

"ਨਹੀਂ ਪੁੱਤਰੋ! ਵੱਡੇ ਹਨੇਰੇ ਤਾਂ ਮੈਂ ਲੰਘ ਆਇਆਂ। ਹੁਣ ਕੋਈ ਡਰ ਨੀ।" ਨੌਹਰ ਹੱਥ ਖੜ੍ਹਾ ਕਰਦਾ ਪਤਾ ਨਹੀਂ ਕਿੱਥੋਂ ਬੋਲ ਰਿਹਾ ਸੀ। ਅਸੀਂ ਧੂਣੀ ਕੋਲ ਬੁੱਤ ਬਣੇ ਖੜ੍ਹੇ ਤੁਰੇ ਜਾਂਦੇ ਨੌਹਰ ਨੂੰ ਵੇਖਦੇ ਰਹੇ। ਉਸਦਾ ਚਿੱਟਾ ਕੁੜਤਾ ਪਜਾਮਾ ਹਨੇਰੇ ਵਿਚ ਅਜੇ ਵੀ ਨਜ਼ਰ ਆ ਰਿਹਾ ਸੀ।